महाराष्ट्र राज्यनिर्मिति सुवर्णमहोत्सवानिमित्त
डायमंड पब्लिकेशन्सचा वैविध्यपूर्ण पुस्तकांचा प्रकल्प

प्रकल्प संपादक : मा. प्राचार्य शिवाजीराव भोसले

महाराष्ट्राचे शासन
व
राजकारण

रविकिरण साने
नीलिमा साने

डायमंड पब्लिकेशन्स, पुणे

महाराष्ट्राचे शासन व राजकारण

रविकिरण साने, नीलिमा साने
बी-१४, विश्वास गार्डन, (आनंदवन),
सनसिटी रोड, आनंदनगर, पुणे - ५१
फोन - २४३४७३१२, मो. ९५६१०७१८८२

प्रथम आवृत्ती - डिसेंबर २००९

ISBN 978 - 81- 8483 - 232-7

© डायमंड पब्लिकेशन्स, पुणे - ४११ ०३०

अक्षरजुळणी :
डायमंड पब्लिकेशन्स, पुणे

मुखपृष्ठ :
शाम भालेकर

प्रकाशक :
डायमंड पब्लिकेशन्स
२६४/३ शनिवार पेठ, ३०२ अनुग्रह अपार्टमेंट
ओंकारेश्वर मंदिराजवळ, पुणे-४११ ०३०
☎ ०२०-२४४५२३८७, २४४६६६४२
info@diamondbookspune.com

ऑनलाईन पुस्तक खरेदीसाठी भेट द्या
www.diamondbookspune.com

प्रमुख वितरक :
डायमंड बुक डेपो
६६१, नारायण पेठ, अप्पा बळवंत चौक,
पुणे ३०. ☎ ०२०-२४४८०६७७

विविध प्रकारची आंदोलने उभारून

महाराष्ट्राच्या राजकारणाला योग्य गती

व दिशा देणाऱ्या

सर्वपक्षीय कार्यकर्त्यांना...

मनोगत

महाराष्ट्र राज्य पन्नाशीचा उंबरठा ओलांडत असताना गेल्या ५० वर्षांतील महाराष्ट्राच्या राजकारणाचा वेध ग्रंथरूपाने घेण्याचे ठरले, तेव्हा त्याचे नेमके स्वरूप काय असावे, असा प्रश्न आमच्यासमोर उभा होता. महाराष्ट्राच्या राजकारणासंबंधी विविध प्रकारची पुस्तके लिहिली गेली आहेत. लोकसभा व विधानसभा निवडणुकांची विस्तृत विश्लेषणेही आली आहेत. काही विशिष्ट विषय निवडून विविध अभ्यासही झाले आहेत आणि राजकीय पक्षांच्या सद्य:स्थतीचे विश्लेषण करणारी पुस्तकेही आहेत. पण त्या पुस्तकांना आपापल्या स्वत:च आखून घेतलेल्या मर्यादा आहेत. महाराष्ट्र राज्याच्या निर्मितीपासून आत्तापर्यंत महाराष्ट्राचे राजकारण कसे बदलत गेले आहे हे समग्रपणे पुढे येईल असा ग्रंथ मात्र तयार झाला नव्हता. तेच काम करण्याचा निर्णय आम्ही घेतला.

गेल्या ५० वर्षांत राष्ट्रीय पातळीवर घडलेल्या घटना, राष्ट्रीय पक्षांची मोडतोड आणि पुनर्गठन, समाजवादाकडून जागतिकीकरणाकडे झालेला भारतीय अर्थकारणाचा प्रवास, रशियाप्रणीत पंचवार्षिक नियोजन स्वीकारूनही शेवटच्या माणसापर्यंत विकासाचे लाभ पोचविण्यात सातत्याने आलेले अपयश, मंडल आयोग आणि अयोध्येसारखे जाती व धर्म यांना केंद्रस्थानी आणणारे प्रश्न, या सर्व घटनांचा महाराष्ट्राच्या राजकारणावर सतत परिणाम होत गेला आणि या प्रत्येक धक्क्यातून महाराष्ट्राचे राजकारण बदलत गेले. म्हणूनच या ग्रंथात केवळ महाराष्ट्रातील घटनांवरच लक्ष केंद्रित न करता प्रत्येक प्रकरणात त्या त्या कालखंडात घडलेल्या राष्ट्रीय पातळीवरील घटनांचाही वेध घेतला आहे आणि त्याचा महाराष्ट्रातील राजकारणावर झालेला परिणाम नोंदविला आहे.

महाराष्ट्राच्या राजकारणात स्वातंत्र्यापूर्वीपासूनच काँग्रेस पक्षाचे वर्चस्व होते. स्वतंत्र महाराष्ट्र राज्य झाल्यानंतर १९७६ पर्यंत हे वर्चस्व कायम राहिले. प्रचंड मोठ्या वटवृक्षाच्या छायेत इतर झाडेझुडुपे वाढू शकत नाहीत, हा निसर्गनियम आहे. त्यातच कम्युनिस्ट, सर्व समाजवादी पक्ष, शेकाप हे १९६० मध्ये प्रमुख असलेले पक्ष

काँग्रेसचीच विचारधारा कमी-अधिक प्रमाणात मांडणारे पक्ष होते. वेगळा हिंदुत्वाचा विचार मांडणारा हिंदू महासभा हा पक्ष संयुक्त महाराष्ट्र चळवळीत सहभागी असला, तरी नंतर तो लयाला गेला आणि त्याच विचाराचा जनसंघ हा नवा पक्ष उदयाला आला. पण डाव्या, पुरोगामी विचाराच्या पक्षोपपक्षांच्या गर्दीत जनसंघ फार मोठे स्थान मिळवू शकला नाही. आणीबाणी आणि त्यानंतरच्या कालखंडात काँग्रेस पक्ष फुटला आणि नव्याने तयार झालेला राजकीय अवकाश आधी जनता पक्षाने आणि नंतर तिसरी आघाडी व भारतीय जनता पक्षाने कसा व्यापला, याचा वेध या ग्रंथात घेतला आहे.

हा राजकीय प्रवास सुरू असतानाच दुर्लक्षित राहिलेल्या समाजघटकांनी विविध मार्गांनी ही प्रस्थापित राजकीय चौकट हलविण्याचे प्रयत्न केले. त्यात दलित पँथरचे आंदोलन, मराठवाडा विद्यापीठ नामांतर आंदोलन, शेतकरी संघटनेचे आंदोलन, धरणग्रस्तांची आंदोलने इत्यादींचा त्या त्या ठिकाणी आढावा घेऊन त्यांनी राजकीय चौकटीवर केलेल्या परिणामांची चर्चाही केली आहे. या सर्व घटनाक्रमामुळे मूळ काँग्रेसकेंद्रित चौकटीला मोठे धक्के बसले आणि त्यामुळे एकपक्षीय राजवटीकडून बहुपक्षीय आघाड्यांकडे महाराष्ट्रातील राजकारणाचा प्रवास सुरू झाला. त्याचा पहिला प्रयोग शरद पवार यांनी 'पुलोद'च्या माध्यमातून केला. नंतर शिवसेना-भाजप युती सत्तेवर आली. तिला पराभूत करून सत्तेवर आलेल्या काँग्रेस आघाडीत राष्ट्रवादीसह इतर अनेक नगण्य पक्षांचा समावेश झाला.

निवडणुकीतील यशापयश आणि १९६० मध्ये असलेले छोटे पक्ष आज कळाहीन का झाले आणि शिवसेना-भाजपसारखा नवा हिंदुत्ववादी विचार सत्तेवर येण्याएवढा प्रबळ कसा झाला, याचा मागोवाही येथे घेतला आहे. राजकारणावर परिणाम करणाऱ्या सर्व मुद्द्यांची यथाशक्य चर्चा करण्याचा आम्ही प्रयत्न केला असला, तरी त्यात अनेक त्रुटी असण्याची शक्यता आहे. हा ग्रंथ परिपूर्ण नसला, तरी समग्र बनविण्याचा प्रयत्न केल्याने अभ्यासकांना त्यातून नवे अभ्यासविषय सापडू शकतील आणि महाराष्ट्राच्या राजकारणाचे एक सर्वांगीण चित्र वाचकांसमोर उभे राहील, एवढी खात्री आम्हाला नक्कीच आहे.

रविकिरण साने
नीलिमा साने

लेखकपरिचय

रविकिरण साने

रविकिरण साने हे आपल्या विविधांगी कर्तृत्वाने महाराष्ट्रात व महाराष्ट्राबाहेर ३७ वर्षे परिचित आहेत. विद्यार्थी वार्ताहर ते संपादक असा प्रवास करताना मासिके, साप्ताहिके व दैनिकांत त्यांनी विविध पदांवर काम केले. मुंबई दूरदर्शनवर निर्मिती साहाय्यक म्हणून काम करताना त्यांनी अनेक स्वतंत्र अनुबोधपटांची निर्मिती केली. आकाशवाणीवर वृत्तनिवेदक, मुलाखतकार, चर्चा व कार्यक्रमांचा संचालक म्हणून त्यांनी बरेच कार्यक्रम केले. महाराष्ट्र कृष्णा खोरे विकास महामंडळाचे जनसंपर्क अधिकारी म्हणूनही त्यांनी महत्त्वपूर्ण कामगिरी केली.

विविध माध्यमांतून काम करीत असतानाच अनेक चळवळींशी त्यांचा जवळून संबंध आला. बिहार व गुजरातची नवनिर्माण चळवळ व आसाम आंदोलन त्यांनी प्रत्यक्ष अनुभवले व त्यावर विस्तृत लेखन केले. ग्रामायन व ग्राहक चळवळीचे ते संस्थापक व संघटक होते. म्हैसाळ दलितमुक्ती प्रकल्पाशीही ते संबंधित होते.

अभ्यासपूर्ण भाषणे हे त्यांचे आणखी एक वैशिष्ट्य. आसाम प्रश्नावर जागृती करण्यासाठी त्यांनी हिंदी व मराठीतून पंधराशे भाषणे दिली. अनेक विषयांवर तीन दिवसांच्या व्याख्यानमाला गुंफल्या. सध्या विविध विषयांवरची त्यांची प्रवचने सर्वत्र गाजत आहेत.

प्रकाशित साहित्य

१) आसामचे आव्हान

२) नॉस्ट्राडेमस : पुढील ५० वर्षांचे भविष्य

३) दूरदृष्टीचा जाणता नेता : शरद पवार – चरित्र

४) जनसंपर्क : तंत्र आणि मंत्र

५) सुशीलकुमार : एक प्रवास – चरित्र

६) लढा संयुक्त महाराष्ट्राचा

नाट्यलेखन

१) जन आंदोलन २) मार्केट

लेखकपरिचय

नीलिमा साने

मराठी वाचकांना नीलिमा साने यांची ओळख आहे ती नामवंत पत्रकार आणि विचक्षण संपादक म्हणून. 'महाराष्ट्र टाइम्स', 'लोकसत्ता', 'तरुण भारत' ही दैनिके आणि 'लोकप्रभा', 'विवेक' या साप्ताहिकांतून त्यांनी केलेले लेखन नेहमीच गाजले.

शहाबानो प्रकरणात थेट इंदूरला जाऊन त्यांची मुलाखत मिळवणाऱ्या त्या एकमेव महिला पत्रकार. 'स्त्री', 'किर्लोस्कर'च्या कार्यकारी संपादक म्हणून त्यांनी संपादित केलेले अनेक विशेषांक आणि 'किर्लोस्कर'चा पाच खंडांचा सहस्रांक विशेष गाजले.

महाविद्यालयात हिंदी, मराठीचे अध्यापन करता करता आणीबाणीत त्या राजकारणात शिरल्या आणि काही काळ तिथेच रमल्या; पण राजकारणाचे बदलते स्वरूप न मानवल्याने तेवढ्याच सहजपणे त्या बाजूला झाल्या. या राजकीय अनुभवांतूनच त्यांची 'पटावरली प्यादी' ही कादंबरी साकारली. याशिवाय विविध क्षेत्रांतल्या आठ स्त्रियांचा परिचय करून देणारे 'कर्तृत्वशालिनी' आणि 'रणरागिणी राणी लक्ष्मीबाई' अशी दोन पुस्तकेही त्यांच्या नावावर आहेत.

– अनुक्रमणिका –

भाग पहिला

१९५६ ते १९७६
काँग्रेस वर्चस्वाचा कालखंड

प्रकरण १

पूर्वपीठिका

१ मे १९६०ला महाराष्ट्र हे भारतीय संघराज्यातील वेगळे घटकराज्य म्हणून अस्तित्वात आले. त्यामुळे या पुस्तकात आपण १९६० पासून आजपर्यंतच्या कालखंडातील राजकारणातील चढउतार, विविध प्रवाह पाहणार आहोत; पण हे बदलत गेलेले राजकारण समजावून घेण्यासाठी १९६० पूर्वीच्या राजकारणाचा धावता आढावा घेणे आवश्यक आहे. कारण त्यामधूनच पुढचे राजकीय पट मांडले वा उधळले गेले आहे.

दीडशे वर्षे चालू असलेल्या स्वातंत्र्यलढ्याने भारतीय समाजातील विविध भेद दुय्यम बनवून एक अखिल भारतीय समाज अस्तित्वात आणला होता. या आंदोलनात विविध विचारांचे गट सामील झाले असले तरी त्याचे धुरीणत्व मात्र गांधी-नेहरूंच्या काँग्रेसकडे होते. प्रत्यक्ष काँग्रेसमध्येही स्वतंत्रपणे डावे व उजवे गट काम करीत होते. साहजिकच गांधी-नेहरूंच्या काँग्रेसकडे 'अखिल भारतीय समाजाचे' प्रतिनिधित्व आले. या प्रातिनिधिकतेच्या दाव्याला कम्युनिस्टांनी आव्हान दिले असले तरी ते अगदीच तोकडे होते. त्यामुळे स्वातंत्र्य मिळताच देशभरातील सत्ता अलगदपणे काँग्रेसच्या आणि पंडित नेहरूंच्या हातात आली. काँग्रेस पक्ष हा भांडवलदारांपासून ते गोरगरिबांपर्यंत सर्वांनाच आपला प्रतिनिधी वाटत होता. नेहरूंचे व्यक्तिमत्त्वही एखाद्या गटाला वा वर्गाला बांधलेले नव्हते. ते खऱ्या अर्थाने लोकनेते होते. साहजिकच काँग्रेस हा अखिल भारतीय पक्ष आणि नेहरू हे अखिल भारतीय नेते, अशी स्थिती स्वातंत्र्य मिळताना निर्माण झाली होती.

खंडित अवस्थेत का होईना ; पण भारताला स्वातंत्र्य मिळाले आहे हे काँग्रेससह इतर पक्षांनी मान्य केले होते ; पण भारतीय कम्युनिस्टांना मात्र हे स्वातंत्र्य मान्य नव्हते. १९४६-४७ मध्ये तेलंगणामध्ये कम्युनिस्टांनी सशस्त्र उठाव केला होता आणि नलगोंडा जिल्ह्यातील हुजूरनगर व मिरीयालगुडा या दोन तालुक्यांत प्रतिसरकारही स्थापन केले होते. अशाच प्रकारचे शेतकऱ्यांचे सशस्त्र उठाव देशभर करावेत, अशी साहसवादी भूमिका बी. टी. रणदिवे यांनी मांडली. १९४७च्या डिसेंबरमध्येही पक्षाच्या केंद्रीय समितीने या धोरणाला पाठिंबा दिला. १९४८च्या फेब्रुवारीअखेर कोलकाता येथे भरलेल्या कम्युनिस्टांच्या दुसऱ्या काँग्रेसने त्यावर शिक्कामोर्तब केले. त्यामुळे कॉम्रेड पी.सी. जोशी, श्रीपाद अमृत डांगे यांचा लोकशाहीवादी गट पक्षातच वेगळा पडला. १९४८ ते १९५१ या काळात धोरणाला यश तर मिळाले नाहीच ; पण पक्षाचे बळही घटले. महाराष्ट्रासह बहुतेक ठिकाणचे कम्युनिस्ट, हे फॅशन म्हणून या डाव्या आंदोलनात उतरलेले मध्यमवर्गीय होते. तेलंगणा लढ्यात सहभागी झालेले मराठी नेते व कार्यकर्ते, सशस्त्र लढा न झेपल्याने परतले आणि पक्षापासूनही दुरावले. पत्रकारिता, प्राध्यापकी, वकिली असे मध्यमवर्गीय ; पण बुद्धिवादी व्यवसाय त्यांनी पत्करले. साहसवादी धोरणाच्या सार्वत्रिक अपयशामुळे कम्युनिस्ट पक्षाला आपल्या धोरणाचा पुनर्विचार करावा लागला. संसदीय मार्गाने भारतात समाजवाद स्थापण्याचा पर्याय स्वीकारून कम्युनिस्ट पक्ष १९५२च्या पहिल्या सार्वत्रिक निवडणुकीला सामोरा गेला.

हिंदू महासभा हा उजवा गट, काँग्रेसमध्येच १९१२ मध्ये स्थापन झाला होता. पंडित मदनमोहन मालवीय, पंडित मोतीलाल नेहरू असे काँग्रेस पक्षातील दिग्गज नेते हिंदू महासभेचे अध्यक्ष होते. हिंदू महासभेला राजकीय पक्षाचे स्वरूप प्राप्त झाले ते स्वा. सावरकर पक्षाचे अध्यक्ष झाल्यानंतर. काँग्रेसच्या मुस्लिम धोरणाला आणि संभाव्य फाळणीला विरोध करणारा पक्ष म्हणून हिंदू महासभा देशभर उभी राहिली. महाराष्ट्रात मात्र तिला मिळणारा प्रतिसाद मर्यादित स्वरूपाचा होता. ३० जानेवारी, १९४८ला महात्मा गांधींची हत्या झाल्यानंतर संघ व हिंदू महासभेच्या नेत्यांना बंदी आणि तुरुंगवास अशा दुहेरी अरिष्टांना सामोरे जावे लागले. स्वतंत्र भारतात आणि गांधी- हत्येनंतर बदललेल्या परिस्थितीत हिंदू महासभेचे अस्तित्व राजकीय पक्ष म्हणून ठेवावे की नाही, यावरच गंभीर मतभेद निर्माण झाले. पक्षाचे नाव बदलावे, अ-हिंदूंना प्रतिनिधित्व द्यावे, पक्षाचे उद्देश बदलावे, अशा अनेक सूचना केल्या गेल्या. हिंदू महासभेने स्वतंत्र संसदीय आघाडी उघडावी, असेही सुचविले गेले. त्याचे प्रतिसाद मुरादाबाद आणि जयपूर या दोन्ही ठिकाणच्या अधिवेशनात उमटले ; पण

अखेर सावरकरांची हिंदू महासभा हे नाव कायम ठेवण्याची आणि राजकारण न सोडण्याची भूमिका सर्वांनी मान्य केली. १९५२च्या लोकसभा निवडणुकीत हिंदू महासभेला पश्चिम बंगाल आणि मध्य प्रदेशातून एकेक जागा मिळाली. महाराष्ट्रात मात्र हिंदू महासभेचा एकही उमेदवार विधानसभेत अथवा लोकसभेत निवडून जाऊ शकला नाही.

संघराज्यातील बंदीच्या काळातच संघविचारांची एखादी राजकीय आघाडी असावी असा विचार प्रबळ झाला. डॉ. हेडगेवारांच्या काळात संघकार्याला प्रसिद्धी देण्याचे टाळण्यात आले होते; पण फाळणीपूर्वीच संघाचे एखादे मुखपत्र असावे अशा कल्पनेतून ३ जुलै १९४७ला दिल्लीमधून 'ऑर्गनायझर' हे इंग्रजी साप्ताहिक सुरू झाले. संघबंदीच्या काळात लखनौमधून 'पांचजन्य' हे हिंदी साप्ताहिक आणि नागपुरातून 'राष्ट्रशक्ती' हे साप्ताहिक सुरू झाले. संघबंदीच्या काळात झालेल्या सत्याग्रहामध्ये महाविद्यालयीन विद्यार्थ्यांचा मोठा भरणा होता. त्यामुळे विद्यार्थ्यांसाठी वेगळी संघटना स्थापन करण्याचे ठरले आणि जुलै १९४८ मध्ये अखिल भारतीय विद्यार्थी परिषद स्थापन झाली. फाळणीमुळे आणि लाखो निर्वासित भारतात आल्यामुळे देशभर तीव्र प्रतिक्रिया उमटली होती. त्याला तोंड फोडण्यासाठी संघप्रचारकांच्या आग्रहातून विविध प्रांतांत स्थानिक राजकीय गट स्थापन झाले. हिंदू महासभेचे माजी अध्यक्ष आणि केंद्रीय मंत्री डॉ. श्यामाप्रसाद मुखर्जी आणि सरसंघचालक गोळवलकर गुरुजी यांच्या प्रदीर्घ चर्चेतून अखिल भारतीय पक्ष स्थापन करण्याचा निर्णय झाला. २१ ऑक्टोबर १९५१ला 'भारतीय जनसंघ' या नावाने या पक्षाची स्थापना झाली. बंगाल, पंजाब, उत्तरप्रदेश, मध्य भारत या ठिकाणी सुरू झालेले स्थानिक राजकीय गट जनसंघात अधिकृतपणे सामील झाले. जनसंघाच्या स्थापनेपूर्वी ७ सप्टेंबर १९५१ला निवडणूक आयोगाने पंजाबमधील गटाला 'दीप' हे चिन्ह बहाल केले होते. तेच जनसंघाचे अधिकृत चिन्ह झाले.

डॉ. श्यामप्रसाद मुखर्जी यांच्या अध्यक्षतेखाली नेमण्यात आलेल्या हंगामी कार्यकारिणीत भाई महावीर, दीनदयाळ उपाध्यक्ष, बलराज मधोक आणि बापूसाहेब सोहोनी हे चार संघप्रचारक होते. याशिवाय वसंतराव ओक, नानाजी देशमुख आणि अटलबिहारी वाजपेयी या प्रचारकांचा जनसंघाशी स्थापनेपासूनच संबंध होता. १९५१च्या पहिल्या सार्वत्रिक निवडणुकीत जनसंघाने लोकसभेच्या ४८९ जागांपैकी ९४ जागांवर उमेदवार उभे केले. त्यापैकी तीनजण विजयी झाले. मुंबई राज्यातून मात्र लोकसभा वा विधानसभेवर जनसंघाचा एकही उमेदवार निवडून आला नाही. १९५७च्या निवडणुकीत जनसंघ संयुक्त महाराष्ट्र समितीत सामील होता. त्यामुळे लोकसभेसाठी धुळ्यातून

उत्तमराव पाटील आणि रत्नागिरीमधून प्रेमजीभाई आसर निवडून आले. विधानसभा निवडणुकीत मावळमधून राजाभाऊ म्हाळगी, गुहागरमधून दत्तात्रय वेलणकर, मालवणमधून श्रीधर मांजरेकर आणि पारोळ्यामधून श्रीनिवास मारवाडी असे चार उमेदवार विजयी झाले.

समाजवादी विचाराचे कार्यकर्ते सुरुवातीपासूनच काँग्रेस अंतर्गत गट म्हणून काम करीत होते. १९४२च्या 'चले जाव' आंदोलनात समाजवादी गटाने भूमिगतांचे नेतृत्व केले. त्यामुळे समाजवादी नेत्यांना प्रतिष्ठा आणि वलय प्राप्त झाले. भारत स्वतंत्र झाल्यानंतर काँग्रेसने राजकीय पक्ष म्हणून काम करण्याचे ठरवले आणि नव्या घटनेत इतर गटांना काँग्रेस अंतर्गत काम करण्यास बंदी घातली. साहजिकच काँग्रेसमधून बाहेर पडण्याची चर्चा समाजवाद्यांमध्ये सुरू झाली. समाजवाद्यांनी काँग्रेसमधून बाहेर पडावे अशी जाहीर सूचना जयप्रकाश नारायण यांनी ८ जानेवारी १९४८ला केली. पाठोपाठ १९ मार्चला नाशिकमध्ये समाजवादी गटाचे सहावे वार्षिक अधिवेशन भरले. त्यात काँग्रेसशी संबंध तोडून विरोधी पक्ष म्हणून कार्य करण्याचा ठराव मंजूर करण्यात आला. १९५२च्या निवडणुकीत समाजवादी पक्षाला त्रावणकोर-कोचीन सारख्या काही राज्यांत बहुमत मिळेल असे वाटत होते. त्यामुळे डाव्या व समाजवादी विचाराच्या इतर गटांशी सहकार्य करण्यासही समाजवादी नेत्यांनी नकार दिला; पण समाजवाद्यांना देशात कुठेही सत्ता मिळाली नाही. पुणे लोकसभा मतदारसंघातून काकासाहेब गाडगीळ विरुद्ध केशवराव जेधे या चुरशीच्या लढतीत एस. एम. जोशीही उतरले; पण त्यांना कशीबशी अनामत रक्कम वाचविता आली. पुण्यातील विधानसभेसाठी उभे राहिलेले सर्व उमेदवार पराभूत झाले. महाराष्ट्रातून समाजवाद्यांचे फक्त पाच उमेदवार विजयी झाले. पाठोपाठ झालेल्या पुण्यातील पोटनिवडणुकीत मात्र एस. एम. जोशींना विजय मिळाला आणि ते आमदार झाले.

पहिल्या सार्वत्रिक निवडणुकीत समाजवादी पक्षाला मोठ्या अपयशाला सामोरे जावे लागले. आचार्य कृपलानी, आंध्रचे टी. प्रकाशम्, पश्चिम बंगालचे प्रफुल्लचंद्र घोष आणि उत्तर प्रदेशचे रफी अहमद किडवाई या नाराज काँग्रेसजनांनी ऐन निवडणुकीपूर्वी 'कृषक मजदूर पक्ष' स्थापन केला होता. त्यांनाही अपयशच चाखावे लागले. तेव्हा या दोन्ही पक्षांच्या विलीनीकरणाला चालना मिळाली. २७ सप्टेंबर १९५२ला हे विलीनीकरण होऊन प्रजासमाजवादी पक्ष स्थापन करण्यात आला. नेहरूंनी जयप्रकाश नारायण आणि आचार्य कृपलानी यांना भेटीला बोलावून काँग्रेसशी सहकार्य करण्याची विनंती केली. या दोन्ही नेत्यांनी तशी तयारीही दाखविली. मात्र काँग्रेसशी सहकार्य करण्यास राममनोहर लोहिया आणि नरेंद्र देव या दोघांचा ठाम विरोध होता. १९५३

मध्ये बेतूल अधिवेशनात अशोक मेहतांनी काँग्रेसशी सहकार्याचा ठराव मांडला. तो मंजूरही झाला. प्र.स.प.ने प्रत्यक्षात काँग्रेसला सहकार्य देऊ केले नाही, तेव्हा काँग्रेसने सत्तेसाठी प्र.स.प नेत्यांना फोडण्यास सुरुवात केली. नव्या तेलुगु राज्यांचे मुख्यमंत्री होण्यासाठी टी. प्रकाशम् आणि त्यांचे सहकारी प्र.स.प. मधून बाहेर पडले. त्रावणकोर– कोचीन मध्य प्र.स.प.चे पट्टम थाणु पिल्लै मुख्यमंत्री झाले, ते काँग्रेसच्या पाठिंब्याने. पिल्लै यांनी प्र.स.प.ची धोरणे सोडून काँग्रेसची धोरणे राबविण्यात सुरुवात केली. तरी पक्षाने त्यांना राजीनामा देण्याचा आदेश दिला नाही. त्याच्या निषेधार्थ लोहिया, मधू लिमये आणि बालेश्वर दयाळ यांनी कार्यकारिणीचे राजीनामे दिले.

१९५५च्या जानेवारीत काँग्रेसच्या आवडी येथे भरलेल्या अधिवेशनात समाजवादी समाजरचना निर्माण करण्याचे उद्दिष्ट जाहीर करण्यात आले. या घोषणेने अशोक मेहता यांचा प्र.स.प.मधील गट हुरळून गेला. तेव्हा चिडलेल्या मधू लिमये यांनी प्र.स.प.ला क्रांतिकारी विरोधी पक्ष म्हणून कार्य करायचे आहे की काँग्रेस पक्षाचे शेपूट व्हायचे आहे, असा प्रश्न उपस्थित केला. त्यामुळे प्र.स.प.मध्ये खळबळ माजली. लिमये गोवा मुक्ती लढ्यात सहभागी होऊन दीर्घ मुदतीच्या तुरुंगवासात गेले. प्र.स.प.वर मेहता गटाचे वर्चस्व असल्याने त्यांनी राममनोहर लोहिया यांना अधिकृतपणे पक्षातून निलंबित केले. मधू लिमये, बंडू गोरे, दिनकर साक्रीकर यांच्यावर शिस्तभंगाचा आरोप ठेवण्यात आला. त्यामुळे पक्षातील फूट अटळ झाली. २८ डिसेंबर १९५५ला हैदराबाद येथे वेगळे अधिवेशन भरवून लोहियावाद्यांनी पुन्हा समाजवादी पक्षाची स्थापना केली. संयुक्त महाराष्ट्राच्या लढ्यातही आधी सामील होऊन नंतर बाहेर पडण्याचा तोटाच समाजवादी पक्षाला झाला. १९५७च्या निवडणुकीत समितीच्या तिकिटावर प्र.स.प.चे नेते सर्वत्र निवडून येत असताना लोहियावाद्यांना मात्र कुठेही विजय मिळविता आला नाही.

दलित चळवळीचे प्रवर्तक आणि शेड्युल कास्ट फेडरेशनचे संस्थापक डॉ. बाबासाहेब आंबेडकर स्वातंत्र्यपूर्व काळात काँग्रेसच्या विरोधात होते. स्वातंत्र्य मिळाल्यानंतर बनलेल्या पहिल्या राष्ट्रीय मंत्रिमंडळात ते कायदामंत्री म्हणून सामील झाले. घटनालेखनसमितीचे अध्यक्ष म्हणून राज्यघटना बनविण्यात त्यांनी महत्त्वपूर्ण भूमिका बजावली होती. भारतीय राज्यघटना अस्तित्वात आल्यानंतर त्यांनी हिंदू कोडबिल तयार केले; पण या बिलावरून काँग्रेसमध्ये आणि बाहेरही वादंग सुरू झाले. राष्ट्रपती राजेंद्रप्रसाद आणि पंतप्रधान नेहरू यांच्यामध्येही दुरावा निर्माण झाला. देशातील पहिली निवडणूक १९५२च्या प्रारंभी होणार असल्याने त्यापूर्वी हे बिल संमत केले तर काँग्रेस पक्षाला लोकक्षोभाला तोंड द्यावे लागेल, असे प्रमुख नेत्यांना

वाटत होते. हिंदू कोड बिल मंजूर करण्यात काँग्रेस वेळकाढूपणा करीत आहे, हे पाहून डॉ. आंबेडकरांनी २७ सप्टेंबर १९५१ला आपल्या मंत्रीपदाचा राजीनामा दिला.

६ ऑक्टोबर १९५१ला डॉ. आंबेडकरांच्या निवासस्थानी शेड्युल कास्ट फेडरेशनच्या (शे.का.फे.) कार्यकारिणीची सभा झाली. त्यात पक्षाचा निवडणूक जाहीरनामा मंजूर करण्यात आला. गरिबीविरुद्धची लढाई यशस्वी व्हावयाची असेल, तर एकाच वेळी दोन आघाड्यांवर लढणे आवश्यक आहे, असे सांगून जाहीरनाम्यात म्हटले होते, 'कृषीक्षेत्रात आणि उद्योगधंद्यात उत्पादनवाढीसाठी प्रयत्न करणे आवश्यक आहे.' अमर्याद लोकसंख्यावाढ रोखण्यासाठी संततिनियमनाचा राष्ट्रीय धोरण म्हणून पुरस्कार करावा, असेही जाहीरनाम्यात म्हटले होते. संततिनियमनाच्या आवश्यकतेबद्दल इतर एकाही पक्षाच्या जाहीरनाम्यात साधा उल्लेखही नव्हता. १९५२ सालच्या पहिल्या निवडणुकीत शेतकरी कामगार पक्ष आणि समाजवादी पक्षाबरोबर निवडणूकपूर्व समझोते करूनही लोकसभेची एक आणि विधानसभेची एक एवढ्याच जागा शे.का.फे.ला जिंकता आल्या. सोलापूर जिल्ह्यातील लोकसभेची राखीव जागा पक्षाचे सरचिटणीस पां. ना. राजभोज यांनी जिंकली, तर चिंचपोकळी-लोअर परळमधून विधानसभेसाठी बी. सी. कांबळे निवडून आले.

डॉ. बाबासाहेब आंबेडकरांचे खूप वर्षे सहकारी असलेल्या अनेक कार्यकर्त्यांना काँग्रेसने शे.का.फे. उमेदवारांविरुद्ध उभे केले होते. मुंबईतील नायगाव-परळ मध्ये काँग्रेसने सीताराम नामदेव शिवतरकर या साठी उलटलेल्या कार्यकर्त्याला शे.का.फे.च्या आर. डी. भंडारे यांच्याविरुद्ध उभे केले. १९३७ पासून आंबेडकरांबरोबर असणारे शिवतरकर ५१३ मतांनी विजयी झाले. सिन्नर-निफाडमधून अमृतराव रणखंबे काँग्रेसच्या तिकिटावर निवडून आले. कोल्हापूर संस्थानातील महालकरी दत्तोबा संतराम पोवार हे आंबेडकरांचे स्नेही. काँग्रेसने त्यांच्या निवृत्तीला चार महिने राहिले असताना त्यांना तिकीट देऊन निवडून आणले. बाबासाहेबांचे निकटचे सहकारी अनंत विनायक चित्रे, वैचारिक मतभेद झाल्यामुळे शेतकरी कामगार पक्षात गेले. पां. ना. राजभोज सोलापुरातील चर्मकार व मातंग मतदारांच्या बळावर निवडून आले होते. या दोन्ही जाती ढोर जातीविरुद्ध होत्या. काँग्रेसचे उमेदवार सोनवणे हे ढोर जातीचे असल्याने राजभोजांना संधी मिळाली; पण या विजयानंतर राजभोज आणि शे.का.फे.चे अध्यक्ष एन. शिवराज आंबेडकरांपासून दुरावले. लोकसभा निवडणुकीनंतर राज्यसभा निवडणुकीत डॉ. आंबेडकर इतर डाव्या पक्षांच्या मदतीने राज्यसभेवर निवडून गेले. मात्र लोकसभेच्या दोन्ही निवडणुकांत त्यांना पराभवच पत्करावा लागला.

या निवडणुकीनंतरच्या काळात डॉ. आंबेडकरांनी धर्मांतर करण्याचा निर्णय

घेतला. ही धम्मदीक्षा २३ मे १९५६ला मुंबईत होईल अशी घोषणाही त्यांनी केली. मुंबईचा बौद्ध धर्माशी काहीही संबंध नसल्याने धर्मांतर नागपुरात करा, असा आग्रह नागपूरच्या कार्यकर्त्यांनी धरला होता. अखेर हा दीक्षा समारंभ १४ ऑक्टोबर १९५६ला नागपुरात झाला; पण हे धर्मांतरही सहजपणे झाले नाही. शे.का.फे.चे प्रमुख नेते राजाभाऊ खोब्रागडे, दादासाहेब गायकवाड, आर. डी. भंडारे, बापूसाहेब कांबळे, हरिदास आवळे इत्यादींना १९५७च्या निवडणुकीचे वेध लागले होते. बौद्ध धर्म स्वीकारल्यास लोकसभा व विधानसभांच्या निवडणुकीत राखीव जागा लढविण्यास अनुसूचित जातीचे उमेदवार अपात्र ठरतील, अशी रास्त भीती त्यांना वाटत होती. ३० ऑक्टोबर १९५६ला दिल्लीत शे.का.फे. कार्यकारिणीची बैठक झाली, तेव्हा खोब्रागडे यांनी धम्मदीक्षेचा समारंभ चार महिने पुढे ढकला अशी सूचना मांडली. वर उल्लेख केलेल्या सर्वांनी या सूचनेला पाठिंबा दिला. तेव्हा आंबेडकर म्हणाले, ‘‘माझ्या धम्मदीक्षेचा आणि निवडणुकांचा संबंध काय? तुम्ही दीक्षा घ्यावी असे बंधन मुळीच नाही.’’ ऑक्टोबरला ठरल्याप्रमाणे आंबेडकरांनी धम्मदीक्षा घेतली, तेव्हा केलेल्या भाषणात ते म्हणाले, ‘‘बौद्धधर्मीय झालो, तरी राजकीय हक्क मी मिळवीन, याची मला बालंबाल खात्री आहे. मी मेल्यावर काय होईल हे सांगता येत नाही. जे हक्क मिळवले, ते मीच माझ्या लोकांसाठी मिळवले. ज्याने हे हक्क मिळवले, तो ते पुन्हा मिळवून देईलच.’’ अशी संधी मात्र आंबेडकरांना मिळाली नाही. धम्मदीक्षेनंतर अवघ्या सात आठवड्यांत ६ डिसेंबर १९५६ रोजी या महामानवाचे महानिर्वाण झाले.

या धर्मांतराचा परिणाम, महार जातीची विभागणी दोन धर्मांत होण्यात झाला. महाराष्ट्रातील एकूण एकोणसाठ अनुसूचित जातींमध्ये महारांची संख्या सर्वाधिक, म्हणजे सत्तर टक्के होती. नागपुरात तीन दिवसांच्या काळात सुमारे अकरा लाख लोकांनी बौद्ध धर्म स्वीकारला. त्यामुळे महारांमध्ये बौद्ध व हिंदूंचे प्रमाण पन्नास-पन्नास टक्के झाले. १९५१च्या जणगणनेनुसार एक लाख ऐंशी हजार आठशे तेवीस बौद्ध होते. त्यांपैकी महाराष्ट्रात फक्त दोन हजार चारशे सत्याऐंशी बौद्ध होते. १९६१च्या जनगणनेत महाराष्ट्रातील बौद्धांची संख्या २७,८९,५०१ एवढी झाली. देशातील बौद्धजनांत महाराष्ट्रातील बौद्धजन ८० टक्के होते.

डॉ. आंबेडकरांनी आपल्या मृत्यूपूर्वी रिपब्लिकन पार्टी ऑफ इंडिया या नव्या पक्षाच्या घटनेचा मसुदा तयार केला होता; पण शे.का.फे.ने डॉ. आंबेडकरांच्या संमतीने संयुक्त महाराष्ट्र समितीचा घटक म्हणून १९५७ची निवडणूक लढविली. या निवडणुकीत शे.का.फे.चे लोकसभेत ६ खासदार आणि विधानसभेत १६ आमदार निवडून आले. रिपब्लिकन पार्टीलादेखील एवढे यश पुढे कधीच मिळाले नाही.

डॉ. आंबेडकरांच्या मृत्यूनंतर सामुदायिक नेतृत्वाचा प्रयोग सुरू झाला. अकरा लोकांचे अध्यक्षीय मंडळ नेमण्यात आले. १९५७च्या ऑक्टोबरच्या आरंभी नागपुरात दीक्षाभूमीवर शे.का.फे.चे अखेरचे अधिवेशन भरले आणि त्यात पक्ष विसर्जित करण्याचा ठराव संमत झाला. ३ ऑक्टोबर १९५७ला रिपब्लिकन पार्टी ऑफ इंडिया या नव्या पक्षाच्या स्थापनेची घोषणा करण्यात आली. एन. शिवराज यांची पहिले अध्यक्ष म्हणून निवड झाली. दोन वर्षांतच पक्षात दुफळी माजली. संयुक्त महाराष्ट्र समितीत घटक पक्ष असताना दादासाहेब गायकवाड यांचा गट कम्युनिस्टांशी अधिक सलगी करीत होता. कम्युनिस्ट पक्षाबरोबर सहकार्य किंवा युती करायची नाही असे डॉ. आंबेडकरांचे धोरण १९५२ मध्ये होते. समितीत कम्युनिस्टही आहेत हे माहीत असूनही त्यांनी शे.का.फे.ला सहभागी होण्यास संमती दिली होती; पण आंबेडकरांचे कम्युनिस्टांबरोबर न जाण्याचे धोरणच योग्य असल्याचे बी.सी. कांबळे, बाबू हरिदास आवळे, दादासाहेब रूपवते, ए.जी. पवार यांचे मत होते. त्यामुळे हा गट 'दुरुस्त गट' आणि गायकवाड 'नादुरुस्त गट' म्हणून ओळखले जाऊ लागले.

१९४८च्या मार्च महिन्यात समाजवादी गट काँग्रेसमधून बाहेर पडल्यानंतर पाठोपाठ २६ एप्रिलला काँग्रेसमधील शेतकरी कामगार संघाने काँग्रेस सोडली आणि शेतकरी कामगार पक्ष स्थापन केला. भारतातील कम्युनिस्टांपेक्षा आपणच खरे मार्क्सवादी आहोत, असा या पक्षाचा सुरुवातीपासून दावा होता. २९ मे १९५०ला नाशिक जिल्ह्यातील दाभाडी गावी शे.का.प.चे दुसरे अधिवेशन झाले. हे अधिवेशन गाजले ते पक्षाने मंजूर केलेल्या राजकीय प्रबंधामुळे. 'दाभाडी प्रबंध' म्हणूनच तो ओळखला जातो. त्याचा कच्चा मसुदा वसंतराव तुळपुळे, दाजीबा देसाई आणि नसरवान सथ्था यांनी तयार केला होता. हा मसुदा अधिवेशनात जोरदार चर्चेने गाजला. अनेक दुरुस्त्या, फेरफार झाल्यानंतर तो मान्य झाला. या प्रबंधात हिंदुस्थानला मिळालेले स्वातंत्र्य बेगडी असून नेहरू साम्राज्यवाद्यांचे हस्तक बनले आहेत, असा आरोप करण्यात आला होता. कम्युनिस्ट पक्षावरही ते मध्यमवर्गीय पुढारी असल्याचा आरोप करण्यात आला होता. या दाभाडी प्रबंधाने – शे.का.प.ने काँग्रेस, समाजवादी व कम्युनिस्टांना आपले विरोधी बनविलेच; पण पक्षातील मतभेदही अधिक तीव्र झाले.

१९४२च्या 'चले जाव' चळवळीबाबत भारतीय कम्युनिस्ट पक्षाने घेतलेली भूमिका न पटल्याने कॉम्रेड डांगे यांच्या गटातील एस. के. लिमये, विष्णुपंत चितळे, यशवंत चव्हाण, डी. एस. कुलकर्णी, भाऊ फाटक वगैरेंनी पक्षातून बाहेर पडून १९४३ साली नवजीवन संघटना स्थापन केली होती. शे.का.प. स्थापन झाला तेव्हा दत्ता देशमुख तुरुंगात होते. यशवंत चव्हाणही तुरुंगातच होते. या दोघांच्या भेटीतून

नवजीवन संघटनेचे शे.का.प.मध्ये सामील व्हावे अशी चर्चा सुरू झाली. त्याप्रमाणे नवजीवन संघटने विसर्जन जाहीर करून शे.का.प.मध्ये प्रवेश केला. दोनच दिवसांत शे.का.प.चे प्रमुख नेते शंकरराव मोरे यांनी 'नवजीवनवाले गटबाजी करतात, त्यांना बाहेर काढा,' असे म्हणण्यात सुरुवात केली. शे.का.प.वर मोरे गटाचे वर्चस्व असल्याने दत्ता देशमुखांना नवजीवनवाल्यांसह पक्षातून बाहेर पडावे लागले आणि त्यांनी कामगार किसान पक्ष स्थापन केला.

१९५२ची निवडणूक शे.का.प.च्या दुहीचा प्रारंभ ठरली. लोकसभेच्या सोलापूर मतदारसंघातून पक्षाचे सरचिटणीस शंकरराव मोरे निवडून आले. पुणे मतदारसंघातून गाडगीळ, जेधे आणि एस. एम. जोशी या तिरंगी लढतीत जेधे पराभूत झाले. जेधे आणि गाडगीळ दोघे परममित्र. गाडगीळांमुळेच जेधे काँग्रेसमध्ये गेले. खेरांमुळे बाहेर पडले; पण गाडगीळांशी त्यांचा स्नेह कायम होता. शंकरराव मोरे यांनी 'जाणूनबुजून मला गाडगीळांविरुद्ध उमेदवारी देऊन बळीचा बकरा केले' अशी केशवराव जेध्यांची समजूत झाली. तिथूनच जेधे-मोरे या आघाडीच्या नेत्यांमध्ये दुरावा निर्माण झाला. जेधे व मोरे यांच्यातील तणाव इतका वाढला की अखेर १७ मे १९५२ला केशवराव जेधे यांनी शे.का.प.चा राजीनामा दिला. पाठोपाठ १० फेब्रुवारी १९५५ला पक्षाने रघुनाथराव खाडिलकर आणि तुळशीदास जाधव या दोघांची पक्षविरोधी कारवाया केल्या म्हणून हकालपट्टी केली. र. के. खाडिलकर यांनी लगेचच भारतीय मजदूर किसान पक्ष स्थापन केला. संयुक्त महाराष्ट्र समितीत एक घटकपक्ष म्हणून तो सामील होता. ४ एप्रिल १९६०च्या पक्षाच्या अधिवेशनात पक्ष अधिकृतपणे विसर्जित करण्यात आला. त्यापूर्वीच तुळशीदास जाधव, र. के. खाडिलकर, शंकरराव मोरे हे काँग्रेसवासी झाले होते.

काँग्रेस पक्ष १९३५-३६ सालापर्यंत शहरी भागातील उच्चवर्णीय मध्यमवर्गाचे प्रतिनिधित्व करीत होता. ब्राह्मणेतर चळवळीतील जेधे-मोरे प्रभृती मंडळींना काँग्रेसमध्ये घ्यावे, अशी सूचना सेनापती बापट यांनी केली. त्यातूनच गाडगीळ-जेधे करार झाला आणि ब्राह्मणेतर पक्षातील नेते व कार्यकर्ते काँग्रेसमध्ये सामील झाले. १९३८ नंतर काँग्रेस खेड्यापाड्यात रुजविण्यात केशवराव जेधे यांच्यासह सत्यशोधक व ब्राह्मणेतर चळवळीतील तरुणांचा मोठा वाटा होता. १९४२च्या लढ्यात सातारा जिल्ह्यात स्थापन झालेले प्रतिसरकार खेड्यापाड्यातून आलेल्या शेतकऱ्यांचेच होते. त्याचे प्रतिबिंब १९४६ च्या निवडणुकीत पडले. ल. म. कोळसे-पाटील, काकासाहेब गरुड, रामभाऊ गिरमे, दत्ता देशमुख हे चौघे बहुजन समाजातील उमेदवार काँग्रेसच्या तिकिटावर निवडून आले. केशवराव जेधे प्रदेशाध्यक्ष झाले; पण खेरांच्या मंत्रिमंडळात

मात्र त्यांना स्थान मिळाले नाही. महाराष्ट्र प्रांतिक काँग्रेसने सर्वच्या सर्व म्हणजे ७१ जागा जिंकल्या. त्यात हरिजनांसाठी असणाऱ्या जागांचाही समावेश होता. ब्राह्मणेतर चळवळीतून आलेले अण्णासाहेब लठ्ठे १९३७च्या खेर मंत्रिमंडळात होते; पण पुन्हा निवडून येऊनही त्यांचा समावेश १९४६च्या मंत्रिमंडळात झाला नाही. खेरांच्या या मंत्रिमंडळात ल. मा. पाटील, अण्णासाहेब वर्तक, एम. पी. पाटील या ब्राह्मणेतरांचा समावेश होता. नानासाहेब कुंटे यांच्यासह अनेकांना संसदीय सचिव पदावर समाधान मानावे लागले. त्यात यशवंतराव चव्हाण आणि बाळासाहेब सावंत होते.

१९५२च्या निवडणुकीत मुंबई राज्य विधानसभेतील एकूण ३१५ जागांपैकी काँग्रेसने २६९ जागा जिंकल्या. त्यांतील महाराष्ट्राच्या वाट्याला आलेल्या १३८ जागांपैकी काँग्रेसला ११४ जागा मिळाल्या; लोकसभेच्या १९ जागांपैकी १६ जागा काँग्रेसने मिळविल्या. मुख्यमंत्री खेर आपले पद सोडणार असे आधीच जाहीर झाले होते. मोरारजी देसाईंचे नावही त्यांनी सूचित केले होते; पण बलसाड मतदारसंघातून मोरारजींच्या पुतण्यानेच त्यांचा पराभव केला आणि काँग्रेससमोर पेच निर्माण झाला. खेरांनी संसदीय पक्षाच्या घटनेत दुरुस्ती सुचवून विधानमंडळ सदस्य नसलेल्या व्यक्तीसही संसदीय पक्षनेता होता येईल अशी व्यवस्था करून घेतली. त्यानुसार सर्वानुमते मोरारजींची मुख्यमंत्रीपदी निवड झाली. पराभूत नेत्याला सदस्य नसताना मुख्यमंत्री बनविण्याचा हा पहिलाच प्रसंग होत.

मोरारजींनी मंत्रिमंडळ बनविताना नऊ जणांचे कॅबिनेट बनविले. चार गुजराती भाषक, चार मराठी भाषक आणि एक कन्नड भाषक अशी रचना ठरली. प्रदेशाध्यक्ष हिरे यांचा समावेश मंत्रिमंडळात गृहीत होता. तसा तो झालाही; पण इतर तीन मंत्री निवडताना मोरारजींनी हिऱ्यांचा सल्ला घेतला नाही. हिरे गटाचेच चार मंत्री झाले आणि कन्नड भाषकाने त्यांच्याशी हातमिळवणी केली तर आपण अडचणीत येऊ असे मोरारजींना वाटले. या मधल्या काळात महाराष्ट्रातील सर्व संस्थाने विलीन झाली होती. त्यामुळे त्यांचा एक प्रतिनिधी मंत्रिमंडळात घेणे आवश्यक होते. त्यानुसार फलटणचे राजे मालोजीराव नाईक-निंबाळकर यांना मंत्रिमंडळात स्थान देण्यात आले. फलटण-माण मतदारसंघातून राखीव जागेवर निवडून आलेल्या गणपतराव तपासे यांना दलित मंत्री म्हणून स्थान मिळाले. चौथा मंत्री कोण, यावरून मोठे गैरसमज निर्माण झाले. यशवंतराव चव्हाणांनी 'आपण द्याल ते खाते घेऊ, हिरे मंत्री झाले नाहीत तरी चालेल' असे म्हटल्याचे वृत्त प्रसिद्ध झाले. हिरे यांच्यासमोर यशवंतराव की कुंटे असा पेच होता. अखेर मोरारजींच्या आग्रहामुळे यशवंतराव मंत्री झाले आणि नानासाहेब कुंटे यांनी विधानसभेचे अध्यक्षपद स्वीकारले. या पहिल्या मंत्रिमंडळापासूनच हिरे आणि यशवंतराव चव्हाण यांच्यात दुरावा निर्माण झाला.

याच दरम्यान संयुक्त महाराष्ट्राच्या प्रयत्नांना सुरुवात झाली होती. २८ जुलै १९४६ला मुंबईत महाराष्ट्र एकीकरण परिषद भरली होती. त्यात संयुक्त महाराष्ट्र परिषद ही सर्वपक्षीय संघटना शंकरराव देवांच्या अध्यक्षतेखाली स्थापन झाली. भाषावार प्रांतरचना करण्याची घोषणा काँग्रेसने १९१२ मध्येच केली होती. स्वातंत्र्य मिळताच घटनासमितीपुढे हा प्रश्न उपस्थित झाला. घटना समितीने भाषावर प्रांतरचना करण्यासाठी एक आयोग नेमण्याची शिफारस केली. त्याप्रमाणे नेहरूंनी दार आयोग नेमला. आयोगाने वेगवेगळ्या ठिकाणी भेटी देऊन आणि निवेदने स्वीकारून आपला अहवाल सादर केला; पण त्यामुळे कोणाचेच समाधान झाले नाही. भाषावार प्रांतरचना पुढे ढकलण्याचाच हा प्रयत्न आहे, अशीच सर्वांची समजूत झाल्याने विशेषत: दक्षिणेतील काँग्रेस नेत्यांत नाराजी पसरली. काँग्रेसने जवाहरलाल, वल्लभभाई आणि पट्टाभी सीतारामय्या यांची एक समिती (ज.व.प.) नेमली. तिचा अहवालही दार आयोगासारखाच होता. त्यामुळे 'महाराष्ट्रात मुंबईसह संयुक्त महाराष्ट्र झाला पाहिजे', यासाठी जोरदार हालचाली सुरू झाल्या. मध्य भारतातून नाग-विदर्भाचा भाग आणि हैदराबाद संस्थानातून मराठवाडा, मुंबई इलाख्यातीलच बेळगाव-कारवार-निपाणी हे प्रदेश आणि मुंबई-महाराष्ट्रात यावेत म्हणून प्रयत्न सुरू झाले. महारष्ट्र व नागविदर्भाच्या नेत्यांनी एकत्र येऊन अकोला करार केला. मुंबईतील कामगार संघटनांनी मुंबई महाराष्ट्रात यावी यासाठी जन-जागरण सुरू केले. याच वेळी पोट्टी श्रीरामलू या तेलुगु नेत्याने स्वतंत्र आंध्रसाठी ५८ दिवसांचे उपोषण केले; पण नेहरूंनी तिकडे लक्षही दिले नाही. रामलू यांचे निधन होताच आंध्रमध्ये प्रचंड हिंसाचार माजला. नेहरूंना घाईघाईने स्वतंत्र आंध्रची घोषणा करावी लागली. या घटनेने हिंसाचाराला नेहरू नमतात अशी प्रतिमा तयार झाली.

संयुक्त महाराष्ट्र परिषद जरी सर्वपक्षीय असली तरी अध्यक्ष शंकरराव देव आणि अन्य काँग्रेस नेतेच संयुक्त महाराष्ट्रासाठी धावपळ करीत होते. आंध्र प्रकरणाने राज्यपुनर्रचनेचा प्रश्न ऐरणीवर आला. त्यासाठी सय्यद फजलअली यांच्या अध्यक्षतेखाली राज्यपुनर्रचना आयोग २२ डिसेंबर १९५३ला नेमण्यात आला. संयुक्त महाराष्ट्र परिषदेने आपले निवेदन तर आयोगाला दिलेच; पण परिषदेतील घटक पक्ष व संघटनांनाही स्वतंत्र निवेदन देण्याची मुभा दिली. अहवालाचे काम सुरू असतानाच महाराष्ट्रातील काँग्रेस नेते केंद्रीय नेत्यांच्या भेटीगाठी घेत होते. राज्यपुनर्रचना आयोगाच्या शिफारसी प्रसिद्ध झाल्या आणि सर्वांनाच धक्का बसला. आयोगाने मुंबई राज्यातील कन्नड भाषक जिल्हे कर्नाटकात घालण्याची शिफारस केली होती. मराठवाडा, कच्छ आणि सौराष्ट्र हे भाग मुंबई राज्याला जोडून विशाल द्विभाषिक मुंबई राज्य आणि स्वतंत्र विदर्भ

अशा या शिफारशी होत्या. त्यामुळे महाराष्ट्रात खळबळ माजली. संयुक्त महाराष्ट्र परिषदेने विशाल द्विभाषिकाच्या विरोधात आंदोलनाची भाषा सुरू केली.

याच दरम्यान ८ नोव्हेंबर १९५५ला दिल्लीत काँग्रेस कार्यकारिणीची सभा झाली. त्यात गुजरात, महाराष्ट्र आणि स्वतंत्र मुंबई अशी त्रिराज्य योजना मांडण्यात आली. ती कार्यकारिणीने स्वीकारली. ही बातमी बाहेर येताच मुंबईतील वातावरण तापले. मुंबईसह संयुक्त महाराष्ट्राचा पुरस्कार करणाऱ्यांनी जागोजाग सभा आणि परिषदा भरविण्याचा धडाका सुरू केला. यात मुंबईतील विविध पक्षांच्या कामगार संघटना आणि सर्व विरोधी पक्ष सामील झाले. राज्यपुनर्रचना आयोगाचा अहवाल बाजूला ठेवून काँग्रेसने त्रिराज्य योजना जाहीर केल्याने लढ्याला विरोधी पक्ष विरुद्ध काँग्रेस सरकार असे स्वरूप प्राप्त झाले. १८ नोव्हेंबर १९५५ ला मुंबईत विधानसभेचे सत्र सुरू होणार होते. त्याच दिवशी विधानसभेवर मोर्चा नेऊन बंदी हुकूम मोडून सत्याग्रह करावा, असा निर्णय विरोधी पक्षांनी घेतला होता. त्याप्रमाणे हजारो लोकांनी सत्याग्रह केला. सत्याग्रहींना लाठीहल्ल्याला तर तोंड द्यावे लागलेच; पण अश्रुधुराचाही वापर करण्यात आला. प्रमुख नेत्यांसह ५५० सत्याग्रहींना अटक केली.

त्रिराज्य योजनेला काँग्रेसच्या मराठी आमदारांचाही विरोधच होता; पण मोरारजींनी विधानसभेत दाखल झालेल्या विधेयकावर कोणालाही बोलू दिले नाही. भाऊसाहेब हिऱ्यांसह सर्व आमदारांनी राजीनामा देण्याची घोषणा केली. फक्त यशवंतराव चव्हाण त्याला राजी नव्हते. २१ नोव्हेंबर १९५५ला कामगार संघटनांनी त्रिराज्य योजनेविरोधात हरताळ पाळण्याची घोषणा केली होती. त्याप्रमाणे ५-६ लाख कामगार संपावर गेले. दुपारी मोर्चाने विधानसभेवर जाऊन सत्याग्रहाला सुरुवात झाली, तेव्हा दीड लाख निदर्शक फ्लोरा फाउंटनपाशी जमा झाले होते. पोलिसांचे कडे तोडून आत घुसणाऱ्या सत्याग्रहींवर पोलिसांनी गोळीबार केला. त्यात १५ सत्याग्रही जागीच ठार झाले. संयुक्त महाराष्ट्राच्या लढ्यातील हे पहिले हुतात्मे.

मुंबईतील घटनांनी मोरारजी आणि नेहरू सरकारला काहीच शहाणपण आले नाही. मोरारजींचे मन वळविण्याचे शंकरराव देवांचे प्रयत्न निष्फळ ठरले. मुंबई शहर स्वतंत्र राज्य राहावे की केंद्रशासित, याबाबतही महाराष्ट्र प्रदेश काँग्रेसच्या नेत्यांनी घोळ घातला. मुंबईतील गुजराती, मारवाडी, पारशी उद्योजकांची लॉबी मात्र मुंबई महाराष्ट्राला मिळू नये म्हणून प्रयत्नशील होती. मुंबई प्रदेश काँग्रेस नेते स. का. पाटील त्यांच्याच तालावर नाचत होते. त्यामुळे मुंबईतील मराठीभाषकांची अवस्था कोंडीत सापडल्यासारखी झाली होती. सर्वांच्या मनात तीव्र असंतोष धुमसत होता. फक्त काडी पडण्याचाच अवकाश होता. ते काम नेहरूंच्या घोषणेने केले. १६ जानेवारी १९५६ला

आकाशवाणीवरून भाषण करून नेहरूंनी मुंबई केंद्रशासित करण्याची घोषणा केली. मुंबईत सकाळपासून प्रमुख नेत्यांची धरपकड सुरू झाली होती. संध्याकाळी घोषणा होताच तिच्या निषेधार्थ मुंबईत उत्स्फूर्तपणे संप-हरताळ आणि निदर्शने सुरू झाली. लाठीहल्ले आणि अश्रुधुराला निदर्शक जुमानेनात, तेव्हा जागोजाग पोलिसांनी गोळीबार केला. त्यात शंभरावर निदर्शकांना प्राण गमवावे लागले. विधानसभेत संसदेत त्याचे पडसाद उमटले; पण मोरारजी आणि नेहरूंनी गोळीबाराच्या चौकशीची मागणी फेटाळून लावली. या सर्व पार्श्वभूमीवर शंकरराव देवांना २० जानेवारी १९५६ला संयुक्त महाराष्ट्र परिषद बरखास्त करावी लागली.

या सर्व घटनाक्रमानंतर संयुक्त महाराष्ट्राच्या आंदोलनातून काँग्रेस नेते बाजूला पडले आणि विरोधी पक्षांनी एकत्र येऊन ६ फेब्रुवारी १९५६ला संयुक्त महाराष्ट्र समितीची स्थापना केली. संयुक्त महाराष्ट्र समितीने मुंबईसह संयुक्त महाराष्ट्रासाठी सत्याग्रह सुरू केले. एक सत्याग्रह थेट दिल्लीत संसदेसमोर केला. मुंबई विधानसभेत त्रिराज्याचा प्रस्ताव आला, तेव्हा कोकणातील आणि अन्य भागातील २४ काँग्रेस आमदारांनी विधेयकाला विरोध केला. समितीच्या आवाहनानुसार विरोधी पक्षाच्या ३५ आमदारांनी राजीनामे दिले. हैदराबाद विधानसभेत मराठीवादी आमदारांनी पक्षादेश झुगारून ठरावाला विरोध केला आणि मुंबईसह संयुक्त महाराष्ट्र झाला पाहिजे अशी उपसूचना मंजूर करून घेतली. मराठवाड्यातील नेते कायम महाराष्ट्राच्या बाजूने उभे राहिले. नाग-विदर्भातल्या काँग्रेस नेत्यांचे मात्र तळ्यात-मळ्यात सुरूच होते.

महाराष्ट्राच्या प्रश्नावर तोडगा काढण्यासाठी मुंबईत व दिल्लीत प्रयत्न सुरूच होते; पण वातावरणाचा अचानक स्फोट झाला तो पुन्हा नेहरूंच्या भाषणानेच. जून १९५६च्या पहिल्या आठवड्यात मुंबईत काँग्रेसचे अधिवेशन झाले. त्यात पुन्हा संयुक्त महाराष्ट्रवाद्यांची मुस्कटदाबी करण्यात आली. चौपाटीवर भरलेल्या सभेसाठी नेहरू जात असताना संपूर्ण रस्त्यावर जोरदार निदर्शने झाली. चौपाटीवर सभास्थानी थोडीशी हुल्लडबाजी आणि दगडफेकही झाली. त्यावर नेहरू कडाडले, 'दगडधोंडे ही माणसांची साधने नसून माकडांची आहेत.' समितीच्या सत्याग्रहाची कुचेष्टा करताना ते म्हणाले, 'कुणीही दगड मारून २-४ दिवस तुरुंगात जाऊन यावे आणि वीर व्हावे, हा यांचा सत्याग्रह.' संतापल्यावर नेहरू कसे आक्रस्ताळेपणाने बोलत असत त्याचा हा नमुना होता. या भाषणाची तीव्र प्रतिक्रिया महाराष्ट्रभर उमटली. नेहरूंच्या भाषणाचा परिणाम म्हणून भाऊसाहेब हिरे गटातील सर्व आमदारांनी पक्षाचे राजीनामे दिले; पण ते स्वीकारले न गेल्याने काँग्रेसचे हसे झाले.

राज्यपुनर्रचना विधेयकावर संसदेत चर्चा झाल्यानंतर ते संयुक्त चिकित्सा समितीकडे गेले होते. या समितीनेही नेहरूंच्या धोरणाचीच री ओढली. चिकित्सा-समितीतील देवगिरीकर, अळतेकर या मराठी सभासदांनी मात्र मुंबई केंद्रशासित करण्यास विरोध केला. वित्तमंत्री चिंतामणराव देशमुख यांनी आपल्या मंत्रीपदाचा व खासदारपदाचा राजीनामा दिला. त्यामुळे सर्वांनाच जबरदस्त धक्का बसला. संसदेचे अधिवेशन चालू असताना २७ जुलै १९५६ला संसदेसमोर समितीच्या वतीने मोठा सत्याग्रह झाला. या सर्वांचा परिणाम म्हणून असेल कदाचित, पण काँग्रेसने मुंबई केंद्रशासित करण्याता विचार सोडून देऊन विशाल द्विभाषक मुंबई राज्याची घोषणा केली. या घोषणेने जास्तच गोंधळ उडाला. समितीने तर याला विरोध केलाच; पण काँग्रेसमध्येही अस्वस्थता पसरली. अहमदाबादमध्ये महागुजरातसाठी हिंसक आंदोलन झाले.

एव्हाना सर्वच पक्षांना १९५७च्या प्रारंभी होणाऱ्या सार्वत्रिक निवडणुकीचे वेध लागले होते. संयुक्त महाराष्ट्र समितीने समितीच्या ध्वजाखाली ही निवडणूक लढविण्याचे ठरविले. १ ऑक्टोबर १९५६ला शिवाजी पार्कवर भरलेल्या विशाल जाहीर सभेत आचार्य अत्रे यांनी 'मराठा' नावाचे वृत्तपत्र सुरू करण्याची घोषणा केली. 'मराठा' सुरू होताच समितीला नवे बळ मिळाले. 'मराठा'चा पहिलाच अंक २५ हजारांवर गेला. याच दरम्यान ३१ ऑक्टोबरच्या मध्यरात्री विशाल द्विभाषिक मुंबई राज्याचे मुख्यमंत्री म्हणून यशवंतराव चव्हाणांचा शपथविधी झाला. आता पुढील निवडणुकीत काँग्रेसची मदार यशवंतरावांवर होती. प्रजासमाजवादी पक्षाच्या उमेदवारांनी समितीच्या नावाने लढावे का, यावर विविध झाला. कम्युनिस्टांबरोबर जायचे का नाही, हाही वादाचा मुद्दा होताच. शेवटी समितीने एकत्रितपणे निवडणूक लढविण्याचे ठरले आणि काँग्रेसला जबरदस्त आव्हान उभे राहिले.

१९५७च्या निवडणुकीत संयुक्त महाराष्ट्र समितीच्या वावटळीत पश्चिम महाराष्ट्रात काँग्रेसला जबरदस्त पराभव पत्करावा लागला. पश्चिम महाराष्ट्रातील १२८ मतदारसंघांपैकी समितीने ९७ जागा जिंकल्या. विदर्भ-मराठवाडा, मुंबई शहरासकट संपूर्ण महाराष्ट्रात काँग्रेसला १३६ तर समितीला १२८ जागा मिळाल्या. कच्छ-सौराष्ट्र आणि गुजरातमध्ये मात्र महागुजरात जनता परिषद १३२ जागांपैकी ३३ जागाच जिंकू शकली. महागुजरातला मोठे यश मिळाले असते, तर विशाल द्विभाषिकाचे काँग्रेस सरकार गडगडले असते. तसे घडले नसले तरी समितीच्या यशाचे हादरे दिल्लीपर्यंत पोचले होते. समितीचे आंदोलन असेच तीव्र होत गेले तर पुढील निवडणुकीत काँग्रेसला महाराष्ट्रात पराभवाला सामोरे जावे लागेल, हा संदेश दिल्लीत पोचला होता.

संयुक्त महाराष्ट्र समितीने स्थानिक स्वराज्य संस्थांच्या निवडणुका लढविण्याचा निर्णय घेतला आणि समितीला मुंबईसह पश्चिम महाराष्ट्रात मोठे यश मिळाले. या निवडणुकांदरम्यान डांगे यांचा अहवाल प्रसिद्ध झाला. सार्वत्रिक निवडणुकीतील समितीच्या यशापयशाची डांगे यांनी केलेली चिकित्सा अत्यंत वादग्रस्त ठरली आणि त्यावरून समितीत वाद उफाळून आले. समितीच्या आमदारांनी विधानसभेत कसे काम करावे यावरूनही वादाला तोंड फुटले. बी.टी. रणदिवे यांचा आग्रह, समितीच्या आमदारांनी आक्रमक भूमिका घेऊन द्विभाषिक चालू देऊ नये, असा होता. तर एस. एम. जोशींना विधिमंडळात शांततेने व सभ्यतेने लोकप्रश्नांची तड लावावी, असे वाटत होते. या वादात आक्रमक भूमिका मांडणाऱ्या 'प्रभात'कार वा. रा. कोठारी यांना हक्कभंगाला व शिक्षेला सामोरे जावे लागले. त्यातच लोहियावाद्यांनी मुंबईत जागोजागी संपाचे हत्यार उगारून समितीतील घटकपक्षांतील तेढ वाढवीत ठेवली.

मुंबईचे माजी राज्यपाल आणि इतिहासकार हरेकृष्ण मेहताब यांच्या प्रेरणेने प्रतापगडावर शिवाजीमहाराजांचा पुतळा बसविण्यात आला होता. त्याचे अनावरण पंतप्रधान नेहरूंच्या हस्ते करण्याचे यशवंतराव चव्हाणांनी ठरविले आणि नव्या वादाला प्रारंभ झाला. समितीच्या सर्व घटकपक्षांनी नेहरूविरोधात निदर्शने करण्याचा निर्णय घेतला. भारतीय जनसंघाला मात्र हे दोन विषय एकत्र करणे मान्य नव्हते. २५ ऑक्टोबर १९५७ला प्रचंड पोलिस बंदोबस्तात शिवरायांच्या पुतळ्याचे नेहरूंच्या हस्ते अनावरण झाले; पण नेहरूंना जाण्यायेण्याच्या मार्गावर झालेली उग्र निदर्शने दिसली होती आणि त्याचा त्यांच्यावर परिणामही झाला होता. त्यामुळे संयुक्त महाराष्ट्राच्या बाजूने नेहरूंचा कल झुकत चालला होता.

१९५७च्या निवडणुकीत पश्चिम महाराष्ट्रात काँग्रेसचा जो पराभव झाला, त्यात काँग्रेसचे ब्राह्मण नेतृत्व संपुष्टात आले. यशवंतरावांशी सहकार्य करण्यास तयार असणाऱ्या काकासाहेब गाडगीळ व हरिभाऊ पाटसकर यांना सन्मानाची वागणूक मिळाली. त्र्यं. शि. भारदे यांना मंत्रीपदही मिळाले; पण बाकी सर्व मंत्रीपदे आणि पक्षातील अधिकारपदे मराठा नेत्यांकडे गेली. यशवंतराव चव्हाण महाराष्ट्र काँग्रेसची अशी पुनर्रचना करीत असतानाच समितीमध्ये मात्र पक्षबाजी अधिकच बोकाळली होती. समितीने एक पक्ष म्हणून काम करावे, असा विचार पुढे येऊन नवी घटना तयार करण्यात आली. समिती नामक आघाडीचा असा पक्ष बनणे अनेक घटक पक्षांना मान्य नव्हते; पण त्याविरोधात प्रथम बाहेर पडला तो भारतीय जनसंघ. 'मराठा'तील लेखांवरून आणि विधिमंडळात उपस्थित झालेल्या विषयांवरून घटकपक्षांत तीव्र मतभेद

सुरू झाले आणि जाहीरपणे एकमेकांवर हल्लेही सुरू झाले. समितीतील मतमतांच्या या गलबल्यामुळे समिती टिकणार की नाही, असाच प्रश्न निर्माण झाला.

ऑक्टोबर १९५८ मध्ये भरलेल्या काँग्रेसच्या हैद्राबाद अधिवेशनापासून विशाल द्विभाषिकांचे विभाजन करून मुंबईसह संयुक्त महाराष्ट्र अस्तित्वात येण्याची प्रक्रिया सुरू झाली. या स्वरूपाच्या बातम्या प्रसिद्ध होताच सर्वत्र त्यांचे स्वागत झाले. त्याची तांत्रिक प्रक्रिया पूर्ण होऊन मुंबईसह संयुक्त महाराष्ट्र अस्तित्वात येण्यास तब्बल दोन वर्षांचा काळ जावा लागला. अखेर १ मे १९६० ला 'महाराष्ट्र राज्य' स्थापन झाले.

स्वातंत्र्य मिळाल्यापासून १९६० पर्यंत या राजकीय घडामोडी घडत होत्या. त्याला बदलत्या अर्थकारणाचा महत्त्वाचा पदर होता. तो नीट समजून घेतल्याशिवाय राजकीय चित्र कसे बदलत गेले, हे नेमकेपणाने समजणार नाही. ब्रिटिश सरकार वसाहतवादी भूमिकेतून देशाचे शोषण करीत होते, तर दुसरीकडे पारंपरिक अर्थव्यवस्थेत व्यापारउदीम आणि सावकारी–ठेकेदारीवर जैन, मारवाडी, गुजराती या वैश्य गटांचे वर्चस्व होते. या गटांतूनच नवे उद्योजकही पुढे आले होते. काँग्रेस पक्षात विविध आर्थिक विचारांना मानणारे गट अस्तित्वात होते. सरकारने उद्योगक्षेत्राचे नियोजन व नियंत्रण करावे, असे म्हणणारा समाजवाद्यांचा गट होता. संस्थानिक, जमीनदार, सरंजामशहा यांचा काँग्रेसमधील गट या नियंत्रणाच्या विरोधात होता. उद्योजक–व्यापारी–भांडवलदार यांचा तर विरोध असणे स्वाभाविकच होते; पण नेहरूंच्या आग्रहाखातर काँग्रेसने समाजवादी समाजरचनेचे उद्दिष्ट स्वीकारले. रशियात राबविली गेलेली आर्थिक नियोजनाची संकल्पना नेहरूंनी स्वीकारली आणि १९५१ पासून भारतात पंचवार्षिक योजना सुरू झाल्या. याच सुमारास युरोपात लोककल्याणकारी राज्याची कल्पना मान्यता पावू लागली होती. त्यात सरकारने आर्थिक नियंत्रणे घालून गरीब/पीडित घटकांसाठी विविध सुविधा व सेवा पुरवाव्यात असे म्हटले जात होते. नेहरूंनी या दोन्ही संकल्पना प्रत्यक्षात आणल्या. त्याचबरोबर मोठे उद्योग सरकारने उभारणे आणि खासगी उद्योगांना नियंत्रित सावली देणे, अशी मिश्र अर्थव्यवस्था सुरू झाली. लोकशाही राज्यपद्धतीत अशा प्रकारची नियोजित व लोककल्याणकारी व्यवस्था राबविण्याचा जगातील हा पहिलाच प्रयोग होता. तो नेहरूंनी यशस्वी केला.

या सर्व भूमिकेचे पडसाद मुंबई राज्याच्या आर्थिक धोरणामध्येही उमटले. जमीनदारी, मालगुजारी, खोती आणि जहागिरी नष्ट करणारे कायदे अस्तित्वात आले. जमीन सुधारणा कायदे आणि कूळ संरक्षण कायदा संमत करण्यात आला. विशाल द्विभाषिक झाल्यानंतर विदर्भ मराठवाड्यातील वेगळे कायदे आणि महाराष्ट्रातील कायदे एकत्र करण्यात आले. १९५२–५३ आणि ५३–५४ मध्ये देशभरात गहू–

तांदळाचे भरघोस पीक आले असले तरी महाराष्ट्रात मात्र दुष्काळ पडला होता. अन्नमंत्री रफी अहमद किडवाई यांनी मध्यप्रदेश व मुंबई राज्याला एकमेकांशी जोडून नवे परिमंडळ (झोन) निर्माण केले. वाजवी दरात धान्य वितरण करणारी दुकानेही उघडण्यात आली. याच काळात कृष्णा, गोदावरी, नर्मदा, तापी या नद्यांवरून आंतरराज्य जलविवाद निर्माण झाला. १९५१ मध्ये जो पाणीवाटप करार झाला, तो सदोष असल्याने त्याचे तोटेच महाराष्ट्राला सोसावे लागले.

नेहरूंनी पाणीपुरवठा आणि वीजनिर्मितीसाठी मोठी धरणे बांधण्याची योजना सुरू केली होती. कोयना धरण मुळात शेतीला पाणी पुरविण्यासाठी होणार होते; पण मुंबई परिसरातील उद्योगांना आणि रेल्वेला टाटांच्या मुळशी प्रकल्पातून होणारा वीजपुरवठा कमी पडू लागल्याने कोयना धरण वीजनिर्मितीसाठी बांधावे, असा आग्रह नेहरूंनी धरला आणि धरण तयार झाले. मुंबईमध्ये असणारे उद्योग आणि कामगारांची मोठी संख्या यांमुळे औद्योगिक कलहाचे कायदे तयार झाले आणि वेळोवेळी त्यात सुधारणा झाल्या. कामगार आणि बँक कर्मचारी यांच्यासाठी अपील न्यायाधीकरण तयार झाले. याच काळात मुंबई, सोलापूर, चाळीसगाव येथील कापडगिरण्यांचे प्रश्न गंभीर होत गेले. कामगार संघटना डाव्या पक्षांच्या हातात असल्याने या सर्व लढ्यांना काँग्रेसविरोधी स्वरूप आले.

१९४८ ते १९६० या १३ वर्षांत पश्चिम महाराष्ट्रात १४ सहकारी साखर कारखाने उभे राहिले. १९३२ साली साखर उद्योगाला कायद्याने संरक्षण देण्यात आले होते. त्याचा फायदाही भांडवलदारांना झाला आणि त्यांनी एकट्या नगर जिल्ह्यात ६ साखर कारखाने उभे केले. १९५२ मध्ये भारत सरकारने साखरेवरील सर्व नियंत्रणे उठविली आणि साखर उद्योगाला परवाने देताना सहकारी साखर-कारखान्यांना अग्रक्रम देण्याचे धोरण स्वीकारले. त्यामुळेच हे सहकारी साखर कारखाने जागोजाग उभे राहू लागले. या साखर कारखान्यांनी उपसा सिंचन योजना, शेंगदाण्याचे तेल काढण्याचे उद्योग, कापसातून सरकी काढण्याचे कारखाने सुरू केले. काही कारखान्यांनी रस्तेबांधणी केली तर बहुतेकांनी शिक्षण, आरोग्य, घरबांधणी या क्षेत्रातही काम केले. सहकारी दूध संघही त्यांच्या जोडीने उभे राहिले. मराठा, कुणबी, माळी, लिंगायत या जातींच्या प्रवर्तकांची उपक्रमशीलता सहकारी कारखान्यांच्या वाढीला कारणीभूत ठरली. यांपैकी काही प्रवर्तक शेतकरी कामगार पक्षाकडे झुकलेले असले, तरी बाकी बहुतेक काँग्रेसकडे झुकलेले होते आणि नंतर काँग्रेसच्या राजकारणात साखर कारखान्यांना महत्त्वाचे स्थान मिळाले. राजकीय सत्ता मराठा समाजाकडे जात असतानाच सहकारी चळवळीमुळे निर्माण झालेली आर्थिक सत्ताही काँग्रेसच्या बाजूने उभी राहिली.

लोकशाहीमध्ये राजकीय प्रक्रिया केवळ लोकप्रियतेवर आणि पक्षप्रतिमेवर घडत नाही. नवे कार्यकर्ते निर्माण करणारे आणि त्यांना बांधून ठेवणारे संस्थात्मक आधार आवश्यक असतात. इतिहासाचार्य वि. का. राजवाडे यांनी प्रक्रियेला 'मंडळीकरण' असे म्हटले होते. स्वातंत्र्यपूर्व काळात जीवनाच्या सर्व क्षेत्रांत अशा शेकडो संस्था उभ्या राहिल्या. त्यांचा स्वातंत्र्य चळवळीशी थेट संबंध नसला तरी कार्यकर्ते निर्माण करण्याचे केंद्र म्हणून त्यांना महत्त्व होते. स्वातंत्र्यानंतर काँग्रेसने आपली नवी संस्थाचौकट उभी करण्याचा प्रयत्न केला. वर उल्लेख केलेली सहकारी चळवळ हा त्याचा महत्त्वाचा घटक. पश्चिम महाराष्ट्रात जेवढ्या वेगाने ही चळवळ पसरली, तेवढी कोकण, उत्तर महाराष्ट्र आणि विदर्भ मराठवाड्यात रुजली नाही. त्यामुळे या संस्थात्मक चौकटीचा जेवढा लाभ काँग्रेसला पश्चिम महाराष्ट्रात झाला तेवढा इतरत्र झाला नाही.

म. गांधींच्या मांडणीमध्ये पंचायत राज, ग्रामरचना या संकल्पनांना महत्त्व होते. महाराष्ट्रात नगरपालिकांचे जाळे स्वातंत्र्यापूर्वीच तयार झाले होते आणि त्यावर बहुतेक ठिकाणी काँग्रेसचेच वर्चस्व होते. १९५७ मध्ये मुंबई राज्यात ग्रामपंचायतीचा नवा कायदा लागू झाला. गावपातळीवर थेट लोकांनी निवडून दिलेल्या ग्रामपंचायती निर्माण झाल्या. लोकल बोर्ड या नावाने पंचायत समितीसदृश व्यवस्था अस्तित्वात होतीच. या नव्या रचनेमुळे राजकीय सत्ता थेट गावापर्यंत विकेंद्रित झाली आणि स्थानिक पातळीपासून कार्यकर्ते तयार होणे आणि स्थानिक सत्ता राबविण्याचे प्रशिक्षण मिळणे या दोन महत्त्वाच्या गोष्टी घडल्या. समाजवादी पक्ष व जनसंघ शहरी भागांपुरते मर्यादित होतं. कम्युनिस्ट चळवळ तर प्रामुख्याने मुंबईत एकवटली होती. त्यामळे नव्या स्वराज्यसंस्थांचा सर्वाधिक फायदा सुरुवातीपासूनच काँग्रेस पक्षाला झाला. स्थानिक स्वराज्य संस्था आणि सहकार या दोन सत्ताकेंद्रांतून काँग्रेसचे नवे नेतृत्व उदयाला येत गेले.

संयुक्त महाराष्ट्र समितीमध्ये झपाट्याने फूट पडून विरोधी पक्ष विस्कळीत होत असतानाच महाराष्ट्राच्या राजकारणात काँग्रेस वर्चस्वाचा कालखंड सुरू करण्याचे काम यशवंतराव चव्हाण यांनी केले. काँग्रेसचे हे वर्चस्व दीर्घकाळ टिकून राहील, अशी वैचारिक मांडणी आणि कृती या काळात करण्यात आली. त्याचे वर्णन, दोन शब्दप्रयोगांनी केले जाते. 'बहुजनसमाजाची सत्ता' आणि 'बेरजेचे राजकारण' यामधून या प्रक्रियेचे स्वरूप स्पष्ट झाले. संयुक्त महाराष्ट्राच्या चळवळीने महाराष्ट्राचा स्वाभिमान आणि अस्मिता जागी झाली होती. त्याला समन्वय, ऐक्य आणि जनहितासाठी तडजोडी यांची जोड देऊन यशवंतरावांनी काँग्रेसचे महाराष्ट्राच्या राजकारणातील मध्यवर्ती स्थान पक्के केले.

'रयतेचे राज्य' ही संकल्पना शिवाजीमहाराजांच्या काळापासून रूढ झाली होती. काँग्रेसचे आरंभीचे नेतृत्व ब्राह्मणवर्गाकडे होते. ब्राह्मणेतर चळवळीतून ग्रामीण भागात झालेल्या जागृतीमुळे बहुजनांचे राज्य असावे अशी कल्पना पुढे आली. मराठा समाजाने आपण क्षत्रिय असल्याचा दावा करीत राजकारणाचे नैसर्गिक नेतृत्व आपल्याकडे आहे, असे म्हणण्यास सुरुवात केली. महाराष्ट्रातील इतर अठरापगड ब्राह्मणेतर जातींच्या तुलनेत मराठा-कुणबी समाजाची संख्या, सार्वत्रिक विस्तार यामुळे ब्राह्मणेतरांचे नेतृत्व सहजपणे मराठा समाजाकडे आले. सर्व ब्राह्मणेतर जातींचे प्रतिनिधित्व आपण करीत आहोत, असे म्हणत मराठा समाजाने राजकीय धुरीणत्व आपल्याकडे घेतले आणि स्थानिक ठिकाणी जिथे, जिथे इतर जातींची संख्या अधिक होती, तिथे त्या जातींना राजकीय सत्तेत सामावून घेतले. 'बहुजनसमाजाची सत्ता' हा शब्दप्रयोग विचारवंत, पत्रकार या सर्वांनाच आकर्षक वाटल्याने त्यांनीही हिरिरीने त्याचा पाठपुरावा केला. त्यामुळे सर्व समाजघटकांना राजकीय प्रक्रियेत सामावून घेणारा पक्ष अशी काँग्रेसची प्रतिमा उभी राहिली.

'बहुजनसमाजाची सत्ता' या संकल्पनेला जोडूनच 'बेरजेचे राजकारण' सुरू झाले. विशाल द्विभाषिक राज्याचे विभाजन होणार, असे दिसू लागताच यशवंतरावांसमोर सर्वात मोठा पेच, संभाव्य महाराष्ट्र राज्यात काँग्रेसचे बहुमत टिकवून ठेवण्याचा होता. वेगळे राज्य अस्तित्वात आल्यानंतर महाराष्ट्राच्या विधानसभेत काँग्रेसचे १३४ आणि विरोधी पक्षांचे १२९ आमदार, असे संख्याबळ राहणार होते. केवळ ५ जागांचे बहुमत टिकाऊ ठरणार नव्हते. काँग्रेसमधील असंतुष्ट आमदारांनी विरोधी पक्षांशी हातमिळवणी केली, तर नव्या राज्याच्या पहिल्या सत्रातच सरकार गडगडण्याची भीती होती. त्यावर उपाय म्हणून हे 'बेरजेचे राजकारण' सुरू झाले. संयुक्त महाराष्ट्र समितीत अनेक गट असे होते, ज्यांचा कल मुळात काँग्रेसकडे होता; पण संयुक्त महाराष्ट्रासाठी ते समितीत गेले होते. संयुक्त महाराष्ट्र होणार म्हटल्यावर हे गट बाहेर पडून काँग्रेसमध्ये जाऊ लागले. संयुक्त महाराष्ट्रवादी काँग्रेस जनपरिषद ही संघटना प्रथम समितीतून बाहेर पडली. संघटनेचे विसर्जन करून तिचे आमदार काँग्रेसमध्ये आले. यशवंतराव मोहिते, र. के. खाडिलकर यांनी आपला मजदूर-किसान पक्ष विसर्जित केला आणि काँग्रेसची वाट धरली. डिसेंबर १९५९ पासून ३ मे १९६० पर्यंत २७ आमदार काँग्रेसवासी झाले होते आणि नवे राज्य अस्तित्वात येत असताना हे बलाबल काँग्रेस १५२ आणि विरोधी पक्ष ११२ असे झाले होते.

१९४७ ते १९६० या १३ वर्षांच्या काळात महाराष्ट्रातील राजकारण असे झपाट्याने बदलत गेले. काँग्रेसमधील ब्राह्मणी वर्चस्व संपून बहुजनसमाजाच्या हाती

सत्ता जाण्याची प्रक्रिया पूर्ण झाली. काँग्रेसमधून बाहेर पडलेले समाजवादी, प्रजासमाजवादी वगैरे पक्ष वैचारिक गोंधळात अडकले आणि अनेक प्रमुख नेते काँग्रेसमध्ये गेल्याने समाजवादी शक्ती क्षीण झाली. कम्युनिस्ट सशस्त्र साहसवादाकडून लोकशाहीकडे वळले. हिंदू महासभा क्षीण होऊन भारतीय जनसंघ हा नवा हिंदुत्ववादी पक्ष निर्माण झाला. या सर्व घडामोडीत विरोधक आणि विरोधी विचार क्षीण होत गेला आणि काँग्रेस वर्चस्वाचा कालखंड सुरू झाला. सर्वपक्षीय आघाडीकडून संघटित पक्षात झालेले काँग्रेसचे परिवर्तन राजकीयदृष्ट्या महत्त्वाचे ठरले. त्यानेच काँग्रेस वर्चस्वी राजकारणाला मोठा जनाधार मिळवून दिला. या पार्श्वभूमीवर स्वतंत्र महाराष्ट्र राज्य १ मे १९६० ला स्थापन झाले.

□□□

प्रकरण २

साठ सालातील महाराष्ट्र

मुंबईसह संयुक्त महाराष्ट्र अस्तित्वात आला, तेव्हा प्रथमच एकत्र आलेल्या विशाल मराठी राज्याची स्थिती नेमकी कशी होती, हे पाहणे महत्त्वाचे आहे. कारण त्यावरूनच नव्या राज्याच्या नेतृत्वापुढे कोणत्या स्वरूपाची आव्हाने उभी होती, हे लक्षात येईल.

नव्याने निर्माण झालेल्या महाराष्ट्र राज्याची लोकसंख्या १९६१च्या जनगणनेनुसार ३ कोटी ९६ लाख एवढी होती. यामध्ये पुरुष २ कोटी ५ लाख, तर स्त्रियांची संख्या १ कोटी ९१ लाख होती. दर हजार पुरुषांमागे स्त्रियांचे प्रमाण तेव्हा ९३६ असे होते. १९५१-१९६१ या दशकातील नागरीकरणाचा दर अवघा २.१ टक्के होता. कोणते ना कोणते काम करून आपल्या कुटुंबाचे पोट भरू शकणाऱ्या प्रौढांचे प्रमाण ४८ टक्के होते. कृषीक्षेत्रावर अवलंबून असणाऱ्या श्रमिकांचे प्रमाण ७० टक्के होते. त्यांची संख्या १९५१ साली ९८ लाख होती, ती १९६१ मध्ये १ कोटी ३२ लाख झाली. उद्योगधंद्यातील श्रमिकांचे प्रमाण ११ टक्के होते, तर व्यापारक्षेत्रात ४.५ टक्के होते. अन्य व्यवसाय किंवा सेवा करणारे ८.५ टक्के होते. याचा अर्थ कृषीक्षेत्रावर अवलंबून असणाऱ्यांचे प्रमाण सर्वाधिक आणि अन्य उद्योग-व्यवसायांची अत्यल्प उपस्थिती, असे हे चित्र होते.

महाराष्ट्र राज्याचे एकूण भौगोलिक क्षेत्र १ लाख १८ हजार ८३० चौरस मैल होते. त्यात लागवडीचे क्षेत्र ५८ टक्के असले तरी दुबार पीक देणाऱ्या शेतीचे प्रमाण केवळ ४ टक्के होते. ओलिताखालच्या जमिनीचे प्रमाण संपूर्ण देशात १८ टक्के असताना

महाराष्ट्रात मात्र ते अवघे ६ टक्के होते. त्यामुळे कोरडवाहू जमिनीवरील शेती हाच प्रमुख व्यवसाय होता. ही शेती अर्थातच अनियमित, अनिश्चित आणि अपुऱ्या पावसावर अवलंबून होती आणि दुष्काळ व अवर्षणाचे तडाखे सतत बसतच होते. त्यामुळे कर्जबाजारी शेतकरी हे महाराष्ट्राचे वास्तव १९६० पासूनच होते;

महाराष्ट्रात जवळपास १०० वर्षे राष्ट्रीय शिक्षणाचे आंदोलन सुरू होते. त्यामुळे जागोजाग शाळा, महाविद्यालये स्थापन झाली होती. पण हे शिक्षण ग्रामीण भागात मात्र सर्वत्र पोहोचले नव्हते. त्यातून मराठवाड्यासारखा मागास भागही महाराष्ट्राला जोडला गेला. या सर्वांचे चित्र साक्षरतेच्या प्रमाणावर उमटले. महाराष्ट्र झाला तेव्हा साक्षरतेचे प्रमाण ३० टक्के होते; पण त्यात शहरातील साक्षरांची संख्या स्वाभाविकपणे जास्त होती. शहरी भागात साक्षर पुरुषांचे प्रमाण ६२ टक्के, तर ग्रामीण भागात ३४ टक्के होते. शहरी भागातील साक्षर स्त्रियांचे प्रमाण ३८ टक्के, तर ग्रामीण भागात अवघे ९ टक्के होते. ग्रामीण निरक्षरतेचा प्रश्न आ वासून समोर उभा होता आणि शिक्षण खेड्यापाड्यापर्यंत कसे पोचणार याचे उत्तर शोधावे लागणार होते.

महाराष्ट्रातील आरोग्याची स्थिती इतर राज्यांच्या तुलनेत बरी होती. महाराष्ट्रात तोपर्यंत ११ वैद्यकीय महाविद्यालये उभी राहिली होती. १३८० रुग्णालये आणि दवाखाने होते. रुग्णालयातील एकूण खाटांची संख्या ३५,८७१ इतकी होती. परिचारिका ५,४४० होत्या. दर हजारी मृत्यूचे प्रमाण १५ होते; पण बालमृत्यूचे प्रमाण मात्र हजारी १०५ इतके होते. आरोग्य सेवा ग्रामीण भागात मात्र सर्वत्र पोचली नव्हती.

डॉ. वि. म. दांडेकर समितीने आपल्या पाहणी अहवालात अनुशेषांची चर्चा केल्यापासून हा शब्द कळीचा मुद्दा बनला असला तरी राज्यात समाविष्ट झालेल्या वेगवेगळ्या विभागांतील आर्थिक असमतोल राज्यनिर्मितीपासूनच होता. मुंबई विभाग हा सर्वांत विकसित विभाग होता. या विभागात बृहन्मुंबईशिवाय ठाणे, कुलाबा, रत्नागिरी, नाशिक, जळगाव आणि धुळे या जिल्ह्यांचा समावेश होता. सर्वात जास्त नागरीकरण मुंबई विभागात झाले असले, तरी ते प्रामुख्याने बृहन्मुंबईत होते. बृहन्मुंबईत अवघ्या ४३८ चौ.कि.मी.च्या क्षेत्रात ४१ लाख ५२ हजार ५६ लोकवस्ती होती. प्रत्येक चौरस मीटरमागे हे प्रमाण ९५६ असल्याने ती घनदाट लोकवस्ती मानली जात होती. कारखान्यांचे केंद्रीकरण बृहन्मुंबईतच झाले होते. एकूण कारखान्यांपैकी ४३ टक्के कारखाने आणि ७५ टक्के कामगार तेथे एकवटले होते. केंद्रशासनाला सर्वाधिक म्हणजे २० टक्के उत्पन्न देणारा भाग म्हणून बृहन्मुंबई तेव्हाही ओळखली जात होती.

मुंबई विभागात समाविष्ट असलेले ठाणे, कुलाबा, रत्नागिरी हे कोकणचे जिल्हे १०० वर्षांहून अधिक काळ आर्थिकदृष्ट्या अत्यंत मागास राहिले होते. कोकणात एकूण ७३ लाख एकर जमिनीपैकी २१ लाख एकर जमिनीवर लागवड केली जात होती. २० टक्के जमीन जंगलाखाली, तर २० टक्के जमीन नापीक होती. भरपूर पावसाचा प्रदेश असूनही सिंचनप्रकल्प नसल्याने ओलिताखालच्या जमिनीचे प्रमाण ठाणे व रत्नागिरी जिल्ह्यात अवघे अर्धा टक्का, तर कुलाबा जिल्ह्यात १ टक्का होते. शेतीवर अवलंबून असणाऱ्यांची संख्या रत्नागिरी जिल्ह्यात ८१ टक्के तर कुलाब्यात ७७ टक्के होती. ठाणे व कुलाब्याचा काही भाग वगळता, कोकणात रेल्वे आणि वीज दोन्ही पोचलेली नव्हती. त्यामुळे रोजगाराच्या शोधात कोकणी माणूस मुंबईकडे धावे आणि बायकामुले त्याच्या मनिऑर्डरीवर गुजराण करीत. बृहन्मुंबईच्या खालोखाल औद्योगिकीकरण व नागरीकरणात ठाणे जिल्ह्याचे महत्त्व असले तरी हा विकास ३-४ जिल्ह्यांपुरताच मर्यादित होता.

पुणे विभागात पुणे, सातारा, कोल्हापूर, सोलापूर आणि नगर या जिल्ह्यांचा समावेश होता. महाराष्ट्रात तेव्हा 'अ' वर्गात गणना असणारी १२ मोठी शहरे होती. त्यातील चार पुणे विभागात होती. या 'अ' वर्गातील शहरांचेही लोकसंख्या प्रमाण बृहन्मुंबईपेक्षा खूप कमी होते. सातारा जिल्ह्याचा ग्रामीण भाग रत्नागिरीसारखाच मागासलेला होता. त्यामुळे या भागातून मुंबईतील कापडगिरणीत नोकरीला जाणाऱ्यांची संख्या मोठी होती. नगर जिल्ह्यातील कालव्यांचा काही भाग सोडला, तर नगर व सोलापूर जिल्हे कायम दुष्काळी म्हणूनच ओळखले जात होते. पुणे विभागातील कोल्हापूर जिल्ह्याचे स्थान मात्र वैशिष्ट्यपूर्ण होते. ओलिताखालील जमिनीचे प्रमाण राज्याच्या सरासरीपेक्षा अधिक, एकरी उत्पादनही अधिक. शेतकऱ्यांचा भर ऊस, शेंगदाणा, तंबाखू अशा नगदी पिकांवर होता. त्यामुळे थोडी अधिक संपन्नता कोल्हापूर जिल्ह्याला लाभली होती. पुणे शहर पुढारलेले असले, तरी जिल्ह्याचा भाग मात्र मागासच होता.

नागपूर विभागात वऱ्हाडातील बुलढाणा, यवतमाळ, अकोला आणि अमरावती हे चार जिल्हे आणि मध्य प्रांतातून महाराष्ट्रात समाविष्ट झालेले नागपूर, वर्धा, चांदा आणि भंडारा हे चार जिल्हे होते. लोकसंख्येच्या दृष्टीने विचार करता, एक कोटी लोकसंख्या म्हणजे २५ टक्के लोकसंख्या या भागात होती. नागपूरचाही भर कृषीक्षेत्रावरच असल्याने ७७ टक्के लोक शेतीवर अवलंबून होते, तर अवघे १२ टक्के लोक औद्योगिक कामगार होते. बृहन्मुंबईच्या खालोखाल नागपूर जिल्ह्याचे स्थान नागरीकरणात

महत्त्वाचे होते. जिल्ह्यातील ५२ टक्के लोक शहरी भागात राहात होते. कारखान्यात काम करण्यापेक्षा गृहोद्योगात राबणाऱ्यांची संख्या मोठी असल्याने विदर्भाची गणना औद्योगिकदृष्ट्या मागासलेल्या प्रदेशात केली जात असे. कृषीक्षेत्रात मात्र विदर्भ पुढारलेला होता. लागवडीखालील जमिनीपैकी ३३ टक्के जमीन कापसाखाली होती. विदर्भात शेतमजूरांचे प्रमाणही अधिक म्हणजे १०० शेतकऱ्यांमागे ८५ शेतमजूर इतके होते. नागपूर विभागात वाहतुकीच्या सोयी कमी असल्या तरी कोकण-मराठवाड्यापेक्षा स्थिती बरी होती. वीजनिर्मिती आणि पुरवठा या बाबतीतही नागपूर विभाग वरचढ होता. त्यावेळची सर्व वीजनिर्मिती आणि वीजवापर मुंबई आणि नागपूर विभागातच केंद्रित झाला होता.

१ नोव्हेंबर १९५६ला विशाल द्विभाषिक मुंबई राज्य झाले, तेव्हाच मराठवाड्याचा समावेश मुंबई राज्यात झाला होता. त्यात औरंगाबाद, बीड, परभणी, नांदेड आणि उस्मानाबाद हे जिल्हे आणि बिदर जिल्ह्यातील निलंगा, अहमदपूर व उदगीर हे तालुके महाराष्ट्रात आले होते. मराठवाड्यात शेतीवर अवलंबून असणाऱ्यांचे प्रमाण सर्वाधिक म्हणजे जिल्हापरत्वे ७६ ते ८० टक्के होते. बिगरशेती व्यवसायावर गुजराण करणाऱ्यांची संख्या २० ते २५ टक्के होती. १ लाख लोकवस्तीचे एकही शहर तेव्हा मराठवाड्यात नव्हते. औरंगाबाद, नांदेड व जालना या तीन प्रमुख शहरांची लोकवस्ती ५० हजारांहून थोडी जास्त होती. परभणी, हिंगोली, बीड, लातूर या शहरांनी लोकवस्तीचा आकडा २० हजारांच्या पुढे नेला असला तरी तो ५० हजारांच्या आतच होता. साक्षरतेचे प्रमाण अवघे ९ टक्के आणि त्यातही स्त्रियांचे जेमतेम २-३ टक्के होते.

मराठवाड्यात ज्वारी, बाजरी, गहू अशा कोरडवाहू शेतीचे प्रमाण ४८ टक्के होते. त्यातही ज्वारीचे क्षेत्र सर्वाधिक म्हणजे ३६ टक्के होते. दुबार पीक घेतल्या जाणाऱ्या जमिनीचे प्रमाण अवघे १.८ टक्के होते. गळिताच्या धान्याखालील क्षेत्र मात्र २५ टक्के होते. जंगलांचे प्रमाण अगदी अत्यल्प म्हणजे जेमतेम २.४ टक्के होते. वाहतूक साधनांची स्थिती अत्यंत शोचनीय होती. मराठवाड्याचा संबंध १००-१५० वर्षे प्रामुख्याने हैदराबादशी होता. त्यामुळे महाराष्ट्राला जोडणारे रस्ते फारसे नव्हतेच. पक्के, कच्चे आणि सिमेंटचे रस्ते मिळून रस्त्यांची एकूण लांबी फक्त १४५४ मैल इतकी होती. मराठवाड्यात रेल्वे तर नावालाच होती. रेल्वेमार्गाची लांबी होती ८३६ मैल. मराठवाड्यात तेव्हा नोंदणीकृत १७३ कारखाने होते आणि त्यात सरासरी १६,१४१ कामगार होते. औरंगाबादमध्ये २ आणि नांदेडला १ अशा तीन सूतगिरण्या होत्या. त्यात ५,२३० कामगार होते. यावरून महाराष्ट्रात बिनशर्त आलेला मराठवाडा इतर विभागांपेक्षा किती मागासलेला होता, हे लक्षात येईल.

महाराष्ट्राचे मराठीभाषक राज्य अस्तित्वात आले असले तरी नव्या राज्यासमोर मोठी आव्हाने उभी होती. शिक्षण, आरोग्यसेवा यांचे सार्वत्रिकीकरण, लहरी मोसमी पावसावर ७० टक्के लोकांचे असणारे अवलंबित्व कमी करणे, त्यासाठी पर्याय म्हणून एकीकडे औद्योगिकीकरण, नागरीकरण आणि दुसरीकडे सिंचनव्यवस्था वाढवून शेती किफायतशीर बनविणे आणि या सर्वांमधून प्रागतिक महाराष्ट्राची पायाभरणी करण्याचे आव्हान यशवंतराव चव्हाण यांच्यासमोर होते. नव्या वाढलेल्या लोकांच्या अपेक्षा आणि उपलब्ध साधनांचा मेळ घालत हे कार्य कसे घडणार, हाच प्रश्न होता.

◻◻◻

प्रकरण ३

आधुनिक महाराष्ट्राची पायाभरणी

महाराष्ट्राला प्रगत आणि पुरोगामी बनविण्यात यशवंतराव चव्हाणांचा वाटा सर्वात महत्त्वाचा होता. त्यांनी केलेल्या अभूतपूर्व कामगिरीमुळे त्यांचा उल्लेख 'युगप्रवर्तक' म्हणून केला जातो. एखादी व्यक्ती अशा थोर पदाला पोचते, तेव्हा त्यात तिच्या व्यक्तिमत्त्वाचा आणि जडणघडणीचा भाग महत्त्वाचा असतो. यशवंतराव चव्हाणांच्या कार्याचे मूल्यमापन करण्यापूर्वी प्रथम त्यांची जडणघडण समजून घेतली पाहिजे. म्हणजे त्यांनी घेतलेल्या निर्णयांचे संदर्भ लक्षात येतील.

यशवंतराव शालेय जीवनातच स्वातंत्र्य चळवळीत दाखल झाले होते. २६ जानेवारी १९३२ला कायदेभंग सत्याग्रहाचा भाग म्हणून त्यांनी शाळेच्या पटांगणात झेंडावंदन केले आणि स्वत: वंदे मातरम् म्हटले. यासाठी त्यांना १८ महिन्यांच्या सक्तमजुरीची सजा झाली. आई विठाईसह शाळेतील शिक्षक त्यांना भेटण्यास आले, तेव्हा शिक्षक म्हणाले, ''फौजदारसाहेब दयाळू आहेत. माफी मागितलीस तर ते तुला सोडून देतील.'' यावर त्यांची आई ताडकन् म्हणाली, ''काय बोलता मास्तर तुम्ही? माफी मागायची? माफी मागायचं काहीही कारण नाही. तब्येतीची काळजी घे म्हणजे झालं! देव आपल्या पाठीशी आहे.'' आईच्या या स्वाभिमानी व करारी वागण्यानेच यशवंतरावांच्या जीवनाला मोठे उदात्त वळण मिळाले. येरवडा तुरुंगात आचार्य भागवत, एस. एम. जोशी, रावसाहेब पटवर्धन, ह. रा. महाजनी, वि. म. भुस्कुटे असे ज्येष्ठ नेते होते. ते राजकीय कैद्यांचे अभ्यासवर्ग घ्यायचे. यशवंतरावांनी येथेच मार्क्स, गांधी, नेहरू, मानवेंद्रनाथ रॉय यांचे विचार अभ्यासले. 'गांधीवाद' या विषयावर एक

भाषणही केले. आचार्य भागवतांनी येथेच त्यांना एक कानमंत्र दिला. 'स्वातंत्र्य चळवळीत काम करताना सखोल ज्ञान, त्याची मांडणी, विचारप्रक्रिया, बौद्धिक क्षमता यांची नितांत गरज आहे. म्हणून आधी शिक्षण पूर्ण कर.'

तुरुंगातून सुटताच यशवंतराव पुन्हा शाळेत दाखल झाले. चांगल्या गुणांनी मॅट्रिक पूर्ण करून कोल्हापूरच्या राजाराम कॉलेजात दाखल झाले. अर्थशास्त्र, राज्यशास्त्र आणि इतिहास या विषयात बी.ए. पदवी संपादन करतानाच त्यांना डॉ. बाळकृष्ण आणि ना. सी. फडके यांचा सहवास लाभला. त्यातून साहित्याची गोडी निर्माण झाली. काँग्रेसअंतर्गत महाराष्ट्रात समाजवादी गट स्थापन करण्यात त्यांचा सहभाग होता. मानवेंद्रनाथ रॉय यांच्या विचारांचाही त्यांच्यावर मोठा प्रभाव होता; पण समाजवादी नेते किंवा रॉयवाद्यांना लोकांचा पाठिंबा नाही, हेही त्यांच्या लक्षात आले होते. त्यामुळे काँग्रेस हाच भारतीय राजकारणाचा मुख्य प्रवाह आहे, हे त्यांनी कायम लक्षात ठेवले. पुण्याच्या लॉ कॉलेजातून एलएल.बी. झाल्यानंतर ते कराडमध्ये वकिली करायला लागले. सातारा जिल्हा काँग्रेसच्या अध्यक्षपदाची जबाबदारी त्यांच्याकडे आली होतीच. त्यामुळे संपूर्ण जिल्ह्यात त्यांचा संपर्क आणि कार्यकर्त्यांचे जाळे वाढत होते. १९४२च्या 'चले जाव' आंदोलनात त्यांनी भूमिगत राहून संपूर्ण पुणे विभागात सत्याग्रहाचे सूत्रसंचालन केले.

मार्च १९४६ मध्ये विधानसभा निवडणुकीसाठी ते उभे राहिले आणि निवडून आले. मुख्यमंत्री खेरांनी त्यांना गृहखात्यात पार्लमेंटरी सेक्रेटरी म्हणून नेमले. त्यामुळे यशवंतरावांचा शासनात आणि सत्तेत प्रवेश झाला. ५-६ वर्षांच्या काळात प्रशासनात काम कसे करावे याचे धडे तर त्यांना मिळालेच; पण लोकाभिमुख व जनहिताचे निर्णय घेण्याची प्रक्रिया सुरू झाली. अधिकाऱ्यांना विश्वासात घेऊन त्यांच्याकडून खुबीने काम करून घेण्याचे शिक्षणही त्यांना मिळाले. या काळात तीन महत्त्वाचे निर्णय त्यांनी घेतले. होमगार्ड संघटना स्थापन करणे आणि त्याची कार्यवाही, तमाशाकलेला उत्तेजन देण्यासाठी तमाशाबोर्ड, प्रवासी वाहतूक सेवेचे राष्ट्रीयीकरण हे ते तीन महत्त्वाचे निर्णय होते. याच काळात बहुजनसमाजातील आमदार काँग्रेसमधून बाहेर पडण्याची प्रक्रिया सुरू झाली. या सर्वांशी जवळचा संबंध असूनही यशवंतराव मात्र काँग्रेसमधून बाहेर पडण्यास तयार नव्हते. पुढे या सर्व आमदारांनी शेतकरी कामगार पक्षाची स्थापना केली. यशवंतराव मात्र मुख्य प्रवाहातच राहिले.

यशवंतराव चव्हाणांना महाराष्ट्राचे मुख्यमंत्री होण्याची संधी चार वेळा मिळाली. विशाल द्विभाषिक झाल्यानंतर ते प्रथम १ नोव्हेंबर १९५६ला मुख्यमंत्री झाले.

१९५७च्या निवडणुकीनंतर द्विभाषिक राज्याचे मुख्यमंत्री होण्याची दुसरी संधी त्यांना मिळाली. १ मे १९६०ला महाराष्ट्र राज्याची निर्मिती झाल्यानंतर ते स्वतंत्र महाराष्ट्राचे पहिले मुख्यमंत्री झाले आणि १९६२च्या निवडणुकीनंतर एप्रिल १९६२ मध्ये ते पुन्हा मुख्यमंत्री झाले. पुढे सहा महिन्यांतच पंडित नेहरूंच्या आमंत्रणावरून ते केंद्र सरकारमध्ये गेले. त्यामुळे त्यांना मुख्यमंत्री म्हणून एकूण सुमारे ६ वर्षांचा कालावधी मिळाला. याच महत्त्वाच्या कालखंडात त्यांनी आधुनिक महाराष्ट्राची पायाभरणी केली. त्यामुळे केवळ १९६० नंतरच्या त्यांच्या निर्णयाचा विचार करून चालणार नाही. १९५६ पासूनच त्यांचे एकेक विचार कसे विकसित झाले हे पाहावे लागेल.

यशवंतरावांनी स्वत: अत्यंत गरिबीत जिद्दीने शिक्षण घेतले होते आणि शिक्षणाने जीवन कसे उजळते हेही पाहिले होते. म्हणूनच शिक्षण जनसामान्यांपर्यंत पोचविण्याची तळमळ त्यांना लागली होती. गरीब विद्यार्थ्यांपर्यंत शिक्षण पोचायचे असेल तर ते त्यांना मोफत मिळाले पाहिजे अशी त्यांनी मनाशी खूणगाठ बांधली होत. मुख्यमंत्री होताच त्यांनी वार्षिक ९०० रुपये वा त्याहून कमी उत्पन्न असलेल्या पालकांच्या मुलांना प्राथमिक ते विद्यापीठीय शिक्षण मोफत देण्याची योजना मंत्रिमंडळात मांडली. जीवराज मेहता त्यावेळी अर्थमंत्री होते. त्यांनी 'तिजोरीत एवढे पैसे नाहीत' असे सांगताच 'मी जर गरीब विद्यार्थ्यांना मोफत शिक्षण देऊ शकत नसेन, तर मला मुख्यमंत्रीपदावर राहण्याची अजिबात इच्छा नाही' असे म्हणून यशवंतरावांनी मंत्रिमंडळ बैठकीतून सभात्याग केला. मुख्यमंत्र्यांनीच असा सभात्याग करण्याची ही पहिलीच वेळ. त्यामुळे इतर मंत्र्यांनी जीवराज मेहतांशी चर्चा करून योजनेसाठी त्यांचे मन वळविले. अखेर मेहता ही योजना स्वीकारण्यास तयार झाल्यानंतर यशवंतराव बैठकीत परतले आणि आर्थिकदृष्ट्या मागास विद्यार्थ्यांना मोफत शिक्षण देण्याची सवलत मंजूर झाली. या सवलतीमुळे खेड्यापाड्यातूनही शाळा आणि महाविद्यालये उभी राहिली.

शिक्षण सार्वत्रिक व्हावे आणि विविधांगी व्हावे म्हणून यशवंतरावांनी शिक्षणासंबंधी अनेक महत्त्वाचे निर्णय घेतले. ग्रामीण भागात शाळा व महाविद्यालये काढण्यासाठी त्यांनी चालना दिली. या प्रक्रियेत सरकारचाही सहभाग असावा म्हणून शाळा व महाविद्यालयांना अनुदान देण्याची योजना त्यांनी सुरू केली. उच्च शिक्षण सर्वांना उपलब्ध व्हावे म्हणून दक्षिण महाराष्ट्रासाठी कोल्हापुरात शिवाजी विद्यापीठ स्थापण्याचा निर्णय त्यांनी घेतला. १८ नोव्हेंबर १९६२ला राष्ट्रपती डॉ. राधाकृष्णन यांच्या हस्ते विद्यापीठाचे उद्घाटन झाले. दक्षिण महाराष्ट्र हा भारतीय सैन्याला उत्तम सेनाधिकारी पुरविणारा प्रदेश होता. ही निवड सुकर व्हावी म्हणून सातारा येथे पहिली

सैनिकी शाळा त्यांनी स्थापन केली. आदिवासींच्या मुला-मुलींना शिक्षण मिळावे म्हणून आश्रमशाळांची योजना आखून त्यांनी कार्यवाहीत आणली.

सर्वसाधारण शिक्षणाबरोबरच तांत्रिक शिक्षणही सर्वसामान्यांपर्यंत पोचले पाहिजे असा त्यांचा आग्रह होता. त्यातूनच कराड आणि औरंगाबाद येथे नवी अभियांत्रिकी महाविद्यालये सुरू झाली. यापाठोपाठच औरंगाबाद येथे मराठवाडा विद्यापीठही स्थापन झाले. शिक्षणाचा हा विस्तार आणि शैक्षणिक सवलती यांमुळे बेकारांच्या फौजा निर्माण होतील, अशी टीका काहींनी केली. त्यावर यशवंतरावांनी दिलेले उत्तर महत्त्वाचे आहे. ते म्हणाले, ''अशिक्षितांच्या फौजेपेक्षा सुशिक्षितांची फौज मला परवडेल. कारण शिक्षणामुळे पुढे असलेल्या प्रश्नावर विचार करून ते सोडविण्याचे प्रयत्न तरी ते करतील.''

भारताला एकच संस्कृती आहे, ती म्हणजे कृषीसंस्कृती, हा पंडित नेहरूंचा विचार यशवंतरावांनी आयुष्यभर प्रमाण मानला. ७० टक्के समाज शेतीवर अवलंबून आहे ती शेती सुधारायची असेल तर प्रथम शेतकरी शहाणा झाला पाहिजे. म्हणूनच त्यांनी शेतीशाळा, शेतकी महाविद्यालयांचा पाया घातला. १९६० मध्ये परभणी कृषीमहाविद्यालयाचा शिलान्यास करताना ते म्हणाले, ''मी हल्लीच्या शिक्षणाचा म्हणजे ज्याला ह्युमॅनिटीजचे शिक्षण म्हणतात, त्याचा पुरस्कार करणारा आहे. मी ज्या देवांचा भक्त आहे त्याच देवाची स्तुती करणारा नाही, शेतीच्या शिक्षणाची आवश्यकता आहे, शेतकरी आणि शेतीशी संबंध असणारा मनुष्य शहाणा असल्याशिवाय शेती होणार नाही यावर माझा विश्वास आहे.''

अकोला येथील कृषिमहाविद्यालयाची स्थापना आणि इमारतीचे उद्घाटन व राहुरी म. फुले कृषीविद्यापीठ विद्याशाखेच्या इमारतीचे उद्घाटन त्यांच्या हस्तेच झाले. शेतीशिक्षणाबद्दल आपली भूमिका स्पष्ट करताना ते म्हणाले ''शेतीच्या शास्त्रीय शिक्षणाचा दृष्टिकोन लोकांमध्ये वाढविला पाहिजे. सगळ्या शेती पदवीधरांनी निव्वळ शेतकी खात्याचे अधिकारी होऊन चालणार नाही. कृषीविद्यापीठात शिकलेला मुलगा उत्तम शेतकरीही झाला पाहिजे. तुमची शेती हा निव्वळ तुमचा विचार राहिलेला नाही, तुमची शेती हा देशाचा विषय झाला आहे. आम्ही आमची शेती पिकविली नाही तर आम्ही आमच्या घरामध्ये उपाशी राहू असे म्हणून तुम्हाला आता चालणार नाही. तुमची शेती तुमची आहे; पण तशीच ती देशाचीही आहे. तुमची शेती पिकली नाही तर तुमचे नशीब पिकणार नाही, एवढाच त्याचा अर्थ नाही, तर त्याचबरोबर देशाचेही नशीब पिकणार नाही.''

कसेल त्याची जमीन हा भूमिका काँग्रेसने राष्ट्रीय पातळीवर घेतली होती. राज्यात त्याची कार्यवाही करण्यासाठी यशवंतरावांनी कमाल शेतजमीन धारणा कायदा केला. या कायद्याने उपलब्ध झालेल्या जमिनीवर पिके घेण्यासाठी त्यांनी महाराष्ट्र राज्य कृषीमंडळ स्थापन केले. कूळकायद्याने कसणाऱ्या लाखो कुळांच्या मालकीची जमीन झाली. पिढ्यान् पिढ्या शेतमजूर म्हणून राबणारे हे कष्टकरी शेतकरी झाले. महाराष्ट्रात सरंजामदारी पद्धत अस्तित्वात नसल्याने या दोन्ही कायद्यांतून जमिनीची फार मोठी फेरवाटणी शक्य नव्हती; पण कुळे स्वतंत्र होण्याने मात्र ग्रामीण भागात क्रांतिकारक बदल झाला.

शेतकरी हा महाराष्ट्राचा प्राण आहे असे यशवंतराव नेहमी म्हणत असले तरी केवळ शेतीवर अर्थव्यवस्था उभी राहू शकत नाही हे त्यांना माहीत होते. शेती आधीच तुकड्यातुकड्यांची आणि तीही प्राधान्याने कोरडवाहू. म्हणून त्यांनी कृषीऔद्योगिक समाजरचनेची कल्पना मांडली आणि कार्यवाहीत आणली. शेतीला जोडव्यवसाय किंवा पूरक उद्योग उभारून ग्रामीण औद्योगिकीकरणाचा पाया घातला. कापूस पिकविणाऱ्या शेतकऱ्यांना सूतगिरणी, भुईमूग उत्पादकांना तेलगिरण्या, उसाच्या क्षेत्रात साखर कारखाने अशी रचना त्यांनी केली. शेती, उद्योग आणि सहकार यांची सांधेजोड करताना त्यांनी आर. जी. सरय्या, वैकुंठभाई मेहता, डॉ. धनंजयराव गाडगीळ यांचे सहकार्य घेतले.

कापूस एकाधिकार खरेदीचा अत्यंत क्रांतिकारक निर्णय यशवंतरावांचाच. विदर्भ, खानदेश, मराठवाड्यातील काही भाग हे कापूस या नगदी पिकाचे प्रमुख उत्पादक. अडत्ये व्यापारी यांची साखळी आणि सट्टेबाजार यामुळे उत्पादक शेतकऱ्यांना भावाची खात्री नसे. हमी भावाने संपूर्ण कापसाची खरेदी, त्या कापसाच्या गाठी बांधून सूत गिरण्यांना विकणे आणि या सूतगिरण्या सहकारी क्षेत्रात चालविणे असे तीन टप्पे या योजनेत होते. प्रत्यक्षात पहिले दोन टप्पे पार पडले; पण सूतगिरण्या चालवू शकणारे समर्थ सहकारी नेतृत्व मात्र या भागातून उभे राहिले नाही.

महाराष्ट्र प्रगत व्हायचा असेल तर मोठ्या प्रमाणात औद्योगिकीकरण होणे आवश्यक होते. यशवंतरावांनी दोन पातळ्यांवर यासंबंधीचे निर्णय गेतले. मुंबईतील उद्योजकांना 'त्यांचे उद्योग इतरत्र हलविणार नाही' असे आश्वासनही त्यांनी दिले होते. ते कायम ठेवून मुंबई आणि ठाणे परिसरात खासगी उद्योजकांना कारखाने उभारण्याला त्यांनी प्रोत्साहन दिले. औद्योगिकीकरण मुंबईच्या बाहेर व्हावे म्हणून राज्यभर औद्योगिक वसाहती (एमआयडीसी) स्थापन करण्याची एक सर्वंकष योजना यशवंतरावांनी तयार

केली आणि अमलात आणली. शासनाबरोबरच महानगरपालिका, नगरपालिका, सहकारी व खासगी क्षेत्रांनाही अशा औद्योगिक वसाहती स्थापन करण्यास त्यांनी अनुमती दिली. या बाबतीत असा निर्णय घेणारे मुंबई राज्य देशात पहिले ठरले. यशवंतरावांच्या या दूरदर्शी निर्णयामुळेच महाराष्ट्रातील उद्योगक्षेत्रात एक नवे युग सुरू झाले.

शेती आणि उद्योगासाठी पुरेसा वीजपुरवठा होणे महत्त्वाचे आहे, हे यशवंतरावांनी ओळखले होते. कोयना जलविद्युत् प्रकल्प त्यांच्याच आग्रहामुळे सुरू झाला आणि १६ मे १९६२ला कोयनेचे पहिले विद्युत जनित्र त्यांच्या हस्ते सुरू झाले. मुंबईबाहेर पश्चिम महाराष्ट्राला प्रथमच वीज मिळाली. मराठवाड्याचा कायापालट करणारा पूर्णा प्रकल्प आणि विदर्भातील औष्णिक विद्युत केंद्र हे भव्य प्रकल्पही त्यांनी तडीला नेले. यामुळे महाराष्ट्राची भावी दिशा स्पष्ट झाली.

डॉ. बाबासाहेब आंबेडकरांच्या नेतृत्वाखाली लाखो दलितांनी बौद्ध धर्म स्वीकारला. त्यामुळे त्यांच्या सवलती बंद झाल्या. दादासाहेब गायकवाड व इतर नेत्यांच्या मागणीनंतर सर्व नवबौद्धांना पूर्वीप्रमाणेच मागासवर्गीयांच्या सवलती चालू ठेवण्याचा महत्त्वाचा निर्णय यशवंतरावांनी घेतला. महारांची वतने नष्ट करण्यासंबंधी त्यांनी डॉ. आंबेडकरांशी चर्चा सुरू केली होती; पण ती अपूर्णच राहिली. ब्रिटिश काळात मिळाले ही महार वतने म्हणजे वेठबिगारीच होती. त्यांनी ही महार वतने नष्ट केली आणि महारांच्या जमिनी ठरावीक रक्कम भरून त्यांना कायमस्वरूपी देण्याचा निर्णयही घेतला. यशवंतरावांनी महार समाजाची वेठबिगारीतून मुक्तता केल्यामुळेच हा समाज काँग्रेसबरोबर राहिला. नागपूरच्या दीक्षाभूमीवर आंबेडकरांचे भव्य स्मारक त्यांनी उभारले आणि आंबेडकर जयंती हा सार्वजनिक सुटीचा दिवस म्हणून जाहीर केला.

भाषिक आंदोलनातून स्वतंत्र महाराष्ट्र राज्याची घोषणा झाली होती आणि द्विभाषिकाचे मुख्यमंत्री असलेले यशवंतराव नव्या महाराष्ट्राचे मुख्यमंत्री होणार, हे स्पष्ट होते. म्हणूनच त्यांनी एका कार्यक्रमाच्या निमित्ताने मराठी भाषेसंबंधीची आपली भूमिका मांडत भाषाविषयक धोरणच जाहीर केले.

''मायबोली मराठीवर प्रेम करीत असताना ज्ञान-विज्ञानाचे इंग्रजीचे ज्ञान घेतले पाहिजे. लोकांची भाषा ही राज्यकारभाराची भाषा व्हावी ही अगदी स्वाभाविक अपेक्षा आहे. तसे झाले तरच लोकांना आपले नित्य व्यवसाय व कामे आपल्या मातृभाषेतून करता येतील. आपल्या अडचणी व प्रश्न सरकारपुढे बिनदिक्कत मांडता

येतील. ज्ञानाच्या आणि विज्ञानाच्या क्षेत्रातील मूलभूत संशोधन हाती घेण्याचा प्रयत्न ज्या भाषेत होतो तीच भाषा विकसित होऊ शकते. आज आपल्याला आपल्या भाषेचा अभिमान असतानाही एक गोष्ट मान्य करावीच लागेल. निदान मी माझ्या मनाशी मान्य केली आहे. ती गोष्ट म्हणजे विज्ञानाच्या क्षेत्रात मूलभूत संशोधनाचे काम करणाऱ्या इंग्रजीसारख्या आज ज्या भाषा आहेत, त्यांचे महत्त्व अनन्यसाधारण आहे. केवळ इंग्रजी भाषिकच इंग्रजी भाषा शिकतात असे नव्हे; तर अलम दुनियेत विज्ञानाच्या क्षेत्रात होणाऱ्या पराक्रमाशी व प्रगतीशी ज्यांना संबंध ठेवायचा असतो त्यांना त्या भाषेच्या अभ्यासाची आवश्यकता वाटते. याचे कारण या क्षेत्रातील मूलभूत संशोधनाचे काम त्या भाषेतून होत असते. मराठी भाषेचा तुमचा–आमचा अभिमान जर खऱ्या अर्थाने पहिल्या प्रतीचा राहणार असेल तर हे काम मराठी भाषेमध्येही झाले पाहिजे. तशा प्रकारची परिस्थिती आपण येथे निर्माण केली पाहिजे. मराठी भाषेला राजसिंहासनावर बसविण्याचा ऐतिहासिक प्रसंग तुमच्या–आमच्या जीवनात काही आठवड्यांच्या आत निर्माण होणार आहे. त्यामुळे ही जिम्मेदारी माझ्या मताने अधिकच तीव्र होते. ती तीव्रता जर साहित्यिकांच्या मनापर्यंत जाऊन पोचली तर मला वाटते त्याचा चांगलाच परिणाम होईल. लोकजीवनाच्या दृष्टीने अत्यंत फायद्याची अशी ही गोष्ट असल्यामुळे मराठी साहित्यिक तिच्याकडे सातत्यपूर्वक लक्ष देतील अशी आशा यावेळी मी व्यक्त करतो.''

या भूमिकेला अनुसरून सर्व क्षेत्रांतील ज्ञान मराठीमध्ये उपलब्ध व्हावे म्हणून त्यांनी तर्कतीर्थ लक्ष्मणशास्त्री जोशी यांच्या अध्यक्षतेखाली विश्वकोश निर्मितीचे काम सुरू केले. महाराष्ट्र राज्यनिर्मितीनंतर मराठीला राज भाषेचा दर्जा तर दिलाच; पण ती जास्त समृद्ध व्हावी म्हणून भाषा संचालनालयाची निर्मिती केली. शासकीय कार्यालयातील कामकाज मराठी भाषेतून सुरू केले. तालुका व जिल्हास्तरावरील सरकारी कार्यालयांतही मराठीचा वापर झाला पाहिजे, असा आदेश दिला. साहित्याबरोबरच नाट्यक्षेत्र हा मराठी मनाचा आणि भाषेचा मानबिंदू आहे, हे ओळखून नाट्यकलेला प्रोत्साहन देण्यासाठी नाट्यमहोत्सव आणि नाट्यशिबिरेही त्यांनी सुरू केली. कलावंतांना शासनातर्फे आर्थिक मदत देण्याची प्रथा त्यांनी बालगंधर्व यांना ३०० रु.चे मासिक मानधन देऊन सुरू केली. राजकवी यशवंत यांना 'महाराष्ट्रकवी' हा किताब देऊन मासिक ४०० रु.चे मानधन सुरू केले. सरकारने साहित्यिक, कलावंतांचा गौरव करण्याचा हा प्रारंभ होता.

महाराष्ट्राचा सर्वांगीण विकास डोळ्यासमोर असलेल्या यशवंतरावांनी आणखीही काही महत्त्वाचे निर्णय घेतले. मुंबई शहराला दूधपुरवठा करण्यासाठी वरळी दूध योजना त्यांनी द्विभाषिक काळातच तयार केली होती. अवघ्या १८ महिन्यांत ७ नोव्हेंबर १९६१ला या दूध योजनेस आरंभ झाला. या 'आरे डेअरी'मध्ये डेअरी टेक्नॉलॉजी संस्था स्थापन करून भारतीय दुग्धालय पदविका अभ्यासक्रमही त्यांनी सुरू केला. भारतातील हा पहिलाच उपक्रम होता. तो पाहून संयुक्त राष्ट्रसंघाची अन्न व कृषीसंघटना पुढे आली आणि त्यातून डेन्मार्क व भारत सरकार यांच्यात करार होऊन दुग्धव्यवसायासंबंधी सरकारी शिक्षणवर्ग सुरू झाले. त्यांनी आग्रहाने दिवा ते दासगाव या मार्गावर रेल्वे सुरू केली आणि कोकणात रेल्वे नेण्याच्या संकल्पनेचा आरंभ केला.

लोकशाही व्यवस्थेमध्ये लोकप्रतिनिधींबरोबरच प्रशासनातील अधिकाऱ्यांना किती महत्त्व आहे, हे यशवंतरावांना माहीत होते. पंचायतराज, पंचायत समिती, जिल्हापरिषद या माध्यमातून लोकशाहीचे विकेंद्रीकरण झाले, तसेच ते निर्णयप्रक्रियेचे आणि अधिकार व जबाबदारीचे झाले पाहिजे, असा त्यांचा आग्रह होता आणि तसे समर्थ अधिकारी हवेत अशी त्यांची भूमिका होती. याबद्दल त्यांनी मांडलेले विचारही महत्त्वाचे आहे. ते म्हणत, ''आपल्या राज्यातील विभागप्रमुखांना ते मागतील तेवढे अधिकार देण्याची माझी तयारी आहे. माझी तर अशी इच्छा आहे की, जिल्हा व तालुक्याच्या अधिकाऱ्यांना ते मागतील तेवढे अधिकार द्यावेत. माझा त्यांच्यावर विश्वास आहे; पण अधिकाराबरोबर त्यांच्यावर जबाबदाऱ्याही आहेत, हे त्यांनी विसरू नये. निर्णय घेण्याची क्षमता त्यांच्यात यावयास हवी. कदाचित त्यांनी घेतलेले निर्णय वरिष्ठ बदलतील म्हणून त्यांनी निर्णय टाळू नयेत. ते काम त्यांनी शासनावर टाकू नये. या ठिकाणी निर्णयाइतकीच ते घेण्याची क्षमता, धमक प्रत्येक अधिकाऱ्यात हवी. त्या निर्णयानुसार येणारी जबाबदारी–कर्तव्य महत्त्वाचं ठरतं. त्यात त्यांनी कसूर करू नये.''

महाराष्ट्र राज्याच्या निर्मितीत नागपूर कराराला एक वेगळे महत्त्व आहे. राज्यपुनर्रचना आयोग १९५४ मध्ये नियुक्त होण्याआधीपासूनच मध्यभारतात तेव्हा समाविष्ट असलेला नाग–विदर्भाचा भाग महाराष्ट्रात यावा म्हणून कॉंग्रेस नेत्यांचे प्रयत्न सुरू होते. त्याचाच भाग म्हणून हा नागपूर करार करण्यात आला. २८ सप्टेंबर १९५३ला या करारावर ११ मराठीभाषक नेत्यांनी सह्या केल्या होत्या. त्यात यशवंतरावही होते. नागपूर हे शहर मध्यभारताची राजधानी होते. महाराष्ट्रात राज्याची राजधानी मुंबई राहणार हे अपेक्षित असल्याने नागपूरचे महत्त्व कायम राहावे आणि विदर्भावर अन्याय

होऊ नये यासाठी ११ कलमे या करारात समाविष्ट होती. त्यात विधिमंडळाचे एक अधिवेशन नागपुरात भरविण्याचेही कलम होते. द्विभाषिक सुरू असताना विधानसभेत एका अशासकीय ठरावाद्वारे नागपूर आणि राजकोट येथे एकेक अधिवेशन भरविण्याची सूचना करण्यात आली होती. यशवंतरावांनी ही मागणी फेटाळताना ''संयुक्त महाराष्ट्र होईल तेव्हा नागपुरात अधिवेशन व्हावे अशी तरतूद नागपूर करारात आहे. द्विभाषिकाशी त्याचा काही संबंध नाही'', असे म्हटले होते. त्यामुळे यशवंतराव नागपूरविरोधात आहेत, अशी समजूत झाली होती. संयुक्त महाराष्ट्र झाल्यावर मात्र स्वत: यशवंतरावांनीच १२ ऑगस्ट १९६०ला दरवर्षी नागपुरात एक अधिवेशन घेण्याचा ठराव मांडला आणि तो मंजूरही झाला.

हा ठराव मांडताना त्यांनी मांडलेली भूमिका अधिक महत्त्वाची आहे. महाराष्ट्राचे एकसंध राज्य व्हावे अशी सर्वांची इच्छा आहे. या एक राज्याच्या कल्पनेला धक्का बसेल, तिचा उपमर्द होईल किंवा या कल्पनेशी विसंगत अशी कोणतीही गोष्ट स्वीकारली जाऊ नये, यासाठी आपण नागपूर करार करताना आग्रही होतो आणि त्याला अनुसरून करारातील वाक्यरचना करण्यात आली आहे, याकडे त्यांनी सर्वांचे लक्ष वेधले. या करारात एक स्वतंत्र शासन म्हणून आवश्यक त्या बाबींना बाधा न आणता (subject to requirments of a single government) असे शब्दप्रयोग आहेत. याकडे लक्ष वेधून ते म्हणाले, ''हा शब्दप्रयोग अन्य दोन कलमांतही आहे. नागपूर हे राजधानीचे शहर असताना नागपूरच्या किंवा विदर्भाच्या लोकांना जे फायदे मिळत होते ते शक्य तितक्या प्रमाणात कायम ठेवण्यात येतील; परंतु कार्यक्षम कारभारयंत्रणा असलेले एकजिनसी एक राज्य उभे करायचे आहे ही गोष्टसुद्धा विसरता कामा नये. नागपूर करारामध्ये या दोन्ही बाबींचा उल्लेख आहे. या दृष्टीने एक राज्याच्या कल्पनेशी विसंगत किंवा त्या कल्पनेला ज्या योगे कोणत्याही प्रकारे तडा जाईल अशी कोणतीही गोष्ट महाराष्ट्र राज्याचा मुख्यमंत्री या नात्याने निदान मी तरी करणार नाही.''

नागपूरला एक अधिवेशन घेण्याचा ठराव मंजूर झाल्यावरही एक विदर्भवादी आमदाराने यशवंतरावांना म्हटले, ''नागपुरला तुम्ही आलात, तर आम्ही तुमचे स्वागत करणार नाही.'' यावर यशवंतराव पटकन म्हणाले, ''माणूस आपल्या घरातून दुसऱ्याच्या घरात गेला, तर स्वागताची अपेक्षा करतो; परंतु आम्ही आपल्याच घरी जात आहोत. तेव्हा आम्ही स्वागताची अपेक्षाच करत नाही. आमच्या जाण्यामुळे त्यांच्या मनाला प्रसन्नता राहणार नाही, असे म्हणाल तर मी मान्य करीन; पण ती प्रसन्नता निर्माण

करण्यासाठी आमचे प्रयत्न आहेत आणि ते नक्कीच सफल होतील.'' विधिमंडळाचे पुढचेच अधिवेशन नागपुरात घेण्याचे ठरले, तेव्हा ९ नोव्हेंबर १९६०ला यशवंतरावांनी नागपूरमधील मान्यवर व्यक्तींसाठी चहापाण्याचा कार्यक्रम आयोजित केला. जुन्या मध्यभारताचे मुख्यमंत्री हेही त्यात हजर होते. नागपूर अधिवेशनासाठी अनुकूल वातावरण निर्माण करण्याच्या या उपक्रमाला चांगलीच दाद मिळाली.

यशवंतरावांनी आपल्या डोळ्यासमोर एकसंध समाज, एकजिनसी आणि समृद्ध-संपन्न राज्य बनविण्याचे स्वप्न ठेवले होते. ते प्रत्यक्षात आणण्यासाठी विविधांगी उपक्रम आणि योजना त्यांनी सुरू केल्या. वेळोवेळी आपली भूमिकाही अतिशय नेमक्या शब्दात व्यक्त केली. यशवंतरावांचे बेरजेचे राजकारण हे सोयीचे आणि दुसरे पक्ष फोडून आपले बहुमत बनविण्याएवढे स्वार्थी नव्हते. बेरजेच्या राजकारणात त्यांना समविचारी पक्ष काँग्रेसबरोबर यावेत आणि सर्व समाजघटकही एकसंधपणे काँग्रेसच्या मागे उभे राहावेत, असे वाटत होते. म्हणूनच नागपूरकरांना आपलेसे करण्याचा प्रयत्न जसा त्यांनी केला, तसाच गांधीवधानंतर विस्थापित झालेल्या ब्राह्मण समाजाच्या दुःखावर फुंकर घालण्याचाही प्रयत्न केला. १९५७च्या निवडणुकीत काँग्रेसचे ब्राह्मण नेतृत्व पराभूत झाले, तरी डॉ. नरवणे यांना त्यांनी मंत्रिमंडळात घेतले. भारदे यांनाही सभापतीपद दिले. साहित्यिक ग. दि. माडगूळकरांना विधानपरिषदेवर घेतले. साहित्य, नाटक या बौद्धिक क्षेत्रात आणि प्रशासनात ब्राह्मणांना आग्रहाने महत्त्व दिले. दुसरीकडे महारांची वेठबिगारी संपवून दलित समाजालाही आपलेसे केले. त्यामुळेच पुढे एकेक करून रिपब्लिकन नेते काँग्रेसमध्येही येत गेले. बहुजनांचे राज्य आणि बेरजेचे राजकारण असे एकत्र आणून त्यांनी एकसमाजाच्या निर्मितीच्या दृष्टीने महत्त्वाची पावले टाकली.

शेतीला प्राधान्य, पूरक उद्योग, सहकारी उद्योग, शिक्षणप्रसार या माध्यमांतून ग्रामीण समाजाची सर्वांगीण प्रगती घडविण्यासाठी यशवंतरावांनी दमदार सुरुवात केली. औद्योगिकीकरणाच्या नव्या संकल्पना मांडून आणि शेतकऱ्यालाच औद्योगिकीकरणात सहभागी करून त्यांनी नव्या औद्योगिक समाजरचनेची सुरुवात केली. त्याला सिंचनव्यवस्था आणि वीजनिर्मितीची जोड दिली. पंचवार्षिक योजनांच्या पूर्ततेचा आग्रह धरला. या सर्वांमधून महाराष्ट्रीय समाज एकसंध होत असतानाच, तो प्रगत आणि पुरोगामी व्हावा, असा प्रयत्न केला. याला तडे जाऊ नयेत, यासाठी वेळप्रसंगी वेडे-वाकडे बोलणाऱ्यांना जागीच फटकारण्यास कमी केले नाही. या सर्वांची पावती जनतेने त्यांना १९६२च्या सार्वत्रिक निवडणुकीत भरभरून मते देऊन दिली.

काँग्रेसचे राज्य म्हणजे सर्वांचे आणि सर्वांगीण प्रगतीचे अशी प्रतिमा निर्माण करत, यशवंतरावांनी महाराष्ट्रात काँग्रेस वर्चस्वाचा भक्कम पाया घातला.

यशवंतरावांनी सुरू केलेल्या या बहुमुखी विकासाच्या संकल्पना प्रत्यक्षात आणण्यास आणि दृढमूल करण्यास त्यांना पुरेसा वेळ मिळाला असता, तर यशवंतरावांना हवा असणारा एकसंध समाज आणि महाराष्ट्राचे एक प्रगत राज्यही निर्माण झाले असते; पण १९६२ मध्ये चीनच्या आक्रमणाने त्यांना नेहरूंच्या मदतीला दिल्लीत जावे लागले. 'हिमालयाच्या मदतीला सह्याद्री धावला' असे त्याचे सार्थ वर्णन केले गेले. पण महाराष्ट्राच्या विकासाची नुकती कोठे सुरुवात झाली असताना यशवंतरावांसारखा समग्र दृष्टी असणारा नेता महाराष्ट्राच्या राजकारणापासून दूर जाणे, हे महाराष्ट्राच्या भावी प्रगतीला खीळ घालणारे ठरले. यशवंतरावांसारखा अष्टपैलू व्यक्तिमत्त्वाचा सहृदयी नेता महाराष्ट्राला पुन्हा मिळाला नाही.

प्रकरण ४

स्थैर्याकडे वाटचाल

मुंबईसह संयुक्त महाराष्ट्र राज्य अस्तित्वात आल्यानंतर संयुक्त महाराष्ट्र समितीचे मुख्य काम संपले होते. नव्या राज्याची घोषणा होत असतानाच एकेक गट समितीतून बाहेर पडले. शेवटचा बाहेर पडणारा पक्ष होता प्रजा समाजवादी पक्ष. त्यानंतर समितीचे नामकरण संपूर्ण महाराष्ट्र समिती असे करण्यात आले. त्यात कम्युनिस्ट पक्ष शे. का. पक्ष आणि गटबाजीने ग्रासलेला रिपब्लिकन पक्ष हे तीन प्रमुख घटक होते. बेळगाव-कारवारसाठी आंदोलन एवढा एकच कार्यक्रम आता शिल्लक होता. संयुक्त महाराष्ट्र समितीच्या अशा अघोषित विसर्जनामुळे समितीने आखलेले दोन मोठे उपक्रम तसेच शिल्लक राहिले होते. शिवछत्रपतींविषयी मराठीभाषकांना वाटणाऱ्या अभिमानाला मूर्त रूप देण्यासाठी शिवाजी पार्कवर शिवरायांचा अश्वारूढ पुतळा उभारण्याचे समितीने ठरविले होते. यासाठी समितीही स्थापन केली होती; पण निधीची अवस्था काय होती, हे सांगताना माधवराव बागल यांनी लिहिले आहे, ''पैसे जमले नव्हते. केशवरावजी ठाकऱ्यांची तेवढी सारखी धडपड चालू असते. इतर कोणालाही त्याची आस्था दिसून येत नाही.'' बागल यांनी द्विभाषिकाचे मुख्यमंत्री यशवंतराव चव्हाण यांनाच मदतीची हाक दिली आणि चव्हाणांनीही 'पाहिजे ती मदत करू' असे आश्वासन देत व्यक्तिशः ५००रु. दिल्याची नोंद बागल यांनी केली आहे. शिवाजी पार्कवरील हा पुतळा उभा राहिलाच; पण चव्हाणांनी पुढे २६ जानेवारी १९६१ला मुंबईतील भारताच्या प्रवेशद्वारासमोर शिवरायांचा दुसरा अश्वारूढ पुतळाही उभारला.

संयुक्त महाराष्ट्राच्या लढ्यात हुतात्मा झालेल्यांचे स्मारक फ्लोरा फाउंटन येथे उभारण्याची घोषणा समितीने केली होती. समितीचा अस्त झाल्यानंतर स्मारकासाठी निधी गोळा करण्यासाठी एकटे आचार्य अत्रे धडपडत होते. समितीतला एकही पक्ष त्यासाठी पुढे आला नाही. निधीसाठी साहाय्य केले ते पुन्हा यशवंतरावांनीच. स्वत:ची व्यक्तिगत देणगी तर त्यांनी दिलीच, २१ नोव्हेंबर १९६१ला हुतात्मा स्मारकाच्या कोनशिला समारंभात यशवंतराव शासनाचे प्रतिनिधी म्हणून उपस्थित राहिले. १ ऑगस्ट १९६३ला हुतात्मा स्मारकाचे अनावरण झाले.

मार्च १९६२ मध्ये झालेल्या सार्वत्रिक निवडणुकीत काँग्रेस प्रचंड बहुमताने निवडून आला. संपूर्ण महाराष्ट्र समितीची पूर्णपणे वाताहत झाली. १९५७च्या निवडणुकीत समितीच्या तिकिटावर निवडून आलेले बहुसंख्य आमदार आणि खासदार पराभूत झाले. ज्या पश्चिम महाराष्ट्राने समितीला तेव्हा भरघोस प्रतिसाद दिला होता तिथे समितीला फक्त १२ जागा मिळविता आल्या. काँग्रेसने १३६ जागा जिंकल्या. मुंबईसह संयुक्त महाराष्ट्राचा कलश आणलेल्या यशवंतरावांना मराठी जनतेने भरभरून मते देऊन प्रतिसाद दिला.

ऑक्टोबर १९६२ मधील चिनी आक्रमणानंतर, त्याला आक्रमण म्हणायचे की नाही यावरून कम्युनिस्ट पक्षातच वाद सुरू झाला. महाराष्ट्रात तर हा वाद कम्युनिस्ट पक्षांतर्गत होताच; पण शे. का. प. बरोबरचा वादही अधिक तीव्र झाला. दोघांनाही एकमेकांसोबत राहणे अशक्य झाले, तेव्हा समितीचे सरचिटणीस आणि शे. का. प.चे नेते दाजीबा देसाई यांनी समितीचे कार्यच स्थगित केले. बेळगाव कारवारसाठी आंदोलन न करताच संपूर्ण महाराष्ट्र समितीचा अस्त होऊन ती इतिहासजमा झाली.

यशवंतराव चव्हाण संरक्षणमंत्री म्हणून दिल्लीला गेल्यानंतर महाराष्ट्रातील राजकारणात घडलेल्या घटना पाहण्यापूर्वी त्याचे संदर्भ नीट लक्षात यावेत, म्हणून आर्थिक आघाडीवर घडलेल्या घडामोडींचा विचार करणे आवश्यक आहे. कारण त्यातच पुढील बहुतेक संघर्षांची बीजे रुजली आहेत.

भारत स्वतंत्र झाला तेव्हा ब्रिटिश साम्राज्यवादाचे आर्थिक अवशेष शिल्लक होते. पूर्वीची चातुर्वर्ण्यावर आधारित, बहुसंख्यांच्या शोषणावर अवलंबून असणारी पारंपरिक ग्रामीण अर्थव्यवस्थाही शिल्लक होती. नव्याने निर्माण होणारी भांडवलशाही आणि स्वतंत्र झालेल्या जनतेच्या आकांक्षा यांमधील बाह्य व अंतर्गत संघर्षामधून भारताचे स्वातंत्र्योत्तर आर्थिक धोरण उत्क्रांत होत गेले. स्वातंत्र्य मिळत असतानाच झालेल्या देशाच्या फाळणीमुळे अर्थव्यवस्थेवर किती भयानक ताण पडला होता याचे चित्र तत्कालीन केंद्रीय अर्थमंत्री षण्मुखम् शेट्टी यांच्या पहिल्या अर्थसंकल्पीय भाषणात पडले आहे.

‘‘फाळणीमुळे पूर्व पंजाब व पश्चिम बंगालची अर्थव्यवस्था पूर्णपणे कोलमडली आहे आणि निर्वासितांच्या पुनर्वसनाचा प्रचंड बोजा अर्थसंकल्पावर पडला आहे. हा ताण पुढील काही वर्षे राहील. अन्नपुरवठा (रेशनिंग) प्रणाली विस्कळीत झाली आहे. अधिक धान्य पिकवा मोहीम १९४४-४५, ४५-४६ व ४६-४७ या वर्षांत सफल झालेली नाही. धान्यआयात शिखराला पोचली आहे. त्यामुळे विदेशी चलनसाठा घटला आहे. जनतेचा एकूणच राहणीखर्च वाढला आहे. भारताला जर मानाचे स्थान मिळवायचे असेल तर सर्वांनी सहकार्य करून सततचे धार्मिक-सांप्रदायिक किंवा भांडवल व श्रम यांच्यातील संघर्ष टाळावयास हवेत.’’ १९४८-४९च्या अर्थसंकल्पीय भाषणात शेट्टी म्हणतात, ‘‘औद्योगिक विवाद वाढत आहे; उत्पादन खंडित होत आहे; पण जलद औद्योगिकीकरणाच्या आपल्या प्रयत्नांत मोठ्या कंपन्यांच्या हाती संसाधनांचे केंद्रीकरण होण्याचे टाळले पाहिजे आणि लहान उद्योजकांना प्रोत्साहन दिले पाहिजे. त्यामुळे कुटीरोद्योगांना वाव मिळून प्रांताप्रांतांमध्ये औद्योगिकीकरणाचे उचित विभाजन होईल.’’

दरम्यानच्या काळात परिस्थिती सुधारली. राष्ट्रीय पातळीवर नियोजन सुरू झाले. पहिली पंचवार्षिक योजना १९५१ मध्ये सुरू झाली. त्यावेळी राष्ट्रीय उत्पन्नात दरसाल दरशेकडा २.५ एवढीच माफक वाढ अपेक्षित धरली होती. प्रत्यक्षात मात्र ती ३.६ एवढी झाली. त्यामुळे योजनाकारांचे मनोबलही वाढले. १९५५-५६च्या संकल्पीय भाषणात अर्थमंत्री चिंतामणराव देशमुख म्हणतात, ‘‘(पहिली) योजना तयार करणे हेच नवनिर्मितीचे काम होते व ते बऱ्याच अंशी यशस्वीरीत्या पार पाडले गेले. सगळा देश नियोजनाला अनुकूल होत आहे, ग्रामीण भागांतही आर्थिक विकासाबद्दल जागृती निर्माण झालेली दिसते.’’ पण १९५६-५७च्या संकल्पीय भाषणात ते लगेचच म्हणतात, ‘‘तरी बेरोजगारीची समस्या चिंताजनकच आहे. आकडेवारी जरी अपूर्ण आहे तरी शहरी भागांमध्ये बेकारी वाढताना दिसत आहे. त्यासाठी आर्थिक विकासाचा वेग वाढवून आर्थिक संरचना (शेतीवरील अत्यधिक अवलंबनापासून) वैविध्यपूर्ण केली पाहिजे.’’

१९५६-६१च्या दुसऱ्या पंचवार्षिक योजनेत राष्ट्रीय उत्पन्नातील दरसाल वाढीचा दर ४.५% अपेक्षिला गेला. अवजड उद्योगांवर व सार्वजनिक क्षेत्रावर भर दिला गेला. औद्योगिकीकरणातील भरामुळे यंत्रसामग्रीच्या आयातीसाठी विदेशी चलनाची मागणी वाढली. त्यासाठी निर्यातयोग्य पुरेशा वस्तू उपलब्ध नसल्यामुळे विदेशी चलनाकरिता अमेरिका, कोलंबो प्लॅनची सदस्य राष्ट्रे, जागतिक बँक व आंतरराष्ट्रीय मुद्रानिधी यांच्यावरील अवलंबन वाढले. त्या पाच वर्षांत राष्ट्रीय उत्पन्न अपेक्षेपेक्षा कमी अशा

३.९% दराने वाढले. अर्थव्यवस्थेची संरचना बदलली; पण गुंतवणूक व उपभोग, विदेशी चलनाची मागणी व पुरवठा, कच्च्या मालाचा उपयोग व त्यातून पक्क्या मालाची निर्मिती, यांची संतुलने बिघडताना दिसू लागली. विदेशी मुद्रेचा पुरवठा आणि बचतदर वाढीव गुंतवणुकीकरता अपुरा पडू लागल्याने भांडवलाची चणचणही दीर्घकालीन मुख्य समस्या बनली. १९५८-५९ मध्ये ही गोष्ट अर्थमंत्री नेहरू यांनी वेगळ्या प्रकारे सांगितली. ते म्हणाले, ''आपण ज्या संकटातून जात आहोत ते संसाधनांचे व विकासाचे संकट आहे. आपण अधिक उत्पादन करून, अधिक निर्यात करून विकासासाठी निधी उभारला पाहिजे व त्यातून नियोजनाची पूर्तता केली पाहिजे.''

नियोजनाची १० वर्षे पूर्ण झाल्यानंतर पंडित नेहरूंना नियोजनामध्ये आणखीही काही महत्त्वाच्या त्रुटी राहून गेल्याचे लक्षात आले होते. आयुष्याच्या संध्याकाळी पंडितजींनी समाजवादाबद्दल नव्हे, तर धर्माविषयीही पुनर्विचार करण्यास सुरुवात केली होती. त्याबद्दल प्रांजलपणे बोलताना ते म्हणाले, ''देशाची भौतिक समृद्धी साधण्याच्या प्रयत्नात मानवी प्रकृतीतील आध्यात्मिक अंशाकडे आपण अजिबात लक्ष दिले नाही, म्हणून व्यक्तीला आणि राष्ट्राला जीवनहेतू देण्यासाठी, ज्याच्यासाठी जगायचे आणि ज्याच्यासाठी प्रसंगी प्राणही वेचायचे असे उद्दिष्ट त्यांच्यापुढे ठेवण्यासाठी, जीवनाच्या काही तत्त्वज्ञानाचा पुन्हा अंगीकार करावा लागेल, आपल्या चिंतनाला एक आध्यात्मिक बैठक द्यावी लागेल. आपण कल्याणकारी राज्य, लोकशाही समाजवाद इत्यादींसंबंधी बोलतो; पण त्यातून स्पष्ट आणि नि:संदिग्ध अर्थबोध होत नाही. लोकशाही व समाजवाद ही विशिष्ट उद्दिष्टाप्रत जाण्याची साधने आहेत, ती अंतिम उद्दिष्टे नव्हेत.''

''आपल्या समस्यांच्या या आर्थिक अंगाचा विचार करताना आपणाला वेदान्तातील चैतन्यशक्तीचा आदर्श ध्यानात बाळगला पाहिजे. सर्व अस्तित्वाचा तोच आंतरिक आधार असतो.''

Norman Cousins च्या 'Talks with Nehru' मध्ये पं. नेहरू म्हणतात, ''हिंदू तत्त्वज्ञान, धर्म आणि लोकशाही यामध्ये विसंगत असे काहीच नाही. हिंदू धर्माच्या उदरात एक तेजस्वी विश्ववाद आहे. हिंदू धर्म कुठल्याही स्थित्यंतराशी मेळ घालू शकतो. निरनिराळ्या आणि परस्परविरोधी विचारांचा समावेश करण्याएवढा हिंदू धर्म विशाल आहे. भारतातील धर्म, लोकांचे सर्वसाधारण कल्याण ज्यात दृग्गोचर होईल ती नवीन स्थित्यंतरे करावयास चकणार नाही. यापूर्वी हिंदू धर्माने मोठी स्थित्यंतरे पचविली आहेत.''

पंडित दीनदयाल उपाध्याय हे केवळ भारतीय जनसंघाचे सरचिटणीस नव्हते; तर हिंदुत्वाचे एक समर्थ भाष्यकार आणि अर्थतज्ज्ञ म्हणूनही त्यांची ख्याती होती. दुसरी पंचवार्षिक योजना सुरू असतानाच त्यातील त्रुटींवर नेमके बोट ठेवणारा एक विस्तृत लेख त्यांनी २९ नोव्हेंबर १९५८च्या 'ऑर्गनायझर' मध्ये लिहिला होता. त्यात ते म्हणतात, ''दुसरी योजना ही मूलतः अभारतीय आहे. भारतीय समाजरचनेच्या वैशिष्ट्यांची त्यात दखल घेण्यात आलेली नाही. आर्थिक पुनर्रचना हवेत करता येणार नाही. स्वावलंबन हे आपल्या नियोजनाचे मुख्य आचारसूत्र असावयास हवे. जगाच्या एका भागातील औद्योगिक विकास दुसरीकडे रुजविता येणार नाही. शेती व उद्योगधंदे यांविषयींचा आपला स्वतःचा दृष्टिकोन हवा. तंत्रविद्या आयात करण्याऐवजी आपल्या परिस्थितीला अनुरूप असे तंत्रविज्ञान शोधून काढणे आवश्यक आहे. सर्वांना रोजगार देईल व प्राप्तीतील विषमता कमी करील असे तंत्रविज्ञान आपणाला हवे. त्यामुळे लोकांचे राहणीमानही वाढेल. अगदी अलीकडे पाश्चात्य देशातील तंत्रविज्ञानाचा विकासही याच दिशेने होत आहे. आर्थिक मंदीपूर्वीचे तंत्रज्ञान व आर्थिक कल्पना यांच्यावर दुसरी पंचवार्षिक योजना आधारलेली आहे.'' याच लेखात दीनदयाळजींनी नियोजन-पद्धती, नियोजन-मंडळ व राष्ट्रीय विकास-मंडळ यांच्यात बदल करा असे सुचविले आहे. त्यांचे म्हणणे असे, ''योजनेचा अवधी वाढविला पाहिजे. दुसऱ्या योजनेचे विकासाचे टप्पे बदलले पाहिजेत. योजनेत अनेक अविभाज्य विकास-योजना आहेत. त्यांत काटछाट करणे अनिष्ट असते व ते सोपेही नसते. अनेक वेळा पैसाही पुरेसा नसतो. त्यामुळे विकासातील अग्रक्रम बदलावे लागतात. म्हणून योजना ही पाच वर्षांपुरती मर्यादित ठेवता येत नाही. आर्थिक विकास ही सतत चालणारी प्रक्रिया आहे. म्हणून त्याच्या योजना कालबद्ध करता येत नाहीत. साध्य करावयाचे इष्टांक ठरविण्याने खर्चही जास्त होतो. इष्टांक साध्य झाले नाहीत की निराशा येते. शिवाय भारतातील पंचवार्षिक योजना पंचवार्षिक निवडणुकीशी जोडल्या गेल्या आहे. ही जर कालयोजना बदलली तर सर्व जनतेचे सहकार्य व सहभाग मिळविणे शक्य होईल. हा प्रश्न सरकारी प्रतिष्ठेचा न मानता हे बदल करावेत. राष्ट्रीय विकास-मंडळात गेल्या मे महिन्यामध्ये जी चर्चा झाली, ती वास्तवता व जबाबदारी यांना सोडून झाली. भारतातील नियोजन हे निष्ठेने व जबाबदारीने होण्याऐवजी राजकारणातले खेळणे झाले आहे. म्हणून प्रथम नियोजन-मंडळाची पुनर्रचना करावयास हवी. राष्ट्रीय विकास-मंडळाची रचनाही बदलली पाहिजे. नियोजन-पद्धती खाली खेड्यांपर्यंत नेली पाहिजे. सर्वपक्षीय सल्लागार-मंडळे हवीत. योजना प्रत्यक्ष आर्थिक स्थितीचा विचार करून तयार व्हावी, एखाद्या

विचारप्रणालीनुसार नाही. ब्रिटनने १९४८ साली आपली आर्थिक विकासयोजना तयार करताना जी मार्गदर्शक सूत्रे निश्चित केली होती, त्यात राजकीय व आर्थिक वस्तुस्थिती या दोहोंचाही विचार करण्यात आला होता.''

राष्ट्रीय नियोजन सुरू झाले असतानाच देशभर महागाई वाढायला लागली. तिला विरोध करण्यासाठी १९५८ मध्येच भारतीय जनसंघाने देशभर पहिले महागाईविरोधी आंदोलन केले. सत्याग्रह, मोर्चे असे त्याचे स्वरूप होते. महाराष्ट्रातही मुंबईसह सर्व प्रमुख शहरांत जनसंघाने हे आंदोलन केले. डाव्या पक्षांना मात्र तोपर्यंत जाग आली नव्हती. पाठोपाठ १९६२ पासून अवर्षण आणि दुष्काळाची मालिका सुरू झाली. त्यातच औद्योगिक उत्पादनवाढीसाठी मुद्राप्रसारण (चलनवाढ) सुरू झाले. त्याचा परिणाम म्हणून भाववाढीचे चक्र सुरू झाले. शासकीय उत्पन्न वाढवायचे तर कर वाढविण्याचाच पर्याय उपलब्ध होता; पण त्यामुळे लोकांमधील असंतोष वाढला असता म्हणून सरकारने अमेरिकन पी.एल. ४८०चे धान्यकर्ज, इतर विदेशी कर्ज आणि बाजारातून कर्ज घेण्याचे प्रमाण वाढविले. त्याचा परिणामही चलनवाढ व भाववाढीत झाला. याचवेळी झालेल्या चिनी आक्रमणामुळे भारतीय अर्थव्यवस्थेला मोठा धक्का बसला.

या सर्व पार्श्वभूमीवर महाराष्ट्रातील सत्तेची सूत्रे यशवंतराव चव्हाणांकडून मारोतराव कन्नमवार यांच्याकडे गेली. नागपूर करारानुसार पश्चिम महाराष्ट्रानंतर मुख्यमंत्रीपद विदर्भाकडे जावे असे ठरले होते. विदर्भातून मुख्यमंत्रीपदासाठी तीन संभाव्य नावे होती. त्यात गोपाळराव खेडकर, वसंतराव नाईक आणि दादासाहेब कन्नमवार यांचा समावेश होता. कन्नमवार हे विदर्भवादी नेते म्हणून ओळखले जात असले तरी संयुक्त महाराष्ट्र झाल्यानंतर तो स्वीकारला होता. १९५२ पासून जुन्या मध्यभारतातील रविशंकर शुक्ला यांच्या मंत्रिमंडळात ते आरोग्यमंत्री होते. त्यानंतर द्विभाषिक राज्यातही यशवंतरावांच्या मंत्रिमंडळात आरोग्यमंत्री म्हणूनच ते सहभागी होते. संयुक्त महाराष्ट्र झाल्यानंतर सार्वजनिक बांधकाम खाते त्यांच्याकडे होते. या दोन वर्षांत कन्नमवारांनी फार मोठे निर्णय घेतले होते. विदर्भातील अनेक नद्यांचे पूल उभारण्यास त्यांनी सुरुवात केली. चंद्रपूर जिल्ह्यातील ताडोबाच्या जंगलाला राष्ट्रीय उद्यान बनवून देशाच्या पर्यटन नकाशावर चंद्रपूर जिल्हा आणण्याचे कामही त्यांनी केले. अशा कन्नमवारांची निवड मुख्यमंत्री म्हणून झाली.

महाराष्ट्राचे नेतृत्व कन्नमवारांकडे सोपविण्यात यशवंतरावांची दूरदृष्टी आणि कृतज्ञतेची भावना या दोन्हींचा मिलाफ होता. त्यावेळची वृत्तपत्रे पाहिली, तर कन्नमवार हे नाव कोणालाच अपेक्षित नव्हते, असे दिसते. गोपाळराव खेडकर किंवा

वसंतराव नाईक हीच दोन नावे प्रामुख्याने चर्चेत होती. हे दोघेही संयुक्त महाराष्ट्राला अनुकूल असलेले नेते होते. यांपैकी एकाला निवडले, तर विदर्भवाद्यांना संयुक्त महाराष्ट्रात सन्मानाने सामावून घेण्याचे राजकारण मागे पडेल आणि कदाचित विधिमंडळ पक्षात फूट पडेल अशी शक्यताही यशवंतरावांना वाटली असावी. म्हणूनच त्यांनी विदर्भवादी कन्नमवारांना मुख्यमंत्री करून विदर्भवाद्यांचा मुद्दा हिरावून घेतला. यशवंतरावांनी कन्नमवारांना झुकते माप देण्यास आणखी एक कारण होते. १९५६ मध्ये द्विभाषिक राज्याला मध्यभारतातून नाग-विदर्भ प्रदेश जोडला गेला. द्विभाषिकाच्या मुख्यमंत्रीपदासाठी भाऊसाहेब हिरे आणि यशवंतराव चव्हाण यांच्यात लढत झाली तेव्हा कन्नमवारांनी विदर्भातील ३३ आमदार यशवंतरावांच्या मागे उभे केल्याने यशवंतराव मुख्यमंत्री होऊ शकले.

कन्नमवार मुख्यमंत्री झाले तेव्हा चीनबरोबरच्या युद्धात झालेल्या पराभवाची छाया देशभर पडली होती. पंचशील तत्त्वांचा जयघोष होत असतानाच चीनने विश्वासघात केल्याने नेहरूंसह सर्वजण सुन्न झाले होते. अशावेळी एक नवी उभारी देण्याची गरज होती. कन्नमवारांनी हे काम अत्यंत निष्ठेने केले. महाराष्ट्रभर त्यांनी राष्ट्रीय संरक्षण मदतनिधीसाठी प्रभातफेऱ्या काढल्या. विदर्भातील या नेत्याने सगळा महाराष्ट्र त्यासाठी घुसळून काढला. त्यावेळी त्यांनी या प्रभातफेऱ्यांतून ७ कोटी ९१ लाख ५५ हजार रुपये इतका मोठा निधी जमविला. त्याबरोबरच २ लाख २७ हजार ५८२ ग्रॅम सोने जमा केले. या एका घटनेतूनच त्यांनी महाराष्ट्रातील वातावरण तर बदललेच; पण देशभर एक दूरदृष्टीचा राष्ट्रीय नेता अशी त्यांची प्रतिमा निर्माण झाली. याबरोबरच त्यांनी प्रथमच मुंबईत श्रमदान सप्ताह सुरू केला. चिनी आक्रमणामुळे प्रथमच हिमालय हा सर्वसामान्यांच्या आकर्षणाचा आणि चिंतेचा विषय बनला. त्याचे रूपांतर प्रबोधनात करण्यासाठी कन्नमवारांनी मुंबईत 'हमारा हिमालय' या नावाचे एक भव्य प्रदर्शन भरविले. पंडित नेहरू आणि इंदिरा गांधी या दोघांनीही या प्रदर्शनाला भेट देऊन त्याचे कौतुक केले.

२० फेब्रुवारी १९६३ पासून सुरू झालेले महाराष्ट्राचे अर्थसंकल्पीय अधिवेशन अनेक दृष्टींनी महत्त्वाचे ठरले. भारत सरकारप्रमाणेच महाराष्ट्र सरकारनेही सरकारी कर्मचाऱ्यांच्या सेवानिवृत्तीचे वय ५५ वरून ५८ वर नेल्याची घोषणा यावेळी केली. महाराष्ट्र राज्याचा आर्थिक आढावा 'महाराष्ट्र राज्य आर्थिक समालोचन' या नावाने प्रसिद्ध करण्यास याच वर्षी सुरुवात झाली. अर्थमंत्री स. गो. बर्वे यांनी मांडलेल्या अर्थसंकल्पात आपद्ग्रस्त सुवर्णकार साहाय्य योजना महत्त्वाची होती. केंद्राच्या सुवर्ण नियंत्रण धोरणामुळे हजारो सुवर्णकार निराधार झाले होते. सुवर्णकारांना १४ कॅरेटचे

सोने पुरविण्यासाठी 'सुवर्ण नियंत्रण मंडळ' स्थापन केल्याची घोषणाही बर्वे यांनी केली. कृषीक्षेत्रातील सहकारी प्रक्रिया उद्योगधंदे आणि छोटे उद्योग यांसाठी स्वतंत्र मंडळ स्थापण्यात आले. धान्य दुकानदार दैनंदिन गरजेच्या वस्तूंचे भाव फळ्यावर लिहीत नाहीत आणि वाटेल ती किंमत मागतात, असे लक्षात आल्याने सरकारने भावफलकाची सक्ती करणारा हुकूमही याचवेळी जारी केला.

कन्नमवारांची खरी कसोटी लागली ती मुंबईतील सफाई कामगारांच्या संपात. 'मुंबई बंद' सम्राट म्हणून ओळखले जाऊ लागलेल्या जॉर्ज फर्नांडिस यांनी १९६३च्या जूनमध्ये ऐन पावसाळ्याच्या तोंडावर मुंबई महानगरपालिका सफाई कामगारांचा संप पुकारला. जॉर्ज फर्नांडिस यांचे तत्त्वज्ञान असे होते की, ''आमच्या हातात लढाईसाठी शस्त्रे नाहीत. संप हेच आमचे हत्यार. त्यामुळे तो कधी करायचा ते आम्हीच ठरवणार.'' संप सुरू झाला आणि मुंबईत घाणीचे ढीग साठायला लागले. फर्नांडिस यांनी मुख्यमंत्र्यांना भेटून तडजोड घडवून आणण्याचे प्रयत्न केले; पण कन्नमवार ठाम होते. ''आधी संप मागे घ्या. मग चर्चा करू'' असे ठणकावून त्यांनी फर्नांडिस यांना वाटेला लावले. फर्नांडिसही ऐकायला तयार नव्हते. त्यामुळे संप चिघळला. धरपकड, तुरुंगवास अशी कारवाई सुरू होणार असे वातावरण होते. फर्नांडिस यांना नेमके हेच हवे होते; पण कन्नमवारांनी मात्र चक्क गांधीवादी मार्ग पत्करला. एके दिवशी पहाटेच ते स्वत: हातात झाडू घेऊन सफाईसाठी रस्त्यावर उतरले. त्यामुळे सर्वत्र खळबळ माजली. दुसरीकडे फक्त जॉर्ज फर्नांडिस यांना अटक करून तुरुंगात पाठविण्यात आले. केंद्रीय गृहमंत्री लालबहादुर शास्त्री यांनीही फोन करून चौकशी केली, ''मुंबई शहरातील कायदा व सुव्यवस्था कशी आहे?'' कन्नमवारांनी लगेच ''अतिशय उत्तम'' असे सांगून टाकले. वातावरण मात्र तापतच चालले होते. विजयालक्ष्मी पंडित तेव्हा राज्यपाल असल्याने त्यांनी फर्नांडिस यांना भेटून तोडगा काढावा अशी सूचना करण्यात आली. राज्यपालांनीही फर्नांडिस यांना भेटण्याची इच्छा व्यक्ती केली, तेव्हा कन्नमवारांनी स्पष्टपणे सांगितले, ''फर्नांडिस यांना आम्ही तुरुंगात ठेवले आहे. त्यांनी तुम्हाला भेटायला येणे योग्य होणार नाही. परिस्थिती माल हाताळू द्या.'' मुंबईतील समाजवादी नेत्यांनी आणि एस. एम. जोशी यांनी संपाचा विषय संरक्षणमंत्री यशवंतराव चव्हाणांपर्यंत नेला. ''काहीतरी मध्यम मार्ग काढा'', असे यशवंतरावांनी कन्नमवारांना सुचविले. तेव्हा कन्नमवार म्हणाले, ''आपण आमचे थोर नेते आहात, पण राज्याचा मुख्यमंत्री मी आहे. मला निर्णय करू द्या.'' कन्नमवारांच्या या कणखर भूमिकेमुळेच फर्नांडिस यांना अखेर संप मागे घ्यावा लागला. कन्नमवारांचा सफाई कामगारांच्या मागण्यांना विरोध नव्हता; पण ऐन पावसाळ्यात नागरिकांना वेठीला धरून मागण्या मान्य करवून घेण्याची समाजविरोधी वृत्ती त्यांना मान्य नव्हती.

कन्नमवार यांच्या संदर्भात तीन-चार महत्त्वाच्या गोष्टींचा उल्लेख करणे आवश्यक आहे. कृष्णा-गोदावरी पाणीवाटपाच्या संदर्भात महाराष्ट्रावर अन्याय झाला आहे, हे त्यांनीच प्रथम केंद्र सरकारला ठणकावून सांगितले. यशवंतरावांनी राज्याचा कारभार मराठीतून करण्याची घोषणा केली होती. त्यांच्या कल्पनेत असलेले 'भाषा संचालनालय' कन्नमवार यांनी स्थापन केले. कोकण रेल्वेचे शिल्पकार म्हणून मधू दंडवते यांचा उल्लेख केला जातो; पण १९६२ मध्येच सार्वजनिक बांधकाम मंत्री असलेल्या कन्नमवारांनी सर्वपक्षीय आमदारांचे एक शिष्टमंडळ दिल्लीला नेऊन नेहरूंकडे कोकण रेल्वेची मागणी केली होती. ती मान्य होऊन या मार्गाचे सर्वेक्षण करण्याचे काम त्यांच्याच नेतृत्वाखाली झाले. गॅमन इंडिया कंपनीने बांधलेला ठाण्याच्या खाडीवरचा पूल वसंतराव नाईकांच्या काळात झाला असला तरी त्याचा संपूर्ण आराखडा कन्नमवारांनी तयार केला होता.

कन्नमवारांचा अचानकपणे २४ नाव्हेंबर ११९६४ला मृत्यू झाला. त्यांच्या अल्प कारकिर्दीत आचार्य अत्रे यांनी 'मराठा'मधून त्यांची 'कंडमवार' अशी प्रतिमा सातत्याने उभी केली असली तरी या अल्पकाळात त्यांनी खूप महत्त्वाचे निर्णय घेतले, हे निर्विवादपणे मान्य केले पाहिजे.

कन्नमवार यांच्या अचानक मृत्यूनंतर परशुराम कृष्णाजी ऊर्फ बाळासाहेब सावंत यांची हंगामी मुख्यमंत्री म्हणून निवड झाली. मधल्या काळात नव्या नेत्याचा शोध सुरू झाला. नागपूर कराराप्रमाणे विदर्भाकडे मुख्यमंत्रीपद गेले होते आणि ते ५ वर्षे त्यांच्याकडेच राहणार अशी अपेक्षा होती. कन्नमवार गेल्यानंतर पुन्हा विदर्भाकडेच मुख्यमंत्रीपद राहणे स्वाभाविक होते. कन्नमवारांचे नाव नक्की झाले तेव्हाही वसंतराव नाईक यांचेच नाव आघाडीवर होते. त्यामुळे मुख्यमंत्रीपदाची माळ त्यांच्याच गळ्यात पडली. ५ डिसेंबर १९६३ला त्यांची विधिमंडळ पक्षनेतेपदी निवड झाली आणि पुढे २० फेब्रुवारी १९७५ पर्यंत म्हणजे जवळ जवळ ११ वर्षे २ महिने ते मुख्यमंत्रीपदावर राहिले. बंजारा समाजातून आलेल्या नाईकांच्या मागे बहुजनसमाजाची बिरुदावली नव्हती आणि दूरच्या यवतमाळ जिल्ह्यातील पुसद तालुक्यातील गहुलीसारख्या खेड्यातून ते आले होते. त्यामुळे त्यांची नाळ पश्चिम महाराष्ट्राशी जोडलेली नव्हती; पण तरीही सर्वाधिक काळ मुख्यमंत्रीपदावर राहण्याचा सन्मान त्यांना लाभला. मात्र ही ११ वर्षे आत्यंतिक अशांततेची आणि तीव्र संघर्षाची होती.

पंचवार्षिक योजनांच्या काळात सर्वसाधारण बेकारी तरी वाढत चालली होतीच; पण मुंबई शहरात त्याला एक वेगळा संदर्भ तयार होत होता. संयुक्त महाराष्ट्राच्या आंदोलनामुळे अखेर मुंबई महाराष्ट्रात आली असली तरी तेथील अर्थव्यवस्थेवर

उद्योगधंद्यांवर वर्चस्व अमराठी माणसांचेच होते. केंद्र सरकारच्या पुढाकाराने जे उद्योग आणि कार्यालये मुंबईत येत होती, त्यातही प्रामुख्याने अमराठी माणसांचाच भरणा होता. मद्रास इलाख्यात झालेल्या ब्राह्मण-ब्राह्मणेतर आंदोलनामुळे आणि जस्टिस पार्टी सत्तेवर आल्यानंतर सुशिक्षित तमिळी ब्राह्मण झपाट्याने तमिळनाडूतून बाहेर पडले. आणि केंद्र सरकारच्या नोकरीत दाखल जाले. एक तमिळी एखाद्या कार्यालयात आला की तो हळूहळू आपल्या भाईबंदांनाही घेऊन येत असे. यातून केंद्र सरकारच्या नोकऱ्यांत तमिळी बाबूंचे आणि अधिकाऱ्यांचे वर्चस्व झाले. मुंबईतील अमराठी उद्योजकही आपल्या व्यवस्थापनात मराठी लोकांऐवजी गुजराती, मारवाडी लोकांची भरती करीत होते. यामुळे मुंबई महाराष्ट्रात असली, तरी मुंबईत मराठी माणसाला स्थान नाही अशी स्थिती या काळात निर्माण झाली.

या सर्वांकडे लक्ष गेले, ते 'मार्मिक'कार बाळासाहेब ठाकरे यांचे. १३ ऑगस्ट १९६० पासूनच 'मार्मिक' हे व्यंगचित्र साप्ताहिक सुरू झाले होते. 'फ्री प्रेस जर्नल'मुळे ठाकरे यांचे नाव राष्ट्रीय पातळीवरील श्रेष्ठ व्यंगचित्रकारांच्या मालिकेत गणले गेले होते. त्यांच्या भेदक आणि राजकारण्यांच्या ढोंगांवर नेमके बोट ठेवणाऱ्या व्यंगचित्रांमुळे 'मार्मिक' अल्पावधीतच लोकप्रिय झाले होते. १९६३ मध्ये एक लहानसे निमित्त घडले. काही लोक ठाकरे यांना भेटायला आले. मुंबईत मराठी माणसाला नोकरी मिळविण्यात किती अडचणी येतात हे त्यांनी ठाकरे यांना सांगितले. श्रीकांत गडकरी या ठाकरे यांच्या मित्राने तर टेलिफोन डिरेक्टरीच ठाकरे यांच्यासमोर ठेवली. विविध कंपन्यांमध्ये उच्चपदावर अमराठी माणसेच कशी बसली आहेत हे त्यांनी दाखवून दिले.

शिवसेनेच्या निर्मितीचे बीज या लहानशा घटनेत होते. ठाकरे यांनी मार्मिकमधून उच्चपदस्थ असलेल्या अमराठी अधिकाऱ्यांची व त्यांच्या पदांची यादीच प्रसिद्ध करण्यास सुरुवात केली. पहिल्या प्रथम या यादीच्या डोक्यावर शीर्षक असे ' वाचा आणि थंड बसा.' पहिल्या एक-दोन याद्या प्रसिद्ध होताच वाचकच नव्या नव्या याद्या 'मार्मिक'कडे पाठवू लागले. महिन्याभरातच याद्यांवरील शीर्षक बदलले आणि ते 'वाचा आणि उठा' असे झाले. तरुण वाचकांचा अभूतपूर्व प्रतिसाद 'मार्मिक'ला मिळायला लागला. मात्र या सर्वांकडे राज्यकर्त्यांचे लक्ष गेले नाही आणि हा असंतोष वाढतच राहिला. या असंतोषाला निश्चित आकार येण्यास पुढची तीन वर्षं वाट पाहावी लागली.

मराठवाड्याचा भाग संयुक्त महाराष्ट्रात बिनशर्त सामील झाला, तेव्हा महाराष्ट्रात तरी आपला विकास निश्चितपणे होईल असे मराठवाड्यातील जनतेला वाटत होते.

हैदराबादचा निजाम मराठवाड्याकडे दुर्लक्ष करतो ही त्यांची मुख्य तक्रार होती. त्यामुळे ते आधी द्विभाषिकात आणि नंतर संयुक्त महाराष्ट्रात सामील झाले होते; पण मराठवाड्याच्या अतिमागास अवस्थेमुळे महाराष्ट्राच्या मानाने आपला विकास होत नाही अशी भावना तिथे मूळ धरायला लागली. त्यातूनच १९६४ मध्ये औरंगाबाद येथे मराठवाडा विकास परिषद भरविण्यात आली. परिषदेस घटनेच्या ३७१ (२) कलमातील तरतुदीनुसार मराठवाड्यासाठी वैधानिक विकास मंडळ स्थापन करावे अशी मागणी करण्यात आली. 'वैधानिक विकास मंडळ स्थापन न करताही आम्ही मराठवाड्याचा विकास करू' असे आश्वासन मुख्यमंत्री वसंतराव नाईक यांनी दिले; पण या आश्वासनाची पूर्तता मात्र झाली नाही. त्यामुळे मराठवाड्यात असंतोष धुमसतच राहील. या असंतोषाला आकार येण्यास पुढची ४ वर्षे जावी लागली.

वाढती महागाई आणि अन्नटंचाई यामुळे लोक त्रस्त झाले होते. शेतकरी कामगार पक्षाने याला आंदोलनाचा मुद्दा बनविला आणि मुंबईत विधानसभेचे कामकाज सुरू असतानाच १२ एप्रिल १९६४ला संप आणि हरताळ पुकारला. या संपाला सर्व कामगार संघटनांनीही पाठिंबा दिल्याने संप आणि हरताळाला अभूतपूर्व यश मिळाले. या प्रश्नावर विधानसभेत चर्चा घडवून आणण्यासाठी शे. का. प.चे नेते कृष्णराव धुळुप यांनी तहकुबीची सूचना मांडली. तहकुबी स्वीकारायला अध्यक्षांनी नकार दिल्याने विरोधी पक्षांचे आमदार संतप्त झाले. विदर्भवादी नेते जांबुवंतराव धोटे यांना सभापतींनी भाषणच करू दिले नाही. 'माझ्या हक्कावर गदा येते' असे सांगत धोटे यांनी बोलण्याचा प्रयत्न केला, तेव्हा अध्यक्षांनी त्यांच्यासमोरचा माईकच बंद करून टाकला. त्यामुळे चिडून धोटे यांनी त्यांच्या टेबलावरचा काचेचा पेपरवेट अध्यक्षांच्या दिशेने जोरात भिरकावला. अध्यक्ष बाळासाहेब भारदे नशिबानेच वाचले. धोटे यांच्या या कृतीने विधानसभेत प्रचंड गोंधळ माजला. धोटे यांनी आपल्यासमोरचा मायक्रोफोन उखडून काढत ऑपरेटरवर फेकला. नंतर कान धरीत, उड्या मारीत ते अध्यक्षांच्या टेबलापाशी आले आणि अध्यक्षांचा ध्वनिक्षेपक त्यांनी खेचून घेतला. या गोंधळात भारदे यांची बोटे खरचटली. त्यांनी शेवटी बैठक तहकूब केली. कौन्सिल हॉलमधून धोटे बाहेर पडताच कुलाबा पोलिसांनी त्यांना अटक केली. विधानसभेत गोंधळ घातल्याबद्दल पोलिसांनी एखाद्या आमदाराला अटक करण्याची विधानसभेच्या इतिहासातील ही पहिलीच घटना.

कामकाज पुन्हा सुरू होताच विधिमंडळ कामकाजमंत्री नरेंद्र तिडके यांनी जांबुवंतराव धोटे यांची आमदारकी रद्द करण्याचा ठराव मांडला. त्यावर विरोधी पक्षांनी अनेक हरकती घेतल्या; पण त्या फेटाळण्यात आल्या. तेव्हा विरोधी पक्ष सदस्यांनी

सभात्याग केल्यानंतर धोटे यांची आमदारकी रद्द करण्याचा ठराव बहुमताने मंजूर झाला. सभागृहात बेशिस्त वर्तन केल्याबद्दल आमदाराचे सदस्यत्व रद्द होण्याचीही पहिलीच वेळ होती.

याच काळात भारतीय कम्युनिस्ट पक्ष फुटीच्या उंबरठ्यावर पोचला होता. १९६२ मध्ये चीनने भारतावर केलेल्या आक्रमणाला 'आक्रमण' म्हणावे की 'मुक्तीचा प्रयत्न' यावरून पक्षात वादंग सुरू होते. डांगे प्रभृती नेत्यांना चीनचे हे 'आक्रमण' वाटत होते, तर इतर काही नेते चिनी हल्ल्याला 'मुक्तीचा प्रयत्न' मानीत होते. याचवेळी डांगे यांनी १९२० साली लिहिलेले एक कथित पत्र प्रसिद्ध झाले. या पत्रात त्यांनी ब्रिटिश सरकारशी सहकार्य करण्याचा प्रस्ताव मंडला होता. हे कथित पत्र फुटल्याबरोबर वादंगाचे स्वरूप तीव्र झाले आणि कम्युनिस्ट पक्ष फुटला. डांगे, घाटे, सरदेसाई इत्यादी नेते मूळ भारतीय कम्युनिस्ट पक्षात राहिले, तर रणदिवे, गोदावरी परुळेकर, एस. वाय. कोल्हटकर इत्यादी ३५ नेत्यांनी बाहेर पडून मार्क्सवादी कम्युनिस्ट पक्षाची स्थापना केली.

या घटना घडत असतानाच पंतप्रधान पंडित नेहरू यांचे नवी दिल्लीत २७ मे १९६४ला आकस्मिक निधन झाले. त्यामुळे स्वातंत्र्यानंतरचा महत्त्वपूर्ण नेहरू कालखंड संपला. गुलझारीलाल नंदा यांनी हंगामी पंतप्रधानपद भूषविल्यानंतर लालबहादूर शास्त्री यांचे नवे मंत्रिमंडळ ९ जून १९६४ ला सत्तारूढ झाले.

१९६४चा उत्तरार्ध महाराष्ट्रात आणि देशभर गाजला, तो रिपब्लिकन पक्षाच्या भूमिहीनांच्या सत्याग्रहामुळे. भूमिहीनांना शेतीसाठी पडीक जमीन मिळावी यासाठी रिपब्लिकन पक्षाने अगदी सुरुवातीपासून महाराष्ट्रात सत्याग्रह चालविले होते. त्याआधी म्हणजे १९५३ मध्ये दादासाहेब गायकवाड आणि बी. एस. मोरे यांच्या नेतृत्वाखाली शेतकरी कामगार फेडरेशनने औरंगाबाद जिल्ह्यात भूमिहीनांसाठीचा पहिला सत्याग्रह केला होता. त्यात ११०० कार्यकर्त्यांना अटक झाली होती. १९५८ पासून नाशिक, जळगाव, धुळे, अहमदनगर या जिल्ह्यांतही गायकवाड-मोरे जोडीने सत्याग्रह केले होते. गायकवाड मोरे हे दोघेही खासदार असल्याने त्यांनी १९५९ मध्ये लोकसभेत भूमिहीनांच्या संदर्भात तहकुबी मांडली होती. महाराष्ट्राबरोबरच उत्तरप्रदेश, बिहार, बंगाल, आंध्रप्रदेश, कर्नाटक, तमिळनाडू, मध्यप्रदेश, गुजरात या प्रांतांतही त्यांनी प्रचारदौरे काढले आणि देशभर भूमिहीनांसाठी पडिक जमीन मिळविण्यासाठी आग्रह धरला. या सर्व पार्श्वभूमीवर १ ऑक्टोबर १९६४ला भूमिहीनांच्या मागण्यांसाठी संसदेवर मोर्चा नेण्यात आला आणि तिथे जोरदार निदर्शने करण्यात आली. या मोर्चात एक लाखांहून जास्त लोक सहभागी झाले होते. मार्चाचे नेतृत्व दादासाहेब गायकवाड,

बौद्धप्रिय मौर्य व बॅ. राजाभाऊ खोब्रागडे आदी नेत्यांनी केले होते. नेत्यांच्या शिष्टमंडळाने पंतप्रधान लालबहादूर शास्त्री यांना दहा मागण्यांचे निवेदन दिले. या मागण्या अशा –

(१) भारतीय घटनेचे शिल्पकार डॉ. आंबेडकरांचे तैलचित्र लोकसभेच्या केंद्रीय सभागृहात लावण्यात यावे.

(२) देशातील शेतीला लायक असलेली जमीन कसणाऱ्यांना देण्यात यावी.

(३) पडीक जमिनीचे वाटप भूमिहीनांना करण्यात यावे.

(४) अन्नधान्याचे पुरेसे वाटप करण्यात यवे आणि वाढत्या महागाईला आळा घालण्यात यावा.

(५) झोपडपटी आणि गलिच्छ वस्त्यांची सुधारणा करण्यात येऊन झोपडपट्टीत राहणाऱ्या लोकांची आर्थिक स्थिती सुधारण्यात यावी.

(६) १९४८चा किमान वेतन कायदा सर्व उद्योगधंद्यांना अविलंब लावण्यात यावा. यात भूमिहीन शेतमजूर व अशिक्षित मजुरांचा समावेश करण्यात यावा.

(७) अनुसूचित जातींच्या हक्क व सवलती बौद्धांना देण्यात याव्यात.

(८) दलितांवर होत असलेल्या अन्याय-अत्याचारांवर त्वरित पायबंद घालण्यात यावा.

(९) अस्पृश्यतानिवारण कायद्याची योग्य अंमलबजावणी व्हावी व संबंधित गुन्हेगारांना कडक शिक्षा देण्यात यावी.

(१०) अनुसूचित जाति-जमातींचे आरक्षण त्वरित भरण्यात यावे व मागील अनुशेष १९७० पूर्वी भरण्यात यावेत.

पंतप्रधानांशी या मागण्यांबाबत सविस्तर चर्चा झाली असली तरी सरकारने त्याबाबत काहीच कृती करण्याची तयारी दर्शविली नव्हती. त्यामुळे रिपब्लिकन पक्षाने ६ डिसेंबर १९६४ पासून देशभर भूमिहीनांच्या व्यापक सत्याग्रहाची घोषणा केली. या सत्याग्रहात तीन लाखांहून अधिक सत्याग्रहींना अटक झाली, तर १३ सत्याग्रहींना वीरमरण आले. महाराष्ट्रातील या सत्याग्रहाला प्रचंड मोठा प्रतिसाद मिळाला. रिपब्लिकन पक्ष प्रामुख्याने महारांचा आणि त्यातही महार बौद्धांचा, असे मानले जात असताना या सत्याग्रहात मात्र महार आणि बौद्धांच्या बरोबरीने मांग, धीवर, गोंड, चांभार अशा विविध जातींचा मोठ्या संख्येने समावेश होता. या न्याय्य मागण्यांना पाठिंबा द्यायला राम मनोहर लोहिया, राम नरेश यादव यांच्यासारखे ज्येष्ठ नेतेही पुढे सरसावले होते.

या आंदोलनामुळे रिपब्लिकन पक्ष देशभरातील सर्व दलितांचा एकमुखी पक्ष असल्याचे प्रस्थापित झाले; पण रिपब्लिकन नेत्यांना आपल्या पक्षाचे हे स्थान टिकविता

आले नाही. वाढत्या आंदोलनाचा प्रभाव पाहून पंतप्रधानांनी रिपब्लिकन नेत्यांना चर्चेला निमंत्रित केले आणि त्यांच्या मागण्या पूर्ण करण्याचे आश्वासन दिले. याचवेळी काँग्रेसशी सामाजिक अभिसरणाच्या प्रश्नावर सहकार्य करण्याचे धोरण रिपब्लिकन पक्षाने स्वीकारले. त्यामुळे दलितांच्या या विरोधी पक्षाचे रूपांतर काँग्रेसचा सहयोगी पक्ष असे झाले. रिपब्लिकन पक्षाच्या वरील दहा मागण्यांची वाट तर लागलीच; पण तथाकथित अभिसरणही संपले आणि सत्ताकांक्षी रिपब्लिकन नेते थेट काँग्रेसमध्येच शिरायला लागले. दलितांची एक स्वतंत्र बलदंड चळवळ काँग्रेसच्या वळचणीला जाऊन बसली, ती कायमचीच.

१९६२ ते १९६७ या कालखंडात भारतीय जनसंघाने महाराष्ट्रभर आपले अस्तित्व दाखविण्यास सुरुवात केली. महाराष्ट्रात जनसंघ १९५२ मध्ये स्थापन झाला तरी आरंभी तो शहरी भागांपुरताच मर्यादित होता. संयुक्त महाराष्ट्र समितीत सहभागी झाल्यामुळे त्याचे चार आमदार १९५७च्या निवडणुकीत प्रथमच विधानसभेत पोचले. कामगिरीही चांगली केली. १९६२च्या निवडणुकीपूर्वीच जनसंघ समितीतून बाहेर पडला आणि त्याने स्वतंत्रपणे निवडणूक लढण्याचा निर्णय घेतला. प्रदेश अधिवेशनात पंडित दीनदयाळ उपाध्याय यांनी एक नवे सूत्र दिले. ते म्हणाले, 'ही निवडणूक पक्षवाढीचे आंदोलन म्हणून आपण लढवूया. पक्षाला यश मिळो वा न मिळो; पण व्यापक प्रमाणावर उमेदवार उभे करून आपण महाराष्ट्राच्या कान्या-कोपऱ्यात पक्ष घेऊन जाऊ.'' हा मंत्र महत्त्वाचा ठरला. जनसंघाच्या प्रदेश कार्यकारिणीत उपाध्याय यांनी आदिवासींच्या राखीव जागांसह पहिल्याप्रथमच राज्यभर मोठ्या प्रमाणात उमेदवार उभे केले. १९६२च्या निवडणुकीत जनसंघाला एकही जागा मिळविता आली नाही; पण जनसंघ समाजाच्या सर्व थरांत पोचला आणि पक्षातील नवे नेतृत्व लोकांसमोर आले.

निवडणुकीतील अपयशाने खचून न जाता जनसंघाने लोकलढ्यातून आपले स्वतंत्र अस्तित्व सिद्ध करण्यास सुरुवात केली. १९६२-१९६७ ही पाच वर्षे म्हणजे जनसंघाच्या आंदोलनमालिकांचा काळ आहे. वीजदरवाढ, अन्नधान्य दरवाढ, एस.टी. दरवाढ, रेल्वे दरवाढ, महागाई अशा प्रत्येक विषयावर तर्कशुद्ध भूमिका घेत पक्षाने प्रभावी आंदोलने उभारली. १९६५-६६च्या भयानक दुष्काळात धुळे जिल्ह्यातील आदिवासी, स्वस्त धान्य दुकानात धान्य मिळत नसल्याने, झाडपाला खाऊन राहात होते. लखन भतवाल यांनी आदिवासींचे नेतृत्व करीत मोठे आंदोलन उभारले आणि वृत्तपत्रांनी काहूर उठविल्यावर आदिवासींना तातडीने मदत मिळाली. शेतकऱ्यांचे व कामगारांचे प्रश्न घेऊन जनसंघाने १४ मागण्यांसाठी राजव्यापी आंदोलन केले. त्यात

सातबाराचा उतारा वर्षातून एकदा विनामूल्य द्या, पाच एकरांखालील जिराईत जमिनीचा शेतसारा रद्द करा, श्रमजीवींना रेशनवर अधिक धान्य द्या, गोवंशहत्या बंद करा, कामगारांना 'असली वेतन' द्या, समान कामाला समान दाम द्या, काम करण्याचा हक्क घटनेच्या मूलभूत हक्कांत समाविष्ट करा, प्रत्येक हाताला काम द्या आदी मागण्या जनसंघाने लावून धरल्या. त्यांपैकी अनेक मागण्या सरकारने नंतर मान्य केल्या. या आंदोलनातून उत्तमराव पाटील राज्यव्यापी नेते म्हणून पुढे आले.

विदर्भात कापूस उत्पादक शेतकऱ्यांचे एक उग्र आंदोलन जनसंघाने केले. त्यात काही कार्यकर्ते पोलिस गोळीबारात मरण पावले; पण जनसंघ विदर्भ-मराठवाड्याच्या खेड्यांपर्यंत पोहोचला. त्यातूनच मोतीरामजी लहाने विदर्भ-मराठवाड्याचे नेते म्हणून प्रस्थापित झाले. १९६६ मध्ये जनसंघाने अन्नधान्यटंचाई व भाववाढीविरुद्ध राज्यव्यापी आंदोलन केले. त्यावेळी निघालेले मोर्चे फार मोठे होते आणि सत्याग्रहही उग्र होते. पुण्यात रामभाऊ म्हाळगी यांनी 'रेशनवर तांदूळ द्या' या मागणीसाठी उपोषण सुरू केले. पाच दिवसांच्या उपोषणानंतर सरकारने तांदळाचे प्रमाण वाढवून दिले. त्यामुळे म्हाळगी यांचे नेतृत्व उजळून निघाले. पुढे अनेक दिवस 'तांदूळवाले म्हाळगी' अशीच त्यांची ओळख होती.

महाराष्ट्रातील जनतेचे हे प्रश्न लढवीत असतानाच जनसंघाने राष्ट्रीय पातळीवर केलेल्या कच्छ कराराविरोधी आंदोलनात महाराष्ट्र अग्रभागी होता. आंतरराष्ट्रीय न्यायालयाच्या पक्षपाती निर्णयाचा आधार घेऊन कच्छचा भूभाग पाकिस्तानला देण्याचा घाट केंद्र सरकारने घातला होता. त्यासंबंधीचा एक करारही करण्यात आला. त्या विरोधात जनसंघाने देशभर रान उठविले. महाराष्ट्रातही गावोगावी कच्छ-कराराविरोधी सभा झाल्या. प्रत्यक्ष कच्छमध्ये जाऊन कच्छदानविरोधी सत्याग्रह करण्यात आला. महाराष्ट्रातील पहिल्या तुकडीचे नेतृत्व सुंदरलाल राय यांनी केले होते. महाराष्ट्रातून ५०० हून अधिक सत्याग्रही सामील झाले होते. १०० महिलांसह प्रमुख नेते व सत्याग्रहींना कारवासाच्या शिक्षा झाल्या. त्यानंतर पुढचा टप्पा म्हणून जनसंघाने संसदभवनावर १६ ऑगस्ट १९६५ला मोठा मोर्चा नेला. लाखांहून जास्त लोक सहभागी झालेल्या मोर्चात १० हजारांवर लोक महाराष्ट्रातील होते. राजकीय प्रश्नाबद्दल संसदेवर गेलेला हा अभूतपूर्व मोर्चा ठरला. पाठोपाठ पाकिस्तानने भारतावर सप्टेंबर १९६५मध्ये आक्रमण केले, तेव्हा जनसंघाने निषेधाचे रूपांतर सहकार्यात केले. महाराष्ट्रभर 'युद्धप्रयत्न साहाय्य समित्या' स्थापन केल्या. युद्ध संपल्यानंतर केंद्राने घेतलेल्या पडखाऊ धोरणाच्या विरोधातही जनसंघाने जनजागृती केली.

महाराष्ट्रातील जनसामान्यांचे प्रश्न धसाला लावणे आणि राष्ट्रीय आंदोलने यांच्या माध्यमातून राज्यात जनसंघाला राजकीय पक्ष म्हणून आकार आला. १९६७च्या निवडणुकीत पक्षाचे स्वत:च्या बळावर चार आमदार निवडून आले.

याच काळात मुंबईत शिवसेनेचा जन्म झाला. मुंबईत मराठी माणसावर होणाऱ्या अन्यायाला वाचा फोडण्याचे काम 'मार्मिक' साप्ताहिकाने १९६३च्या अखेरीसच सुरू केले होते. पुढील दोन-अडीच वर्षांत मराठी माणसाची ही अस्वस्थता वाढत गेली आणि 'मार्मिक'चा खपही वीज हजारांवरून चाळीस हजारांवर पोचला. ५ जून १९६६च्या 'मार्मिक'मध्ये शिवसेनेच्या स्थापनेबाबतची घोषणा करण्यात आली. त्यात म्हटले होते, 'यंडु-गुंडूंचे मराठी माणसांच्या हक्कावरील आक्रमण परतवून लावण्यासाठी लवकरच शिवसेनेची नोंदणी सुरू होणार.'' १२ जूनला शिवाजीमहाराजांचा जयजयकार करत १८ जणांच्या उपस्थितीत ही संघटना जन्माला आली. त्यात प्रबोधनकार ठाकरे, बाळासाहेब ठाकरे आणि त्यांचे दोन बंधू होते. शिवसेनेच्या स्थापनेची जाहीर घोषणा मात्र प्रभादेवीच्या रवींद्र नाट्य मंदिरातील एका समारंभात करण्यात आली. समारंभाचे प्रमुख पाहुणे म्हणून मुख्यमंत्री वसंतराव नाईक उपस्थित होते. मुंबईतील मराठी तरुण मोठ्या संख्येने शिवसेनेकडे वळण्यास सुरुवात झाली.

स्थापना झाल्यापासून चार महिन्यांतच ३० ऑक्टोबर १९६६ला शिवतीर्थावर शिवसेनेचा पहिला दसरा मेळावा झाला. त्याला बॅरिस्टर रामराव आदिकही हजर होते. संमेलनात बाळासाहेब ठाकरे म्हणाले, ''शिवसेना ही प्रांतीय नाही. आज समाजात राजकारणापेक्षा समाजकारणाची आवश्यकता आहे. शिवसेनेला राजकारणापासून दूर ठेवण्याचा निश्चय आहे. कारण राजकारण हे गजकर्णासारखे आहे.'' या संमेलनातच 'जय महाराष्ट्र' ही नवी घोषणा ठाकरे यांनी दिली. बाळासाहेब ठाकरे जरी पहिल्या दसरा संमेलनात राजकारणाला गजकर्ण म्हणाले असले तरी शिवसेनेला राजकारणापासून अलिप्त ठेवणे त्यांना शक्य झाले नाही. कम्युनिस्टांच्या विरोधासाठी का होईना, १९६७च्या लोकसभा निवडणुकीत अप्रत्यक्षपणे सामील होण्यचा निर्णय बाळासाहेबांनी घेतला.

भारताचे माजी संरक्षणमंत्री व्ही. के. कृष्ण मेनन १९५७ आणि ६२ मध्ये काँग्रेसचे लोकसभा उमेदवार होते. १९६२च्या चिनी आक्रमणानंतर मेनन यांना संरक्षणमंत्रीपद सोडावे लागले आणि स. का. पाटील यांच्या आग्रहाने १९६७ मध्ये त्यांना काँग्रेसने तिकीटही नाकारले. तेव्हा कृष्ण मेनन ईशान्य मुंबईतून अपक्ष म्हणून उभे राहिले. काँग्रेसची उमेदवारी स. गो. बर्वे यांना मिळाली. शिवसेनेने कृष्ण मेनन

यांना विरोध करीत बर्वे यांच्यामागे आपली ताकद उभी केली आणि भारत-चीन युद्धात भारताच्या दारुण पराभवाला कम्युनिस्ट विचाराचे संरक्षणमंत्री कृष्ण मेनन हेच जबाबदार आहेत, असा धडाकेबाज प्रचार केला. कॉम्रेड डांगे यांच्या नेतृत्वाखालील संपूर्ण महाराष्ट्र समितीने कृष्ण मेनन यांना पाठिंबा दिला होता. या समितीत तेव्हा डांगे यांच्याबरोबर आचार्य अत्रे, जॉर्ज फर्नांडिस आणि एच. आर. गोखले हे डाव्या विचाराचे नेते होते. त्यामुळे बाळासाहेब ठाकरे यांनी या निवडणुकीच्या रिंगणात 'या पाच राक्षसांना' गाडून टाकण्याचा निर्धार केला. साहजिकच शिवसेनेला एके काळचे शत्रू असलेल्या स. का. पाटील यांना पाठिंबा द्यावा लागला, तोही बाळासाहेबांचे एके काळचे मित्र असलेल्या जॉर्ज फर्नांडिसच्या विरोधात.

१९६७च्या निवडणुकीत शिवसेना प्रत्यक्ष निवडणुकीत उतरली नव्हती; पण कम्युनिस्टांना विरोध करण्यासाठी तिने काँग्रेसला पाठिंबा दिला. साहजिकच 'शिवसेना' हे काँग्रेसचे 'ब्रेन चाइल्ड' आहे, स. का. पाटील यांना पाठिंबा दिल्याने 'सदाशिव सेना', उद्घाटनाला मुख्यमंत्री वसंतराव पाटील असल्याने 'वसंत सेना' अशी शिवसेनेची टीकात्मक नामकरणे आचार्य अत्रे व इतर डाव्या नेत्यांनी, पत्रकारांनी केली. शिवसेनेला मात्र आपण पाच राक्षसांना गाडले याचेच सात्त्विक समाधान होते. कम्युनिस्टांना मुंबईत पराभूत करण्यात मोठा वाटा उचलताना, शिवसेनेला राजकारणाचा अनुभव तर आलाच; पण एक विलक्षण आत्मविश्वास आणि सामर्थ्य यांचीही प्राप्ती झाली. मराठी माणसाला न्याय देण्यासाठी केवळ सामाजिक काम करून भागणार नाही तर प्रत्यक्ष सत्ताही हवी याची जाणीव झाली आणि दक्षिणात्याविरोधी संघटना एवढेच असलेले शिवसेनेचे स्वरूप अधिक टोकदारपणे कट्टर कम्युनिस्टांविरोधी असे झाले. या नव्या वळणातूनच पुढील काळात शिवसेनेची वाटचाल झाली.

१९६५ ते १९६७ हा काळ दोन वर्षांचा काळ काँग्रेसच्या दृष्टीने महत्त्वपूर्ण घडामोडींचा ठरला. १९६५च्या भारत-पाक युद्धात लालबहादूर शास्त्री यांच्या नेतृत्वाखाली भारताने विजय मिळविला आणि देशातले वातावरण बदलले. या युद्धकार्यात महाराष्ट्राने सर्वाधिक मदत केली होती. त्यामुळे स्वभाविकच मुंबईच्या शिवतीर्थावर लालबहादूर शास्त्रींचा नागरी सत्कार करण्यात आला. मुख्यमंत्री वसंतराव नाईक यांनी शास्त्रीजींना विजयाचे प्रतीक म्हणून तलवार भेट दिली. शास्त्रीजींच्या भोवती त्यागाचे आणि शुद्ध चारित्र्याचे वलय होतेच; पण ते कविमनाचेही होते. छोटी चण असलेल्या या नेत्याने म्यानातून तलवार उपसली आणि हवेत उंचावत ते म्हणाले,

'दिलवर के लिये, दिलदार है हम।
दुश्मन के लिये, तलवार है दम।।'

वसंतराव नाईक यांनी या सभेत भाषण करताना अन्नधान्याच्या बाबतीत महाराष्ट्र स्वावलंबी करण्याची घोषणा केली. पंतप्रधानांच्या समोरच ते म्हणाले, ''जर हे राज्य अन्नधान्याच्या बाबतीत स्वावलंबी करू शकलो नाही तर मला फासावर चढवा.'' नाईक यांच्या या घोषणेत दर्प नव्हता, तर नव्या योजनांच्या यशाचा आत्मविश्वास होता. त्यामुळेच १९६६ पासून महाराष्ट्रात पायलट प्रोजेक्ट्स, हायब्रीड ज्वारीचे बियाणे, जलसंधारणाची कामे असे विविध उपक्रम सुरू झाले. १४ ऑक्टोबर १९६५ला मुख्यमंत्र्यांनी महत्त्वाकांक्षी १२ कलमी योजनेची घोषणा केली. ही बारा कलमे अशी –

(१) उसासाठी प्रवरा, गोदावरी कालव्यातील पाणी नेणे बंद. हे पाणी रब्बी पिकांसाठी वापरण्यात येईल.

(२) रब्बी हंगामात अन्नधान्यपिकांना पाणीपुरवठा मोफत.

(३) जे शेतकरी यंदा पाणी वापरतील त्यांना पुढील वर्षीही पाणी उपलब्ध असल्यास मोफत पाणी देण्यात येईल.

(४) डरपुरी व तरावी इत्यादी बंधाऱ्यांतील पाणी अन्नधान्यपिकांसाठी हवे तितके वापरता येईल.

(५) कालव्यांना चाऱ्या बांधण्याची मोहीम हाती घेण्यात आली.

(६) हिवाळी उसाची लावणी करताना उसाखालची जमीन दहा टक्क्यांनी कमी करण्यात येईल.

(७) रब्बी पिकांना कालव्याचे पाणी देताना ते यापुढे १८ दिवसांच्या अंतराने आणि उन्हाळी पिकांसाठी १४ दिवसांच्या अंतराने देण्यात येईल.

(८) सध्या शेतात उभ्या असलेल्या खरीप पिकांना १/२ वेळा मोफत पाणी देण्यात येईल.

(९) नाशिक जिल्ह्यातील बंधारे सोडून उत्तर महाराष्ट्रातील इतर बंधाऱ्यांतून सिंचनपद्धतीने अन्नधान्यपिकांसाठी पाणी देता येईल.

(१०) विदर्भातील तलावांतील पाणी पुढील हंगामासाठी काही प्रमाणात राखून ठेवण्यात येते, ते पाणी यंदा रब्बी हंगामातील अन्नधान्यपिकासाठी वापरण्यात येईल.

(११) तलावातील पाणी आटू लागले की उघडी होणारी गाळपेर जमीन रब्बी हंगामातील लागवडीसाठी शेतकऱ्यांना ताबडतोब खंडाने देण्यात येईल.

(१२) वर्धा जिल्ह्यातील धरणांचे काम पूर्ण झाले नसल्यामुळे त्या नदीतील पाणी उपसा सिंचन पद्धतीने कालव्यात सोडण्यात येईल. हे पाणी अडवून शेतकऱ्यांना पिकांसाठी वापरता येईल.

१९६६ साल उजाडत असतानाच सर्व देशाला धक्का देणारी घटना घडली. पाकिस्तानशी बोलणी करण्यासाठी रशियातील ताश्कंद येथे गेलेले पंतप्रधान लालबहारदूर शास्त्री यांचे करारावर सही केल्यानंतर लगेचच निधन झाले. त्यामुळे पंतप्रधानपदासाठी नव्या नेत्याचा शोध सुरू झाला. पंतप्रधानपदासाठी मोरारजी देसाई, इंदिरा गांधी आणि यशवंतराव चव्हाण या तिघांची नावे चर्चेत होती. मोरारजींना नेहरूनंतरच पंतप्रधान व्हायचे होते; पण शास्त्रीजींमुळे त्यांची संधी हुकली. आता ही संधी सोडायची नाही असे ठरवून त्यांनी आपली उमेदवारी जाहीर करून टाकली. संरक्षणमंत्री असलेल्या चव्हाणांना सर्वाधिक संधी होती. काँग्रेसचे अध्यक्ष कामराज यांना मात्र काँग्रेस कार्यकारिणीचे ऐकेल, असा पंतप्रधान हवा होता. चव्हाणांनी आपले स्वतंत्र कर्तृत्व सिद्ध केले असल्याने ते कार्यकारिणीला डोईजड होतील अशी कामराज यांची धारणा होती. त्यामुळे 'गूंगी गुडिया' असलेल्या इंदिराजींचे नाव त्यांना अधिक पसंत होते. काँग्रेसचे दुसरे बलाढ्य नेते अतुल्य घोष यांचा मात्र इंदिरा गांधींना विरोध होता. चव्हाण मात्र त्यांना चालणार होते. मोरारजी देसाई यांना मात्र प्रमुख नेत्यांचा फारसा पाठिंबा नव्हता. चव्हाण यांनी पंतप्रधान व्हावे, असे म्हणणारा एक मोठा गट काँग्रेसमध्ये होता. मुख्यमंत्री वसंतराव नाईक यांनी दिल्लीत तळ ठोकून त्यासाठी जमवाजमवही सुरू केली होती.

महाराष्ट्रातील नेत्याला पंतप्रधानपद मिळणे ही महाराष्ट्राच्या दृष्टीने महत्त्वाची घटना ठरली असती; पण स्वत: यशवंतराव द्विधा मन:स्थितीत होते. इंदिरा गांधींबद्दल त्यांच्या मनात कृतज्ञतेची भावना होती. संयुक्त महाराष्ट्राच्या चळवळीमुळे मुख्यमंत्री असलेले यशवंतराव कमालीचे अडचणीत आले होते. त्यांनाही संयुक्त महाराष्ट्र हवाच होता; पण नेहरू ऐकायला तयार नव्हते. तेव्हा काँग्रेसच्या अध्यक्ष असलेल्या इंदिरा गांधींना त्यांनी साकडे घातले आणि इंदिरा गांधीच्या आग्रहामुळेच नेहरू मुंबईसह संयुक्त महाराष्ट्र देण्यास तयार झाले. याचमुळे यशवंतरावांच्या मनात इंदिरा गांधींबद्दल कृतज्ञतेची भावना होती. म्हणूनच 'त्या इच्छुक असतील तर मी उभा राहणार नाही' असे त्यांनी सांगून टाकले. चव्हाणांच्या घरी काँग्रेसचे नेते चव्हाणांना अधिकाधिक पाठिंबा मिळविण्यासाठी प्रयत्न करीत असताना यशवंतराव इंदिरा गांधी यांच्या घरी गेले आणि त्यांनी ''तुम्ही पंतप्रधानपदासाठी उभ्या राहणार असाल, तर माझा तुम्हाला पाठिंबा आहे, पण तुम्ही उभ्या राहणार नसाल, तर तुमचा पाठिंबा मला हवा'', असे सांगितले. इंदिरा गांधींनी यशवंतरावांचे बोलणे शांतपणे ऐकून घेतले आणि जाता जाता 'दोन दिवसात काय ते तुम्हाला सांगते' असे त्या म्हणाल्या.

यशवंतराव घरी परतल्यावर जमलेल्या सर्वांना त्यांनी हा प्रसंग सांगितला तेव्हा पटकन् कोणीतरी म्हणाले, "दोन दिवस कशाला, दोन तासातच त्यांचा निरोप येईल." इंदिरा गांधींनी आपला निर्णय कळविण्यासाठी दोन तासही घेतले नाहीत. अर्ध्या तासातच त्यांचा फोन आला आणि त्यांनी चव्हाणांनी दिलेल्या पाठिंब्याबद्दल आभार मानले. चव्हाणांना पंतप्रधान करण्याचे मराठी नेत्यांचे स्वप्न तिथेच संपुष्टात आले. मोरारजींचा पराभव करून इंदिरा गांधी पंतप्रधान झाल्या. यशवंतराव चव्हाणांची पंतप्रधानपदाच्या स्पर्धेतून माघार, हा महाराष्ट्राचा तात्पुरता पराभव नव्हता, तर यशवंतरावांनी पाठिंबा देऊनही त्यांच्या आणि महाराष्ट्र काँग्रेसच्या खच्चीकरणाचा प्रारंभ होता.

पंतप्रधान इंदिरा गांधींना यशवंतरावांनी तर बिनशर्त पाठिंबा दिला होता. त्यामुळे ते केंद्रीय संरक्षणमंत्री म्हणून कायम राहिले. मुख्यमंत्री वसंतराव नाईक यांनीही पंतप्रधानांशी जुळवून घेतले. त्यामुळे इंदिरा गांधींनी महाराष्ट्रात कोणताही थेट हस्तक्षेप केला नाही. १९६६ मध्ये तिसरी पंचवार्षिक योजना सुरू झाली. महाराष्ट्र एकसंध व एकतंत्र झाल्यानंतरची ही पहिलीच पंचवार्षिक योजना असल्याने तिला विशेष महत्त्व होते. सप्टेंबर १९६५ पासून सुरू झालेल्या दुष्काळ आणि अवर्षण यांमुळे महाराष्ट्राच्या २१ जिल्ह्यांत गंभीर परिस्थिती निर्माण झाली होती. ग्रामीण भागातील कामे लवकर व्हावी यासाठी प्रथमच ३ कोटी रुपये जिल्हा परिषदांच्या हवाली करण्यात आले. ज्वारी, तांदूळ आणि काही ठिकाणी नागली यांची मक्तेदारी पद्धतीने खरेदी करण्याची योजना सुरू झाली. औद्योगिकदृष्ट्या मागासलेल्या नाशिक, अकोला, नागपूर, जालना, औरंगाबाद, पोफळी, चिपळूण आणि रोहा या ठिकाणी सात नवे औद्योगिक विभाग सुरू झाले. मुंबई, पुणे, नागपूर, सोलापूर ही शहरे आणि त्यांच्या भोवतालच्या औद्योगिक परिसर या विभागात कायदेशीर शिधावाटप सुरू झाले. अल्पबचतीच्या क्षेत्रात महाराष्ट्र या काळात आघाडीवर होता. ६८ कोटी रुपयांचे उद्दिष्ट ओलांडून राज्याने १३ कोटी रुपये जास्त मिळविले.

सप्टेंबर १९६६ मध्ये महाराष्ट्र सरकारने जमीन महसूल कायद्यांचे एकत्रीकरण करणारे क्रांतिकारी विधेयक मांडले. विदर्भ, मराठवाडा आणि पश्चिम महाराष्ट्र पूर्वी वेगवेगळ्या राज्यांत असल्याने तेथील कायदेही वेगवेगळे होते. त्या सर्व कायद्यांतील चांगल्या बाबी एकत्र करून हा नवा कायदा तयार करण्यात आला. त्यात पडीक जमिनीतील जळाऊ लाकूड शेतकऱ्यांनी विनामूल्य नेण्याची सवलत, शेतीसाठी लागणारी गौण खनिजे माफक दरात मिळण्याची सवलत, दुसऱ्यांच्या शेतातून पाणी नेण्याचा हक्क, अवघ्या एक रुपया दराने नदी-नाल्यातील पाणी घेण्याची परवानगी आणि शेतसाऱ्याकरिता शेतकऱ्यांना खातेपुस्तिका ही या कायद्याची वैशिष्ट्ये होती.

याचबरोबरच पश्चिम महाराष्ट्र व मराठवाड्यात 'महाल' या नावाने संबोधिले जाणारे लहान तालुके होते. महालांचा कारभार चालविणारे 'महालकरी' आणि तालुक्याचा कारभार पाहणारे तहसीलदार यांचे कार्य आणि जबाबदाऱ्या सारख्याच होत्या. त्यामुळे सरकारने सर्व 'महालां'चे रूपांतर तालुक्यात केले. तीनशेपेक्षा जास्त लोकसंख्या असलेल्या वाड्यांचे किंवा तांड्यांचे स्वतंत्र गावात रूपांतर करणारा कायदा करण्यात आला. या सर्व नव्या उपक्रमांमुळे संपूर्ण महाराष्ट्रातील जमीन आणि महसुलासंबंधीचे कायदे आणि कारभार एकसंध आणि एकतंत्री झाले. महाराष्ट्राच्या व्यावहारिक एकत्रीकरणाची ही सुरुवात होती.

१९६८च्या सार्वत्रिक निवडणुकीच्या तोंडावर महाराष्ट्राला तीन मोठे धक्के बसले. १७ ऑक्टोबर १९६६ ला महाराष्ट्र-कर्नाटक आणि कर्नाटक-केरळ यांच्यातील सीमाप्रश्नासंबंधी महाजन आयोगाची नेमणूक करण्यात आली. केंद्रीय मंत्रिमंडळाच्या बैठकीत याबरोबरच आणखी एक महत्त्वाचा निर्णय झाला, तो म्हणजे गोव्यामध्ये जनमताचा कौल घेण्याचा. खरे तर २२ जानेवारी १९६५ला गोव्याच्या विधानसभेने महाराष्ट्रात विलीन होण्याच्या ठरावावर शिक्कामोर्तब केले होते. त्यामुळे केंद्रीय मंत्रिमंडळाने त्याला मान्यता देऊन गोव्याचे महाराष्ट्रात विलीनीकरण करणे एवढाच मुद्दा शिल्लक होता. प्रत्यक्षात मात्र गोवा महाराष्ट्रात जाऊ नये म्हणून जनमतकौलाचा डाव इंदिरा गांधींनी टाकला. त्यात महाराष्ट्र राज्यात विलीन व्हावे किंवा केंद्रशासित राहावे हेच दोन पर्याय दिले होते. दमण आणि दीव यांच्यासाठी मात्र गुजरातमध्ये विलीन व्हायचे की केंद्रशासित राहायचे हे दोन पर्याय होते. १९६७च्या सार्वत्रिक निवडणुकीपूर्वी हा जनमताचा कौल घेण्याचा निर्णय घेण्यात आला.

सर्व मराठीभाषक प्रदेश महाराष्ट्रात येण्याच्या दृष्टीने गोव्याचा जनमतकौल अत्यंत महत्त्वाचा होता. गोवा-मुक्तीसाठी जो राष्ट्रव्यापी लढा झाला, त्याचे नेतृत्वही महाराष्ट्रातील विविध पक्षीय नेत्यांनीच केले होते. त्यामुळे गोवा महाराष्ट्रात येणार असेच सर्वजण समजून चालले होते. प्रत्यक्ष जनमतकौलाच्या वेळी महाराष्ट्राच्या बाजूने कौल मिळावा म्हणून गोव्यात जे रान उठविणे आवश्यक होते ते काम मात्र कोणीही केले नाही. संपूर्ण महाराष्ट्र समितीला फक्त बेळगाव कारवारचा प्रश्न महत्त्वाचा वाटत होता आणि समितीची ताकदही संपली होती. गोवा-मुक्ती समितीही निष्क्रिय झाली होती. काँग्रेस पक्षानेही स्वतंत्रपणे या विलीनीकरणासाठी काही खास प्रयत्न केले नाहीत. काँग्रेस नेत्यांनी गोव्याचे मुख्यमंत्री दयानंद बांदोडकरांना आर्थिक मदत व साधने पुरविली असली तरी बांदोडकरांचे बदलत असलेले मानस काँग्रेस नेत्यांना

समजलेच नाही. गोव्याचे मुख्यमंत्रीपद बांदोडकरांनी भूषविल्यानंतर आणि त्यांच्या सहकाऱ्यांनाही मंत्रीपदे मिळाल्यानंतर महाराष्ट्रात जाऊन गोव्याला एका जिल्ह्याच्या पातळीवर का नेऊन ठेवायचे, हा प्रश्न त्यांना पडला आणि बांदोडकरांसह गोव्यातील नेत्यांचा महाराष्ट्रात विलीन होण्याचा उत्साह कमी झाला. साहजिकच विलीनीकरणासाठी धुंवाधार प्रचार झालाच नाही. गोव्यातील ख्रिश्चनांच्या युनायटेड गोवन्स पक्षाने मात्र गोवा केंद्रशासित राहावा म्हणून धडाकेबाज प्रचार केला. या सर्वांच्या परिणामी १६ जानेवारी १९६७ला झालेल्या जनमत कौलात गोमंतकीयांनी केंद्रशासित राहण्याचा निर्णय घेतला. महाराष्ट्राला हा मोठा धक्का होता.

हे सर्व घडत असतानाच १९६६च्या डिसेंबरमध्ये कोयनेला प्रलयंकारी भूकंप झाला. त्यामुळे संपूर्ण महाराष्ट्र हादरला. भूकंपाचे केंद्र असलेला पाटण तालुका हा महसूलमंत्री बाळासाहेब देसाई यांचा मतदारसंघ. या तालुक्यातील ७० हजार घरे भूकंपाने उद्ध्वस्त झाली. हजारो लोक बेघर झाले; पण बाळासाहेब देसाई आणि वसंतराव नाईक यांनी पाटणमध्येच मुक्काम ठोकून तातडीने मदतकार्य सुरू केले. महाराष्ट्राच्या सर्व भागांतून मदतीचा ओघ वाहात होता आणि डॉक्टरांची पथके तिथे पोचत होती. पुण्यातील पानशेत प्रलयानंतर यशवंतराव चव्हाणांनी ज्याप्रमाणे स्वत: लक्ष घातले, तसेच यावेळीही घडले. कोयना भूकंप ही स्थानिक घटना न ठरता महाराष्ट्रावरील संकट मानून सर्वांनी त्याचा सामना केला. हे तयार झालेले वातावरण महत्त्वाचे होते.

यशवंतरावांनंतर आधी कन्नमवार आणि नंतर वसंतराव नाईक यांना राज्यकारभारासाठी फारच थोडा वेळ मिळाला. पंचावार्षिक योजनांमधून तयार झालेला असंतोष, राज्याच्या विविध भागांतील मागासलेपणामुळे धुमसत असलेले समाजमन, शे. का. प., जनसंघ या विरोधी पक्षांनी अखंड चालविलेल्या आंदोलनांमुळे सरकारला जराही उसंत मिळाली नव्हती; पण शेतीविकास, धरणांचे कार्यक्रम, औद्योगिकीकरणात आघाडी आणि समाजवादी समाजरचनेचे स्वप्न घेऊन काँग्रेस वसंतराव नाईक यांच्या नेतृत्वाखाली महाराष्ट्रात १९६७ च्या सार्वत्रिक निवडणुकीला सामोरी गेली.

❑❑❑

प्रकरण ५

काँग्रेस वर्चस्व मजबूत

१९६७ सालच्या सार्वत्रिक निवडणुका देशभरातील काँग्रेसच्या वर्चस्वाला धक्का देणाऱ्या ठरल्या. १९६२ पासूनच उत्तर भारतात विरोधी पक्ष हळूहळू वेगवेगळ्या निमित्ताने एकमेकांशी सहकार्य करायला लागले होते. १९६३ मध्ये भारतीय जनसंघांच्या केंद्रीय कार्यकारिणीने 'विरोधी पक्षीयांनी देशहिताच्या अनेक मुद्द्यांवर एकत्र येऊन कार्य करावे, असा ठराव केला होता. पाठोपाठ अमरोहा आणि राजकोट येथे झालेल्या लोकसभा निवडणुकीत जनसंघाने राम मनोहर लोहिया आणि मिनू मसानी यांना सर्व प्रकारची मदत करून विजय मिळवून दिला. त्या आधी केरळ साम्यवाद्यांची सत्ता आली, त्यावेळीही जनसंघ नेते दीनदयाळ उपाध्याय यांनी त्याचे विश्लेषण वेगळ्या पद्धतीने केले होते. ते म्हणाले होते, ''केरळात साम्यवादी पक्षाचे सरकार स्थापन झाले, याचा आम्हास आनंद होत आहे आणि दुःखही होत आहे. आनंद अशासाठी की, आत्तापर्यंत लोकांच्या मनात एक भ्रममूलक धारणा होती की, काँग्रेसला सत्तेवरून कोणीच दूर करू शकणार नाही. तो भ्रम आता दूर झाला आहे. दुःख या गोष्टीचे की ज्यांची या देशावर यत्किंचितही निष्ठा नाही, ज्यांचा लोकशाहीवर आणि घटनात्मक कार्यपद्धतीवर यत्किंचितही विश्वास नाही अशा पक्षाकडून काँग्रेसचा पराभव झाला आहे. मात्र असे असले तरी चिंता करण्याचे कारण नाही. इतकी वर्षे सत्तेला घट्ट चिकटून बसलेल्या काँग्रेसलाही जर जनता सत्तेवरून खाली ओढू शकते, तर तीच जनता वस्तुस्थितीचे योग्य ज्ञान होताच उद्या साम्यवादांनाही सत्तेवरून फेकून दिल्याशिवाय राहणार नाही.''

१९६७ सालच्या निवडणुकीची चाहूल दीनदयाळ उपाध्याय, राम मनोहर लोहिया अशा नेत्यांना लागली होती. 'जनता काँग्रेसचे २० वर्षांचे नाकर्ते सरकार घालविण्यास उत्सुक आहे; पण तिला समर्थ पर्याय समोर दिसत नाही.' असे त्यांचे परिस्थितीचे विश्लेषण होते. पण विविध विचारांच्या पक्षांनी एकत्र येऊन आघाडी करण्याची मानसिकता मात्र तयार झाली नव्हती. म्हणून सर्व विरोधी पक्षांनी युती न करता स्थानिक पातळीवर देवाण-घेवाण करीत एकास एक उमेदवार देण्याचे प्रयत्न केले. जनसंघाने कम्युनिस्ट पक्षाशी मात्र कोणतीही तडजोड केली नाही. उपाध्याय आणि लोहिया यांचा अंदाज १९६७च्या निवडणुकीने खरा ठरवला. १७ पैकी ८ राज्ये काँग्रेसच्या हातातून गेली. काँग्रेसचे लोकसभेतील बळ ३६१ वरून २७९ पर्यंत घसरले. बहुमत फक्त १९वर येऊन पोचले असले तरी जगजीवनराम आपल्या ५०-६० समर्थकांना बरोबर घेऊन पक्षांतर करणार अशी बातमी पसरल्याने हे बहुमत तरी राहते की नाही अशी स्थिती निर्माण झाली.

या निवडणुकांत सर्वाधिक फायदा जनसंघाचा झाला. लोकसभेत त्याचे आधी १४ सदस्य होते. ते या निवडणुकीत ३५वर गेले. विविध विधानसभांत जनसंघाने ११६ सदस्य होते, ते यावेळी वाढून २६८ झाले. सर्वांत महत्त्वाची गोष्ट म्हणजे अन्य विरोधी पक्षांशी सहकार्य करून काँग्रेसचे राज्य घालविता येते, याची स्पष्ट जाणीव सर्वच पक्षांच्या नेत्यांना झाली. आठ राज्यांत काँग्रेस पक्ष पराभूत झाला असला तरी सर्वात मोठा पक्ष तोच होता. त्यांच्याकडे सत्ता जाऊ नये म्हणून विरोधी पक्षांनी एकत्र येऊन संयुक्त विधायक दलाची त्या त्या राज्यांत स्थापना केली आणि विरोधी पक्षांची सरकारे बनविली. निवडणुकीत पूर्वी कम्युनिस्टांसह संविद मंत्रिमंडळात सहभागी झाली.

देशभरातील विशेषत: उत्तरेतील या काँग्रेसविरोधी वातावरणाचा परिणाम महाराष्ट्रातील निवडणुकांवर मात्र फारसा झाला नाही. महाराष्ट्रात वसंतराव नाईक सरकारने घेतलेल्या अनेक निर्णयांमुळे लोकक्षोभ काँग्रेसच्या विरोधात जाण्याएवढा तीव्र होऊ शकला नाही. महाराष्ट्रातही कम्युनिस्ट, समाजवादी, जनसंघ, शे.का.प. हे महत्त्वाचे विरोधी पक्ष असले, तरी त्यांची ताकद काँग्रेसला थेट आव्हान देण्याएवढी वाढलेली नव्हती. १९६२च्या तुलनेत १९६७ मध्ये विरोधी पक्षीय आमदारांची संख्या थोडी वाढली आणि विरोधी पक्षांचे ८ खासदारही निवडून आले. पण काँग्रेसचे वर्चस्व मात्र अबाधित राहिले.

नेहरूंच्या निधनानंतर झालेली ही पहिली सार्वत्रिक निवडणूक काँग्रेस पक्षाच्या दृष्टीने अत्यंत महत्त्वाची ठरली. या निवडणुकीत नेहरूंप्रमाणेच इंदिरा गांधींनीही

प्रचारसभांचा देशभर झंझावात निर्माण केला. तोपर्यंत 'मुकी बाहुली' ठरलेल्या इंदिरा गांधींची ही तडफ आणि हा वेग देशभरातील लोकांना आकर्षित करणारा ठरला. निवडणूक निकालात काँग्रेसला मोठा धक्का बसला असला तरी इंदिरा गांधींची लोकप्रियता मात्र देशव्यापी ठरली. लोक काँग्रेसवर नाराज असले, तरी आपल्याबद्दल मात्र त्यांना आस्था आणि अगत्य आहे, याचेच दर्शन इंदिरा गांधींना जागोजाग झाले. इंदिरा गांधी आणि त्यांचे पक्षांतर्गत प्रतिस्पर्धी यांच्यातील अंतर वेगाने वाढत गेले.

१९६७ची निवडणूक इंदिरा गांधींना एका दृष्टीने अत्यंत उपकारक ठरली. काँग्रेस संघटनेतील 'सिंडिकेट' या नावाने ओळखले जाणारे पंचायतन अडचणीत आले. त्यापैकी निजलिंगप्पा यांनी निवडणूकच लढविली नव्हती. कामराज, अतुल्य घोष आणि स. का. पाटील हे तिघे पराभूत झाले. एकटे संजीव रेड्डीच काय ते निवडून आले. त्यामुळे यापैकी कोणाला आपल्या मंत्रिमंडळात घेण्याचा प्रश्न इंदिरा गांधींसमोर राहिला नाही. संजीव रेड्डींचीही त्यांनी सभापतिपदावर बोळवण केली. आव्हान शिल्लक होते, ते फक्त मोरारजी देसाई यांचे. इंदिरा गांधींनी थेट मोरारजींच्या घरी जाऊन बोलणी केली आणि मोरारजींनी उपपंतप्रधानपद घेण्याच्या अटीवर पंतप्रधानपदाची उमेदवारी मागे घेतली. त्यांना हवे असलेले गृहमंत्रीपद मात्र इंदिरा गांधींनी दिले नाही. तेव्हा मोरारजींना अर्थखात्यावर समाधान मानावे लागले.

नेहरूंनी पंतप्रधान असताना आपली प्रतिमा डावी, पुरोगामी ठेवण्याचा सतत प्रयत्न केला होता. १९६७च्या निवडणुकीत सिंडिकेटचे नेते पराभूत झाले असले, तरी काँग्रेस संघटना त्यांच्याच ताब्यात होती. त्यांनी मोरारजींशी जवळीक निर्माण केल्याने इंदिरा गांधी आणि मोरारजी यांच्यातील संघर्ष विकोपाला गेला. सिंडिकेटवर मात करण्यासाठी आणि काँग्रेसवर निर्णायक वर्चस्व मिळविण्यासाठी डावी आणि पुरोगामी प्रतिमाच आपल्याला उपयोगी पडेल हे इंदिरा गांधी यांच्या लक्षात आले. काँग्रेसमध्ये डावा विचार प्रभावी असावा म्हणून 'तरुण तुर्कां'चा एक गट अस्तित्वात आला होता. या तरुण तुर्कांनी मोरारजींना उजवे, प्रतिगामी अर्थमंत्री ठरवून त्यांच्यावर संसदेत अणि संसदेबाहेर हल्ले सुरू केले. त्यामधून काँग्रेसमध्ये नवमतवादी पुरोगामी आणि पुराणमतवादी प्रतिगामी यांच्यात निर्णायक संघर्ष सुरू झाला आहे, असे वातावरण तयार झाले. साम्यवादी विचारवंत आणि नेते, हा लढा बळकट करण्यासाठी, इंदिरा गांधी यांच्या छावणीत दाखल झाले आणि हा संघर्ष अधिकच वाढत गेला.

इंदिरा गांधी आणि मोरारजी देसाई यांच्यातील संघर्ष अंतिम टप्प्यात पोचला, तो राष्ट्रपतीपदाच्या निवडणुकीच्या निमित्ताने. राष्ट्रपती झाकिर हुसेन यांचे मे १९६९ मध्ये आकस्मित निधन झाले. राष्ट्रपतिपदासाठी मोरारजींनी संजीव रेड्डी यांचे नाव

सुचविले. रेड्डी राष्ट्रपती झाले, तर आपले पंतप्रधानपद धोक्यात येऊ शकते, हे लक्षात घेऊन इंदिरा गांधी यांनी पंतप्रधानपदाचे दुसरे इच्छुक जगजीवनराम यांचे नाव सुचविले. दोघांपैकी कुणीही माघार घेण्यास तयार नव्हते. अखेर पक्षाचा अधिकृत उमेदवार ठरविण्यासाठी संसदीय मंडळाची बैठक भरली. इंदिरा गांधी यांनी जगजीवनराम यांचे नाव सुचविताच स. का. पाटील यांनी संजीव रेड्डींचे नाव सुचविले. पक्षाध्यक्ष असल्याने निजलिंगप्पा मतदान करणार नव्हते. स्वत: उमेदवार असल्याने जगजीवनरामही मतदानात भाग घेणार नव्हते. उरलेल्या ६ जणांपैकी मोरारजी, कामराज, स. का. पाटील, रेड्डी यांच्या बाजूने होते. फक्रुद्दीन अली अहमद आणि इंदिरा गांधी जगजीवनराम यांच्या बाजूने होते. यशवंतराव चव्हाण आपल्यामागे उभे राहतील असे इंदिरा गांधींना वाटत होते; पण चव्हाणांनी आपले मत रेड्डींच्या पारड्यात टाकले. त्यामुळे इंदिरा गांधींचा प्रस्ताव फेटाळला गेला आणि संजीव रेड्डी यांना उमेदवारी मिळाली. तीन-तीन अशी मतविभागणी झाली, तर आपल्याला ही निवड पुढे ढकलण्यास संधी मिळेल, असे इंदिरा गांधींना वाटत होते. म्हणूनच यशवंतरावांचे आयत्यावेळचे मतपरिवर्तन त्यांना पाठीत खंजीर खुपसण्याइतके विश्वासघातकी वाटले. याबद्दल त्यांनी चव्हाण यांना तर कधी माफ केले नाहीच; पण महाराष्ट्राबद्दलही मनात आकस धरला.

संजीव रेड्डी काँग्रेसचे अधिकृत उमेदवार ठरल्यावर इंदिरा गांधी यांनी हंगामी राष्ट्रपती व्ही. व्ही. गिरी यांना अपक्ष उमेदवार म्हणून उभे राहण्यास प्रवृत्त केले. या निवडणुकीला उजवे प्रतिगामी विरुद्ध डावे पुरोगामी असा रंग देण्यासाठी इंदिरा गांधी यांनी वेगवेगळी पावले टाकण्यास सुरुवात केली. मोरारजी यांना कोणतीही पूर्वसूचना न देता त्यांच्याकडील अर्थखाते काढून घेतले. इंदिरा गांधी यांनी त्यांना दुसरे खाते देण्याची तयारी दर्शविली असली, तरी मोरारजी राजीनामाच देतील अशी त्याची अटकळ होती. घडलेही तसेच. मोरारजींनी राजीनामा देताच इंदिरा गांधी यांनी पुरोगामी आर्थिक कार्यक्रमाच्या अंमलबजावणीसाठी अर्थखाते स्वत:कडे घेतले. पंतप्रधान सचिवालयात ६ महिने आधीपासूनच बँकांच्या राष्ट्रीयीकरणाची चर्चा सुरू होती. मोरारजी त्याला तयार होणार नाहीत, हे सर्वांनाच माहीत होते. त्यामुळेच इंदिरा गांधी यांनी अर्थखाते स्वत:कडे घेतले आणि १९ जुलै १९६९ला देशातील १४ प्रमुख शेड्युल्ड बँकांचे राष्ट्रीयीकरण करणारा वटकुहूम जारी केला. पाठोपाठ ४ ऑगस्ट १९६९ला बँक राष्ट्रीयीकरणाचे विधेयक त्यांनी लोकसभेत मंजूर करून घेतले.

राष्ट्रपतीपदाची निवडणूक २० ऑगस्ट १९६९ला होणार होती. त्याआधीच बँक राष्ट्रीयीकरण केल्याने इंदिरा गांधी यांची प्रतिमा 'समाजवादाच्या संरक्षक' अशी

झाली. नंतर कामगार नेते असलेल्या व्ही. व्ही. गिरींना निवडून आणण्यासाठी त्यांनी सदसद्‌विवेकबुद्धीचे आवाहन केले. त्या म्हणाल्या, "राष्ट्रपतीपदाची निवडणूक ही पक्षीय बाब होऊच शकत नाही. म्हणून रेड्डी आणि गिरी यांपैकी कोणाला मत द्यायचे, हे ज्याने त्याने आपल्या सदसद्‌विवेकबुद्धीने ठरवावे, हे चांगले." या निवडणुकीत संजीव रेड्डी काँग्रेसचे अधिकृत उमेदवार होते. अपक्ष व्ही. व्ही. गिरी यांना दोन्ही कम्युनिस्ट पक्ष, द्रविड मुनेत्र कळघम, संयुक्त समाजवादी पक्ष, प्रजा समाजवादी पक्ष, क्रांतिकारी समाजवादी पक्ष, मुस्लिम लीग आणि काही अपक्ष यांचा पाठिंबा होता. दुसरे अपक्ष उमेदवार ज्येष्ठ अर्थतज्ज्ञ चिंतामणराव देशमुख यांना स्वतंत्र पक्ष, जनसंघ, भारतीय क्रांती दल यांचा पाठिंबा होता. सद्‌सद्‌विवेकबुद्धीला स्मरून काही काँग्रेस खासदार व आमदारांनी व्ही. व्ही. गिरी यांना मतदान केले असले, तरी गिरी यांना निवडून येण्यासाठी दुसऱ्या फेरीची प्रतीक्षा करावी लागली. या निवडणुकीत गुजरात, महाराष्ट्र, म्हैसूर ही राज्ये रेड्डी यांच्या बाजूने उभी होती. आंध्र प्रदेशमध्ये तर २०१ काँग्रेस आमदारांपैकी ११८ जणांनी रेड्डी यांना मते दिली. व्ही. व्ही. गिरी यांच्या विजयामुळे भारतीय राजकारणाला आणि काँग्रेसच्या अंतर्गत संघर्षाला निर्णायक वळण मिळाले. महाराष्ट्र या निवडणुकीत रेड्डी यांच्यामागे उभा राहिल्याने इंदिरा गांधी यांचा महाराष्ट्राबद्दलचा आकस अधिकच बळकट झाला.

काँग्रेसजनांनी इंदिरा गांधी यांच्या सांगण्यावरूनच पक्षाच्या अधिकृत उमेदवाराला तोंडघशी पाडल्याने सिंडिकेटचे नेते संतप्त झाले. पंतप्रधानांनीच शिस्तभंगाला प्रोत्साहन द्यावे हे त्यांना अजिबात रुचले नाही. म्हणून काँग्रेस कार्यकारिणीने गंभीर पक्षद्रोह केल्याबद्दल पंतप्रधान इंदिरा गांधी यांना पक्षातून काढून टाकले. त्यांचे प्राथमिक सदस्यत्वही रद्द केले. काँग्रेस पक्षात अध्यक्ष विरुद्ध पंतप्रधान हा संघर्ष नेहरूंपासून चालत आला असला, तरी पंतप्रधानांनाच पक्षातून काढून टाकण्याची ही पहिलीच घटना होती. पण पंतप्रधानपदी इंदिरा गांधी बसल्या आहेत याचा मात्र सिंडिकेट नेत्यांना विसर पडला होता. इंदिरा गांधी यांनी १ नोव्हेंबर १९६९ला स्वत:चा वेगळा पक्ष स्थापन केला. त्याला 'इंडियन नॅशनल काँग्रेस (आय)' असे त्यांनी म्हटल्याने ती 'इंडिकेट' काँग्रेस झाली. लोकसभेतील २६५ काँग्रेस सदस्यांपैकी २०० जणांनी इंडिकेट काँग्रेसचा ध्वज खांद्यावर घेतला. जे लोक निवडणुकीत रेड्डी यांच्या मागे उभे होते, तेही रेड्डी पराभूत होताच इंडिकेट काँग्रेसमध्ये आले. इंडिकेट काँग्रेस हीच खरी काँग्रेस ठरली. यशवंतराव चव्हाणांसह महाराष्ट्रातील काँग्रेसही इंदिरा गांधी यांच्यामागे उभी राहिल्याने इतर राज्यांप्रमाणेच महाराष्ट्र काँग्रेसमध्ये फूट पडली नाही. चव्हाणांसह महाराष्ट्र काँग्रेसने असा पाठिंबा दिला असला, तरी

महाराष्ट्राबद्दलचा इंदिरा गांधी यांचा आकस कायमच होता, याचा प्रत्यय आणखी थोड्या वर्षांतच आला.

काँग्रेस पक्षात उभी फूट पडल्याने इंदिरा गांधी यांचे सरकार अल्पमतात गेले. आपले पद टिकवून धरण्यासाठी त्यांना भारतीय कम्युनिस्ट पक्ष, द्रविड मुनेत्र कळघम आणि अपक्ष सदस्यांचा पाठिंबा घ्यावा लागला. पक्षातील तरुण तुर्क, संस्थानिकांचे भत्ते व तनखे रद्द करावेत म्हणून सरकारवर दबाव आणायला लागले. सर्वच डाव्या पक्षांचा त्याला पाठिंबा होता; पण संस्थानिकांचे तनखे रद्द करण्यासाठी घटनादुरुस्तीची गरज होती. त्यासाठी संसदेच्या दोन्ही सभागृहात दोन तृतीयांश बहुमताची आवश्यकता होती. संस्थानिकांचे तनखे रद्द करण्याचा निर्णय हे मोठे पुरोगामी पाऊल असल्याचा प्रचार झाल्याने अल्पमतातील सरकारला लोकसभेत दोन तृतीयांश मतांनी ते विधेयक संमत करता आले; पण राज्यसभेत मात्र एका मताने ते फेटाळले गेले. त्याच दिवशी संध्याकाळी मंत्रिमंडळाच्या तातडीच्या बैठकीत संस्थानिकांची मान्यताच काढून घेण्याचा निर्णय इंदिरा गांधी यांनी घेतला. तसा वटहुकूमही लगेच काढण्यात आला. मान्यताच काढून घेतल्याने माजी संस्थानिकांचा तनखा घेण्याचा अधिकारही रद्द झाला.

या घटनेमुळे राजकारणात आधीच सक्रिय असलेले माजी संस्थानिक स्वतंत्र पक्ष आणि जनसंघाच्या मागे उभे राहिले. बडे उद्योगसमूह आणि त्यांची वृत्तपत्रेही गांधीविरोधात यात दोन पक्षांच्या पाठीशी उभी राहिली. त्यांनी इंदिरा गांधी भारताचे कम्युनिस्ट राष्ट्रात रूपांतर करीत आहेत, अशी टीका सुरू केली. कम्युनिस्टांना तर केंद्रीय मंत्रिमंडळात जाण्याची स्वप्ने पडू लागली. अशा वातावरणातच देशात लष्करी उठाव होण्याची शक्यता आहे असा अहवाल गुप्तचर यंत्रणेने दिला. सर्व प्रमुख शहरात तशा अफवाही पसरल्या. भारतीय सैन्याचे प्रमुख जनरल माणेकशा यांनाही लोक 'तुम्ही देश कधी ताब्यात घेणार' असा प्रश्न विचारायला लागले. प्रत्यक्षात माणेकशांसह कोणत्याही प्रमुख सेनाधिकाऱ्यांना राजकीय महत्त्वकांक्षा नव्हती. त्यामुळे लष्करी उठावाचा प्रश्नच नव्हता; पण अशा आत्यंतिक विरोधी वातावरणात अल्पमतातील सरकार फार काळ चालू ठेवणे शक्य नाही हे इंदिरा गांधी यांच्या लक्षात आले. त्यांनी लोकसभेची मुदतपूर्व निवडणूक घेण्याचा निर्णय घेऊन २७ डिसेंबर १९७०ला राष्ट्रपतींची भेट घेतली आणि लोकसभा बरखास्त करून फेब्रुवारी १९७१ मध्ये मुदतपूर्व निवडणूक घेण्याचा सल्ला दिला. राष्ट्रपतींनी त्वरित तशी घोषणाही केली.

आकाशवाणीवरून देशाला उद्देशून केलेल्या भाषणांत इंदिरा गांधी म्हणाल्या, ''चौथ्या लोकसभेची मुदत संपण्यापूर्वीच निवडणूक घेण्याचे मी ठरविले आहे. कारण

केवळ सत्तेत मला स्वारस्य नाही. लोकांच्या अपेक्षा पुऱ्या करता याव्यात, यासाठी मी सत्तास्वीकार केलेला आहे. माझ्या सरकारने बँकांचे राष्ट्रीयीकरण केले, संस्थानिकांचे तनखे काढून घेतले, मक्तेदारी वाढू नये म्हणून आयोग नेमला आहे. आमच्या या पुरोगामी कार्यक्रमाला देशातील प्रतिगामी शक्ती विरोध करू पाहत आहेत. सर्वोच्च न्यायालयाच्या निर्णयावरूनही हेच दिसत आहे. काळ कोणाकरिताच थांबत नसतो. कोट्यवधी लोक सरकारकडे अन्न, निवारा आणि रोजगार यांच्यासाठी अपेक्षेने पाहात आहेत. लोकशाहीत सत्ता लोकांच्या हातात असे म्हणून आमच्या पुरोगामी कार्यक्रमांना लोकांचा पाठिंबा आहे किंवा नाही याचा कौल घेण्यासाठी एक वर्ष अगोदर निवडणूक घेण्याचे माझ्या सरकारने ठरविले आहे.'' इंदिरा गांधी यांचा हा निर्णय विरोधकांप्रामणेच समर्थकांनाही गोंधळात टाकणारा ठरला.

संघटना काँग्रेस या नावाने ओळखली जाऊ लागलेली सिंडिकेट काँग्रेस, स्वतंत्र पक्ष, जनसंघ आणि संयुक्त समाजवादी पक्ष या चार पक्षांनी इंदिरा गांधी यांच्या विरोधात महाआघाडी उभी केली आणि 'इंदिरा हटाव'ची घोषणा दिली. केवळ इंदिरा विरोधासाठी एकत्र आलेल्या या पक्षांत वैचारिक साम्य तर नव्हतेच; पण स्थानिक पातळीवरही समन्वयाचा अभाव होता. त्यामुळेच अनेक ठिकाणी आघाडीतील घटक पक्ष एकमेकांविरुद्ध उभे ठाकले. त्यामुळे आघाडीतील पोकळपणा अधिकच उघड झाला. इंदिरा गांधी यांनी मात्र देशभर धडाकेबाज प्रचार केला. 'इंदिरा हटाव' या घोषणेला उत्तर म्हणून त्यानी 'गरिबी हटाव' ही घोषणा केली आणि बहुजनांच्या उद्धारासाठीच आपण उभे आहोत आणि विरोधक आपल्याला संपविण्यास निघाले आहेत, अशी प्रतिमा उभी केली. संपूर्ण निवडणुकीत काँग्रेस पक्ष नव्हे, तर एकट्या इंदिरा गांधीच निवडणुकीला उभ्या आहेत, असे चित्र निर्माण झाले. पंडित नेहरूंप्रमाणेच इंदिरा गांधी यांनी या निवडणुकीला राष्ट्रीय सार्वमताचे स्वरूप दिले आणि 'गरिबी हटाव' वर मत मागितले. इंदिरा गांधी यांच्या या झंझावातामुळे निर्माण झालेली 'इंदिरा लाट' किती मोठी आहे, याचा भल्याभल्यांना अंदाजच आला नाही. लोकसभेच्या ५१५ जागांपैकी ३६० जागा जिंकून इंदिरा गांधी यांनी दोन-तृतीयांश बहुमत मिळविले. महाराष्ट्रातही ४४ पैकी ४३ जागा इंडिकेट काँग्रेसला मिळाल्या. फक्त मधू दंडवते यांना आपली राजापूरची जागा राखता आली.

राष्ट्रीय पातळीवर या महत्त्वाच्या घटना घडत असतानाच महाराष्ट्रातही वसंतराव नाईक यांचे सरकार काँग्रेस वर्चस्वाला मजबूत करणारे महत्त्वाचे निर्णय घेत होते. २ जून १९६७ला राज्यातील जिल्हा परिषदेच्या निवडणुकांचे निकाल लागले आणि निवडणूक झालेल्या सर्व २४ जिल्हा परिषदांत काँग्रेसला निर्विवाद बहुमत मिळाले.

विरोधी पक्ष तोवर ग्रामीण भागात शिरू शकलेले नाहीत, हे या निवडणुकीने सिद्ध झाले. पाठोपाठ १५ जून १९६७ला पंचायत समितीच्या निवडणुका झाल्या. पंचायत समितीचे अध्यक्ष जिल्हा परिषदेचे पदसिद्ध सभासद असतात. त्यामुळे पंचायत समिती निवडणुकांनी जिल्हा परिषदांच्या निवडणुका पूर्ण झाल्या. यावेळी काँग्रेसची रिपब्लिकन पक्षाशी युती झाली होती.

महाराष्ट्र – म्हैसूर आणि म्हैसूर–केरळ यांच्यातील सीमाप्रश्नासंबंधी नेमलेल्या न्या. मेहेरचंद महाजन आयोगाने आपला अहवाल ४ नोव्हेंबर १९६७ला प्रसिद्ध केला. त्यात म्हैसूरलाच झुकते माप देण्यात आल्याने महाराष्ट्रात त्यावर संतप्त प्रतिक्रिया उमटल्या. या अहवालात पुढील भाग म्हैसूर राज्याकडून महाराष्ट्राला जोडण्याची विनंती करण्यात आली.

(१) बेळगाव जिल्ह्यातील निपाणी शहर आणि चिकोडी तालुक्यातील निपाणी भागातील ४० गावे.

(२) बेळगाव जिल्ह्यातील हुक्केरी तालुक्यातील महाराष्ट्र राज्याने दावा केलेल्या १८ गावांपैकी ९ गावे.

(३) बेळगाव तालुक्यातील महाराष्ट्र सरकारने प्रथम हक्क सांगितलेल्या ८६ गावांपैकी ८२ गावे.

(४) महाराष्ट्र राज्याने बेळगाव शहरावर सांगितलेला हक्क अमान्य करण्यात आला असून हे शहर महाराष्ट्रात न घालण्याची शिफारस करण्यात आली आहे.

(५) महाराष्ट्र राज्याने खानापूर तालुक्यातील २०६ गावांवर हक्क सांगितला होता, त्यापैकी १५२ गावे त्या राज्यांत घालण्याची शिफारस करण्यात आली आहे. तसेच खानापूर व नंदगड ही शहरेही महाराष्ट्राला देण्याची शिफारस करण्यात आली.

अशाप्रकारे महाराष्ट्र राज्याने हक्क सांगितलेल्या ८१४ गावांपैकी २६४ गावे आणि निपाणी, खानापूर व नंदगड ही शहरा त्या राज्यात समाविष्ट करण्याची शिफारस करण्यात आली. बिदर जिल्ह्यातील तसेच उत्तर कानडा जिल्ह्यातील तीन तालुक्यांतील गावे, अथणीमधील ९ गावे आणि हुक्केरी तालुक्यातील २२ गावांपैकी १३ गावे यावर महाराष्ट्र राज्याने सांगितलेला हक्क अमान्य करण्यात आला. खानापूर तालुक्यातून म्हैसूरमध्ये समाविष्ट करण्यासाठी शिफारस केलेले विभाग पुढीलप्रमाणे–

(१) अक्कलकोट संपूर्ण तालुका.

(२) जत तालुक्यातील महाराष्ट्राने म्हैसूरला देऊ केलेली ४४ गावे; याच तालुक्यातील आणखी इतर ५४ खेड्यांवर म्हैसूरने सांगितलेला हक्क मान्य केला नाही.

(३) दक्षिण सोलापूर तालुक्यांमधील महाराष्ट्र सरकारने म्हैसूरला देऊ केलेली ६५ गावे; हा सबंध तालुकाच आपल्याला मिळावा हा म्हैसूरचा दावा अमान्य केला.

(४) गडहिंग्लज तालुक्यांतील महाराष्ट्र सरकारने म्हैसूर राज्यास देऊ केलेल्या २४ गावांपैकी १५ गावे म्हैसूरला देण्याची शिफारस केली.

(५) शिरोळ तालुक्यातील १९ गावे म्हैसूरला देण्याची तयारी महाराष्ट्राने दाखविली होती. परंतु नंतर महाराष्ट्राने ही तयारी मागे घेतली. या तालुक्यातील एकही गाव महाराष्ट्रातून म्हैसूरमध्ये जाऊ नये, असे आपले मत असल्याचे म्हटले त्याचप्रमाणे, मंगळवेढे तालुक्यांतील जी ९ गावे म्हैसूरला देण्याची तयारी महाराष्ट्राने दर्शविली होती, ती ९ गावेही म्हैसूरमध्ये जावीत हे मान्य केले नाही.

सोलापूर शहर, चांदगड तालुका आणि उत्तर सोलापूर तालुका यावरील म्हैसूरचा हक्क अमान्य केला.

भाषिक तत्त्वापेक्षा प्रशासकीय, आर्थिक, भौगोलिक आणि दळणवळणविषयक बाबींचा विचार करून मंडळाने ही शिफारस केली. केरळ व महाराष्ट्राने अहवालास विरोध केला, तर म्हैसूरने अहवालाच्या त्वरित अंमलबजावणीचा आग्रह धरला. म्हैसूरचे एस. एम. निजलिंगाप्पा म्हणाले की, महाजन अहवाल संसदेपुढे मांडण्यापूर्वी मुख्यमंत्री त्याबद्दल भारत सरकारने आपला निर्णय निश्चित केला पाहिजे. महाराष्ट्राचे मुख्यमंत्री नाईक यांनी अहवाल अमान्य असल्याचे सांगितले.

८ एप्रिल १९६८ला राज्य सरकारने प्रथमच शैक्षणिक श्वेतपत्रिका विधिमंडळात सादर केली. महाराष्ट्रातील जनतेचे जीवन, गरजा आणि आकांक्षा यांचा विचार करून गुणवत्ता विकासाला भरपूर संधी देणारे हे नवे शैक्षणिक धोरण असल्याचे शिक्षणमंत्री मधुकरराव चौधरी यांनी सांगितले. या श्वेतपत्रिकेवर शिक्षणतज्ज्ञ, शिक्षक, संस्थाचालक, लोकप्रतिनिधी व सामान्य जनतेची मते विचारात घेऊन पुढील २० वर्षांचे शैक्षणिक धोरण आखण्याचा संकल्पही शिक्षणमंत्र्यांनी जाहीर केला.

२ जुलै १९६८ला मुख्यमंत्री वसंतराव नाईक यांनी राहुरी येथे कृषीविद्यापीठाची स्थापना करण्याची घोषणा केली. राज्य सरकारची सात शेती महाविद्यालये आणि दोन पशुवैद्यकीय महाविद्यालये या कृषीविद्यापीठाला जोडण्यात आली. पाठोपाठ १३ नोव्हेंबर १९६८ला मुख्यमंत्र्यांनी विदर्भातही स्वतंत्र कृषीविद्यापीठ स्थापण्याची घोषणा केली आणि कोकण व मराठवाडा विदर्भात विद्यापीठांचे उपविभाग सुरू करून १० वर्षांत त्यांना विद्यापीठाचा दर्जा देण्याचे जाहीर केले. यामुळे यशवंतराव चव्हाण यांनी पाहिलेले स्वप्न प्रत्यक्षात येण्यास सुरुवात झाली.

१० मार्च १९६९ पासून महाराष्ट्रात प्रथमच लॉटरी सुरू करण्यात आली. ७ एप्रिल १९६९ला विधानसभेत सहकार कायदा दुरुस्ती विधेयक मंजूर झाले. या विधेयकामुळे सहकार रजिस्ट्रारना जादा अधिकार मिळाले, तर सहकारी संस्थांच्या अध्यक्षांना जास्त काळ, म्हणजे ६ वर्षे, अध्यक्षपदी राहण्याची तरतूद झाली. सहकारी संस्था आणि कारखाने आपल्याच हातात ठेवण्यासाठी धडपडणाऱ्या सहकार सम्राटांना त्यामुळे अभय मिळाले. यातूनच पुढे साखर सम्राटांची घराणी तयार झाली. राज्य लोकलेखा समितीच्या अध्यक्षपदी विरोधी पक्षाच्या सदस्याला नियुक्त करण्याची प्रथा याच काळात सुरू झाली. काँग्रेस पक्षात मंत्री होण्यासाठी इच्छुक असलेल्यांची संख्या वाढत चालली होती आणि त्यातून लहान-सहान पक्षांतर्गत वादही होत होते. त्यांना आवर घालण्यासाठी मुख्यमंत्र्यांनी मंत्रिमंडळाची संख्या २५ वरून ३१ वर नेली. मंत्रिमंडळाची रचना त्रिस्तरीय म्हणजे कॅबिनेट, राज्यमंत्री आणि उपमंत्री अशी होती. काही खात्यांची विभागणी करून ६ नव्या मंत्र्यांचा समावेश मंत्रिमंडळात करण्यात आला.

महाराष्ट्रातील प्रत्येक जिल्ह्यातील सर्वंकष विकास योजना सुरू करण्याची घोषणा मुख्यमंत्र्यांनी ८ डिसेंबर १९६९ला केली. जिल्हा पातळीवरील आपल्या विकासयोजना जिल्हा परिषदांनी जिल्ह्याच्या गरजा व सुप्त शक्ती ध्यानात ठेवून कराव्यात आणि त्या राज्याच्या वार्षिक योजनेत समाविष्ट व्हाव्यात अशीही कल्पना होती. विकासाचा केवळ विभागवार विचार न करता नियोजन थेट जिल्ह्यापर्यंत नेण्याचा हा प्रयत्न होता. याच दृष्टिकोनातून सरकारने मराठवाडा औद्योगिक विकास मंडळाच्या धर्तीवर कोकण, पश्चिम महाराष्ट्र आणि विदर्भ या तीन विभागांसाठी तीन स्वतंत्र औद्योगिक विकास महामंडळे स्थापना करण्याची घोषणा २० जुलै १९७० रोजी केली.

याच काळात कृषीविषयक तंत्राचे आधुनिकीकरण, जास्तीत जास्त उत्पादनाची शक्यता असणाऱ्या विभागात संकरित व जास्त उत्पन्न देणाऱ्या बियाणांची सघन लागवड करणे आणि सतत अवर्षणग्रस्त असलेले विभाग, छोटे शेतकरी आणि भूमिहीन शेतमजूर यांच्याकडे खास लक्ष पुरविणारे कृषीधोरण राबविण्यात आले. कृषी संवर्धनासाठी कृत्रिम गर्भधारणेची तीव्र विभागीय केंद्रे आणि १५ उपकेंद्रे स्थापन करण्यात आली. मत्स्यव्यवसाय, दुग्धव्यवसाय व पशुधनाचा विकास या क्षेत्रांत पैदाशीच्या सुधारणेवर अधिक भर देण्यात आला. अधिक मासे पकडण्यासाठी यांत्रिक होड्या, किनाऱ्यावर माल उतरविणे-साठविणे, त्यावर प्रक्रिया करून विक्री अथवा निर्यात, असा कार्यक्रम घेण्यात आला. त्यामुळे पश्चिम किनाऱ्यावरील मच्छीमार विभाग अद्ययावत झाला.

भारतीय जनसंघाचे संस्थापक अध्यक्ष डॉ. शामाप्रसाद मुखर्जी यांनी पहिल्या लोकसभेत कॉँग्रेसविरोधी काही पक्षांची आघाडी उभी केली होती. या आघाडीचे नेतेपद मुखर्जी यांच्याकडेच होते. १९६७च्या निवडणुकीनंतर महाराष्ट्र विधिमंडळात अशी आघाडी उभारण्यात जनसंघाच्या रामभाऊ म्हाळगी यांनी पुढाकार घेतला. या आघाडीने विधानसभेत कधी कृष्णराव धुळुप, तर कधी दि. बा. पाटील यांना विरोधी पक्षनेतेपद दिले. विधानपरिषदेत आघाडीचे नेतृत्व जनसंघाचे उत्तमराव पाटील यांनी करून विरोधी पक्षनेतेपद सांभाळले. विरोधी पक्षांचे सदस्य संख्येने कमी असले, तरी सर्वच अभ्यासू आणि उत्तम वक्ते होते. विविध प्रश्नांवर विधिमंडळ दणाणून सोडत विरोधकांनी आक्रमकपणे सरकारला धारेवर धरले होते.

जनसंघाने या काळात काही महत्त्वाचे लढे लढविले. त्यात वारणा खोऱ्याचा लढा होता. वारणा नदीवर बांधल्या जाणाऱ्या खुजगाव येथील धरणामुळे ४०-४२ वर गावे पाण्याखाली बुडणार होती. त्याला विरोध करण्यासाठी धरणविरोधी सर्वपक्षीय कृती समिती स्थापन झाली होती. तिथे नेतृत्व संपूर्ण महाराष्ट्र समितीच्या नेत्यांकडे होते; पण ही समितीही लवकरच बरखास्त झाली, तेव्हा जनसंघाने या धरणविरोधी लढ्याचे नेतृत्व केले. 'कोण वाचवील वारणा खोरं, जनसंघाची जवान पोरं' अशा घोषणा वारणा खोऱ्यात घुमवीत अण्णा डांगे यांनी संपूर्ण परिसरात रान उठविले आणि ७ जून १९६९ च्या शिराळ्यातील प्रचंड मोर्चाने सरकारला धरणाची जागा बदलण्यास भाग पाडले.

धुळे जिल्ह्यातील अक्कलकुवा या तालुक्याच्या ठिकाणी पोलिस स्टेशन, मामलेदार कचेरी, पंचायत समिती कार्यालय असे सर्वकाही होते; पण पोलिस कस्टडी आणि न्यायालय नव्हते. आरोपींना न्यायालयात हजर करण्यासाठी २० किलोमीटरवरील तळोदा येथे जावे लागे. त्यामुळे पकडलेल्या आरोपींना त्यांनी पळून जाऊ नये म्हणून ट्रेझरी ऑफिसच्या ओट्यावरील शेडच्या खांबाला साखळदंडाने गुरासारखे बांधून ठेवण्यात येई. जनसंघाचे लखन भतवाल यांनी या अघोरी प्रकाराला छायाचित्रासह वाचा फोडली. देशभरातील वृत्तपत्रांनी या वृत्ताला आणि छायाचित्राला भरपूर प्रसिद्धी दिलीच; पण अमेरिकेतील 'टाइम' या साप्ताहिकानेही हे छायाचित्र मृखपृष्ठावर छापले. त्यामुळे आंतरराष्ट्रीय पातळीवरही दबाव निर्माण झाला, तेव्हा सरकारला तातडीने अक्कलकुवा येथे पोलिस कस्टडीची सोय करावी लागली. याच काळात धडगावला आदिवासींच्या बेबंद जप्त्या सुरू झाल्या. त्याविरुद्धही जनसंघाने विधिमंडळात आणि बाहेर रण माजविले. त्यामुळे मुख्यमंत्री वसंतराव नाईक यांनी तातडीने या जप्त्या रद्द केल्या. तळोदे तालुक्यातील सिलिंगपूर येथील ७४० एकर पडीक जमीन आदिवासींना मिळावी म्हणून जनसंघाने केलेला सत्याग्रहही गाजला.

१९६७ ते १९७२ या काळात शिवसेना एक महत्त्वपूर्ण आक्रमक संघटना म्हणून झपाट्याने पुढे आली. १९६७च्या सार्वत्रिक निवडणुकीत शिवसेनेने मुंबई-ठाण्यातील १४ लोकसभा उमेदवारांना आपला पाठिंबा जाहीर केला होता. शिवसेनेचा पाठिंबा मिळविणारे उमेदवार काँग्रेसप्रमाणेच जनसंघाचे आणि अपक्षही होते. उमेदवार पाहून किंवा कम्युनिस्टांना विरोध म्हणून हे पाठिंबे शिवसेनेने दिले होते. पण शिवसेना निवडणुकीत मात्र उतरली नव्हती. शिवसेनेच्या प्रखर विरोधामुळे कृष्ण मेनन पडले असले, तरी डांगे, हरिभाऊ गोखले आणि जॉर्ज फर्नांडिस हे प्रमुख नेते मात्र निवडून आले होते. या निवडणुकीमुळे शिवसेना प्रत्यक्ष निवडणुकीच्या राजकारणात सहभागी झाली असली तरी ती स्पर्धक नव्हती. ते पाऊल शिवसेनेने लगेचच उचलले ते ठाण्यात.

सार्वत्रिक निवडणुकीपाठोपाठ ठाणे नगरपालिकेची निवडणूक जाहीर झाली. ठाण्यात शिवसेना १ जानेवारी १९६७ला डॉ. विजय ढवळे यांच्या नेतृत्वाखाली स्थापन झाली होती. नवख्या शिवसैनिकांना बरोबर घेऊन बाळासाहेबांनी ही निवडणूक लढविण्याचे ठरविले. मनोहर जोशींसह अनेक प्रमुख नेते प्रचारात उतरले आणि ठाणे नगरपालिकेच्या ४० पैकी १७ जागांवर विजय मिळवून शिवसेना सर्वात मोठा पक्ष ठरला. ठाण्यातील हे यश अभूतपूर्व ठरले. पाठोपाठ १९६८ मध्ये मुंबई महानगरपालिकेतही शिवसेनेने आपले खाते उघडले. त्यासाठी त्यांना धगधगता विषयही मिळाला. १९६८च्या प्रारंभी मद्रासमधील चित्रपटगृहांतून हिंदी चित्रपट दाखविले जाणार नाही, असे जाहीर झाले. त्यावर प्रतिक्रिया म्हणून शिवसेनेने 'दाक्षिणात्य चित्रपट दाखवू नका' असे आवाहन केले. थिएटरमालकांनी या आवाहनाकडे दुर्लक्ष करताच मुंबईतील १७ चित्रपटगृहांवर शिवसैनिकांनी ११ मार्च १९६८ला हल्ले चढविले आणि दक्षिणेत तयार झालेले हिंदी चित्रपटही बंद पाडले. मुंबईतील चित्रपट उद्योजकांनी बाळासाहेबांचा त्यासाठी सत्कारही केला. या आंदोलनामुळे चळवळही संपली. या सर्वाचा परिणाम म्हणून मुंबई महानगरपालिका निवडणुकीत शिवसेनेचे तब्बल ४२ नगरसेवक निवडून आले. कम्युनिस्टांना ३ जागांवर समाधान मानावे लागले, तर शे.का.प.ला भोपळाही फोडता आला नाही. या निवडणुकीत शिवसेनेने प्रजासमाजवादी पक्षाबरोबर युती केली होती. प्रसपला ११ जागा मिळाल्या.

१ मे १९६० ला मुंबईसह संयुक्त महाराष्ट्र स्थापन झाला असला तरी बेळगाव-कारवार-निपाणी आणि अन्य काही मराठीभाषक बहुसंख्य प्रदेश महाराष्ट्रात सामील झाला नव्हता. संयुक्त महाराष्ट्र समितीने या भागासाठी आंदोलन सुरू केले असले, तरी ती १९६० नंतर फुटली. नंतर १९६६ मध्ये समाजवादी व कम्युनिस्ट यांनी

एकत्र येऊन संपूर्ण महाराष्ट्र समिती स्थापन केली; पण तीही १९६८ मध्येच थंडावली. या वेळेपर्यंत बाळासाहेब ठाकरे 'मार्मिक'मधून व्यंगचित्रांद्वारे सीमावासीयांवरील अन्यायाला सतत वाचा फोडीत होते. १९६६ मध्ये जन्मलेल्या शिवसेनेने तोपर्यंत सीमालढ्यात लक्ष घातले नव्हते. मुंबईतील मराठी लोकांच्या प्रश्नातच शिवसेना अडकून पडली, तर ती मुंबईपुरती मर्यादित होईल आणि संकुचित ठरेल, हे ठाकरे यांच्या लक्षात आले. म्हणूनच सीमा-लढ्यात उतरण्याचा निर्णय शिवसेनेने घेतला. त्याची सुरुवात नेहमीप्रमाणेच 'मार्मिक'मधून झाली. २५ फेब्रुवारी १९६८च्या 'मार्मिक' अंकात बाळासाहेबांनी 'राजकारण म्हणजे डोंबाऱ्याचा खेळ' असा एक सणसणीत अग्रलेख लिहिला.

राज्यपुनर्रचनेच्या वेळी महाराष्ट्रविरोधी भूमिका घेणाऱ्या सर्वच नेत्यांवर 'मार्मिक'मधील अग्रलेखात कडक टीका होती. पंडित नेहरू, इंदिरा गांधी, म्हैसूर काँग्रेसचे तत्कालीन अध्यक्ष निजलिंगप्पा, रामकृष्ण हेगडे या सर्वांवर त्यांनी आसूड ओढले. त्यांनी खरा हल्ला चढवला तो तत्कालीन केंद्रीय गृहमंत्री गोविंद वल्लभ पंत यांच्यावर. राज्यपुनर्रचनेच्या संदर्भात विस्तीर्ण उत्तर प्रदेशाच्या विभाजनाचा प्रश्न आला, तेव्हा पंत म्हणाले होते, 'राम आणि कृष्णाच्या भूमीचे विभाजन करण्याची ताकद कोणामध्ये आहे?' याच पंतांनी महाराष्ट्राचे असंख्य तुकडे करताना एकही शब्द उच्चारला नाही, असा ठपका अग्रलेखात त्यांनी ठेवला. पुढील ६-८ महिने बाळासाहेबांनी 'मार्मिक'मधून महाराष्ट्र राज्य स्थापनेच्या वेळी राहिलेल्या उणिवा भरून काढाव्यात असे सातत्याने आवाहन केले. अर्थात तेव्हा शिवसेनेची ताकद फारशी जाणवली नसल्याने कोणीही त्याकडे लक्ष दिले नाही. नोव्हेंबर १९६८ मध्ये बाळासाहेबांनी बेळगावला भेट दिली आणि तिथून परतल्यावर शिवतीर्थावर सभा घेऊन विशिष्ट कालमर्यादेत सीमा-प्रश्न सोडविला नाही, तर पंतप्रधान, केंद्रीय मंत्री, म्हैसूरचे मुख्यमंत्री आणि काँग्रेसचे अध्यक्ष यांना मुंबईत प्रवेशबंदी केली जाईल, अशी घोषणा केली.

२९ डिसेंबर १९६८ला परळच्या कामगार मैदानावर झालेल्या सभेत २६ जानेवारी १९६९ पासून कोणत्याही परिणामांची भीती न बाळगता बंदी अमलात येईल असे ठाकरे यांनी जाहीर केले. शिवसेनेने सीमा-लढ्याचे रणशिंग फुंकले असले, तरी सरकारने मात्र ते गंभीरपणे घेतले नव्हते. २७ जानेवारी १९६९ला गृहमंत्री यशवंतराव चव्हाणांची मुंबई भेट ठरली, तेव्हा बाळासाहेबांनी 'माहीम-सिद्धीविनायक मंदिर आणि वरळी येथे शिवसैनिक जमतील आणि रस्त्याच्या मध्यभागी आडवे पडून चव्हाणांची गाडी अडवतील' असे जाहीर केले. मोहीम चर्चजवळच चव्हाणांची गाडी अडविण्यात

शिवसैनिक यशस्वी झाले. दगडफेक झाल्याने पोलिसांनी लाठीमार केला. तेव्हा चव्हाणांना दुसऱ्या रस्त्याने नेण्यात आले.

पाठोपाठ उपपंतप्रधान मोरारजी देसाई यांनी ७ फेब्रुवारीला मुंबईत भेट दिली. शिवसेनेने मोरारजींना माहीमजवळ अडवून निवेदन देण्याचे ठरविले. मुंबईच्या पोलिस आयुक्तांनीही ते मान्य केले; पण मोरारजींची गाडी निवेदन घेण्यास थांबलीच नाही. उलट मध्ये आलेल्या एका शिवसैनिकाला त्या गाडीने उडविले. त्यामुळे तुफान दगडफेक झाली आणि पाठोपाठ पोलिसांचा लाठीमारही झाला. पुढे दादरला आणि इतरत्रही शिवसैनिक मोरारजींच्या गाडीची वाट पाहात होते. संयुक्त महाराष्ट्राच्या चळवळीत १०५ लोकांचे बळी घेणाऱ्या मोरारजींना आचार्य अत्रे यांनी 'नराधम' असे विश्लेषण दिले होते. ते मराठी माणसाच्या मनात पक्के घर करून होते. माहीमला मोरारजींनी निवेदन स्वीकारले नाही आणि शिवसैनिकाचे रक्त सांडले, हे कळताच दादरपासून भायखळ्यापर्यंत संपूर्ण भाग युद्धभूमी बनला. जागोजाग दगडफेक, जाळपोळ, अश्रुधूर, लाठीमार यांचे थैमान सुरू झाले. मध्यरात्रीनंतर १८५ लोकांना अटक करूनही ८ फेब्रुवारीला दंगल सुरूच राहिली. ९ फेब्रुवारीला पहाटेच बाळासाहेब ठाकरे, मनोहर जोशी आदी प्रमुख नेत्यांना अटक झाल्याने आगीत तेलच ओतले गेले. दिवसभर एकापाठोपाठ एक सेनानेत्यांना अटक होत होती, तरी दंगल भडकतच राहिली. त्याच रात्रीपासून रात्रीची संचारबंदीही लागू झाली. ७ फेब्रुवारी पासून ११ फेब्रुवारीपर्यंत अभूतपूर्व दंगल सुरू होती. सीमालढ्यासाठी झालेल्या या संघर्षाने बाळासाहेब ठाकरे आणि शिवसेना एकदम 'हिरो' झाले. शिवसेनेची खरी ताकद किती आहे आणि सीमालढ्यासंबंधी लोकांच्या मनातील भावना किती तीव्र आहेत, याचा अंदाज तोपर्यंत शिवसेनेला आणि सरकारलाही आला नव्हता.

या दंगलीचे पडसाद संसदेच्या अंदाजपत्रकीय अधिवेशनात उमटणे स्वाभाविकच होते. १९ फेब्रुवारी १९६९ला राज्यसभेत काँग्रेस खासदार सय्यद हुसेन आणि इतर पक्षातील १७ जणांनी मुंबई दंगलीवर लक्षवेधी सूचना मांडली. भूपेश गुप्ता, मणी आणि अन्य कम्युनिस्ट नेत्यांनी महाराष्ट्र सरकारवर व शिवसेनेवर घणाघाती टीका केली. लोकसभा निवडणुकीत कृष्ण मेनन यांच्या विरोधात शिवसेनेचा उपयोग काँग्रेसचे स्वयंसेवक म्हणून सरकारने केल्याचा आरोपही त्यांनी केला. शिवसेनेच्या उभारणीत यशवंतराव चव्हाण आणि वसंतराव नाईक यांचा हातभार लागला असल्याने या दोघांच्याही राजीनाम्याची मागणी कम्युनिस्टांनी केली. चर्चेला उत्तर देताना गृहमंत्री यशवंतराव चव्हाण यांनी शिवसेनेचा उल्लेख 'फॅसिस्ट संघटना' असा करून 'मुंबईच्या सामाजिक जीवनावरील हा डाग' असल्याचे म्हटले.

लोकसभेत या दंगलीच्या निमित्ताने काँग्रेसविरोधात अविश्वासाचा ठरावही आणण्यात आला. तो ७३ विरुद्ध २१३ मतांनी फेटाळला गेला असला, तरी शिवसेनेवर तुटून पडण्यात सर्वच पक्षांच्या खासदारांनी कसूर केली नाही. पंतप्रधान इंदिरा गांधी यांनी तर 'शिवसेना म्हणजे देशाच्या एकात्मतेला, प्रगतीला आणि विकासाला थ्रेट आहे', असे म्हटले. केरळचे मुख्यमंत्री इ. एस. एम. नंबुद्रीपाद, तमिळनाडूचे मुख्यमंत्री एम. करुणानिधी आणि म्हैसूरचे मुख्यमंत्री वीरेंद्र पाटील यांनीही शिवसेनेविरुद्ध आवाज उठविला. वीरेंद्र पाटील यांनी तर शिवसेनेवर बंदी घालण्याची मागणी पंतप्रधानांकडे केली. या सर्व घटनांमुळे शिवसेना एकदम राष्ट्रीय पातळीवर पोचली.

महाराष्ट्र विधानसभेत हा प्रश्न गाजणे स्वाभाविकच होते. विरोधी पक्षांनी एकत्रितपणे वसंतराव नाईक सरकारविरुद्ध अविश्वासाचा ठराव आणला. चर्चेला सुरुवात होण्यापूर्वी सरकारने दंगलीबद्दलचा सविस्तर अहवालच सभागृहात ठेवला. या अहवालातून दंगलीच्या काळातील सरकारची कायदा व सुव्यवस्था राखण्यातील हतबलताच स्पष्टपणे समोर आली. दंगलीच्या काळात पोलिसांनी एकूण २२३ वेळा गोळीबार केला. त्यात ५६ लोक ठार तर १७ लोक जखमी झाले. दगडफेकीमुळे ३ लोक ठार झाले. इतर कारणांनी जखमी झालेले ९७ लोक होते, तर १५१ पोलिसही जखमी झाले. खासगी मालमत्तेवर हल्ला झाल्याची ३५२ प्रकरणे होती, तर १९५ खासगी वाहनांची मोडतोड झाली. रेल्वेच्या मालमत्तेवर हल्ले झाल्याची ३२ प्रकरणे होती. लक्षावधी रुपयांचे नुकसान झाले. या दंगलीबाबत ३२७८ लोकांना अटक करण्यात आली इत्यादी तपशील या अहवालात देण्यात आले होते. सरकारविरोधी अविश्वासाचा ठराव मात्र १६९ विरुद्ध ५२ मतांनी फेटाळला गेला.

बाळासाहेब ठाकरे यांच्यासह शिवसेना नेत्यांना दंगलीबद्दल प्रतिबंधक स्थानबद्धता कायद्याखाली अटक झाली. ती अनिश्चित काळासाठी असल्याने वर्ष-सहा महिने तरी ते तुरुंगात राहतील असे वाटत होते; पण 'हेबियस कॉर्पस' अर्जावर सुनावणी होऊन ७७ दिवसांच्या तुरुंगवासानंतर २५ एप्रिल १९६९ला त्यांची सुटका झाली.

ठाणे-मुंबईत यश मिळविल्यानंतर शिवसेनेने कोकणात उतरण्याचा निर्णय घेतला. फेब्रुवारी १९७० मध्ये बाळासाहेबांचा कोकण दौरा ठरला. त्याआधीच त्याची सुरुवात १७ जानेवारी १९७०ला महाडमध्ये झाली. त्या काळात महाडमध्ये दरवर्षी हिंदू-मुसलमानांच्या दंगली होत. महाडच्या मुसलमान मोहल्ल्यात मशिदीसमोर उद्ध्वस्त झालेले पुरातन गणेश मंदिर होते. त्या जागेवरून हिंदू-मुसलमानांत वाद होता. ते मुळात महिकावतीचे मंदिर होते. १९७० मध्ये तिथे फक्त जोते शिल्लक होते. मुंबईच्या कोर्टात

यासंबंधीच्या सुनावणीमध्ये निकाल हिंदूंच्या बाजूने लागला. १७ जानेवारीला याच महिकावती मंदिराच्या पायथ्याशी बाळासाहेबांची जाहीर सभा झाली. नंतर टेकडीवर जाऊन त्यांनी भग्नावशेषांवर भगवा ध्वज फडकविला आणि नारळ फोडला. त्या दिवशीचा कार्यक्रम तिथेच संपला. कोकण दौऱ्यात १६ फेब्रुवारीला बाळासाहेब पुन्हा महाडला जाणार होते; पण प्रशासनाने ठाकरे यांच्यासह प्रमुख सेना नेत्यांवर महाडमध्ये प्रवेश करण्यास बंदी घातली. तेव्हा त्यांनी कोकण दौऱ्याहून परतताना २२ फेब्रुवारीला महाडमध्ये सभा होईल असे जाहीर केले. त्यामुळे वातावरण तापत गेले; पण दंगल महाडमध्ये न होता, ठाण्याजवळच्या मुंब्रा येथे झाली.

शेकडो शिवसैनिक वेगवेगळ्या ठिकाणांहून ट्रकने महाडच्या सभेसाठी निघाले होते. मुंब्राजवळ कौसा गावात हे ट्रक शिरले आणि अचानक त्यांच्यावर दगडविटांचा मारा सुरू झाला. काठ्या, शस्त्रे घेऊन लोक धावून आले आणि प्रचंड दंगल उसळली. शिवसेना आणि मुसलमान यांच्यात झालेला हा पहिला संघर्ष. शिवसेनेच्या एकूणच मनोभूमिकेत दिल्लीपतींना विरोध आणि मुस्लिम-विरोध कुठेतरी दडलेला होताच. तो या दोन्ही कारणांनी उफाळून आला. इथेच शिवसेनेच्या भविष्यकाळातील हिंदुत्ववादी भूमिकेची बीजेही आपल्याला स्पष्ट दिसतात.

१९७१च्या इंदिरा लाटेत काँग्रेस पक्ष देशभर विजय मिळवीत असतानाच शेजारच्या पाकिस्तानात गोंधळ सुरू होता. पूर्व पाकिस्तान आणि पश्चिम पाकिस्तान यांच्यातील संघर्ष या काळात विकोपाला गेला. लोकशाही मार्गाने सर्वाधिक संख्येने निवडून झालेल्या मुजिबुर रहमान यांना पंतप्रधानपद नाकारले गेले. जनरल याह्याखान यांनी पूर्व पाकिस्तानात रणगाडे घुसविले आणि सैनिकी अत्याचार सुरू केले. त्यामुळे ९३ लाखांवर निर्वासित भारतात आले. मुजिबुर रहमान यांच्या बांगला मुक्तिसेनेला मदत करण्याचा निर्णय इंदिरा गांधी यांनी घेतल्यानंतर ४ डिसेंबर १९७१ला पाकिस्तानने भारताविरुद्ध युद्ध पुकारले. ६ डिसेंबरला नवजात बांगला देशाला भारतीय संसदेने मान्यता दिली आणि पाठोपाठ भारतीय सैन्य मुक्तिसेनेच्या मदतीला बांगला देशात शिरले. घनघोर संघर्षानंतर १२ डिसेंबरला पाकिस्तानी सैनिकांनी शरणागती पत्करली आणि १६ डिसेंबर १९७१ला ढाक्यावर बांगला देशचा विजयी ध्वज फडकू लागला. भारताच्या सहकार्यामुळेच बांगला देशची निर्मिती शक्य झाली होती. उरलेल्या पाकिस्तानवरही भारत हल्ला करणार अशा बातम्या जगभरात पसरल्या असतानाच इंदिरा गांधी यांनी एकतर्फी युद्धबंदी जाहीर केली. इंदिरा गांधी यांच्या या विजयामुळे जनसंघ नेते अटलबिहारी वाजपेयी यांनीही त्यांचे 'रणरागिणी, दुर्गा' असे संबोधून कौतुक

केले. या विजयाबद्दल इंदिरा गांधी यांना १८ डिसेंबर १९७१ला 'भारतरत्न' हा किताब देण्यात आला.

या सर्व पार्श्वभूमीवर इंदिरा गांधी यांनी मार्च १९७२ मध्ये १० राज्ये व केंद्रशासित प्रदेशात विधानसभा निवडणुका घेतल्या. त्यात महाराष्ट्राचाही समावेश होता. १९७१च्या लोकसभा निवडणुकीत झालेली इंदिरा गांधी लाट बांगला देश विजयाने अधिक तीव्र झाली होती. या लाटेत गुजरात, म्हैसूर, आंध्र प्रदेशसारखे संघटना काँग्रेसचे गडही वाहून गेले आणि सर्वच राज्यातं इंडिकेट काँग्रेस सत्तेवर आली.

महाराष्ट्रात विरोधी पक्षांनी अनेक आंदोलने लढविली असली, तरी आधीच मजबूत असलेल्या काँग्रेस पक्षाला अजिबात धक्का लागला नव्हता. आता तर इंदिरा लाटेच्या प्रवाहात १९६२ साली विरोधी पक्षांना मिळालेले थोडे-बहुत यशही वाहून गेले. इंडिकेट काँग्रेसने २७० पैकी २२२ जागा जिंकल्या. शे. का. प.ने कशाबशा ७ जागा राखल्या. कम्युनिस्ट आणि समाजवाद्यांची तर पार धूळधाण उडाली. समाजवाद्यांना ३, भाकप २, माकप १ अशी त्यांची अवस्था झाली. जनसंघाने मात्र ५ जागा मिळवून १ जागा वाढविण्यात यश मिळविले आणि शिवसेनेने प्रथमच प्रमोद नवलकर यांच्या रूपाने विधानसभेत प्रवेश केला. काँग्रेसबरोबर असलेल्या रिपब्लिकन गायकवाड गटाला २ जागा मिळाल्या. या निवडणुकीने महाराष्ट्रातील काँग्रेस वर्चस्व आणखी मजबूत झाले.

❑❑❑

प्रकरण ६

आणीबाणीच्या दिशेने

१९७१च्या लोकसभा निवडणुकीत अभूतपूर्व यश मिळविल्यानंतर इंदिरा गांधी यांनी 'वचनपूर्तीच्या राजकारणा'चे नवे पर्व सुरू झाले असल्याची द्वाही फिरविली. या यशामुळे पक्ष आणि शासन त्यांच्या कह्यात असतानाच संसदही त्यांच्या अंकित झाली. बँक राष्ट्रीयीकरण आणि संस्थानिकांचे तनखे या त्यांच्या दोन्ही पुरोगामी निर्णयांना न्यायसंस्थेने चाप लावला होता. त्यामुळे त्यांची संतप्त नजर न्यायसंस्थेकडे वळली. लोकशाहीमध्ये संसद, प्रशासन आणि न्यायसंस्था या तिन्ही घटकांपैकी कोणताही घटक शिरजोर होऊ नये, म्हणून इतरांनी त्याच्यावर अंकुश ठेवायचा असतो. हा संसदीय पद्धतीचा मूलभूत सिद्धान्त आहे. सरकारने घेतलेले निर्णय न्यायसंस्थेने घटनाबाह्य ठरवून रद्द केल्यामुळे सार्वभौम कोण, संसद की न्यायसंस्था, असा प्रश्न इंदिरा गांधी यांनी उपस्थित केला. त्याबरोबर लगेच 'तरुण तुर्क' आणि काँग्रेसच्या साम्यवादी सहप्रवाशांनी, न्यायालयांना धडा शिकविण्याची भाषा सुरू केली.

बँक राष्ट्रीयीकरण खटल्यात सर्वोच्च न्यायालयाने बहुमताने तो निर्णय घटनाबाह्य ठरविला होता. ४ पैकी एका न्यायाधीशाने भिन्न मतपत्रिका जोडत सरकारची बाजू उचलून धरली होती. साहजिकच हे चौथे न्यायमूर्ती अजितनाथ राय 'सामाजिक जाणीव' असलेले न्यायमूर्ती ठरले. सरन्यायाधीश एस. एम. सिक्री यांची मुदत संपताच इंदिरा गांधी यांनी ३ ज्येष्ठ न्यायाधीशांना डावलून अजितनाथ राय यांना सरन्यायाधीश केले. न्यायसंस्थेच्या स्वातंत्र्याचा संकोच करण्याचा हा प्रारंभ होता. कायदामंत्री हरिभाऊ गोखले आणि मोहन कुमारमंगलम या दोन्ही कम्युनिस्ट मंत्र्यांचा इंदिरा गांधी यांना पूर्ण

पाठिंबा होता.

जनतेच्या समाजवादी आकांक्षा पूर्ण करता याव्यात म्हणून राज्यघटनेमध्ये आवश्यक ते बदल करण्याची घोषणा इंदिरा गांधी यांनी पक्षाच्या निवडणूक जाहीरनाम्यातच केली होती. या घोषणेच्या वचनपूर्तीचा हा पुढचा टप्पा होता. त्यासाठी इंदिरा गांधी यांनी संसदेत दोन घटनादुरुस्ती विधेयके सादर केली. पहिल्या विधेयकानुसार मूलभूत अधिकारांसह घटनेतील कोणताही भाग बदलण्याचा अधिकार संसदेला देण्यात आला. दुसऱ्या विधेयकानुसार मार्गदर्शक तत्त्वांच्या अंमलबजावणीसाठी एखादा कायदा केला, तर त्यावर मतप्रदर्शन करण्याचा न्यायालयाचा अधिकार हिरावून घेण्यात आला. संसदेत दोन तृतीयांश बहुमत असल्याने ही दोन्ही विधेयके विरोधी पक्षांच्या विरोधाला न जुमानता मंजूर करण्यात आली.

देशातील आर्थिक प्रश्न हाताळण्यासाठी इंदिरा गांधी प्रामुख्याने आपल्या सल्लागारांवर अवलंबून होत्या. ही बहुतेक मंडळी कम्युनिस्ट विचारप्रणालीची असल्याने त्यांनी सुचविलेले कार्यक्रम भलतेच आकर्षक असत. पण वाढत्या बेकारीची किंवा गरिबीची मूलभूत समस्या सोडविण्याचे त्राण या कार्यक्रमांत नव्हते. त्यातच पडलेल्या दुष्काळामुळे अन्नधान्याची टंचाई जाणवू लागली. त्यामुळे परदेशातून धान्य आयात करावे लागले. त्यासाठी परकीय चलन खर्ची पडू लागल्याने उद्योगधंद्यांचा कोंडमारा सुरू झाला. उत्पादनवाढीला प्रोत्साहन देण्याऐवजी उद्योगधंद्यांचे हातपाय आवळले जाऊ लागले. कोळशाचा तुटवडा जाणवू लागताच बिहार–बंगालमधील कोळशाच्या खाणी सरकारने ताब्यात घेतल्या. त्यामुळे तिथले गैरप्रकार थांबले तर नाहीतच; पण भ्रष्टाचार मात्र फोफावला. सरकारी अनास्था सुरू झाली. कोळशाची टंचाई अधिकच वाढली. परिणामी सिमेंट व पोलादाचे उत्पादन थांबले. त्यामुळे मंदी अधिक वाढली. देशभर कारखान्यांना कुलपे लागू लागल्याने बेकारांची संख्या भराभर वाढली. अर्थकारणातील चुकीच्या अग्रक्रमांचा हा परिपाक असला, तरी त्याचे खापर मात्र 'प्रतिगामी विरोधी पक्ष आणि विशिष्ट हितसंबंधी व्यक्ती' यांच्या माथ्यावर फुटले.

इंदिरा गांधी यांना वास्तवाचे भान करून देईल आणि हिताच्या चार गोष्टी सांगेल असा कोणी पक्षसहकारीच राहिला नव्हता. आपला 'मोरारजी देसाई' होऊ नये याचीच काळजी सर्वांना असल्याने जो तो इंदिरा गांधी यांच्या नावाने बेलभंडारच उधळीत होता. मुख्यमंत्र्यांच्या नेमणुका आणि बडतर्फी, पक्षाचे प्रदेशाध्यक्ष ठरविणे या पक्षांतर्गत गोष्टीही फक्त इंदिरा गांधी यांच्या इशाऱ्यानुसार घडू लागल्या. त्यामुळे राज्यसरकारे आपला काही वेगळा कार्यक्रम आखतील ही शक्यताच उरली नाही. केंद्र

सरकार बळकट हवे असे म्हणता म्हणता देशात फक्त तेच एक सरकार निर्माण झाले. देशभरातील काँग्रेस पक्ष आणि संघटना आणि सरकारे यांची सर्व सूत्रे एकट्या इंदिरा गांधी यांच्या हाती एकवटली. देशात अशी एकाधिकारशाही फोफावण्यास इंदिरा गांधी यांचा स्वभाव आणि धोरणे जेवढी कारणीभूत होती, तेवढाच वाटा त्यांच्याभोवती रुंजी घालण्यात कृतार्थता मानणाऱ्या काँग्रेसजनांचाही होता. त्यांच्या एकाही निर्णयाला एकाही मंत्र्याने वा ज्येष्ठ नेत्याने साधा आक्षेपसुद्धा न घेतल्याने इंदिरा गांधी यांचा वारू चौखूर उधळतच राहिला.

मुख्यमंत्री काही काळ तरी आपापल्या राज्यांच्या राजधानीत राहत असल्याने दिल्लीतील या दहशतीपासून त्यांना थोडी तरी मोकळीक असे. केंद्रीय मंत्र्यांना मात्रे तेवढीची मुभा नव्हती. कोणत्या क्षणी कोणाचे खाते का हिरावले जाईल, का बदलले जाईल याची काही खात्रीच नव्हती. इंदिरा गांधी यांनी अचानक यशवंतराव चव्हाण यांच्याकडून गृहखाते काढून घेतले आणि अर्थखाते त्यांना देऊ केले. तेव्हा चव्हाण यांनी एक-दोन दिवस ताणून धरले; पण तेवढेच. महाराष्ट्रातील सर्व काँग्रेस आमदार-खासदार चव्हाणांच्या मागे उभे असतानाही त्यांना विरोध करण्याचे धैर्य झाले नाही. मग राज्यात वा स्थानिक जनाधार नसणाऱ्या नेत्यांना तर असे धैर्य होण्याचे कारणच नव्हते. पुढे लगेचच यशवंतराव परराष्ट्रमंत्री झाले. इंदिरा गांधी यांच्याबरोबर ते रशियाच्या दौऱ्यावर गेले. ब्रेझनेव्ह आणि इंदिरा गांधी यांची चर्चा सुरू असताना परराष्ट्रमंत्र्यांना मात्र बाहेर तिष्ठत बसावे लागले. ज्येष्ठ सहकाऱ्यांना आणि मंत्र्यांना त्यांचा किमान सन्मानसुद्धा न देता इंदिरा गांधी सर्वांनाच आपल्या सेवकांप्रमाणे वागवीत होत्या. यामुळे आपणच एकट्या पडत आहोत, हे इंदिरा गांधी यांच्या लक्षातही आले नाही.

न्यायालयानंतर इंदिरा गांधी यांची दृष्टी वृत्तपत्रांकडे वळली. ज्या संपादकांनी आपला स्वतंत्र बाणा निष्ठेने जपला होता, त्यांना बडतर्फ करण्यासाठी त्यांनी संचालकांवर दबाव आणण्यास सुरुवात केली. मोठी साखळी वृत्तपत्रे कोणत्या ना कोणत्या उद्योगसमूहाशी निगडित असल्याने वृत्तपत्रांवर दबाव आणण्यासाठी त्या उद्योगसमूहांचे आयात परवाने नाकारण्यास सुरुवात झाली. इंदिरा गांधी यांच्या धोरणाची री ओढणाऱ्या वृत्तपत्रांकडे सरकारी जाहिरातींचा ओघ वळला. मोठ्या इंग्रजी वृत्तपत्रांना काबूत ठेवण्यासाठी १० पेक्षा अधिक पाने कापू नयेत असे बंधन घालण्यात आले. नेहरूंच्या काळापासून अस्तित्वात असलेल्या प्रतिबंधक स्थानबद्धता कायद्याची मुदत डिसेंबर १९६९ला संपली. इंदिरा गांधी यांनी त्याला मुदतवाढ दिली नाही, याचे अनेकांना आश्चर्य वाटले. पण लगेचच त्यांनी राष्ट्रीय सुरक्षितता कायदा लागू केला. या

कायद्यानुसार स्थानबद्ध व्यक्तीला न्यायालयाकडे जाण्यास मनाई करण्यात आली. याच काळात बन्सीलाल यांच्या पाठोपाठ संजय गांधी यांचा उदय झाला. त्यांच्या 'मारुती कार' कारखान्यासाठी हरियाणातील शेतकऱ्यांची ३०० एकर जमीन हिसकावून घेण्यात आली. त्यावरून संसदेत खूप गदारोळ झाला. याचवेळी नगरवाला प्रकरण घडले. या नगरवालांना बँक मॅनेजर वेदप्रकाश मलहोत्रा यांनी कोणत्याही कागदपत्रांशिवाय संशयास्पदरीत्या ६० लाख रुपये दिले. आपल्या जबानीत मलहोत्रा म्हणाले, 'इंदिरा गांधी यांचा मला फोन आला. म्हणूनच मी हे पैसे दिले.' इंदिरा गांधी यांनी यावर कोणताही खुलासा केला नाही. नगरवालावरचा खटला १५ मिनिटांत गुंडाळण्यात आला. पाठोपाठ नगरवालाचा संशयास्पद मृत्यू झाला. त्यामुळे या प्रकरणाचे गूढ जास्तच वाढले. संसदेत विरोधी पक्षांनी यावर आवाज उठवताच काँग्रेस सदस्यांनी आराडाओरडा करून त्यांना गप्प केले. इंदिरा गांधी यांच्या अभेद्य साम्राज्याला लहानसा हादरा देण्याचे सामर्थ्यही कोणापाशी उरलेले नाही, असे बिनदिक्कतपणे सांगितले जात होते. अशावेळी एक ठिकाणी पडली, तीही दूरवरच्या गुजरातमध्ये.

मोरवीच्या शासकीय अभियांत्रिकी महाविद्यालयात संचालकांनी भोजनाचे दर वाढविल्याने विद्यार्थ्यांनी आंदोलन सुरू केले. हे केवळ निमित्त होते. मुख्यमंत्री चिमणभाई पटेल यांनी उत्तरप्रदेश विधानसभा निवडणुकीसाठी पुरविलेले पैसे बड्या शेतकऱ्यांकडून वसूल केले आणि महागाई-टंचाईचा गुजरातमध्ये आगडोंब उसळला. देशभर खाद्यतेलाच्या किमती भडकल्या. मोरवी येथे सुरू झालेले आंदोलन गुजरातभर पसरले. चिमणभाईंच्या राजीनाम्यासाठी नवनिर्माण समिती स्थापन झाली. आंदोलन एवढे भडकले की काँग्रेस नेत्यांना रस्त्यावर फिरणे तर सोडाच; पण घराच राहणेही अशक्य झाले. अखेर इंदिरा गांधी यांना गुजरात विधानसभा विसर्जित करून राष्ट्रपती राजवट लागू करावी लागली.

पाठोपाठ 'बंद सम्राट' जॉर्ज फर्नांडिस यांनी रेल्वे कामगारांचा देशव्यापी संप सुरू केला. संपूर्ण रेल्वे सेवा कोलमडून पडली. संप फुटावा म्हणून कामगारांच्या घरातील वीज आणि पाणी तोडण्यात आले. कुटुंबीयांचा छळ सुरू झाला. कामगारांवरील दडपशाही एवढी भयंकर होती, की फर्नांडिस यांना नाइलाजाने संप मागे घ्यावा लागला.

या वेळपर्यंत गुजरातमधील विद्यार्थी आंदोलनाचे लोण बिहारमध्ये पसरले. विद्यार्थ्यांची भ्रष्टाचाराविरोधी छात्र संघर्ष समिती स्थापन झाली. बिहार विधानसभेचे अधिवेशन सुरू होण्याच्या दिवशी विधानभवनाकडे जाणारे सर्व मार्ग विद्यार्थ्यांनी रोखून धरले. काँग्रेस आमदारांना त्यांनी घरातच कोंडून घातले. पुढील चार दिवस पाटण्याच्या

रस्त्यारस्त्यावर पोलिस व विद्यार्थी यांच्यात धुमश्चक्री सुरू झाली. यावेळी जयप्रकाश नारायण वेलोरच्या रुग्णालयात उपाचर घेत होते. विद्यार्थ्यांच्या हिंसक आंदोलनाचा त्यांनी निषेध केला; पण त्याचबरोबर विद्यार्थी का भडकले हे राज्यकर्त्यांनी ध्यानात घ्यावे हेही सांगितले. रुग्णालयातूनच जयप्रकाश यांनी आमदारांना अनावृत्त पत्र पाठविले. त्यात त्यांनी म्हटले होते, 'लोकांच्या मनातील लोकशाहीवरचा विश्वास उडून जाऊ नये म्हणून यावेळी तुम्ही राजीनामा देऊन नव्या निवडणुकीला सिद्ध झाले पाहिजे.'

इंदिरा गांधी यांना बिहारचा गुजरात होऊ द्यायचा नव्हता. म्हणून त्यांनी मुख्यमंत्री अब्दुल गफूर यांच्यामागे सर्व ताकद उभी केली. गांधी यांच्या या बल-प्रयोगाला उत्तर देण्यासाठी विद्यार्थ्यांनी जयप्रकाश यांच्या प्रेरणेनुसार शांततामय सत्याग्रह सुरू केला. 'सार्वजनिक जीवन शुद्ध करण्यासाठी संपूर्ण क्रांतीची गरज आहे.' हा आपला संदेश देण्यासाठी जयप्रकाश नारायण यांनी पाटणा येथे जाहीर सभा घेतली. एवढी विराट सभा पाटण्यात प्रथमच भरत होती. विख्यात हिंदी साहित्यिक फणीश्वरनाथ 'रेणू' यांनी या सभेत आपली पद्मश्री परत केली. बिहारमधील आंदोलन हळूहळू इतर राज्यातही पसरायला लागलो.

नगरवाला प्रकरणापाठोपाठ तुलमोहनराम प्रकरण उद्भवले. हे तुलमोहनराम काँग्रेसचे खासदार होते. पाँडिचेरीतील एका कंपनीला २९ लाख रुपयांचे आयात परवाने मिळावेत म्हणून त्यांनी व्यापारखात्याला शिफारस केली होती. या शिफारसपत्रावर आणखी २० काँग्रेस खासदारांच्या सह्या होत्या. परदेश व्यापारखात्याचे राज्यमंत्री ललितनारायण मिश्र यांनी त्याला संमती दिली. पुढे सी. बी. आय.च्या चौकशीत २० काँग्रेस खासदारांच्या सह्या बनावट असल्याचे आढळले. तोपर्यंत ललितनारायण मिश्र कॅबिनेट मंत्री झाले होते. कुणीतरी तुलमोहनराम यांनाच पळवून नेले. दरम्यान मिश्र रेल्वेमंत्री झाले. संसदेत तुलमोहनराम प्रकरणावरून गोंधळ सुरू होता. रेल्वेमंत्री मिश्र समस्तीपूर येथे एका समारंभाला गेले असताना व्यासपीठाजवळ बॉम्बस्फोट झाला आणि या स्फोटात मिश्र मारले गेले.

गुजरातमध्ये राष्ट्रपती राजवट लागू केल्यानंतर विधानसभेची निवडणूक घेण्यास इंदिरा गांधी तयार नव्हत्या. तेव्हा मोरारजी देसाई यांनी प्राणांतिक उपोषण सुरू केले. अखेर इंदिरा गांधी यांनी गुजरातची निवडणूक जाहीर केली. संघटना काँग्रेस आणि जनसंघाने 'जनता मोर्चा' स्थापन केला. इंदिरा गांधी यांनी गुजरातचे तब्बल ११ दौरे केले, ११९ सभा घेतल्या. काँग्रेसच्या वतीने त्या एकट्याच प्रचार-मोहिमेत उतरल्या होत्या. एवढे करूनही त्यांना गुजरातची निवडणूक जिंकता आली नाही. इंडिकेट काँग्रेस

१४० वरून थेट ७५ जागांवर गडगडली, तर जनता मोर्चाला ८७ जागा मिळाल्या.

गुजरात निवडणुकीचे निकाल बाहेर येत असतानाच इंदिरा गांधी यांना आणखी एक धक्का बसला. १९७१ मधील लोकसभा निवडणुकीत गैरप्रकार केल्याबद्दल अलाहाबाद उच्च न्यायालयाचे न्यायमूर्ती जगमोहनलाल सिन्हा यांनी इंदिरा गांधी यांची लोकसभेवरील निवडच रद्द ठरविली आणि पुढील ६ वर्षे निवडणूक लढविण्यास त्यांना मनाई केली. या निर्णयामुळे इंदिरा गांधी यांचे पंतप्रधानपद, नेतृत्व आणि राजकीय अस्तित्वच धोक्यात आले.

देशभर अशा घडामोडी होत असतानाच महाराष्ट्रातही हा धामधुमीचाच कालखंड होता. विशेषत: मुंबई सर्वाधिक स्फोटक बनली होती. शिवसेनेने केलेल्या सीमाप्रश्नावरील आंदोलनापाठोपाठ प्रकरण उद्भवले ते कम्युनिस्ट आमदार कृष्णा देसाई यांच्या हत्येचे. मुंबईत शिवसेना आणि कम्युनिस्ट यांच्यात जागोजाग हिंसक झटापटी चालूच होत्या. त्यातच कृष्णा देसाई यांची हत्या झाली आणि ही हत्या शिवसैनिकांनी केल्याचा आरोप कम्युनिस्ट नेत्यांनी केला. शिवसेना ही फॅसिस्ट संघटना आहे, असे म्हणत सर्व डावे नेते तिच्यावर तुटून पडले. सरकारने शिवसेनेच्या काही कार्यकर्त्यांना अटक करून त्यांच्यावर खटला भरला. त्यातून कम्युनिस्ट आणि शिवसेना यांच्यात वाक्युद्ध सुरू झाले.

'मी हुकूमशाही मानतो' असे म्हणणाऱ्या बाळासाहेब ठाकरे यांना कम्युनिस्टांनी हिटलर ठरविले. तेव्हा ठाकरे उत्तरले, 'लोककल्याणार्थ राबणारी हुकूमशाही आम्हाला अभिप्रेत आहे. हिटलरला वाईट म्हणणारे हे कम्युनिस्ट स्टॅलिनबद्दल काय म्हणणार आहेत? हिटलरला मी चांगला म्हणतो, ते त्याच्या कडव्या राष्ट्रनिष्ठेबद्दल. त्याने राखेतून जर्मन राष्ट्र उभे केले. वाईट गोष्टी वगळून जे चांगले आहे हे घ्यायला काय हरकत आहे? हिटलर पराभूत झाला म्हणून त्याच्या सगळ्याच गोष्टींना नावे ठेवली जात आहेत. हा जगाचा न्यायच आहे; पण याच हिटलरशी सुभाषबाबू हस्तांदोलन करीत होते, अशी चित्रे शेकडो नव्हे हजारो घरांतून लोकांनी मोठ्या अभिमानाने लावली होतीच ना? मरगळलेल्या एका राष्ट्राला चैतन्य देऊन बलाढ्य साम्राज्यशाहीशी टक्कर द्यायला उभे करणारा एक पुरुष म्हणून मी हिटलरकडे पाहतो.'

कृष्णा देसाई प्रकरण न्यायप्रविष्ट झाल्यानंतर ही वादावादी थांबली. तेव्हा शिवसेनेने मुंबईवरील आपली पकड घट्ट करण्यास सुरुवात केली. भारतीय कामगार सेना, लोकाधिकार समिती, महिला समिती, विद्यार्थीसेना, शेतकरी सेना अशा विविध शाखा शिवसेनेने सुरू केल्या. भारतीय कामगार सेना आणि लोकाधिकार समिती यांच्या माध्यमातून शिवसेनेने कामगार क्षेत्रामध्ये आघाडी घेतली. शिवसेनेच्या पहिल्या

आक्रमक आणि हिंसक आंदोलनामुळे मुंबईतील सुशिक्षित मध्यमवर्ग शिवसेनेपासून दूर होता. तो लोकाधिकार समितीच्या माध्यमातून त्यांच्या जवळ आला. केंद्र सरकारच्या प्रत्येक कार्यालयात मराठी माणसाचा हक्क वाढविण्यासाठी शिवसेनेने एकापाठोपाठ एक मोठी आंदोलने केली. या सर्व संस्थांतील बहुसंख्य संघटना डाव्या कामगार संघटनांशी संलग्न होत्या. त्यामुळे डावे विरुद्ध शिवसेना असा थेट संघर्ष सरकारी संस्थांतून सुरू झाला.

याचवेळी दत्ताजी साळवी यांच्या नेतृत्वाखाली शिवसेनेने कामगार क्षेत्रातही मुसंडी मारली. एकापाठोपाठ एक शेकडो कामगार युनियन दत्ताजी साळवी यांनी काबीज केल्या आणि इथेच दत्ता सामंत यांच्यासारख्या बलाढ्य कामगार नेत्याशी शिवसेनेचा संघर्ष सुरू झाला. दत्ता सामंत हे मुळात काँग्रेसनेते आणि इंटक या काँग्रेसप्रणीत कामगार संघटनेचे नेते होते. १९६० ते ७० या काळात मुंबई आणि ठाणे या औद्योगिक पट्ट्यात कामगारांचे संप आणि निदर्शने सुरू होती आणि त्याचे नेतृत्व जॉर्ज फर्नांडिस यांच्याकडे होते. याच वेळी दत्ता सामंत यांचे नेतृत्व पुढे आले. सामंत यांनी कंपन्यांचे ताळेबंद आणि माहिती नाकारून कामगारांसाठी अवास्तव मागण्या करणारे संप पुकारले. या संपात कंपन्यांना नमवून सामंत यांनी कामगारांना मोठी पगारवाढ आणि लाभ मिळवून दिले. त्यामुळे डाव्यांच्या संघटनाही एकेक करून सामंत यांच्या मागे येण्यास सुरुवात झाली. त्यामुळे त्यांचे नेतृत्व आणि दहशत वादळी रूप घेऊ लागले. सामंत आणि शिवसेनेची पहिली टक्कर झाली, ती 'गोदरेज' संपाच्या निमित्ताने, १९७२ मध्ये.

विक्रोळीच्या गोदरेज कंपनीत दत्ता सामंत यांनी संप पुकारला होता. गोदरेजचे काही कामगार शिवसेनेच्या कामगार संघटनेचे सभासद होते. त्यापैकी घाडीगावकर नावाच्या एका कामगारास दत्ता सामंत यांच्या कामगार संघटनेच्या कामगारांनी बेदम मारहाण केली. गोदरेज कंपनीच्या परिसरातच कामगारांची घरे होती. घाडीगावकरला धीर देण्यासाठी स्वत: बाळासाहेब ठाकरे यांनी त्याच्या घरी जाण्याचा निर्णय घेतला; पण ऐनवेळी त्यांनी मनोहर जोशी यांना पाठविले. आमदार असलेले मनोहर जोशी आधी विक्रोळी पोलिस ठाण्यात गेले. तिथे त्यांनी घडलेल्या प्रकाराची चौकशी केली आणि आपण घाडीगावकरला भेटायला जात आहोत असेही त्यांनी सांगितले. १००-२०० शिवसैनिकांसह जोशी घाडीगावकरला भेटले. बरोबर इन्स्पेक्टर चांदगुडे आणि १०-१२ पोलिसही होते. घाडीगावकरच्या घरातून बाहेर पडताच जोशींच्या अंगावर २००-३०० लोकांचा जमाव, शिवसेनाविरोधी घोषणा देत, चालून आला. पाहता पाहता सोडावॉटरच्या बाटल्या आणि दगडफेक सुरू झाली. दोन्ही बाजूच्या

इमारतींतून हातात मिळेल ते शिवसैनिकांवर फेकले जात होते. पोलिसांनी हवेत गोळीबार करूनही संतप्त जमाव शिवसैनिकांना बदडतच होता. शिवसैनिकांनीही त्याला प्रतिकार केला; पण जमाव इतका क्रुद्ध होता, की त्याने कुऱ्हाडीचे घाव घालून पोलिस सब इन्स्पेक्टर चांदगुडे, एक शिवसैनिक आणि पोलिस यांचे तुकडे केले. मनोहर जोशी आणि इतर नेते मात्र कसेबसे बचावले.

दत्ता सामंत यांनी मनोहर जोशींवरच पोलिस केस केली. जमावाला चिथावून पोलिसांची हत्या केल्याचा आरोप सामंत यांनी जोशींवर ठेवला. तेव्हा गृहमंत्री असलेल्या शरद पवार यांना ही सर्व हकिगत कळताच त्यांनी दत्ता सामंत यांच्यावरच खटला दाखल केला. विक्रोळीची ही दंगल आणि दत्ता सामंत यांच्याविरुद्धची केस नंतर बराच काळ गाजत राहिली.

या सर्व घटनांमुळे शिवसेना मुंबईत लोकप्रिय होत चालली होती. त्याचाच फायदा तिला ९ मार्च १९७३ला झालेल्या मुंबई महानगरपालिका निवडणुकीत झाला. प्रथमच मुंबई महापालिकेची सत्ता शिवसेनेच्या हाती गेली. १४० जागांसाठी झालेल्या या निवडणुकीत काँग्रेसला ४५, शिवसेना ३९, जनसंघ १५, समाजवादी ८, संघटना काँग्रेस ४, मुस्लिम लीग १६, भाकप ३, माकप १ आणि इतर व अपक्ष ९ असे नगरसेवक निवडून आले. १९४८ पासून १९६८ पर्यंत झालेल्या ५ महानगरपालिका निवडणुकांत काँग्रेसला निर्णायक बहुमत कधीच मिळाले नव्हते; पण सत्ता मात्र त्यांच्याकडेच होती. अपवाद फक्त संयुक्त महाराष्ट्र समितीचा. या वेळी प्रथमच काँग्रेसला सर्वाधिक जागा मिळूनही सत्ता गमवावी लागली. शिवसेनेने समाजवादी पक्ष, नागरी आघाडी, संघटना काँग्रेस, रिपब्लिकन व मुस्लिम लीग यांच्या पाठिंब्याने सत्ता मिळविली. महापौरपदी मनोहर जोशी येणार हे ठरलेलेच होते; पण त्याचवेळी त्यांच्या कोहिनूर कोचिंग क्लाससंबंधी एक खटला सुरू झाला. त्यामुळे ठाकरे यांनी मनोहर जोशी यांच्याऐवजी महापौरपदासाठी सुधीर जोशींचे नाव निश्चित केले आणि सुधीर जोशी महापौर झाले. या वेळेपर्यंत शिवसेनेचे जनसंघाशी जवळचे संबंध नव्हते. जनसंघाच्या वामन परब यांनी सुधीर जोशींविरुद्ध महापौरपदाची निवडणूक लढविली होती.

मराठवाडा आणि कोकणासाठी स्वतंत्र कृषीविद्यापीठे देण्याचे मुख्यमंत्री वसंतराव नाईक यांनी पूर्वीच जाहीर केले असले, तरी त्यावर कार्यवाही झाली नव्हती. त्यामुळे मराठवाड्याला स्वतंत्र कृषीविद्यापीठ मिळावे म्हणून १३ एप्रिल १९७२ पासून मोठे आंदोलन सुरू झाले. १३ एप्रिलला संपूर्ण मराठवाड्यात अभूतपूर्व आणि शांततामय बंद पाळण्यात आला. परभणीमध्ये शे. का. प.चे नेते अण्णासाहेब गव्हाणे यांच्या

नेतृत्वाखाली ४००० लोकांचा मोर्चा निघाला. त्यात सर्व पक्षांचे आमदारही सहभागी होते. परभणीतील स्थानिक प्रशासनाने मोर्चा थांबविण्यासाठी १४४ कलम जाहीर केले. तरीही प्रचंड मोर्चा निघालाच. त्यात गव्हाणे यांच्यासह सखाराम नखाते, इकबाल हुसेन, रावसाहेब जामकर, माणिकराव म्हस्के या आमदारांनाही अटक झाली. गव्हाणे वगळता बाकीचे काँग्रेस आमदार होते. याशिवाय जिल्हा परिषदेचे अध्यक्ष बाबूराव पाटील, गोरेगावकर, परभणी नगरपालिकेचे अध्यक्ष एम.आर. खान या काँग्रेसनेत्यांनाही अटक करण्यात आली आणि कोणताही हिंसक प्रकार घडलेला नसताना परभणीत संचारबंदी जाहीर करण्यात आली. त्यामुळे वातावरण अधिकच तापले.

मराठवाड्यातील जनतेच्या तीव्र भावना मुख्यमंत्र्यांच्या कानावर घालण्यासाठी औरंगाबादचे खासदार माणिकराव पोलादकर यांच्या नेतृत्वाखाली ८० जणांचे शिष्टमंडळ वसंतराव नाईक यांना भेटले. या शिष्टमंडळात सार्वजनिक आरोग्यमंत्री रफीक झकेरिया, राज्यमंत्री सुंदरराव सोळुंके आणि कल्याणराव पाटील, परभणीचे खासदार शिवाजीराव देशमुख, नांदेडचे खासदार व्यंकटराव तरोडेकर यांच्यासह आमदार, जिल्हा परिषद अध्यक्ष, नगरपालिका अध्यक्ष यांचा समावेश होता. त्या शिष्टमंडळाच्या भावना एवढ्या तीव्र होत्या की मुख्यमंत्र्यांना त्या बैठकीतच १६ एप्रिल १९७२ला मराठवाड कृषीविद्यापीठाची घोषणा करावी लागली. मराठवाड्याप्रमाणेच कोकणातही कृषीविद्यापीठासाठी आंदोलन उभे राहण्याची शक्यता लक्षात घेऊन १८ मे १९७२ला कोकण व मराठवाड्यासाठी दोन स्वतंत्र कृषीविद्यापीठे स्थापन करणारा वटहुकूम काढण्यात आला. ही दोन्ही विद्यापीठे १९७२च्या शैक्षणिक वर्षापासूनच सुरू झाली.

याच काळात आणखी एक लढाऊ व्यक्तिमत्त्व मुंबईत आकाराला येत गेले, ते म्हणजे मृणाल गोरे. १९६१ मध्ये गोरेगावचा समावेश बृहन्मुंबई महानगरपालिकेत झाला. त्यानंतर झालेल्या निवडणुकीत मृणाल गोरे गोरेगावमधून नगरपालिकेवर निवडून गेल्या. आधी त्या गोरेगाव ग्रामपंचायतीच्या सदस्य होत्याच. १९६२ मध्ये समाजवादी पक्षाच्या वतीने त्यांनी पाणी परिषद भरविली आणि त्यानंतर महानगरपालिकेत समाविष्ट झालेल्या पंचायतींना पाणी मिळावे म्हणून त्यांनी अनेक लढे दिले. त्यामुळे 'पाणीवाली बाई' अशी त्यांची ओळख निर्माण झाली. १९५७ पासूनच बंडू आणि मृणाल गोरे यांनी झोपडपट्टीवासीयांचे प्रश्न लावून धरले होते. डॉ. राममनोहर लोहिया यांच्या अध्यक्षतेखाली १९५७ मध्ये या दोघांनी पहिली झोपडपट्टी परिषद घेतली. महानगरपालिकेत येताच मृणाल गोरे यांनी हे प्रश्न धसाला लावले. जुन्या भाडेकरूंना पर्यायी जागा दिल्याशिवाय तिथे बांधकाम सुरू करायचे नाही, ही भूमिका त्यांनी मुंबई

महानगरपालिकेला मान्य करायला लावले. झोपडपट्टी सुधारणा आणि विकासासंबंधीचा एक ठराव त्यांनी महापालिकेत मांडला. त्यासोबत दिल्ली इम्प्रुव्हमेंट व स्लम डेव्हलपमेंट ॲक्टचे एक पुस्तकच त्यांनी सभागृहात सादर केले. ते पुस्तक दाखवीत त्या म्हणाल्या, 'असा प्रस्ताव आपण महाराष्ट्र सरकारकडे पाठवावा, म्हणजे मुंबईतल्या झोपड्या पाडल्या जाणार नाहीत. त्यांना अधिकृतपणे पाणी, रस्ते, वीज, संडास अशा मूलभूत सोयी देता येतील. 'मृणालताईंनी हा विषय इतक्या उत्तम पद्धतीने मांडला की सभागृहाने त्यांचा ठराव एकमताने संमत केला. महानगरपालिकेने हा ठराव राज्य सरकारकडे पाठविला. तो मंजूर करून राज्य सरकारने १९७१ मध्ये स्लम इम्प्रुव्हमेंट ॲक्ट मंजूर केला. बाहेर लढा आणि सभागृहात युक्तिवाद असे दुहेरी शस्त्र वापरून मृणालताईंनी झोपडपट्टीवासीयांना यश मिळवून दिले.

१९७२च्या विधासभा निवडणुकीत मृणालताई विधानसभेला उभ्या राहिल्या. गोरेगावची जागा काँग्रेसने एवढी प्रतिष्ठेची बनवली की इंदिरा गांधी यांच्या मुंबईतील दोन प्रचारसभांपैकी एक गोरेगावात झाली. मुंबईत विरोधी पक्षाचे सर्व उमेदवार पडले; पण गोरेगावातून एकट्या मृणालताई निवडून आल्या. निवडणूक होते न होते तोच १९७२च्या भीषण दुष्काळाच्या ज्वाला अधिक तीव्र होत गेल्या. मृणालताईंनी त्यावर विधानसभेत आवाज उठविला. नागपूरच्या हिवाळी अधिवेशनात तर शुक्रवारी कामकाज संपले की त्या दुष्काळी भागांना भेट देण्यास बाहेर पडायच्या, ते ताजी प्रत्यक्ष माहिती घेऊन सोमवारी अधिवेशनातच हजर व्हायच्या. एका शुक्रवारी नागपूरजवळच्या 'कानपा' या गावात भूकबळी झाल्याचे त्यांना समजले. सभागृह सोडतानाच मृणालताईंनी सोमवारसाठी या विषयावरची लक्षवेधी सूचना पाठविली आणि त्या थेट 'कानपा'ला गेल्या. सोमवारी परतल्याबरोबर त्यांनी विधानसभा अध्यक्ष शेषराव वानखेडे यांना सर्व माहिती दिली. लक्षवेधी सूचनेवर निवेदन करताना सरकारने 'तो भूकबळी नाही' असे सांगितले, तेव्हा अध्यक्षांनी स्वतःच मृणालताईंना बोलण्याची परवानगी दिली. आपल्या प्रत्यक्ष भेटीची सविस्तर माहिती देत मृणालताईंनी सरकारच्या निवेदनाचे वाभाडे काढले, तेव्हा सरकारला ताबडतोब 'कानपा'ला धान्य पाठविण्याचे आश्वासन द्यावे लागले.

याच काळात महागाई आणि टंचाईने सामान्य माणसाच्या तोंडचे पाणी पळाले होते. महागाईच्या विरोधात रोज एका महिलामंडळाने सत्याग्रह केला, तर महागाईचा प्रश्न राजकीय मर्यादांच्या बाहेर पडेल, असे प्रमिलाताई दंडवते यांनी म्हटले. तेव्हा भारतीय महिला फेडरेशनने सर्वपक्षीय महिला आणि गृहिणींची एक सभा घेतली. सभेला मिळालेला प्रतिसाद पाहून समाजवादी महिला सभा आणि इतर महिला संघटना

व संस्थांनी एकत्र येऊन 'महागाई प्रतिकार संयुक्त महिला समिती' स्थापन केली. मृणालताई एकमताने त्याच्या अध्यक्ष झाल्या. समितीचा पहिला मेळावा दादरला झाला. त्याला प्रचंड गर्दी झाली. या मेळाव्यातच तेलाच्या भाववाढीविरुद्ध पहिला महिला मोर्चा काढण्याचे ठरले. मोर्चा अडविला तर सत्याग्रह असे ठरले होतेच. या सत्याग्रहात एवढ्या प्रचंड संख्येने महिला सामील झाल्या, की त्यांना अटक करून तुरुंगात ठेवणे अशक्य झाले, तेव्हा पोलिसांनी सर्व सत्याग्रहींना संध्याकाळी सोडून दिले. महिलांच्या एकजुटीचा हा पहिला विजय होता.

त्यानंतर समितीची पहिली मोठी सभा शिवाजीपार्कला झाली. सभेला अलोट गर्दी झाली. सभेत बोलता बोलता कुणीतरी म्हणाले, 'या सरकारला लाटण्यानंच बदडलं पाहिजे.' तेव्हापासून 'लाटणे' हे समितीच्या आंदोलनाचे प्रतीक बनले. दिवाळीच्या तोंडावर तेल, तूप, साखर, रवा, मैदा अशा सर्व वस्तू तर गायब झाल्याच; पण रॉकेलही मिळेनासे झाले. तेव्हा समितीचा पहिला लाटणे मोर्चा सचिवालयावर गेला. मोर्चाच्या आरंभीच एक भले मोठे लाटणे एका वाहनावर ठेवले होते आणि प्रत्येकीच्या हातातही ते होतेच. महिलांचा इतका मोठा मोर्चा मुंबईकर प्रथमच पाहात होते. मुख्यमंत्री वसंतराव नाईक यांनी मोर्चाच्या नेत्यांना भेटीला बोलाविले; पण मुख्यमंत्र्यांनीच मोर्चासमोर यावे आणि निवेदन स्वीकारावे, असा आग्रह महिला नेत्यांनी धरला. संध्याकाळी ७ वाजल्यानंतर मुख्यमंत्री मोर्चाला सामोरे आले; पण त्यांनी निवेदन मात्र घेतले नाही.

मोर्चा संपताच मंत्र्यांना घेराव घालण्याचा कार्यक्रम सुरू झाला. मंत्रालयातल्या एका घेरावमध्ये महिलांना अपमानास्पद वागणूक मिळाली, तेव्हा लोक अतिशय चिडले आणि त्याविरुद्ध २० हजार महिलांचा निषेधमोर्चा निघाला. अन्नधान्य पुरवठा मंत्री हरिभाऊ वर्तक यांना घेराव, विविध मंत्र्यांना व अधिकाऱ्यांना घेराव, मुख्यमंत्र्यांना बांगड्यांचा आहेर असे धडाकेबाज कार्यक्रम एकापाठोपाठ एक सुरू होते. यात रामदास किलाचंद यांना घातलेला घेराव देशभर गाजला. हे बडे खाद्यतेल उत्पादक होते. त्यांच्या कंपनीने आवश्यक तो कोटा सरकारला दिलाच नव्हता. त्यामुळे खाद्यतेलाची टंचाई वाढली होती. किलाचंद, बॉम्बे ऑईल सीड्स अँड एक्सचेंज लि.चे अध्यक्ष होते. समितीच्या महिलांनी चार तास घेराव घातल्यानंतर किलाचंद यांनी ऑगस्ट महिन्याचा खाद्यतेलाचा कोटा सरकारला देण्याचे कबूल केले. हिंदुस्थान लिव्हरचे थॉमस यांनाही समितीने असाच घेराव घातला आणि तेलपुरवठ्याचे आश्वासन मिळविले.

महगाईविरोधी एका सभेत बोलताना मृणालताईंनी सरकारला इशारा देणारा घंटानाद करण्याची कल्पना मांडली आणि ती सर्वांनीच उचलून धरली. एक दिवस

ठरवून रात्री १० वाजता सर्व महिलांनी लाटणे आणि थाळ्या घेऊन घराच्या गॅलरीत, गच्चीत, रस्त्यावर उभे राहून अर्धा तास लाटण्याने रिकाम्या थाळ्या बडविणे म्हणजेच घंटानाद. असा घंटानाद महाराष्ट्रभर तर झालाच; पण मुंबईत मलबार हिलवर मुख्यमंत्र्यांच्या बंगल्यासमोरही झाला. एकदा तर समितीच्या महिलांनी वेगवेगळ्या मार्गांनी मंत्रालयात घुसून तिथेच प्रचंड मोठा घंटानाद सुरू केला. प्रचंड सुरक्षा असतानाही रॉकेलचे रिकामे डबे, थाळ्या आणि लाटणी मंत्रालयात कुठून आली, हे कोणाला कळलेच नाही.

रेशन दुकानांमधून जो धान्यपुरवठा केला जात होता, त्यात धान्यापेक्षा कचरा आणि दगड-खडेच जास्त असत. समितीने घरा-घरातून रेशनच्या धान्यातील हा कचरा गोळा केला आणि भर चौकात मुख्यमंत्र्यांची 'कचरा-तुला' केली. मुख्यमंत्री व पुरवठामंत्री येणार नाहीत हे माहीत असल्याने त्यांचे पुतळे ठेवून जागोजाग ही कचरातुला झाली आणि मुख्यमंत्र्यांना दिलेले खास मानपत्रही सर्वत्र वाचले गेले. सरकारी कर्मचारी व अधिकारीही या महागाईने त्रासले असल्याने मंत्रालयातूनच रोज नवी नवी माहिती मृणालताईंपर्यंत पोचत होती. त्यातून नव्या आंदोलनाला आणि विधानसभेतील प्रश्नांच्या फैरींना सहज विषय मिळत होते. या महागाई प्रतिकार समितीने सरकारला आणि मंत्र्यांना एवढे भंडावून सोडले की, समितीचे शिष्टमंडळ भेटायला येणार म्हटले, तरी मंत्री मागच्या दाराने पळून जात. या आंदोलनामुळे सरकारचे महाराष्ट्रभर रोज धिंडवडे निघत होते.

महागाईविरोधी आंदोलनाचा एक भाग म्हणून पुण्यात विविध विचारांच्या विद्यार्थी आणि युवक संघटनांच्या महासंघाने स्वस्त दरात तेल, तूप विक्रीचे उपक्रम सुरू केले. पाठोपाठ टंचाई असलेल्या अन्नधान्य, डाळी यांची विक्री सुरू झाली. बिंदुमाधव जोशी, श्रीकांत शिरोळे, काका वडके हे विविध पक्षांतील नेते यांचे नेतृत्व करीत होते. लवकरच साठेबाजांच्या गोदामांवर छापे घालणे, गोदामातून हलविला जाणारा माल पकडणे अशी आंदोलने यातून सुरू झाली. या सर्व चळवळीतूनच ग्राहकांवर अन्याय करणाऱ्यांना उत्तर देण्यासाठी अखिल भारतीय ग्राहक पंचायतीची स्थापना झाली. २३ फेब्रुवारी १९७५ला या स्थापना समारंभासाठी जयप्रकाश नारायण येणार होते; पण त्यांना बिहारमध्ये अटक झाल्याने भारताचे माजी सरन्यायाधीश न्या. एम. सी. छागन यांच्या हस्ते पंचायतीचे उद्घाटन झाले. ग्राहकांसाठी मार्गदर्शनपर काम करणाऱ्या अनेक संस्था आणि संघटना यापूर्वीही अस्तित्वात होत्या; पण पंचायतीच्या रूपाने ग्राहकांची पहिली लढाऊ संघटना निर्माण झाली.

१९७२ साल हे दलित चळवळीच्या दृष्टीने महत्त्वाचे ठरले. रिपब्लिकन पक्षाचे वेगवेगळे गट काँग्रेसबरोबर सहकार्य करीत सत्तेच्या मागे लागल्याने दलितांचे मूळ प्रश्न

मागेच पडले होते. दलितांचा आक्रोश वाढतच होता. या आक्रोशालाच प्रकट स्वरूप मिळाले, ते 'दलित पँथर'च्या रूपाने. ९ जुलै १९७२ ला डॉ. बाबासाहेब आंबेडकरांच्या निधनानंतर १६ वर्षांत एकीकडे दलितांवर अन्याय, अत्याचार होत होते; पण रिपब्लिकन नेते सत्तेची गुळणी धरून बसल्याने दलितांवरील अत्याचाराला वाचा फोडणारी प्रभावी संघटना त्यांच्याजवळ नव्हती. १९५६ नंतरच्या काळात हळूहळू 'लिटल मॅगझिन'च्या माध्यमातून राजा ढाले, नामदेव ढसाळ असे बंडखोर दलित साहित्यिक तयार होत होते. अत्याचारातून सुटका करून घेण्यासाठी मोठ्या प्रमाणात दलित शहरांकडे वळत होते. मुंबईत येणाऱ्या दलितांची संख्या सर्वाधिक होती.

मुंबईतील पीपल्स एज्युकेशन सोसायटी या डॉ. आंबेडकर यांनी स्थापन केलेल्या शिक्षणसंस्थेतून दलित विद्यार्थ्यांचे पहिले गट बाहेर पडायला लागले. त्यातल्याच घन:श्याम तळवटकरांनी २ मार्च १९५८ला मुंबईत 'दलित साहित्य संघा'ची स्थापना केली. खासदार बी. सी. कांबळे यांच्या अध्यक्षतेखाली झालेल्या या पहिल्या दलित साहित्य मेळाव्याचे उद्घाटन शाहीर अण्णाभाऊ साठे यांनी केले. आपल्या भाषणांत 'पृथ्वी ही शेषाच्या मस्तकावर तरलेली नसून दलितांच्या तळहातावर तरलेली आहे' अशी क्रांतिकारी घोषणा अण्णाभाऊंनी केली. नंतर १९६७ मध्ये तळवटकर यांनीत 'महाराष्ट्र बौद्ध साहित्य सभे'च्या वतीने १६–१७ डिसेंबरला मुंबईत दलित साहित्य संमेलन घेतले. महाडला १९७१ मध्ये दुसरे बौद्ध साहित्य संमेलन भरले. त्याचे अध्यक्षपद बाबूराव बागूल यांनी भूषविले. या संमेलनातच डॉ. म. ना. वानखडे यांनी अमेरिकेतील निग्रो साहित्य आणि निग्रो चळवळ याविषयीची माहिती दिली. महाडच्या या बौद्ध साहित्यसंमेलनाने महाराष्ट्रातील प्रमुख शहरांतून आलेले तरुण दलित साहित्यिक अस्वस्थ मनानेच आपापल्या गावी परतले.

याच सुमाराला महाराष्ट्राच्या अनेक खेड्या-पाड्यांतून दलितांवर होणाऱ्या अन्याय-अत्याचारांच्या कहाण्या रोज वृत्तपत्रातून प्रसिद्ध होत होत्या. पुण्याजवळच्या 'बावडा' या गावी गावकऱ्यांनी दलित बौद्धांचे तेल, मीठ आणि पाणी बंद करून त्यांच्यावर बहिष्कार टाकला. मराठवाड्यातील 'ब्राह्मण' नावाच्या गावामध्ये एका दलित स्त्रीची नग्न धिंड काढण्यास आली. नागपूरपासून २५ कि.मी.वरच्या एरणगावात रामदास नारनवरे या बौद्ध तरुणाला त्याच्या आई-बापापासून आणि बायकोपासून बळजबरीने ओढून नेऊन एका देवीपुढे त्याचा बळी दिला गेला. या सर्व वृत्तांनी तरुण दलित साहित्यिकांची माथी भडकत होती, कानशिले तापत होती आणि त्यांच्या मनातील आग त्यांच्या कथा-कवितांतील शब्दा-शब्दातून व्यक्त होत होती. या सगळ्याला साहित्याच्या पलीकडे जाऊन उत्तर दिले पाहिजे असे वाटल्याने नामदेव

ढसाळ यांनी मुंबईत दादरच्या चैत्यभूमीपासून गांडू बगीचापर्यंत एक मोर्चा काढला. त्यात नारायण सुर्वेही होते. ढसाळांनी समता मोर्चा काढला. त्यानिमित्ताने बाबूराव बागूलही मार्चात आले. ब्राह्मणगाव-बावड्याच्या प्रकरणावरूनच व्यथित झालेल्या दलित तरुणांनी चर्नी रोडमध्ये दलित आघाडी काढली; पण हा उत्साह तिथेच विरला.

नामदेव ढसाळ यांच्यासारखे काही साहित्यिक जॉर्ज फर्नांडिस व इतर समाजवादी नेत्यांबरोबर काम करीत होते. ब्राह्मणगाव-बावडा प्रकरणात आपण काय भूमिका घेणार असे ढसाळ यांनी या समाजवादी नेत्यांना वारंवार विचारले; पण थातुरमातुर उत्तरे देऊन त्यांनी तो विषय टाळला. 'जगातील कामगारांनो एक व्हा' असे म्हणत कामगार ऐक्याची चळवळ चालविणाऱ्या या नेत्यांना जातीचा विषय संघटनेत वा पक्षात आणायचा नव्हता. याचवेळी आणखी एक घटना घडली. मुंबईच्या 'नवा काळ' दैनिकात काँग्रेस खासदार आर. डी. भंडारे यांचे एक भाषण प्रसिद्ध झाले. रिपब्लिकन पक्षातून काँग्रेसमध्ये गेलेले भंडारे या भाषणात म्हणाले, 'बाबासाहेबांचा ध्येयवाद अमलात आणण्यास रिपब्लिकन पक्ष हे साधन फारच अपुरे आहे. सत्ता काबीज करणे या पक्षाला शक्य नाही व सत्तेशिवाय ध्येय साधता येणार नाही. म्हणून आम्ही साधन बदलले, साध्य बदललेलं नाही.' बावड्याच्या दलित-बौद्धांवर बहिष्कार टाकणारे शहाजीराव पाटील हे काँग्रेसचे मंत्री शंकरराव पाटील यांचे भाऊ होते. तरी भंडारे वा इतर दलित नेते त्याबद्दल चकार शब्द काढण्यास तयार नव्हते. त्यामुळे या रिपब्लिकन नेत्यांचे साधनच नव्हे, तर साध्यही बदलले आहे हे दलित तरुणांच्या लक्षात आले आणि त्यातूनच 'दलित पँथर'चे आंदोलन उभे राहिले.

दादरच्या बंबखान्याजवळच्या इराण्याचे हॉटेल हा या दलित साहित्यिकांचा अड्डा होता. तिथेच ब्राह्मणगाव-बावडा प्रकरणी मुख्यमंत्र्यांना इशारा देणारे पहिले कडक पत्रक तयार झाले. त्यावर राजा ढाले, नामदेव ढसाळ, प्रल्हाद चेंदवणकर, अर्जुन डांगळे, उमाकांत रणधीर, ज. वि. पवार, रामदास सोरटे यांच्या सह्या होत्या. बाबूराव बागूल यांनी मात्र 'भाषा फार कडक आहे' असे म्हणत सही करण्याचे नाकारले. या दलित साहित्यिकांनी पत्रकावर न थांबता मुख्यमंत्र्यांच्या घरावर १५ ऑगस्ट १९७१ला मोर्चा नेण्याचे ठरविले. मुंबईतील सर्व दलित वस्त्या या दलित साहित्यिकांनी पिंजून काढल्या. विद्यार्थी युवक संघटनेच्या बॅनरखाली निघालेला हा मोर्चा मुख्यमंत्र्यांच्या घरावर गेला, त्याची बातमीही झाली; पण कष्टाच्या मानाने प्रतिसाद मात्र मिळाला नाही.

या दलित नेत्यांना एकदम प्रसिद्धी मिळाली, ती 'गोलपिठा'च्या निमित्ताने. नामदेव ढसाळ यांच्या या पहिल्या काव्यसंग्रहाच्या प्रकाशनाला दुर्गा भागवत प्रमुख

पाहुण्या होत्या. आपल्या भाषणात त्या म्हणाल्या, 'घराला ज्याप्रमाणे संडास-बाथरूमची गरज असते, त्याचप्रमाणे समाजस्वास्थ्यासाठी समाजाला वेश्याव्यवसायाची गरज आहे. परंतु या वेश्यांना समाजाने सामाजिक प्रतिष्ठा दिली पाहिजे. कारण ती समाजाची गरज भागविते.' दुर्गाबाईंच्या या भाषणावर राजा ढाले तुटून पडले. 'वेश्यांना सामाजिक प्रतिष्ठा द्या, कारण ती समाजाची गरज भागवते असं म्हणणाऱ्या दुर्गाबाईंना वेश्यांना वेश्याच ठेवायचं आहे हा त्यांचा 'पतितोद्धार' आहे असं ज्यांना वाटतं, त्यांनी स्वत: हा धंदा का करू नये? संस्कृतमध्येही या विषयावर ग्रंथ लिहिले गेले आहेत. वेश्या या विद्वान, सुसंस्कृत असाव्यात असे या ग्रंथात म्हटले आहे. मग प्रतिष्ठित लोकांनीच हा व्यवसाय करून त्याचा दर्जा वाढवावा.' भाऊ पाध्ये यांनी आपल्या खास तिरकस शैलीत हे भाषण 'नवशक्ती'मध्ये छापले आणि त्यावरून सर्वत्र वादळ उठले. नामदेव ढसाळ आणि राजा ढाले एकदम प्रकाशात आले.

१५ ऑगस्ट १९७२ हा भारतीय स्वातंत्र्याचा रौप्यमहोत्सवाचा दिवस होता; पण या २५ वर्षांत गावकुसाबाहेरील झोपड्यांमध्ये काळाकुट्ट अंधारच होता. दलितांचे दुःख, दैन्य, दारिद्र्य हटले नव्हते. याउलट त्यांच्यावर अन्याय आणि अमानुष अत्याचार होत होते. या सर्वाला शरण न जाता निधड्या छातीने विरोध करण्यासाठी आणि त्याचा प्रचार करण्यासाठी दलित साहित्यिकांनी हा स्वातंत्र्यदिन 'काळा स्वातंत्र्यदिन' म्हणून पाळण्याचे ठरविले. ही बातमी समजताच डॉ. अनिल अवचट यांनी त्यावर 'साप्ताहिक साधना'चा 'दलित विशेषांक' काढण्याचे ठरविले. सर्वांनी आपापले विचार त्यात मांडले. त्यात सर्वांत गाजला तो राजा ढाले यांचा लेख. या लेखात राष्ट्रध्वजाबद्दल अत्यंत अपमानकारक मजकूर प्रसिद्ध झाला होता. त्यावरून पुण्यात गदारोळ माजला. 'साधना' साप्ताहिकावर मोर्चे निघाले. संपादक यदुनाथ थत्ते यांची प्रेतयात्रा काढून 'साधने'समोरच त्यांची तिरडी जाळण्यात आली. अखेर यदुनाथ थत्ते यांनी संपादकपदाचा राजीनामा दिला, तर 'साधना' ट्रस्टचे प्रमुख एस. एम. जोशी यांनी जाहीर माफी मागितली. दोनच दिवसात मुंबईतील हे दलित साहित्यिक पुण्यात पोहोचले आणि मोर्चाने 'साधना'त गेले आणि त्यांनी संपादक व ट्रस्टींचा निषेध केला. नेमके त्याच दिवशी मुख्यमंत्री वसंतराव नाईक पुण्यात सर्किट हाऊसवर थांबले होते. हे कळताच या दलित साहित्यिकांनी 'साधना' कचेरीपासून सर्किट हाऊसपर्यंत मोर्चा काढला. या मोर्चातच प्रथम कापडी बॅनरवर 'दलित पँथर' असे नाव लिहिले गेले, असे प्रल्हाद चेंदवणकर आणि इतरांचे म्हणणे आहे, नामदेव ढसाळ यांच्या म्हणण्यानुसार दलित पँथर ९ जुलै १९७२ लाच मुंबईत लहान प्रमाणात सुरू झाली होती आणि तोच सर्वजण पँथरचा 'स्थापना दिन' मानतात.

दलित पँथर या नव्या लढाऊ संघटनेला आपल्याबरोबर घेण्यासाठी सर्वच पक्ष प्रयत्नशील होते; पण दलित पँथरने मात्र स्वतंत्रपणे काम करण्याचे ठरविले होते. पँथरला आपली ताकद दाखविण्याची संधी लवकरच मिळाली. कॉंग्रेस खासदार आर. डी. भंडारे यांची नियुक्ती बिहारचे राज्यपाल म्हणून झाल्याने मध्य मुंबई मतदारसंघात लोकसभेची पोटनिवडणूक जाहीर झाली, ती १९७४ मध्ये मुंबईत सतत सुरू असलेले संप, दलितांवरील अत्याचारविरोधात पँथरने काढलेले मोर्चे, आंदोलने यामुळे या मतदारसंघातील वातावरण कॉंग्रेसविरोधी बनले होते. भंडारे यांच्यासारख्या दलित नेत्याला राज्यपाल बनवून बॅरिस्टर रामराव आदिक यांना कॉंग्रेसने तिकीट दिले. त्यामुळेही दलितांमध्ये नाराजी होती. कॉंग्रेसने या निवडणुकीसाठी रिपब्लिकनांचे दोन्ही गट आणि शिवसेना यांच्याशी युती केली होती. तरीही दलितांची मते कॉंग्रेसला मिळतील याची खात्री न वाटल्याने कॉंग्रेसने पँथरशीही समझोता करण्याचे प्रयत्न केले.

पाठिंबा कोणाला द्यावा याबद्दल दलित पँथरने कोणताही निर्णय घेतलेला नसताना अचानक एक मोठी घटना घडली. ५ जानेवारी १९७४ला वरळीच्या आंबेडकर मैदानात दलित पँथरची सभा भरली होती. राजा ढाले यांनी हिंदू देव-देवतांची कुचेष्टा करणारे लेखन केले असल्याने वरळी पोलिस लाईनमध्ये आणि दलितेतर वस्त्यात ढालेविरोधी फलक लागले होते. त्यामुळे वातावरण तंग होते. सभेत बोलण्यासाठी राजा ढाले उभे राहिले, तोच पोलिसी गणवेशातील २-४ तरुण अचानक व्यासपीठावर चढले आणि ढाले यांना त्यांना लाठ्याकाठ्यांनी मारहाण केली. सभेत गोंधळ माजला, दगडफेक सुरू झाली, लाठीमारही झाला आणि राजा ढाले यांच्यासह अनेकांना अटक झाली. या दंगलीचा निषेध करण्यासाठी १० जानेवारी १९७४ला पँथरचा मोर्चा निघाला. हा मोर्चा दादरकडून परळकडे निघाला असतानाच त्याच्यावर सोडावॉटरच्या बाटल्या आणि दगडांचा वर्षाव झाला. पोलिस आणि पँथर कार्यकर्ते यांच्यातही हाणामारी झाली. पँथरच्या ७५ लोकांना पोलिसांनी अटक केली आणि २ आठवडे पोलिस कोठडीत ठेवले. या दोन्ही घटनांमुळे मध्य मुंबईतील दलित मतदार पेटून उठला आणि त्याने आपला संताप व्यक्त करण्यासाठी लोकसभा पोटनिवडणुकीवर बहिष्कार घातला. कॉंग्रेसला हमखास होणारे दलित मतदान झालेच नाही आणि कॉंग्रेसचे रामराव आदिक पराभूत झाले. निवडणूक जिंकण्याची सुतराम शक्यता नसताना भा. क. प.च्या रोझा देशपांडे निवडून आल्या. पँथरचा हा पहिला दणका होता.

दलित पँथरचे वाढते महत्त्व कमी करण्यासाठी कॉंग्रेसने सर्व रिपब्लिकन नेत्यांना एकत्र आणून त्यांचे ऐक्य घडवून आणले; पण तरीही पँथरचे महत्त्व कमी होत नव्हते.

इतर राजकीय नेतेही पँथर आपल्याबरोबर येत नाही म्हणून निराश झाले होते. डॉ. अनिल अवचट यांनी 'मनोहर' साप्ताहिकात ढसाळ आणि राजा ढाले यांच्या मुलाखती प्रसिद्ध केल्या आणि त्यावर लेख लिहून ढसाळ हे कसे कम्युनिस्ट आहेत आणि ढाले कसे आंबेडकरवादी आहेत हे दाखविण्याचा प्रयत्न केला. इतर वृत्तपत्रांतूनही याच प्रकारच्या बातम्या येत होत्या. नामदेव ढसाळ 'आम्ही' या नावाचे एक मासिक चालवीत होते. या मासिकाच्या १९७४च्या दिवाळी अंकात ढसाळ यांनी लिहिलेला 'दलित पँथर्सचा जाहीरनामा' प्रसिद्ध केला. पाठोपाठ नागपूरमध्ये भरलेल्या दलित पँथरच्या पहिल्याच अधिवेशनात राजा ढाले आणि मंडळी यांनी ढसाळ यांचा जाहीरनामा कम्युनिस्टधार्जिणा ठरविला. इथे पँथरमध्ये रिपब्लिकन, शे.का.प. यास सर्वच पक्षांत काँग्रेसबरोबर जावे की कम्युनिस्टांबरोबर, यावरूनच सतत फूट पडत राहिली. त्याचीच लागण दलित पँथरलाही झाली आणि ती फुटली.

विरोधी पक्षांची आणि संघटनांची अशी आंदोलने आणि संघर्ष सुरू असताना काँग्रेस सरकार त्याला एकीकडे तोंड देत होते आणि दुसरीकडे काही महत्त्वाच्या योजनाही राबवीत होते. यात सर्वांत महत्त्वाची ठरली रोजगार हमी योजना. १९७२च्या भीषण दुष्काळामुळे लोकांना काम कसे उपलब्ध करून द्यावे, त्यासाठी कोणती दुष्काळी कामे काढावी, यावर मंत्रिमंडळात आणि पक्षात चर्चा चालू होतीच. काही कार्यक्रमही राबविण्यास सुरुवात झाली होती. त्यावर उपाय म्हणून रोजगार हमी योजना सुरू करण्याची कल्पना सुचली ती वि. स. पागे यांना. त्यावेळी पागे विधानपरिषदेचे सभापती होते आणि गांधीवादी नेते म्हणून ओळखले जात होते. पागे मूळचे तासगावचे. तिथेच त्यांची थोडी शेती होती. शेतावर काही मजूर कामावर घ्यायचे होते म्हणून त्यांनी सहज पत्नीला विचारले, 'घरात किती पैसे आहेत?' प्रभाताई पागे उत्तरल्या, 'सातशे रुपये आहेत.' मग पागेंनी हिशोब लावला, 'सातशे रुपयात १५ मजूर २० दिवस कामावर घेता येतील.'

त्या काळी मजुरी होती २–३ रुपये. पागे यांच्या डोक्यात विचारचक्र सुरू झाले. ७०० रुपयांत १५ मजूर २० दिवस काम करतील, तर १०० कोटी बाजूला काढले, तर किती जणांना किती दिवस काम देता येईल? त्यांनी हिशोब मांडला आणि पाटबंधारेमंत्री वसंतदादा पाटील यांना दाखवला. त्यांनाही ही कल्पना आवडली. मग पागे यांनी एक टिपण तयार केले आणि दोघेही मुख्यमंत्र्यांना भेटले. मुख्यमंत्र्यांनी लगेच निवडक मंत्री व अधिकाऱ्यांची बैठक बोलावली. बैठकीत सहकारमंत्री असलेले यशवंतराव मोहिते हेही होते. मागेल त्याला काम अशी एक योजना अस्तित्वात होतीच; पण तिच्यात 'कामाची हमी' नव्हती. मोहिते यांनी या 'हमी' देण्यावर भर दिला आणि

'रोजगार हमी योजना' राबविण्याचे निश्चित झाले; पण हे १०० कोटी आणायचे कुठून, हा खरा प्रश्न होता. दुष्काळ, त्यातच महागाई यामुळे जनता होरपळत असताना करवाढ कशी करावी हे कोणाला समजत नव्हते. वसंतराव नाईक यानी विरोधी पक्षनेते कृष्णराव धुळुप यांच्याशी चर्चा केली. त्यांनीही 'दुष्काळावर हा सर्वोत्तम उपाय आहे' हे लक्षात घेऊन करवाढीला मान्यता दिली आणि 'पाहिजे तर यासाठी करवाढीचा प्रस्ताव आम्ही आणतो' असेही सांगितले. विरोधी पक्षांनी एखाद्या योजनेसाठी करवाढीला मान्यता देण्याची ही महाराष्ट्राच्या इतिहासातील पहिलीच घटना. १ मे १९७२ पासून ही योजना महाराष्ट्रभर सुरू करण्यात आली.

७ ऑगस्ट १९७२ला सरकारने विधानसभेत कमाल जमीन धारणा दुरुस्ती विधेयक मांडले. त्यानुसार बारमाही पाणीपुरवठा असलेल्या जमिनीची कमाल मर्यादा कुटुंबासाठी १८ एकर ठरविण्यात आली. ८ महिने पाणी मिळणाऱ्या जमिनीची मर्यादा २७ एकर होती, तर ४ महिने पाणी मिळणाऱ्या जमिनीची मर्यादा ३६ एकर ठरविण्यात आली. या कोणत्याही अटीत न बसणाऱ्या कोरडवाहू जमिनीची मर्यादा ५४ एकर ठरविण्यात आली. हा निर्णय अत्यंत महत्त्वाचा ठरला.

१३ जानेवारी १९७४ला महाराष्ट्रात लोकसभेच्या २ आणि विधानसभेच्या २ जागांवर पोटनिवडणूक झाली. या चारही ठिकाणी काँग्रेसला पराभव पत्करावा लागला. मध्य मुंबई लोकसभा मतदारसंघात रोझा देशपांडे निवडून आल्या, तर काँग्रेसचे रामराम आदिक तिसऱ्या क्रमांकावर गेले. जनसंघाचे वसंतकुमार पंडित दुसऱ्या क्रमांकावर होते. रामटेक लोकसभा मतदारसंघात महाविदर्भ संघर्ष समितीचे उमेदवार राम हेडाऊ यांनी काँग्रेसचे आनंदराव कळमकर यांचा १ लाख ३७ हजार मतांनी पराभव केला. सावंतवाडी विधानसभा मतदारसंघात समाजवादी नेते जयानंद मठकर विजयी झाले, तर काँग्रेसचे प्रवीण भोसले तिसऱ्या क्रमांकावर फेकले गेले. सांगोला विधानसभा मतदारसंघात सरळ सामन्यात शे.का.प.च्या गणपतराव देशमुख यांनी काँग्रेसच्या सिद्धेश्वर झापके यांचा पराभव केला. हे सर्वच निर्णय काँग्रेसला हादरून टाकणारे होते.

'काँग्रेस फोरम फॉर सोशॅलिस्ट ॲक्शन' ही तरुण तुर्कांची संघटना दिल्लीत होतीच. तिची शाखा महाराष्ट्रात याच काळात सुरू झाली. शरद पवार हे तिचे अध्यक्ष आणि नव्यानेच काँग्रेसमध्ये आलेले सुशीलकुमार शिंदे तिचे कन्व्हेनर झाले. १९७१ च्या लोकसभा निवडणुकीत आणि १९७२ च्या विधानसभा निवडणुकीत या गटाने तरुणांना उमेदवारी देण्याचा आग्रह धरला आणि तो मोठ्या प्रमाणात यशस्वी झाला. १९७२ मध्ये सुशीलकुमार शिंदे यांना प्रदेश काँग्रेसने उमेदवारी दिली; पण केंद्रीय

निवडणूक मंडळाने ती नाकारली. १९७४ मध्ये मंत्री म्हणून मंत्रिमंडळात समाविष्ट झाले.

यशवंतराव चव्हाणांसह संपूर्ण महाराष्ट्र काँग्रेस इंदिरा गांधी यांच्यामागे असली, तरी चव्हाण आणि महाराष्ट्राबद्दलचा त्यांचा आकस वाढतच राहिला होता. त्याचा पहिला फटका महाराष्ट्राला मुख्यमंत्रीबदलाने बसला. २० फेब्रुवारी १९७५ला इंदिरा गांधी यांनी वसंतराव नाईकांना मुख्यमंत्रीपदाचा राजीनामा देण्यास सांगून मराठवाड्यातून आलेले कृषीमंत्री शंकरराव चव्हाण यांची मुख्यमंत्रीपदी निवड केली. नव्या मुख्यमंत्र्यांनी मंत्रीमंडळात बदल न करता तेच सहकारी बरोबर घेऊन आपला कारभार सुरू केला राज्याचे अर्थसंकल्पीय अधिवेशन संपत असतानाच इंदिरा गांधी यांनी आणीबाणीची घोषणा केली आणि राज्यातील घडामोडींनाही एक वेगळे वळण लागले.

□□□

प्रकरण ७

संघर्ष आणीबाणीतील

निवडणूक भ्रष्टाचाराच्या मुद्द्यावरून अलाहाबाद उच्च न्यायालयाने इंदिरा गांधी यांची लोकसभेवर झालेली निवडच रद्द केल्याने संपूर्ण देशभर प्रचंड खळबळ माजली. दुसऱ्या दिवशी १३ जून १९७५ला कम्युनिस्ट पक्ष वगळता इतर सर्व विरोधीपक्षीय खासदारांनी पंतप्रधान इंदिरा गांधी यांना बडतर्फ करण्याच्या मागणीसाठी राष्ट्रपतींच्या कार्यालयापुढे धरणे धरले. सफदरजंग रोड या इंदिरा गांधी यांच्या निवासस्थानी मात्र वेगळेच वातावरण होते. इंदिरा गांधी यांनी पंतप्रधानाचा राजीनामा देऊ नये, असे स्पष्ट मत संजय गांधी यांनी दिले आणि इंदिरा गांधी यांनीही मनोमन तोच निर्णय घेतला. न्यायालयाचा निर्णय कळताच काँग्रेसचे नेते इंदिरा गांधी यांना भेटायला येत होते. प्रत्येकालाच गांधी यांनी राजीनामा दिला, तर ते हवेच होते; पण स्पष्टपणे तसे सांगण्याची कोणाचीच हिंमत नव्हती.

स्वत: इंदिरा गांधी राजीनामा देत नाहीत आणि राष्ट्रपतीही त्यांना बडतर्फ करीत नाहीत, असे पाहिल्यावर २१ जून १९७५ला जयप्रकाश नारायण यांनी 'इंदिरा हटाव' मोहिमेची घोषणा केली. पाठोपाठ २५ जूनला सर्व विरोधी पक्षांच्या वतीने दिल्लीत बोलविलेल्या विराट जाहीर सभेत जयप्रकाशजींसह विरोधी नेत्यांची घणाघाती भाषणे झाली. इंदिरा गांधी यांच्या राजीनाम्याच्या मागणीसाठी २९ जूनपासून एक आठवडा संपूर्ण देशभर सत्याग्रह केला जाईल, अशी घोषणाही या सभेत करण्यात आली. सर्वात गाजले ते जयप्रकाश यांचे आवाहन. 'इंदिरा गांधी यांचे सरकार बेकायदेशीर असल्याने सदसद्‌विवेकबुद्धीनुसार काम करावे' असे हे आवाहन होते.

त्यांचे हे आवाहन इंदिरा गांधी यांना देशांतर्गत आणीबाणी लागू करण्यास पुरेसे ठरले. त्याच रात्री दिल्लीतील वृत्तपत्रांची कार्यालये असलेल्या भागातील वीज तोडण्यात आली. रात्री इंदिरा गांधी यांनी राष्ट्रपती फक्रुद्दीन अली अहमद यांना भेटून देशात अंतर्गत आणीबाणी जाहीर करण्याची विनंती केली. २६ जून १९७५ला पहाटेच तसा वटहुकूम निघाला आणि जयप्रकाश नारायण, मोरारजी देसाई यांच्यासह विरोधी पक्षांचे शंभराहून अधिक नेते आणि इंदिरा गांधी यांचे काँग्रेसमधील विरोधक यांना 'मिसा' कायद्याखाली अटक करण्यात आली. सरकारने तातडीने प्रसिद्धीपूर्व नियंत्रणाचा आदेश वृत्तपत्रांवर लागू केला.

४ जुलैला राष्ट्रीय स्वयंसेवक संघ, आनंदमार्ग, जमाते-इस्लामी आणि इतर २३ संघटनांवर बंदी घालण्यात आली. जुलैअखेर ३० खासदार तुरुंगात असताना संसदेने आणीबाणीविषयक विधेयकाला मान्यता दिली. अलाहाबाद उच्च न्यायालयाचा मूळ निर्णय निष्फळ ठरविण्यासाठी ६ ऑगस्टला निवडणूक कायद्यात दुरुस्ती करण्यात आली. पाठोपाठ दुसऱ्या दिवशी ३९वी घटनादुरुस्ती संसदेने संमत केली. या दुरुस्तीद्वारे राष्ट्रपती, उपराष्ट्रपती, पंतप्रधान आणि लोकसभाध्यक्ष यांच्या निवडणुकांची वैधता न्यायालयीन तपासणीच्या कक्षेबाहेर ठेवण्यात आली. एवढ्याने समाधान न झाल्याने इंदिरा गांधी यांनी ९ ऑगस्टला ४१वी घटनादुरुस्ती मंजूर करवून घेतली. या दुरुस्तीनुसार पंतप्रधानपदी असलेल्या व्यक्तीवर कधीही फौजदारी किंवा दिवाणी स्वरूपाचा खटला चालविता येणार नाही अशी तरतूद करण्यात आली.

देशभर सर्व विरोधी पक्षांच्या नेत्यांना व कार्यकर्त्यांना अटक करण्याचे सत्र सुरू असतानाच आणीबाणीविरोधी आंदोलन तीव्र करण्यासाठी 'लोकसंघर्ष समिती' स्थापन करण्यात आली. १४ ऑक्टोबरला या समितीच्या वतीने देशातील सर्व प्रमुख शहरांत मानवी हक्कांसाठी हजारो कार्यकर्त्यांनी सत्याग्रह केला. संसदेत होत असलेली विरोधी पक्षीय खासदारांची भाषणे वृत्तपत्रात प्रसिद्ध होत होती. त्यावरही ८ डिसेंबरला वटहुकुमान्वये बंदी घालण्यात आली. लोकसभेच्या निवडणुका मार्च १९७६ मध्ये होणे अपेक्षित होते; पण त्या वर्षभर पुढे ढकलण्यात आल्या. राज्यघटनेच्या कलम १९च्या अंतर्गत येणाऱ्या 'सप्तस्वातंत्र्या'च्या हक्कांचे राष्ट्रपतींकडून निलंबन करण्यात आले. तमिळनाडू आणि गुजरातमधील विरोधी पक्षांची सरकारे बडतर्फ करून तिथे राष्ट्रपती राजवट लागू करण्यात आली.

आचार्य विनोबा भावे यांनी खरे तर आणीबाणीला पाठिंबा देऊन तिचे वर्णन 'अनुशासन पर्व' असे केले होते; पण त्यांच्या आश्रमाच्या वतीने प्रसिद्ध होणाऱ्या 'मैत्री' या नियतकालिकातील जरा वेगळा सूर लावणारा लेखही सरकारला मान्य

झाला नाही. त्यामुळे ११ जून १९७६ला विनोबाजींच्या वर्धा आश्रमावर छापा घालण्यात आला आणि 'मैत्री'चे अंक जप्त करण्यात आले. मुंबईतील 'ओपिनियन', 'हिंमत', 'फ्रीडम फर्स्ट' आंध्रप्रदेशातील 'सृजना', गुजरातमधील 'भूमिपुत्र', तमिळनाडूतील 'तुघलक' आणि 'स्वराज्य' याचा छळ वर्षभर सुरूच होता; पण ११ जून १९७६ला या नियतकालिकांवर बंदी घालण्यात आली. त्याचबरोबर दिल्लीतील 'सेमिनार', मुंबईतील इंग्रजी साप्ताहिक 'जनता', अहमदाबादचे गुजराती साप्ताहिक 'साधना', मुंबईतील इंग्रजी मासिक 'क्वेस्ट', पुण्याचे मराठी साप्ताहिक 'साधना' या व्यक्तिस्वातंत्र्याचा पुरस्कार करणाऱ्या नियतकालिकांची गळचेपीही सुरू झाली.

१० ऑगस्ट १९७६ला संसदेमध्ये एक सनसनाटी घटना घडली. जनसंघाचे तरुण खासदार आणि हार्वर्ड विद्यापीठातील अर्थशास्त्रज्ञ डॉ. सुब्रह्मण्यम स्वामी यांच्यावर अटक वॉरंट असतानाही ते १४ महिने सापडले नव्हते. १० ऑगस्टला अचानक त्यांनी संसदेतील सर्व सुरक्षाव्यवस्था मोडीत काढून लोकसभेत प्रवेश केला. आणीबाणीविरोधात जोरदार भाषण केले आणि ते आले तसेच गुप्तपणे नाहीसेही झाले. या घटनेमुळे सरकारची नाचक्की तर झालीच, पण आणीबाणीविरुद्ध लढणाऱ्या सर्वपक्षीय कार्यकर्त्यांमध्ये नवे चैतन्य पसरले.

काँग्रेस नेते स्वर्णसिंग यांच्या नेतृत्वाखालील काँग्रेसच्या समितीने सहा महिने अभ्यास करून घटनात्मक हुकूमशाही आणण्यासाठी सर्व व्याप्त कायदे व घटनादुरुस्त्यांची योजना मांडली. या सर्व प्रयत्नांचा निषेध म्हणून विरोधी पक्षांच्या तोपर्यंत अटक न झालेल्या खासदारांनी २ सप्टेंबर १९७६ पासून संसदेवर बहिष्कार घातला. पाठोपाठ १६ सप्टेंबरला आणीबाणीचा विरोध आणि निषेध सत्याग्रह यात समन्वय साधण्यासाठी, भारतीय लोकदल, संघटना काँग्रेस, जनसंघ आणि समाजवादी पक्षाच्या नेत्यांची दिल्लीत बैठक झाली.

याच काळात इंदिरा गांधी यांनी २० कलमी कार्यक्रमाची घोषणा केली. त्यात सक्तीची नसबंदी हे एक महत्त्वाचे कलम होते; पण संपूर्ण उत्तर भारतात हा कार्यक्रम अत्यंत निर्दयपणे राबविण्यात आला. मुजफ्फरनगर येथे सक्तीच्या नसबंदीविरुद्ध निषेध नोंदविणाऱ्या ४३ जणांना पोलिसांनी गोळ्या घालून ठार केले. संजय गांधी यांच्या पुढाकाराने चालू असलेल्या या नसबंदी मोहिमेत मुस्लिम वस्त्यांमध्येही जबरदस्तीने नसबंदी शस्त्रक्रिया करण्यात आल्या. त्यामुळे देशभरातील मुस्लिम समाज इंदिरा गांधी यांच्या विरोधात गेला.

आणीबाणीमध्ये व्यक्तिस्वातंत्र्यावर आणि लेखन व उच्चार स्वातंत्र्यावर बंदी घातली गेल्याने प्रथमच प्राध्यापक, लेखक, साहित्यिक व कला सरकारच्या विरोधात

गेले. प्रसिद्ध पार्श्वगायक किशोरकुमार यांनी कॉंग्रेसला पाठिंबा न दिल्याने आकाशवाणीवरील त्यांच्या गीतांच्या प्रसारणावरच बंदी घालण्यात आली.

आणीबाणी जाहीर झाली त्या दिवशी मुंबईत कोणीच रस्त्यावर उतरले नाही. कामगार चळवळीतूनही काही प्रतिक्रिया उमटली नाही. त्यामुळे मुंबईत आणि महाराष्ट्रात सर्व काही आलबेल आहे अशीच सरकारची समजूत झाली. प्रत्यक्षात मात्र तसे नव्हते. आणीबाणीची घोषणा अत्यंत अनपेक्षित असल्याने त्याचा जबर धक्का सर्वांना बसला होताच; पण बरीचशी नेतेमंडळीही त्यावेळी परगावी वा परप्रांतात होती. त्यामुळे लगेच कोणताही विरोध संघटित झाला नाही. त्याच संध्याकाळी मृणाल गोरे यांनी मात्र आणीबाणीविरोधात एक जाहीर सभा हुतात्मा चौकात घेतली आणि त्यानंतर चर्चगेट स्टेशनवरूनच त्या भूमिगत झाल्या. नानासाहेब गोरे तेव्हा अमेरिकेत होते, तर एस. एम. जोशी अखिल भारतीय खेत-मजदूर पंचायतीच्या सभेसाठी बिहारमध्ये गया येथे गेले होते. २६ जून १९७६च्या पहाटे ते जयप्रकाशजींना भेटण्यासाठी पाटणा येथे पोचले आणि तेथेच आकाशवाणीवर त्यांना आणीबाणी लादल्याची व जयप्रकाशजींसह विरोधी पक्षांच्या प्रमुख नेत्यांना अटक केल्याची बातमी समजली, तेव्हा ते तसेच महाराष्ट्रात परतले.

पुण्यात एस. एम. जोशी यांनी पुण्या-मुंबईतील मोजक्या कार्यकर्त्यांची बैठक बोलाविली. त्यात आणीबाणीचा प्रतिकार कसा संघटित करायचा यावर चर्चा झाली. मृणालताई, जगन्नाथ जाधव, जी. जी. पारीख आणि नारायण तावडे यांनी भूमिगत राहून काम करावे; व्ही. एन. ओक आणि प्रभुभाई संघवी यांनी ग्रुप पत्रके तयार करावी आणि वाटावी अशा जबाबदाऱ्या देण्यात आल्या. सदाशिव बागाईतदार आणि जी. जी. पारीख यांना गुजरातमध्ये पाठवून साहित्य छपाई आणि वितरण यासाठी साह्य मिळविण्यास सांगण्यात आले. खेड्यापाड्यात जाऊन आणीबाणीविरुद्ध प्रचार करण्याची जबाबदारी एस. एम. जोशी यांनी घेतली.

इतर पक्षांच्या मानाने संघ-परिवार अधिक सावध होता. राष्ट्रपतींनी आणीबाणीच्या घोषणेवर सही करण्यापूर्वीच काही तास आधी दिल्लीतील एका वरिष्ठ पोलिस अधिकाऱ्याने संघ व जनसंघाच्या नेत्यांना दूरध्वनीवरून एक महत्त्वाची माहिती दिली होती. तो म्हणाला, 'देशभरात सर्वत्र काहीतरी गंभीर घडणार आहे. तुम्ही व तुमच्या मित्रांनी भूमिगत झालेले चांगले ठरेल.' मुंबईतील काही सरकारी अधिकाऱ्यांनीही अशाच स्वरूपाची महिती संघ-परिवारातील नेत्यांना दिली होती. त्यामुळे संघटनात्मक कामामध्ये गुंतलेले सर्व प्रमुख कार्यकर्ते भूमिगत झाले. जनसंघाच्या प्रमुख नेत्यांना अटक झाली. लवकरच संघावरील बंदीही जाहीर झाल्याने

आणीबाणीविरोधी लढ्याची सर्व सूत्रे संघाने आपल्या हातात घेतली. दामुअण्णा दाते आणि डॉ. श्रीपती शास्त्री या संपूर्ण लढ्याचे मार्गदर्शन व संयोजन करीत होते.

आणीबाणीबरोबरच इंदिरा गांधी यांनी वृत्तपत्रांवर सेन्सॉरशिप लागू केल्याने देशात व राज्यात खरे काय घडते आहे, हेच लोकांपर्यंत पोचत नव्हते. त्यामुळे प्रत्येकजण परदेशी आकाशवाणी केंद्रांकडे कान लावून बसत होता. कार्यकर्ता कोणत्याही पक्षाचा असो, त्याला मिळालेली थोडीशीही माहिती तो दुसऱ्यापर्यंत पोचवीत होता. पहिल्या एक-दोन आठवड्यात हे सर्व प्रयत्न व्यक्तिगत स्वरूपाचे होते. मग हळूहळू त्यांना संघटित स्वरूप आले. बी.बी.सी. किंवा इतर परदेशी आकाशवाणीवरील बातम्या, दिल्ली वा इतर ठिकाणांहून आलेल्या बातम्या एकत्र करून एखादे बुलेटिन काढले जाई आणि ते अनेकांपर्यंत पोहोचविले जात असे. अशा पत्रकांवर खाली एक सूचना अधोरेखित केलेली असे. 'वाचा, प्रती काढा व वितरित करा.' यामुळे ही पत्रके हस्तलिखित, टंकलिखित किंवा चक्रमुद्रित स्वरूपात असत. सर्वसामान्य नागरिकही सर्व धोका पत्करून आपल्याकडील टाईपरायटर, सायक्लोस्टाईल वा झेरॉक्स मशिन या कामासाठी वापरण्यास देत. त्यामुळे ही पत्रके कुठून निघतात आणि कुठे पोचतात हेच पोलिसांना कळत नव्हते.

आणीबाणीच्या प्रतिकारासाठी 'लोकसंघर्ष समिती'ची स्थापना झाल्यावर 'सत्य-समाचार' या नावाची पत्रिका नियमितपणे प्रकाशित होऊ लागली. दिल्लीतून निघालेल्या पहिल्या अंकाचे स्टेन्सिल कटिंग खुद्द संसद भवनातच पार पडले होते. देशभरातील सरकारी अधिकारी व कर्मचारीही मनाने आणीबाणीच्या विरोधात असल्याने सर्वत्र हाच अनुभव येत होता. महाराष्ट्रातही प्रमुख सरकारी अधिकारी व पोलिस अधिकारीच या पत्रकांसाठी महत्त्वाची माहिती पुरवीत होते. सर्वच राजकीय पक्षांचे सर्वसामान्य कार्यकर्ते आणि संघाचे स्वयंसेवक पोलिसांच्या कोणत्याही रेकॉर्डवर नसल्याने त्यांना पकडणेही अशक्य होत होते.

रॉइशस्टॅगच्या इमारतीला लागलेल्या रहस्यमय आगीनंतरचा हिटलरचा कट आणि २६ जून १९७५चा इंदिरा गांधी यांचा कट यांच्यातील साम्य उलगडून दाखविणारा 'कथा दोन आणीबाणींची' असा लेखच लालकृष्ण अडवाणी यांनी लिहिला. तो संपूर्ण देशभर, सर्व भाषांत अनुवादित आणि वितरित झाला. जॉर्ज फर्नांडिस यांनी लिहिलेली पुस्तिका 'लोकशाहीची चिरफाड' अशीच सर्वत्र वितरित झाली. तुरुंगात बंद केलेल्या सत्याग्रहींवर विविध प्रकारचे अत्याचार सुरू होते. त्यासंबंधीची माहिती राजबंद्यांना भेटण्यास गेलेल्या लोकांकडून संकलित करण्यात आली. 'टॉर्चर ऑफ पोलिटिकल प्रिझनर्स इन इंडिया' या नावाने ती प्रसिद्ध झाली

आणि त्याचे देशभर अनुवाद आणि पुनर्मुद्रण होत राहिले. त्यातील प्रसिद्ध चित्रकार व्ही. एन. ओक यांची चित्रे काळजाला हात घालणारी होती.

'लोकसंघर्ष समितीच्या वतीने महाराष्ट्रभर सत्याग्रहांचे आयोजन करण्यात आले होते. यात मुंबईसह प्रत्येक शहरात चौका-चौकामध्ये अचानकपणे सत्याग्रह केले जात होते. त्यात विद्यार्थ्यांची संख्या सर्वाधिक होतीच; पण महिला आणि प्रौढही सत्याग्रहात हिरिरीने उतरत होते. छोट्या-छोट्या गटांतील सत्याग्रह सतत होत राहिल्याने वातावरण आणि आणीबाणीविरोध अखंड चैतन्यमय ठेवण्यात नेते यशस्वी झाले. या सत्याग्रहात नामवंत पत्रकार आणि साहित्यिकही उतरल्याने त्याला एक वलय प्राप्त झाले होते. सत्याग्रह आणि अटकसत्र देशभर सुरू असले, तरी महाराष्ट्र यातही सर्वात पुढे होता. महाराष्ट्रातून 'मिसा' खाली अटक झालेल्यांची संख्या ५,४७३ होती, तर राष्ट्रीय सुरक्षा अधिनियमाखाली अटक झालेल्यांची संख्या ९,७९९ इतकी होती.

आणीबाणीविरोधात साहित्यिकही मोठ्या संख्येने सहभागी झाले होते. कराडचे अखिल भारतीय मराठी साहित्य संमेलन गाजले ते दुर्गाबाई भागवत यांच्यामुळेच. दुर्गाबाई या संमेलनाच्या अध्यक्ष होत्या, तर यशवंतराव चव्हाण स्वागताध्यक्ष होते. संमेलनात आणीबाणीविरोधाचा ठराव येण्याची शक्यता लक्षात घेऊन यशवंतरावांनी वि. स. खांडेकरांना कोल्हापूरहून गाडी पाठवून बोलावून घेतले. दुर्गाबाई कदाचित खांडेकरांचेच ऐकतील असे त्यांना वाटत होते. अपेक्षेप्रमाणे खांडेकरांनी दुर्गाबाईंना 'निषेधाचा ठराव आणू नका' असा आग्रह केला. शेवटी 'समितीचा निर्णय मी पाळीन' एवढेच आश्वासन दुर्गाबाईंनी दिले आणि यशवंतरावांनी निषेध ठराव येणार नाही अशी व्यवस्था केली. दुर्गाबाईंना मात्र आणीबाणीविरुद्ध आवाज उठवायचाच होता. त्यांनी त्यासाठी वेगळाच मार्ग स्वीकारला. दुसऱ्या दिवशी सकाळी ११ वाजता रुग्णालयात असलेल्या जयप्रकाशजींना आराम पडावा म्हणून देशभर प्रार्थना होणार होत्या. दुर्गाबाईंनी ही संधी घेतली. संमेलनाच्या पहिल्या सत्रात माजी संमेलनाध्यक्षांचे सत्कार सुरू होते. पु. ल. देशपांडे सर्वांचे सत्कार करीत, त्यावर बोलत होते. अकरा वाजण्यास दोन मिनिटे कमी असताना दुर्गाबाईंनी पु.लं.कडून माईक हातात घेतला आणि त्या म्हणाल्या, 'जयप्रकाश हे अत्यंत सज्जन गृहस्थ असून ते यशवंतरावांचे गुरुतुल्य स्नेही आहेत. शास्त्रीबुवांचे मित्र व सहकारी आहेत. या क्षणी सारे राष्ट्र त्यांच्या आरोग्यासाठी प्रार्थना करीत आहे, तर आपणही त्यांच्यासाठी २ मिनिटे उभे राहून मूक प्रार्थना करू या.' दुर्गाबाईंच्या या अनपेक्षित आवाहनाला अपेक्षेबाहेर प्रतिसाद मिळाला. यशवंतराव, ग. दि. माडगूळकर, तर्कतीर्थ लक्ष्मणशास्त्री जोशी

यांनाही त्यात सहभागी व्हावे लागले. मौन संपताच समोरच्या गर्दीतून गांधीवादी कार्यकर्त्या इंदुताई केळकर पुढे आल्या आणि त्यांनी आणीबाणीच्या विरोधात जोरदार घोषणा दिल्या. त्यालाही तसाच प्रतिसाद मिळाला.

सर्व विरोधी पक्ष एकत्रितपणे आणीबाणीविरोधात लढा देत असताना लढाऊ समजल्या जाणाऱ्या दोन संघटना मात्र आणीबाणीच्या बाजूने उभ्या होत्या. शिवसेना व दलित पँथर या दोन्ही संघटनांना आपल्यावर बंदी येईल अशी भीती वाटत होती. राजकीय पक्षांवर अधिकृतपणे बंदी नसल्याने शिवसेनेने याच काळात प्रथम आपली 'राजकीय पक्ष' म्हणून नोंदणी करून घेतली. हे सर्व करूनही 'मार्मिक' साप्ताहिकावर मात्र बंदी आलीच. दलित पँथरचा ढसाळ गट तर आधीच थंड झाला होता. राजा ढाले यांच्या गटाने दलित पँथर विसर्जित करून बंदी टाळण्यात यश मिळविले.

महाराष्ट्रातील काँग्रेसमध्ये मात्र आणीबाणीची प्रतिक्रिया वेगळ्या पद्धतीने उमटली. यशवंतराव चव्हाण, वसंतदादा पाटील, शरद पवार ही पश्चिम महाराष्ट्रातील नेतेमंडळी आणीबाणीच्या निर्णयावर नाराज होती. मुख्यमंत्री असलेले शंकरराव चव्हाण यशवंतरावांपासूनच मंत्रिमंडळात होते, तरी त्यांचे आणि पश्चिम महाराष्ट्रातील या नेत्यांचे फारसे सख्य नव्हते. त्यामुळे यशवंतराव चव्हाण गटातील व्यक्तीला वगळून शंकररावांना मुख्यमंत्री केल्याने मुळात असलेली नाराजी आणीबाणीमुळे अधिकच वाढली. पश्चिम महाराष्ट्रातील हे प्रमुख नेते निष्क्रिय झाले. आणीबाणीत पोलिस खाते हाती असलेल्या गृहमंत्र्यांना सर्वाधिक महत्त्व असताना शरद पवार मात्र बारामतीतील शेतीच्या प्रयोगात आपला अधिक वेळ घालवायला लागले. वसंतदादा पाटील आणि पवार यांच्याबरोबर शंकरराव चव्हाण यांचे मतभेद वाढतच गेले. त्यातूनच २५ फेब्रुवारी १९७६ला राज्यमंत्रिमंडळाच्या झालेल्या विस्तारात वसंतदादा पाटील आणि मधुकरराव चौधरी या दोन ज्येष्ठ नेत्यांना वगळण्यात आले.

शंकरराव चव्हाण यांनी आणीबाणीच्या काळात प्रशासकीय व्यवस्थेत आमूलाग्र बदल केले. फायलिंगचे गठ्ठे घरी नेण्याची प्रथा बंद केली. प्रशासकीय दिरंगाई कमी करण्यासाठी प्रयत्न केले. सचिवालयातील दुपारी २ पर्यंतचा वेळ मंत्री व अधिकाऱ्यांनी खात्याच्या कामांना व बैठकांना द्यावा आणि त्यानंतर जनतेला भेटावे, असा आदेश त्यांनी काढला. सरकारी कार्यालयात वेळेवर येण्याचा दंडक सुरू झाला. त्यामुळे शंकररावांचे वर्णन 'हेडमास्तर' असे केले जायला लागले. त्यांनी इतरही काही महत्त्वाचे निर्णय घेतले. अर्थसंकल्पावर विधिमंडळात दोन–दोन महिने चर्चा करण्याऐवजी त्यांनी छाननी समिती पद्धत सुरू केली. महामंडळांची संख्या कमी केली. आदिवासींना त्यांच्या जमिनी परत मिळवून दिल्या. 'भिकारी हटाव' योजना राबविली.

मुख्यमंत्री होण्यापूर्वी शंकरराव यांनी शेती व पाटबंधारे खाती सांभाळली होती. त्यामुळे विदर्भ-मराठवाड्यातील महत्त्वाचे सिंचन प्रकल्प त्यांनी मार्गी लावले. यामध्ये जायकवाडी धरण प्रकल्प हे तर त्यांचे खरे स्मारकच मानावे लागेल. विष्णुपुरी उपसा जलसिंचन प्रकल्प, पूर्णा-पैनगंगा-अपर मांजरा हे महत्त्वाचे प्रकल्पही त्यांनी पूर्ण केले. पुढे सुशीलकुमार शिंदे मुख्यमंत्री असताना त्यांनी विष्णुपुरी प्रकल्पाला शंकरराव यांचे नाव देऊन त्यांचे यथोचित स्मारक केले.

आणीबाणीत सर्वात महत्त्वाचा ठरला, तो इंदिरा गांधी यांनी जाहीर केलेला २१ कलमी कार्यक्रम. त्यात खालील कलमांचा समावेश होता –

(१)   अत्यावश्यक वस्तूंच्या किमती खाली आणण्यासाठी पावले उचलणे.

(२) शेती जमीन धारणा कायद्याची अंमलबजावणी आणि अधिक जमिनीचे वितरण त्वरित करणे आणि लँड रेकॉर्ड पूर्ण करणे.

(३)   आर्थिकदृष्ट्या दुर्बल घटक आणि भूमिहीनांच्या निवासासाठी त्वरित तरतूद करणे.

(४)   जिथे अस्तित्वात असेल तेथील वेठबिगारी बेकायदा ठरविणे.

(५)   ग्रामीण कर्जबाजारीपणा नष्ट करणे.

(६)   शेतमजुराच्या किमान वेतन कायद्याची फेरतपासणी करणे.

(७)   ५० लाख हेक्टर जमीन पाण्याखाली आणणे. भूगर्भजल उपयोगासाठी राष्ट्रीय कार्यक्रम तयार करणे.

(८)   वीज कार्यक्रमाची गती वाढविणे, प्रचंड औष्णिक केंद्रे शासनाच्या कक्षेत आणणे.

(९)   हातमाग विभागाच्या विकासासाठी नवी विकास योजना तयार करणे.

(१०)   जनता कापडाचा दर्जा आणि पुरवठ्यात सुधारणा करणे.

(११)   शहरातील, गावातील व शहरे बसविण्यायोग्य जमिनीचे सामाजिकीकरण करणे, मोकळ्या जागा, जागेचे स्वामित्व (मालकी) आणि नव्या निवासस्थानांच्या पायाच्या क्षेत्रफळावर मर्यादा घालणे.

(१२)   बेकायदेशील बांधकामांची किंमत ठरविणे आणि कर चुकविणाऱ्यांसाठी खास पथके निर्माण करणे.

(१३)   स्मगलरांची मालमत्ता जप्त करण्यासाठी खास कायदा करणे. बेनामी मालमत्ता जप्त करणे.

(१४)   गुंतवणुकीची पद्धती सुलभ करणे. आयात परवान्याच्या दुरुपयोगाविरुद्ध कार्यवाही करणे.

(१५) उद्योग व्यवसायात कामगारांच्या सहभागासाठी नव्या योजना आखणे.

(१६) रस्त्यावरील वाहतुकीसाठी राष्ट्रीय परवाना पद्धती तयार करणे.

(१७) मध्यम वर्गाला आयकरात सूट देणे. वार्षिक ८ हजार रुपये उत्पन्नावर प्राप्तीकर न भरण्याची सवलत देणे.

(१८) वसतिगृहातील विद्यार्थ्यांना अत्यावश्यक वस्तू नियंत्रित दरात उपलब्ध करून देणे.

(१९) पुस्तके आणि स्टेशनरी सामान नियंत्रित किमतीत उपलब्ध करून देणे.

(२०) आर्थिकदृष्ट्या दुर्बल घटकांसाठी प्रशिक्षण आणि नोकऱ्यांची अधिक उपलब्धता व्हावी यासाठी नव्या अप्रेंटिसशीप योजना तयार करणे.

(२१) हातमाग व्यवसायाला मदत करण्यासाठी हँडलूम विभागासाठी स्वतंत्र विकास आयुक्त नियुक्त करणे.

हा २१ कलमी कार्यक्रम राज्यात राबविण्यात शंकररावांना सर्वाधिक मदत झाली ती राज्यमंत्री असलेल्या सुशीलकुमार शिंदे यांची. खरे तर सुशीलकुमार हे शरद पवार यांचे मित्र. त्यांच्याच आग्रहामुळे ते राजकारणात येऊन मंत्री झाले होते; पण दोघांच्या आणीबाणीबद्दलच्या प्रतिक्रिया मात्र वेगवेगळ्या होत्या. सुशीलकुमार शिंदे दलित पार्श्वभूमीतून आले असल्याने त्यांना २१ कलमी कार्यक्रमात दलित-शोषित-पीडित समाजाच्या उद्धाराच्या शक्यता दिसत होत्या. मुख्यमंत्र्यांना त्यांनी त्या बोलून दाखविल्या, तेव्हा शंकरराव यांनी शिंदे यांना दिल्लीत जाऊन इंदिरा गांधी यांची भेट घेण्यास सांगितले. ही भेट तासभर झाली आणि इंदिरा गांधी यांनी शिंदे यांना दलितांचे प्रश्न अग्रक्रमाने सोडविण्यासाठी महाराष्ट्राला हिरिरीने काम करण्याचा सल्ला दिला. त्याप्रमाणे २१ कलमी कार्यक्रमाच्या प्रचारासाठी शिंदे यांनी महाराष्ट्रभर पदयात्रा काढल्या आणि या कार्यक्रमाची अंमलबजावणी केली.

आणीबाणीच्या या कालखंडात महाराष्ट्रात राजकीयदृष्ट्या काही महत्त्वाचे बदल घडले. जनसंघ, समाजवादी पक्ष, संघटना काँग्रेस आदी विरोधी पक्ष 'लोकसंघर्ष समिती'च्या माध्यमातून एकत्रितपणे काम करायला लागले. त्यामुळे या पक्षांची विखुरलेली शक्ती संघटित झाली. त्यांच्यामागे संघ परिवार उभा राहिल्याने या शक्तीला विशाल स्वरूप आले. हे सर्व पक्ष आणीबाणीविरोधाच्या निमित्ताने प्रथमच गावागावात, वस्त्यावस्त्यांत पोचले. एरवी राजकारणाशी संबंध नसलेला केवळ सुशिक्षितच नव्हे, तर सर्वसामान्य माणूसही त्यांनी जागृत आणि सक्रिय केला. १९४२च्या आणि संयुक्त महाराष्ट्राच्या लढ्यानंतर प्रथमच सर्वसामान्य समाज एवढ्या मोठ्या प्रमाणात सरकारविरोधात उभा राहिला. या वेळेपर्यंत डाव्या विचाराच्या

व्यक्तींना आणि संघटनांना समाजात प्रतिष्ठा होती; पण संघ-जनसंघाकडे मात्र प्रतिगामी, बुरसटलेले म्हणून पाहिले जात होते. आणीबाणीविरोधी चळवळीत प्रथमच डाव्या आणि मुस्लिम नेत्यांनाही संघ-जनसंघाचे खरे दर्शन घडले. सर्वसामान्य जनतेतही संघ-जनसंघाबद्दल एक वेगळी आपुलकी आणि प्रतिष्ठेची भावना तयार झाली. विरोधी पक्षांबद्दल तयार झालेल्या या वेगळ्या मानसिकतेमुळेच आणीबाणीनंतरचे महाराष्ट्रातील राजकारण आकाराला आले.

आणीबाणीमुळेच राज्यातील काँग्रेस नेत्यांमध्येही एक मोठी दरी तयार झाली. पश्चिम महाराष्ट्रातील नेते एका बाजूला आणि विदर्भ-मराठवाड्यातील नेते दुसऱ्या बाजूला, असे चित्र निर्माण झाले. इंदिरा गांधी यांनी महाराष्ट्रातील यशवंतराव चव्हाण यांचे वर्चस्व मोडून काढण्यासाठी शंकरराव चव्हाण यांना मुख्यमंत्रीपदी नेमले; पण त्यामुळे महाराष्ट्रातील परंपरागत काँग्रेस वर्चस्वालाच त्यांनी जबरदस्त धक्का दिला. त्यावेळी पडलेले हे मानसिक अंतर आजतागायत वेगवेगळ्या पद्धतीने टिकून राहिले आहे.

सर्व विरोधी पक्षांचे संघटनात्मक कामच आपण मोडून काढले आहे, याची इंदिरा गांधी यांना खात्री पटल्यावर त्यांनी १२ जानेवारी १९७७ला लोकसभा विसर्जित करून मार्च १९७७ मध्ये लोकसभेची निवडणूक घेण्याची शिफारस राष्ट्रपती फक्रुद्दीन अली अहमद यांना केली. त्याच दिवशी राष्ट्रपतींनी लोकसभेचे विसर्जन करून १६,१७ व १८ मार्च १९७७ला लोकसभा निवडणुकीचा कार्यक्रम जाहीर केला.

□□□

प्रकरण ८

'पुलोद'चा प्रयोग

आणीबाणीचा अंधकार एवढा घनदाट होता की आपल्याला स्वातंत्र्याचा प्रकाश पुन्हा दिसणार की नाही, अशी चिंता राजकीय नेते आणि विचारवंत या सर्वांनाच पडली होती. क्वचित प्रसंगपरत्वे निराशेचे विचारही त्यांच्या मनात येत असले, तरी अखंड चालू राहिलेल्या सत्याग्रहांमुळे हा लढा दीर्घकाळ लढवू अशी जिद्द सर्वांच्याच मनात होती.

आणीबाणी लागू करून इंदिरा गांधी यांनी निवडणुका पुढे ढकलल्या असल्या, तरी त्या कधी होतील हे मात्र सांगता येत नव्हते. सर्व काही लोकशाही मार्गानेच चालले आहे हे दाखविण्यासाठी इंदिरा गांधी सतत उत्सुक असल्याने निवडणुकीचा निर्णय कधीही घेतला जाऊ शकतो, हे सर्वांनाच माहीत होते. लोकसंघर्ष समितीच्या वतीने सत्याग्रह आणि इतर कार्यक्रम सुरू असले, तरी संभाव्य निवडणुकीसाठी राजकीय जुळवाजुळव करणे आवश्यक होते. मुंबईत पॅरोलवर सुटून रुग्णालयात दाखल झालेल्या जयप्रकाशजींनी हे काम हाती घेतले. संघटना काँग्रेस, जनसंघ, समाजवादी पक्ष आणि भारतीय लोकदलाचे जे नेते तुरुंगाबाहेर भूमिगत होते, त्यांना जयप्रकाश यांनी एकत्र आणले आणि एक 'समन्वय समिती' स्थापन केली. पूर्वीसारखी विरोधी पक्षांची आघाडी नको, तर सुसंघटित पक्ष म्हणून सर्वांनी एकत्र आले पाहिजे यावर सर्वांचेच एकमत होते. नव्या पक्षाचे ध्येय-धोरण काय असावे याचीही चर्चा सुरू झाली. या वाटाघाटीतील निर्णय तुरुंगात असलेल्या प्रमुख नेत्यांना कळविण्यात येत होते आणि या प्रयत्नांचे त्यांनी स्वागतही केले होते.

इंदिरा गांधी यांनी निवडणुकीची घोषणा करण्याआधी आठच दिवस समाजवादी पक्षाचे सरचिटणीस सुरेंद्र मोहन यांनी वर्षभर चाललेल्या या प्रयत्नांची पत्रकारांना माहिती दिली. ते म्हणाले, 'नव्या पक्षाच्या धेय-धोरणाबाबत चारही पक्षांचे एकमत झाले आहे. प्रत्यक्ष एकीकरण महिनाभरात घडून येईल असा आमचा विश्वास आहे.' ही सगळी पूर्वतयारी निवडणुकीची घोषणा होताच अतिशय उपयोगी पडली. अवघ्या दोनच दिवसांत २० जानेवारी १९७७ला मोरारजी देसाई यांनी 'जनता पक्षा'ची घोषणा केली. अपेक्षेआधीच निवडणूक घोषणा झाल्याने पक्ष-घटना, कार्यपद्धती, आर्थिक कार्यक्रम, राजकीय तत्त्वज्ञान हे काहीही ठरविण्यास वेळच मिळाला नाही. खरे तर पक्षाचे नावही ठरले नव्हते. पत्रकारांशी बोलताना मोरारजी म्हणाले, 'तूर्त आम्ही आमच्या पक्षाला 'जनता पक्ष' असे संबोधणार आहोत. निवडणूक झाल्यावर हेच नाव कायम ठेवायेच की बदलायचे याचा विचार करू.'

'जनता पक्षा'ची घोषणा होईपर्यंत बरेचसे राजकीय नेते तुरुंगातून बाहेर आले होते. त्यामुळे पहिल्या ९ जणांच्या समन्वय समितीत आणखी १९ जणांचा समावेश करून प्रातिनिधिक कार्यकारिणी बनविण्यात आली. मोरारजी देसाई यांच्या अध्यक्षतेखाली या कार्यकारिणीत महाराष्ट्रातून मृणाल गोरे आणि ना. ग. गोरे या दोघांचा समावेश करण्यात आला.

काँग्रेसमध्ये उमेदवार निवडीची धावपळ सुरू झाली. प्रदेश समित्यांकडून येणाऱ्या याद्या २८ जानेवारीपर्यंत दिल्लीत पोहोचायच्या होत्या; पण त्याआधीच इंदिरा गांधी यांनी घोषणा केली की यावेळी त्या तरुण रक्ताला वाव देणार आहेत. त्यामुळे सर्व प्रदेश समित्यांनी ठराव करून उमेदवार निवडीचे अधिकार इंदिरा गांधी यांना बहाल करून टाकले. त्यामुळे एकाच वेळी काँग्रेसमध्ये दोन प्रवाह उलटसुलट वेगाने वाहायला लागले. काँग्रेसमध्ये तोपर्यंत टिकून असलेल्या ज्येष्ठ नेत्यांना 'आपल्याला तिकीट मिळणार नाही' अशी चिंता भेडसावायला लागली. आपल्याला कदाचित तिकीट मिळेल; पण आपली यादी मात्र कापली जाईल, असेही त्यांना जाणवत होते. त्यातूनच गुप्त भेटीगाठी आणि बंडाची भाषा सुरू झाली. दुसरीकडे काँग्रेसऐवजी सर्वत्र युवक काँग्रेसचा आवाज दणाणायला लागला. युवक काँग्रेसच्या अध्यक्षा अंबिका सोनी यांनी तर सांगूनच टाकले की, 'आमच्या तरुण कार्यकर्त्यांसाठी १५० ते २०० जागा राखून ठेवण्यात येणार आहेत.'

संजय गांधी यांच्यासाठी हा सर्व खटाटोप सुरू आहे, हे सर्वांनाच लक्षात आले.

ज्येष्ठ काँग्रेस नेत्यांची इंदिरा गांधी यांच्या विरोधात बंड करण्याची कितीही चर्चा झाली असली, तरी प्रत्यक्षात राजीनामा देण्यास मात्र जगजीवनरामच तयार झाले. इंदिरा गांधी यांनी आणीबाणी फक्त शिथिल केली होती; पण उठविलेली नव्हती. त्यामुळे बाकीच्या ज्येष्ठ नेत्यांना बंड करण्याचे धाडस झाले नाही. जगजीवनराम यांच्याबरोबर हेमवतीनंदन बहुगुणा, नंदिनी सत्पथी, के. आर. गणेश असे मोजकेच लोक पक्षातून बाहेर पडले. त्यांनी लोकशाहीवादी काँग्रेसची स्थापना केली. त्यानंतर या पक्षाचे उमेदवारही जनता पक्षाच्या चिन्हावरच निवडणुकीत उभे राहिले. लोकसभेच्या ५४२ जागांपैकी जनता पक्षाने ४४६ उमेदवार उभे केले आणि इतर जागा मित्रपक्षांसाठी सोडल्या. अवघ्या एक महिन्याच्या काळात पक्षनिर्मितीपासून उमेदवार निवडीपर्यंतचा पल्ला जनता पक्षाने गाठला होता.

१६, १७ व १८ मार्च १९७७ला लोकसभा निवडणूक पार पडली अणि २० मार्चला निवडणुकीचे निकाल जाहीर झाले. हे निकाल सर्वांनाच जबरदस्त धक्का देणारे होते. रायबरेली मतदारसंघातून इंदिरा गांधी स्वत: ५५ हजार मतांनी पराभूत झाल्या, तर अमेठीतून संजय गांधी ७५ हजार मतांनी पराभूत झाले. इंदिरा गांधी यांच्या काँग्रेसला जनतेने साफ नाकारले होते. काँग्रेसने लढविलेल्या ४९३ जागांपैकी फक्त १५३ जागा त्यांना जिंकता आल्या. जनता पक्षाला लोकसभेत निर्विवाद बहुमत मिळाले. एकट्या जनता पक्षाने २७१ जागांवर विजय मिळविला आणि लोकशाही काँग्रेस धरून हा आकडा २९८ वर गेला. मोरारजी देसाई यांची पंतप्रधानपदी निवड होऊन केंद्रातील पहिले बिगरकाँग्रेसी सरकार २६ मार्च १९७७ला सत्तारूढ झाले.

महाराष्ट्रातील या घटनांचा हादरा बसला होताच; पण काँग्रेस इतरत्र झाली तशी महाराष्ट्रात भुईसपाट झाली नव्हती. आणीबाणीने लाखो लोक महाराष्ट्रातही तुरूंगात होतेच; पण त्यांच्यावर अत्याचार मात्र झाले नव्हते. वीस कलमी कार्यक्रम राबवला गेल्याने दलित शोषितांत सहानुभूती होती. हे कार्यक्रम राबवतानाही उत्तर भारतात घडल्या तशा अत्याचाराच्या घटना क्वचितच घडल्या. त्यामुळे लोकांचा सारा राग शंकरराव चव्हाणांवर होता. त्याचे रूपांतर मतपेटीत फारसे झाले नाही. उलट यशवंतरावांना मानणाऱ्या वसंतदादा, शरद पवार यांच्या प्रभावामुळे महाराष्ट्रात काँग्रेसला अब्रू राखता आली. काँग्रेसच्या जागा मात्र कमी झाल्या.

आणीबाणीविरुद्ध हा सार्वत्रिक प्रक्षोभ पाहून भांबावलेल्या काँग्रेसच्या अध्यक्ष ब्रह्मानंद रेड्डींनी सर्वच दोष एकट्या इंदिरा गांधींच्या माथी मारायचा प्रयत्न केला. काँग्रेस कमिटीच्या बैठकांनाही इंदिरा गांधींना बोलावणे त्यांनी बंद केले. एप्रिल १९७७ मध्ये काँग्रेस कार्यकारिणीची बैठक यशवंतरावांकडे भरली. तेव्हा यशवंतरावांनी सर्वांना खडसावले,

'आणीबाणी लादल्याबद्दल एकट्या इंदिराजींना दोष देण्यात काही अर्थ नाही. केंद्र व राज्यातील बहुतेक सर्व नेत्यांनी जाहीरपणे आणीबाणीचं समर्थन केलं होतं. इंदिराजींना पाठिंबा दिला होता. आता त्यांना एकटं पाडून पक्षाबाहेर फेकता येणार नाही. आता काँग्रेस पक्ष जर सत्तेवर आला असता तर याच पुढाऱ्यांनी इंदिराजींचं नेतृत्व नाकारलं असतं का?' यशवंतरावांच्या या परखड सवालाचे उत्तर कुणाकडेच नव्हते. आणीबाणीची सामूहिक जबाबदारी घेण्याचे टाळून ज्येष्ठ नेत्यांनी सामूहिक नेतृत्व देण्याची घोषणा केली.

या सर्व घटनांचे परिणाम महाराष्ट्रावर झालेच. इंदिरा गांधी पराभूत झाल्यावर त्यांनी नेमलेला मुख्यमंत्री महाराष्ट्रातील काँग्रेस नेत्यांना नको होता. शंकरराव चव्हाण यांनाही मराठवाड्यातील काही अपवाद वगळता आमदारांचा मोठा पाठिंबा नव्हता. त्यामुळे शंकररावांनी मुख्यमंत्रीपदाचा राजीनामा दिला. या वेळी १९६० नंतर प्रथमच निवडणूक होऊन वसंतदादा पाटील मुख्यमंत्री झाले. शंकरराव चव्हाण यांनी ज्या वसंतदादांना अवमानकारकपणे मंत्रिमंडळातून काढून टाकले होते, तेच वसंतदादा निवडणूक होऊन १ मे १९७७ला मुख्यमंत्री झाले. यशवंतरावांनंतर विदर्भ, मराठवाड्याकडे गेलेले मुख्यमंत्रीपद पुन्हा पश्चिम महाराष्ट्राकडे आले.

वसंतदादा सत्तेवर येऊन स्थिरस्थावर होत असतानाच मराठवाडा विद्यापीठाच्या नामांतराचा प्रश्न गाजायला लागला. राजा ढाले यांनी आणीबाणीच्या काळातच दलित पँथर बरखास्त करून मास मुव्हमेंटची स्थापना केली होती. या बरखास्तीच्या पत्रकावर ढाले यांनी इतर कोणाला न विचारताच त्यांची नावे टाकली होती; पण इतर पँथर नेत्यांना मात्र बरखास्तीचा हा निर्णय मान्य नव्हता. म्हणून १९७६ मध्ये अरुण कांबळे यांच्या नेतृत्वाखाली पँथर नेत्यांची एक बैठक औरंगाबादमध्ये झाली. या सर्वांनी दलित पँथर बरखास्त न करता तिला नवे वळण देत चळवळ मजबूत करण्याचा निर्णय घेतला. या बैठकीतच पँथरने १० कलमी कार्यक्रम स्वीकारला. त्यात पुढील ६ कलमे महत्त्वाची होती –

(१) मूलभूत आणि पायाभूत धंद्यांचे राष्ट्रीयीकरण झाले पाहिजे.

(२) बौद्धांना केंद्र शासनाच्या सवलती मिळाल्या पाहिजेत.

(३) जातीयतावाद पसरविणारे अभ्यासक्रमातील लेखन वगळले पाहिजे.

(४) १०+२+३ हा दलितद्रोही अभ्यासक्रम बंद झाला पाहिजे.

(५) दलितांवरील अन्याय, अत्याचार बंद झाले पाहिजेत. दलितांवर अन्याय अत्याचार होऊ नये म्हणून फिरती न्यायालये आणि फिरती पोलिसयंत्रणा राबविली पाहिजे.

(६) मराठवाडा विद्यापीठाचे 'डॉ. बाबासाहेब आंबेडकर विद्यापीठ' असे नामांतर झाले पाहिजे.

दलित पँथरऐवजी 'भारतीय दलित पँथर' असे नामकरण झालेल्या या संघटनेच्या मागण्या आणीबाणीमुळे तशाच राहिल्या होत्या. मे १९७७ मध्ये पँथरने मुंबईतून जाहीरपणे प्रथमच मराठवाडा विद्यापीठाच्या नामांतराची मागणी केली. तशा प्रकारचे निवेदन मुख्यमंत्री वसंतदादा पाटील यांना देण्यात आले आणि त्यांनी 'यासंबंधी सहानुभूतीने विचार करू' असे आश्वासनही दिले.

या काळातच या मागणीला औरंगाबादच्या भारतीय दलित पँथरसहित सर्व संघटनांनी, विद्यार्थी-युवक-विचारवंत-साहित्यिक यांनी उचलून धरले आणि आपापल्या परीने तयारीलाही लागले. मुख्यमंत्री वसंतदादा पाटलांनी महाड सुवर्णमहोत्सव प्रसंगी नामांतराचा प्रश्न शासनाच्या विचाराधीन आहे, अशी घोषणा केली. १७ जुलै १९७७ला औरंगाबादच्या सरस्वतीभुवन महाविद्यालयाच्या प्रांगणात एक बैठक झाली. मराठवाडा विद्यार्थी कृती-समितीच्या या बैठकीत इतर अकरा मागण्यांबरोबर मराठवाडा विद्यापीठाला डॉ. बाबासाहेब आंबेडकर यांचे नाव द्यावे, ही मागणी सर्वमताने संमत केली होती. याच विद्यार्थी कृती-समितीच्या समन्वय समितीने १८ जुलै १९७७ रोजी मराठवाडा विद्यापीठावर मोर्चा नेऊन निवेदन दिले आणि नामांतराची मागणी केली. या कृती-समितीत भारतीय दलित पँथरबरोबर युवक क्रांती दल, अ.भा.वि. परिषद, दलित व दलितेतर विद्यार्थीयुवकांच्या होत्या. 'बुक्टा' या दलित प्राध्यापकांच्या संघटनेनेही त्याच दिवशी विद्यापीठावर मोर्चा नेऊन विद्यापीठ कार्यकारिणी व कुलगुरूंच्यासमोर नामांतराची बाजू मांडली.

२२ जुलै १९७७ रोजी भारतीय दलित पँथरचा एक मोर्चा विभागीय समाजकल्याण अधिकाऱ्यांच्या कार्यालयावर नेण्यात येऊन सुमारे चार तास पँथर्सच्या कार्यकर्त्यांनी धरणे धरून नामांतराची मागणी केली. पुढे २ सप्टेंबर १९७७ रोजी

औरंगाबाद येथील भडकळ गेटपासून पँथरने मोर्चा काढून तो विभागीय आयुक्त कार्यालयावर नेला आणि आयुक्तांना निवेदन देऊन नामांतराची मागणी केली. नंतरच्या जाहीर सभेत अॅड. प्रीतमकुमार शेगावकर, गंगाधर गाडे, प्रकाश थोरात, आण्णाराव लामतुरे यांची भाषणे झाली. गंगाधर गाडे यांच्या नेतृत्वाखाली एका शिष्टमंडळाने कुलगुरू व विद्यापीठ कार्यकारिणीच्या सदस्यांची भेट घेऊन नामांतराची मागणी केली. यावेळी पँथरच्या वतीने महाराष्ट्रातील प्रत्येक जाहीर सभेतून इतर मागण्यांबरोबर नामांतराची मागणी करण्यात येत होती.

परिणामी १८ जुलै १९७७ला सर्व निवेदनांवर निर्णय देण्यासाठी कुलगुरू व विद्यापीठातील कार्यकारिणीची बैठक झाली व तीत 'मराठवाडा विद्यापीठाला डॉ. बाबासाहेब आंबेडकर यांचे नाव द्यावे' असा ठराव झाला नि तो शासनाकडे पाठविण्यात आला. हे मर्यादित स्वरूपाचे यश नामांतरवाद्यांच्या पदरात पडले.

वसंतदादांचे सरकार धडाडीने निर्णय घेत होते, तरी सर्व काँग्रेसजनांत एक प्रचंड अस्वस्थता होती. केंद्रातल्या जनता सरकारने इंदिरा गांधींभोवती फास आवळायला सुरुवात केली होती. देशभरातील सत्तारूढ काँग्रेस राज्यसरकारे हे केंद्राचे पुढचे लक्ष्य राहणार हे स्पष्ट होते. काँग्रेसमधल्या जुन्या जाणत्या नेत्यांना आणीबाणी मानवली नव्हती. त्यामुळे हे नेते मानसिकदृष्ट्या इंदिरा गांधींपासून दूर गेले होते. तरुणांत मात्र इंदिरानिष्ठांचा एक मोठा गट तयार झाला होता. या सर्व अस्वस्थतेचा स्फोट घडवणारी घटना लवकरच घडली आणि कालचक्र वेगाने फिरू लागले.

४ ऑक्टोबर १९७७ला केंद्र सरकारने इंदिरा गांधींना अटक केली. संपूर्ण देशभर त्यांची प्रतिक्रिया उमटली. महाराष्ट्रातही सर्वत्र दगडफेक, जाळपोळ, लुटालूट झाल्याच्या बातम्या झळकल्या. जनता सरकारला असे निमित्त हवेच होते. जनता पक्षाचे सरचिटणीस नानाजी देशमुख यांच्या नेतृत्वाखाली खासदारांचे एक शिष्टमंडळ महाराष्ट्रात येऊन धडकले. नानाजींनी 'महाराष्ट्रात झालेल्या दंगली' हा योजनापूर्वक कट होता असा आरोप केला. राज्य सरकारला शांतता राखता येत नसेल तर केंद्र सरकारला हस्तक्षेप करावा लागेल, असा इशारा देत राष्ट्रपती राजवटीचे संकेत दिले. 'सोलापुरातले एक मंत्री सुशीलकुमार शिंदे यांच्या नेतृत्वाखाली लोखंडी पहारी व दगड घेऊन एक मोर्चा निघाला' असा आरोपही सांगलीतल्या पत्रकार परिषदेत नानाजींनी केला, तेव्हा महाराष्ट्रभर खळबळ माजली.

शिंदे यांनी लगेच मुंबईत पत्रकार परिषद घेऊन नानाजींना आव्हान दिले. ''नानाजींचे आरोप पूर्णतः खोटे आहेत. कोणत्याही चौकशी आयोगास सामोरा

जाण्यास मी तयार आहे. आरोप सिद्ध झाले तर मी राजीनामा देईन.'' या आव्हानाने महाराष्ट्र जनता पक्षाचे सरचिटणीस पन्नालाल सुराणा संतप्त झाले. त्यांनी पुण्यातून प्रतिआव्हान दिले. सोलापुरात जाहीर चौकशीची घोषणा त्यांनी केली. प्रत्यक्षात सुराणा १४ ऑक्टोबरला सोलापुरात गेले तेव्हा काँग्रेस मोर्च्याबाबतच्या कहाण्या अतिरंजित असल्याचे त्यांच्या निदर्शनाला आले. मोर्चा हिंसक नव्हता. किरकोळ घटना शहरात अन्यत्र घडल्या होत्या, तेव्हा मोर्चा सुरूही झाला नव्हता. ही सारी स्थिती स्पष्ट होतच स्वत: सुराणांनी पत्र लिहून सुशीलकुमार हिंसक मोर्चाचे नेतृत्व करत नव्हते हे मान्य केले.

१८ ऑक्टोबरपासून नागपुरात सुरू झालेल्या हिवाळी अधिवेशनावर या घटनांचीच काळी छाया पडली होती. २४ ऑक्टोबरला या विषयावर दोन्ही सभागृहांत वादळी चर्चा झाली. अनेक आरोप-प्रत्यारोप घडले. शिंदे हेच या चर्चेत सर्वांचे 'लक्ष्य' होते. सतत भाषणात अडथळे आणून, हरकतीचे मुद्दे उपस्थित करून विरोधक हैराण करत होते. तरीही शिंदे यांनी शांतपणे पोलिसांचा अहवाल, घटनाक्रम या तपशिलांसह आपले म्हणणे सभागृहापुढे ठेवले आणि आपण निर्दोष आहोत, हे सिद्ध केले.

विधिमंडळात ही सारी वादळी चर्चा सुरू असताना तिकडे मुंबईत वेगळ्याच घटना घडत होत्या. जनता पक्षाचे सरचिटणीस नानाजी देशमुख यांनी मुंबईत राजभवनावर राज्यपाल सादिक अली यांची भेट घेतली. त्यांच्याबरोबर भोजनही घेतले. या घटनेने राजकीय वर्तुळात खळबळ उडाली. दंगलीचे निमित्त करून केंद्रातले मोरारजी सरकार महाराष्ट्रात राष्ट्रपती राजवट लागू करू पाहात आहे असाच त्याचा अर्थ लावला गेला. घडलेही तसेच. अपेक्षेप्रमाणे केंद्र सरकारने आठ राज्यांतली काँग्रेस सरकारे बरखास्त करून तिथे राष्ट्रपती राजवट लादली आणि फेब्रुवारी–मार्च १९७८ मध्ये विधानसभा निवडणुका लावल्या.

काँग्रेस पक्षातही एक मोठे वादळ उग्ररूप धारण करत होते. इंदिरा गांधींची चौकशी करणाऱ्या शहा आयोगासमोर काहीही सांगण्यास इंदिरा गांधी गुप्ततेच्या कारणावरून नकार देत होत्या. त्यांचे माजी सहकारी मंत्री मात्र 'इंदिरा गांधींच्या दबावामुळे आम्हाला असं वागावं लागलं' असे शपथपूर्वक सांगत होते. इंदिरा गांधी एकट्या पडल्या, तेव्हा १८ डिसेंबर १९७७ला त्यांनी पक्षाच्या कार्यकारिणी सदस्यत्वाचा राजीनामा काँग्रेस अध्यक्ष ब्रह्मानंद रेड्डी यांच्याकडे पाठवला. ३१ डिसेंबर व १ जानेवारीला काँग्रेसचे समांतर अधिवेशन भरवण्याची घोषणा इंदिरा समर्थकांनी

केली. त्याची प्रतिक्रिया म्हणून काँग्रेस कार्यकारिणीने इंदिरा गांधींची काँग्रेस पक्षातून हकालपट्टी केली. दहा-बारा वर्षांत दुसऱ्यांदा काँग्रेस पक्षात उभी फूट पडली. आपणच स्थापन केलेल्या इंडिकेट काँग्रेसमधून बाहेर पडून इंदिरा गांधींना नवी इंदिरा काँग्रेस स्थापावी लागली.

काँग्रेसचे आता तीन तुकडे झोलेले होते. सिंडिकेट काँग्रेस जनता पक्षात विलीन झाली होती. इंडिकेट काँग्रेसच्या नेतेपदी सरदार स्वर्णसिंग आले असल्याने इंदिरा गांधी बाहेर पडताच 'इंडिकेट' आता 'स्वर्णसिंग काँग्रेस' झाली आणि इंदिरा गांधींची नवी इंदिरा काँग्रेस. शहा आयोग चौकशीत ज्येष्ठ नेते इंदिरा गांधींकडे बोट दाखवून हात झटकत असले, तरी बदनामी काँग्रेसचीच झाली होती. असा जनमानसात बदनाम झालेला, फुटलेला पक्ष घेऊन निवडणुकीत भवितव्य काय, हा प्रश्न मात्र सर्वांनाच सतावत होता. नव्या अस्थिरतेकडे वाटचाल सुरू झाली होती. राजकारणात वेगाने घटना घडत होत्या. ३ जानेवारी १९७८ला इंदिरा गांधींनी दिल्लीच्या मावळंकर हॉल पटांगणात मेळावा घेऊन 'इंदिरा काँग्रेस' पक्षाची स्थापना केली. वसंत साठे, नासिकराव तिरपुडे हे नेते आणि विदर्भ-मराठवाड्यामधले कार्यकर्ते इंदिरा गांधींबरोबर गेले. शंकरराव चव्हाण इंदिरा गांधींबरोबर जाणार असे वाटत असतानाच त्यांनी 'महाराष्ट्र समाजवादी काँग्रेस' नावाचा वेगळा पक्ष स्थापन केला. महाराष्ट्रात इंदिरा काँग्रेसचे नेतृत्व नासिकराव तिरपुडे यांच्याकडे आले. त्यांनी दिल्लीतल्या सभेतच यशवंतराव चव्हाणांवर जबरदस्त हल्ला चढवत त्यांचे एकमुखी नेतृत्व महाराष्ट्राने नाकारावे असे आवाहन केले. त्यांची प्रतिक्रिया अपेक्षितपणे महाराष्ट्रात उमटली.

इंदिरा गांधींच्या आक्रमक वृत्तीला आव्हान देण्यासाठी मुंबईच्या टिळक भवनात काँग्रेस कार्यकर्त्यांची सभा झाली. सभेत शरद पवार, विनायकराव पाटील व रायभान जाधव यांनी दणकेबाज भाषणे करून इंदिरा गांधींवर प्रतिहल्ला चढवला. 'महाराष्ट्र टाइम्स'ने अग्रलेखात या धाडसाचे कौतुक करत, 'वेडात दौडले वीर मराठे सात' असे म्हटले. तिरपुडे-पवार यांच्या वक्तव्यांनी मार्चमधल्या विधानसभा निवडणुकीत इंदिरा गांधींविरुद्ध यशवंतराव असा सामना रंगणार हे निश्चित झाले. इंदिरा गांधींवर तोफा डागायला जनता पक्ष होताच.

२४ व २७ फेब्रुवारी १९७८ या काळात महाराष्ट्रात विधानसभा निवडणूक झाली. महाराष्ट्रात सर्वत्र तिरंगी लढती झाल्या. काही ठिकाणी डावी आघाडीही होतीच. त्यामुळे विलक्षण चुरस निर्माण झाली. यशवंतराव, वसंतदादा, शरदराव या

त्रिकुटामुळे स्वर्णसिंग काँग्रेसला पश्चिम महाराष्ट्रात चांगले यश मिळाले. इंदिरा काँग्रेसने नासिकराव तिरपुड्यांच्या नेतृत्वाखाली विदर्भात चांगले यश मिळवले. कोकण, खानदेश, मराठवाड्यातील काही भागात जनता पक्षाने यश मिळवले. महाराष्ट्राची अशी तीन पक्षांत वाटणी झाल्यामुळे निर्णायक बहुमत कुणालाच मिळाले नाही. विधानसभा त्रिशंकू झाली. जनता पक्षाला महाराष्ट्रात सत्ता मिळू नये यावर इंदिरा काँग्रेस आणि स्वर्णसिंग काँग्रेस यांचे एकमत झाले. पर्याय एकच होता. दोन्ही काँग्रेसचे संयुक्त सरकार ११ मार्च १९७८ला स्थापन झाले. पुन्हा वसंतदादा पाटील मुख्यमंत्री आणि नासिकराव तिरपुडे उपमुख्यमंत्री अशी तडजोड होऊन नवे संयुक्त सरकार अधिकारावर आले. शरद पवारांना हा पर्याय मान्य नव्हता, तरी ते मंत्रिमंडळात राहिले.

उपमुख्यमंत्रीपद मिळाले असले तरी तिरपुड्यांना त्यात अजिबात समाधान नव्हते. संयुक्त सरकारची तीन पायांची शर्यत त्यांना मानवणारी नव्हती. मुख्यमंत्री म्हणून सर्वंकष सत्ता त्यांना हवी होती. मुख्यमंत्री वसंतदादांचा अधिकार नाकारून तिरपुड्यांनी समांतर सरकार सुरू केले. केंद्रात विरोधी पक्षनेते असलेले ज्येष्ठ नेते यशवंतराव चव्हाण, वसंतदादा आणि शरद पवार यांच्याविरुद्ध बेलगाम वक्तव्ये करायला त्यांनी सुरुवात केली.

संयुक्त सरकार येऊन तीन महिने उलटले तरी ते धड चालत नव्हते. तिरपुड्यांची बेफाट वक्तव्ये सुरूच होती. या सर्व घडामोडींची तीव्र प्रतिक्रिया दिल्लीमध्ये उमटली. दिल्लीत यशवंतरावांच्या निवासस्थानी स्वर्णसिंग काँग्रेसच्या कार्यकारिणीची बैठक झाली. आपले मुख्यमंत्रीपद टिकवण्यासाठी वसंतदादा इंदिरा काँग्रेसमध्ये जाण्याच्या तयारीत आहेत या बातमीने सारे संतप्त झाले. शरद पवारांसह बहुतेकांचे मत हे सरकार चालवू नये असे होते.

शरद पवारांनी अखेर धाडसी निर्णय घ्यायचे ठरवले. त्यांना सर्वांची साथ होतीच. जुने तरुण तुर्क नेते आता जनता पक्षात होते. चंद्रशेखर जनता पक्षाचे अध्यक्ष तर मोहन धारिया व्यापारमंत्री. शरद पवारांनी धारियांशी संपर्क साधला. जनता पक्षासह इतर विरोधी पक्षांना घेऊन महाराष्ट्रात आघाडी सरकार स्थापण्याची कल्पना त्यांनी मांडली. धारिया, चंद्रशेखर यांना ती पसंत पडली. एके काळी महाराष्ट्राचे मुख्यमंत्री असलेल्या पंतप्रधान मोरारजी देसाईंना मात्र ती पसंत नव्हती. धारिया, चंद्रशेखर यांनी अखेर त्यांना राजी केले. अखेर १९ जुलै १९७८ला 'पुलोद' सरकार सत्तेवर आले. जनता पक्षासह विरोधी पक्षातले नेते सत्तेत कधीच सहभागी नव्हते. त्यामुळे

शरद पवारांनीच मुख्यमंत्रीपद सांभाळावे असा आग्रह सर्वांनी धरला. जनतापक्षाचे नेते उत्तमराव पाटील महसूल मंत्री झाले. अशा रीतीने वसंतदादा पाटील यांच्या मंत्रिमंडळातून बाहेर पडून महाराष्ट्रात एक नवे राजकीय समीकरण 'पुरोगामी लोकशाही दल' या नावाने उदयाला आले.

पुलोदच्या निमित्ताने महाराष्ट्रात प्रथमच बहुपक्षीय सरकार सत्तेवर झाले. यामध्ये शरद पवारांचा नवा गट, समाजवादी काँग्रेस, जनता पक्ष, शेतकरी कामगार पक्ष, भारतीय कम्युनिस्ट पक्ष, मार्क्सवादी पक्ष, रिपब्लिकन पक्ष, शंकरराव चव्हाणांचे महाराष्ट्र समाजवादी काँग्रेस आणि अपक्ष सहभागी होते. या नव्या राजकीय प्रयोगाबाबत जनमानसात तीव्र प्रतिक्रिया उमटल्या. सर्वसामान्य जनता, वृत्तपत्र यांनी त्याचे स्वागत करत अनेक अपेक्षा व्यक्त केल्या. आपले मुख्यमंत्रीपद गेल्यामुळे वसंतदादा संतप्त झाले. 'पवारांनी माझ्या पाठीत खंजीर खुपसला' अशी प्रतिक्रिया त्यांनी जाहीरपणे व्यक्त केली.

पुलोदचे हे नवे सरकार चालवणे सोपे नव्हते. पवारांचे सहकारी असलेले मंत्री सोडले तर बाकीच्या नव्या मंत्र्यांना राज्यकारभाराचा अनुभव नव्हता. म्हणूनच माजी मुख्यमंत्री शंकरराव चव्हाणांनाही या मंत्रिमंडळात स्थान मिळाले होते. पुलोदमध्ये परस्परविरोधी टोकाचे विचारप्रवाह असलेले पक्ष एकत्र आले होते. त्यामुळे काही किमान समान कार्यक्रम ठरवणे गरजेचे होते. शरद पवारांनी पुढाकार घेऊन एक सर्वसंमत कार्यक्रम तयार केला. या समान किमान कार्यक्रमावर आधारित चाळीस कलमी कार्यक्रम तयार करण्यात आला.

चाळीस कलमी कार्यक्रमातून पुलोदने काही मुद्द्यांना थेट भिडायचे ठरवले. शेती हा ग्रामीण विकासातला महत्त्वाचा घटक उद्ध्वस्ततेच्या मार्गावर होता. शेती पुन्हा रुळावर आणण्यासाठी महत्त्वाचे निर्णय घेतले गेले. शेती क्षेत्रातल्या उत्पादन खर्चावर आधारित नव्या मूल्यांचे निकष तयार केले गेले. पीडित शेतकऱ्यांना कर्जमाफी, अल्पभूधारकांना विहिरीसाठी अनुदान व बिनव्याजी कर्ज, कृषीसिंचन आयोगाची स्थापना, शेतकऱ्यांच्या वीज बिल आकारणीत सुधारणा, गाव तिथे रस्ता कार्यक्रम, शेतमजुरांच्यात किमान वेतनवाढ, अतिक्रमित गायरान जमिनी कसणाऱ्यांना देणे असे महत्त्वाचे निर्णय घेतले गेले. उद्योगधंद्यांचे विकेंद्रीकरण करून जिल्हावार औद्योगिक वसाहतींचे जाळे उभे करण्याचा निर्णय घेतला गेला. म. फुले विकासमंडळाची स्थापना, औद्योगिक क्षेत्रातला दहशतवाद मोडून काढून शांतता प्रस्थापित करण्याला प्राधान्य दिले गेले. पुलोदचा हा कार्यक्रम जटिल प्रश्नांना थेट भिडणारा असल्याने त्याचे सर्वत्र मोठे स्वागत झाले.

सत्तेवर येताच पुलोद सरकारसमोर पहिलाच विषय आला तो मराठवाडा विद्यापीठाच्या नामांतराचा. नामांतराची मागणी भारतीय दलित पँथरने केली असली तरी सवर्णांच्या विविध संघटनांचाही त्याला पूर्ण पाठिंबा होता. संघपरिवारातील संघटनाही नामांतराच्या बाजूने उभ्या होत्या. मराठवाडा विद्यापीठानेच नामांतराला मान्यता देणारा ठराव केल्यानंतर तत्कालीन मुख्यमंत्री वसंतदादा पाटील यांनी प्रमुख नेत्यांशी चर्चा करून विधिमंडळात मांडण्यासाठी नामांतराचा ठरावही तयार केला होता; पण मध्येच राजकीय उलथापालथ झाली आणि पुलोद सरकार सत्तेवर आले. पुलोदमधील सर्वच घटक पक्षांचा नामांतराला पाठिंबा असल्याने स्वत: मुख्यमंत्री शरद पवार यांनी नामांतराचा ठराव २७ जुलै १९७८ला विधानसभेत मांडला.

'डॉ. बाबासाहेब आंबेडकर यांनी देशाची महान सेवा केली आहे. शिक्षणक्षेत्रातील त्यांच्या सेवेने दलित समाजात जागृती व स्वाभिमान निर्माण झाला आहे.' असा गौरव करून मुख्यमंत्री शरद पवार यांनी 'नामांतरामुळे मराठवाडा विद्यापीठ केवळ दलितांचे स्थान होईल, ही भीती निरर्थक आहे. मराठवाडा विद्यापीठाची अस्मिता, नावलौकिक आणि धर्मनिरपेक्ष स्वरूप कायमच राहील.' असे आश्वासनही दिले. नामांतराचा ठराव पूर्वीच्याच सरकारने घेतला होता, हे सांगून कृतज्ञता व्यक्त करताना मुख्यमंत्री पुढे म्हणाले, 'नामांतराचा निर्णय पूर्वीच्याच सरकारने घेतला होता. नामांतराचा निर्णय अनौपचारिक चर्चेतून घेण्यात आला होता व तो निर्णय डावलण्याचा त्या सरकारचा उद्देश नव्हता.' या ऐतिहासिक ठरावाच्या बाजूने वासुदेवराव देशमुख, यशवंतराव मोहिते, मधुकरराव चौधरी, उत्तमराव पाटील, बाळासाहेब देसाई, जयवंतीबेन मेहता, डॉ. कुमार सप्तर्षी, पां. ना. राजभोज यांची भाषणे झाली. विधिमंडळाबाहेर नव्हे तर देशातील तमाम आंबेडकरप्रेमी जनतेने या ठरावाचे स्वागत केले अन् शरद पवारांचे मन:पूर्वक अभिनंदन केले.

विधिमंडळात नामांतराचा ठराव संमत होताच, मराठवाड्यात नामांतरविरोधी कृतीसमितीची स्थापना करण्यात आली. मराठवाड्याला स्वतंत्र अस्मिता आहे, त्यामुळे 'मराठवाडा' हे नाव बदलून डॉ. आंबेडकर यांचे नाव विद्यापीठाला देऊ नये अशी प्रथम या समितीची भूमिका होती. मराठवाड्यातील बहुसंख्य वृत्तपत्रे या समितीच्या बाजूने उभी राहिली. गावागावांतून असा प्रचार सुरू झाले की हे विद्यापीठ आता महारांचे होणार. कुलगुरू, कुलसचिव अशी सर्व प्रमुख पदेही महारांकडेच जाणार. केवळ एवढेच नव्हे, तर विद्यापीठावर आता बौद्धांचे प्राबल्य निर्माण होणार. हा प्रचार इतका विषारी होता की, सर्वसामान्य माणूसच नव्हे, तर सुशिक्षित लोकही

बिथरून गेले. 'दलित फार माजलेत, त्यांना त्यांची जागा दाखवायला हवी' अशी भाषा सुरू झाली आणि त्यातून संपूर्ण मराठवाड्यात दलितविरोधी दंगलींचा आगडोंब उसळला. लाखो दलितांचे संसार उद्ध्वस्त झाले. दंगलीचे स्वरूप आणि दलितांवरचे अत्याचार इतके उग्र होते की मुख्यमंत्र्यांना नामांतराचा विषय बाजूला ठेवून दंगल शमविण्याचे आणि दंगलग्रस्तांचे पुनर्वसन करण्याचे काम प्रथम हाती घ्यावे लागले. पवार यांनी स्वत: दंगलग्रस्त भागात फिरून लोकांची भडकलेली माथी शांत केली आणि दलितांच्या जखमांवर फुंकर घातली. पण या एका दंगलीने नामांतराचा प्रश्न लटकतच राहिला, खदखदत राहिला.

१९७९च्या सुरुवातीपासूनच जनता पक्षामध्ये वाद सुरू झाले. समाजवादी नेत्यांनी दुहेरी सदस्यता प्रश्नावरून एकीकडे जनसंघावर हल्ले सुरू केले तर दुसरीकडे मोरारजी देसाईंवर हल्ले सुरू झाले. राजनारायण यांनी मोरारजी व त्यांचे पुत्र कांतीभाई यांच्यावर भ्रष्टाचाराचे आरोप सुरू केले. संजय गांधी राजनारायण यांना भेटून चरणसिंग यांना पंतप्रधान बनवण्याची व्यूहरचना करत होते, तर स्वत: इंदिरा गांधी हेमवतीनंदन बहुगुणांच्या भेटीसाठी येत होत्या. डावे पक्षही या संघर्षात सक्रियपणे उतरले. रशिया भेटीवरून परतलेल्या मोरारजींना आपल्या खुर्चीखाली टाईमबॉम्ब ठेवला गेला आहे याची सुतराम कल्पना नव्हती. त्यांचे हितचिंतक परिस्थितीची जाणीव करून द्यायचा प्रयत्न करत होते; पण मोरारजी कुणाचे ऐकून घ्यायलाच तयार नव्हते. जुलैच्या प्रारंभी संसदेचे पावसाळी अधिवेशन सुरू झाले तेव्हा मोरारजी पत्रकारांना म्हणाले, "इथं स्कायलॅब कोसळली तरी मला काही होणार नाही." स्कायलॅबवरून कोसळण्याची गरजच नव्हती. जनता नेत्यांनीच पंतप्रधानांच्या खुर्चीखाली भरपूर दारूगोळा भरून ठेवला होता. कुणीतरी बत्ती द्यायची गरज होती. हे काम अनाहूतपणे यशवंतराव चव्हाणांनी केले. विरोधी पक्षनेते या नात्याने त्यांनी ११ जुलैला लोकसभेत जनता सरकारविरुद्ध अविश्वास ठराव मांडला. त्यातच उपपंतप्रधान चरणसिंग यांनी आपल्या पदाचा राजीनामा दिला. त्यामुळे संसदेत खळबळ माजली. मुदतपूर्व निवडणूक समोर दिसू लागली; पण इंदिरा काँग्रेस सोडून ती कुणालाच नको होती.

जनता पक्ष संसदीय मंडळानं १४ जुलैला 'राजीनामा द्या' अशी औपचारिक विनंती मोरारजींना केली. संसदीय पक्षाचे म्हणणे ऐकायलाही ते तयार नव्हते. सभागृहात बहुमत सिद्ध करता येणार नाही हे लक्षात येताच १५ जुलैला मोरारजींनी पंतप्रधानपदाचा राजीनामा दिला. इंदिरा गांधींची त्यावरची प्रतिक्रिया बोलकी होती. त्या म्हणाल्या, "सिंहगर्जना करत सत्तेवर आलेल्या सरकारचा जाताना मूषकाएवढाही आवाज झाला नाही."

जनता पक्षाने ज्येष्ठ नेते जगजीवनराम यांना संसदीय नेता म्हणून निवडले. चौधरी चरणसिंग यांनी भारतीय लोकदल स्थापून पंतप्रधानपदी दावा केला. यशवंतराव चव्हाणांनी चव्हाणांची अर्स काँग्रेस त्यांच्या मागे होती. इंदिरा काँग्रेसनेही त्यांना पाठिंबा देऊ केला.

केंद्रात घडामोडी वेगाने घडत होत्या. अर्स काँग्रेसच्या पाठिंब्याने चरणसिंग पंतप्रधान झाले. यशवंतराव चव्हाणांकडे उपपंतप्रधानपद आले. २० ऑगस्टला संसद अधिवेशन सुरू होणार होते. तिथे विश्वास ठरावाला सामोरे जायचे होते. १९ ऑगस्टला इंदिरा काँग्रेसने चरणसिंग सरकारचा पाठिंबा काढून घेतला. तेव्हाच चरणसिंग सरकारचा पराभव स्पष्ट झाला. त्यांनी सरकारचा राजीनामा दिला आणि मुदतपूर्व निवडणूक घेण्याचा सल्ला राष्ट्रपतींना दिला.

देशातल्या आणि राज्यातल्या राजकारणात कमालीचा गोंधळ निर्माण झाला. महाराष्ट्र जनता पक्षातून फुटून डॉ. कुमार सप्तर्षींसह सहा आमदार चरणसिंगांच्या भारतीय लोकदलात गेले. काँग्रेसचे तर तीन तुकडे पडले. यशवंतराव, वसंतदादांची अर्स काँग्रेस, शरद पवारांची समांतर काँग्रेस आणि तिरपुड्यांची इंदिरा काँग्रेस. शिवाय जनता पक्षातल्या सिंडिकेट काँग्रेसवाल्यांना आपण नक्की कुठे जायचे ते कळत नव्हते. यशवंतराव चव्हाण आणि वसंतदादा अर्स काँग्रेसमध्ये असले तरी दादा, यशवंतरावांवर नाराज आणि पवारांवर चिडलेले होते; म्हणून पवारांना वगळून पुलोदचे नवे समीकरण मांडायला त्यांनी सुरुवात केली. पवारविरोधी म्हणून ओळखले जाणारे माजी राज्यमंत्री प्रभाकर कुंटे सक्रिय झाले. त्यांच्या घरी माजी गृहमंत्री बाळासाहेब सावंत, विरोधी पक्षनेत्या प्रतिभाताई पाटील आणि इतर काही मंडळी होती. या बैठकीला शिंदे यांनाही निमंत्रण होते. पवारांच्या परवानगीने तेही या बैठकीला हजर राहिले. वसंतदादा पुन्हा मुख्यमंत्री होऊ इच्छित असले तरी सध्याच्या विधानसभा रचनेत हे शक्य नाही हे त्यांना माहीत होते. म्हणून मुख्यमंत्रीपदासाठी सुशीलकुमार शिंदे यांच्यासह काही नावे समोर आली.

जनता पक्षातल्या उरलेल्या समाजवाद्यांना पुलोदमध्ये जनसंघ नको होता, तर चरणसिंग गटाला हे माजी समाजवादी नको होते. पवारांच्या समांतर काँग्रेसमधल्या अनेक नेत्यांना अर्स वा इंदिरा काँग्रेसमध्ये जायचे नव्हते; पण इंदिरा काँग्रेसबरोबर सत्तेत सहभागी व्हायला त्यांची अडचण नव्हती. याचा अर्थ पवार व जनसंघ वगळून ही नवी आघावी उभी राहावी असा प्रयत्न होता. अशी आघाडी समर्थपणे उभी करण्यासाठी लागणारे नेतृत्व मात्र कुणाजवळच नव्हते. शिंदे यांना मुख्यमंत्रीपदाचे

आमिष दाखवले गेले असले तरी आपला 'चरणसिंग' होण्याचीच शक्यता जास्त हे त्यांना माहीत होते. 'सुशीलकुमार पहिले दलित मुख्यमंत्री होणार' अशा बातम्या प्रसिद्ध झाल्याने शिंदे अस्वस्थ झाले. अशा बैठकांमध्ये सहभागी होणे त्यांनी बंद केले. आपल्यासमोर पर्याय फक्त पवार किंवा इंदिरा गांधी एवढाच आहे आणि त्याचा निर्णय करण्याची वेळ अद्याप आलेली नाही अशी खूणगाठ त्यांनी बांधली.

देशभर लोकसभा निवडणुकीचे वातावरण चांगलेच तापले होते. इंदिरा गांधींची घोषणा होती, 'काम करणाऱ्या सरकारला मत द्या.' त्या आपल्या भाषणातून वाढत्या किमती, घासलेट टंचाई, अपुरा वीजपुरवठा, दुष्काळ या विषयावर बोलत होत्या. जगजीवनराम यांच्या नेतृत्वाखाली जनता पक्ष मात्र जनतेलाच विसरला होता. त्यांचा सारा भर इंदिराविरोधावर होता. त्या निवडून आल्या तर पुन्हा आणीबाणी येईल, अत्याचार होतील असे चित्र ते रंगवत होते. जनतेच्या मनात काय चालले हे मात्र कुणालाच कळत नव्हते. इंदिरा गांधी पुन्हा सत्तेवर येण्याची शक्यता तर कुणालाच वाटत नव्हती.

इंदिरा गांधींच्या या झंझावाती प्रचाराने सारा देश ढवळून निघाला. शहा आयोगाच्या चौकशी तमाशाने इंदिरा गांधींबद्दल सहानुभूती निर्माण केली होती. तिचे रूपांतर जबरदस्त लाटेत झाले. डिसेंबर अखेरीला इंडियन मार्केट रिसर्च ब्युरोने केलेल्या पाहणीत इंदिरा काँग्रेस दोनशे एक्क्याण्णव जागा मिळवून बहुमत मिळवेल असे म्हटले होते. मतदानाआधीच इंदिराजींनी आपला अंदाज लिहून ठेवला होता, तीनशे पन्नास जागा. प्रत्यक्षात मिळाल्या तीनशे एक्कावन्न जागा. ही अधिक जागाही त्यांचीच होती. इंदिरा गांधी रायबरेली आणि मेडक या दोन्ही ठिकाणांहून निवडून आल्या होत्या. इंदिरा गांधींच्या या नेत्रदीपक विजयाने खरी काँग्रेस कोणती, याचा कौल मतदारांनीच दिला होता.

केंद्रात पुन्हा सत्ताधीश झालेल्या इंदिरा गांधी यांच्याशी आता कसा समझोता करावा, असा प्रश्न शरद पवार यांच्यासह सर्वच नेत्यांना पडला होता.

सुशीलकुमार शिंदे यांनी २९ जानेवारीला दिल्लीत जाऊन इंदिरा गांधींची भेट घेऊन प्रारंभिक वाटाघाटी कराव्यात असे पवारांनी सांगितले. त्याप्रमाणे तयारी सुरू होती. याच वेळी नागपूर इथल्या वसंतदादांच्या घरी एक बैठक झाली. सोळंके, शिंदे व जवाहरलाल दर्डा उपस्थित होते. दर्डांना मुख्यमंत्री व्हायची घाई झाली होती. आपला क्रमांक लागणार असे त्यांना वाटू लागले. पवार नसतील तरच हे

शक्य होते. उत्साहाच्या भरात त्यांनी दुसऱ्या दिवशी 'लोकमत'ला हेडलाईन टाकली. 'पापाचं प्रायश्चित्त घेण्यासाठी सुशीलकुमार इंदिरा काँग्रेसमध्ये जाणार.' या एका मथळ्याने सारी चर्चा कोसळली. कुणीच दिल्लीला गेले नाही. 'अधिवेशन संपल्यावर जा' असा पवारांनी सुशीलकुमारांना निरोप धाडला.

ठरल्याप्रमाणे अधिवेशन संपताच सुशीलकुमार शिंदे दिल्लीत पोहोचले. इंदिरा काँग्रेसचे सरचिटणीस असलेल्या बॅ. अंतुले यांची त्यांनी भेट घेतली. जनता पक्षाचे ज्येष्ठ नेते व आदरणीय असलेले जगजीवनराम यांचीही त्यांनी भेट घेतली. त्यानंतर इंदिरा काँग्रेसचे दुसरे सरचिटणीस बुटासिंग व संजय गांधी यांच्याशी त्यांची भेट झाली. इंदिरा गांधींबरोबर तर त्यांची अर्धा तास सविस्तर चर्चा झाली. शरद पवार व त्यांचे सहकारी कोणत्या अटीवर पक्षात यायला तयार झाले आहेत यावरही चर्चा झाली. त्या संदर्भात अनेक प्रश्न इंदिरा गांधींनी उपस्थित केले. सर्वच प्रश्नांची लगेच उत्तरे देणे शक्य नव्हते. त्यांनी पवारांशी चर्चा करून पुन्हा भेटण्याचीही तयारी दाखवली. इंदिरा गांधींनी ती मान्य केली. सुशीलकुमार शिंदे संध्याकाळी लगेच मुंबईला परतले.

मुंबईत पोहोचताच सुशीलकुमारांनी शरद पवारांसह ज्येष्ठ नेत्यांची भेट घेऊन दिल्ली भेटीचा सविस्तर अहवाल दिला. पवारांनीच स्वतः इंदिरा गांधींची भेट घेतल्याशिवाय पुढचा निर्णय घेता येणार नाही हे सगळ्यांच्याच लक्षात आले. सात फेब्रुवारीलाच पवार दिल्लीच्या विमानतळावर पोहोचले तेव्हा 'उद्या सकाळी नऊ वाजता इंदिराजींशी भेट ठरली आहे', असा निरोप त्यांना मिळाला. महाराष्ट्राच्या राजकारणातल्या दिशा बदलणाऱ्या घटना वेगाने घडत होत्या आणि दिल्ली त्याचे केंद्र होते.

सकाळी इंदिरा गांधींकडे पोहोचताच त्यांचे प्रेमाने स्वागत झाले. 'महाराष्ट्राचे मुख्यमंत्री म्हणून तुम्ही पुढंही राहू शकता; पण त्यासाठी तुम्हाला इंदिरा काँग्रेसमध्ये यावं लागेल.' असे इंदिरा गांधींनी स्पष्ट केले.

इंदिरा गांधीबरोबर जायचे की राज्य गमावून विरोधी पक्षात बसायचे, याचा निर्णय पवारांना एकट्याने करता येणारा नव्हता. ते मुंबईला परतले. पुढील निर्णय घेण्यासाठी अकरा फेब्रुवारीला सह्याद्री अतिथीगृहावर समांतर काँग्रेसची बैठक झाली. शरद पवारांनी आपल्या सहकाऱ्यांसह इंदिरा काँग्रेसमध्ये न जाण्याचा निर्णय घेतल्यामुळे पुलोद सरकार आता बरखास्त होणार हे ठरलेलेच होते; तशी अधिकृत

घोषणा फक्त व्हायची होती. १७ फेब्रुवारी १९८०ला केंद्रीय मंत्रिमंडळाची बैठक झाली आणि महाराष्ट्रासह नऊ राज्यांची विरोधी पक्षीय सरकारे बरखास्त करून तिथे नव्याने निवडणुका घेण्याचा निर्णय झाला. मध्यरात्री राष्ट्रपतींनी या निर्णयावर शिक्कामोर्तब केले. महाराष्ट्रात पुलोदच्या निमित्ताने झालेला एक वेगळा राजकीय प्रयोग संपुष्टात आला.

❏❏❏

भाग दुसरा

१९७७ ते १९८९
काँग्रेसमधील फूट आणि पर्यायी स्पर्धक

प्रकरण ९

पुन्हा काँग्रेस वर्चस्व

१९७९च्या लोकसभा निवडणुकीत निर्णायक बहुमत मिळवून केंद्रात सत्तेवर आल्यानंतर इंदिरा गांधी यांचे लक्ष राज्यांकडे वळले. जनता पक्षाच्या सरकारच्या काळात ९ राज्यांमध्ये बिगर-काँग्रेस सरकारे स्थापन झाली होती. त्यात उत्तरप्रदेश, बिहार, राजस्थान, मध्यप्रदेश, पंजाब, तमिळनाडू, ओरिसा, गुजरात व महाराष्ट्र यांचा समावेश होता. १७ फेब्रुवारी १९८०ला इंदिरा गांधी यांनी ही सर्व राज्ये बरखास्त करून तेथे राष्ट्रपती राजवट लागू करण्याची विनंती राष्ट्रपती संजीव रेड्डी यांना केली आणि विधानसभांच्या निवडणुका जाहीर करण्याची शिफारसही केली. त्याच दिवशी राष्ट्रपतींनी वटहुकूम काढून सर्व विधानसभा बरखास्त करून राष्ट्रपती राजवट लागू केली. महाराष्ट्रात प्रथमच राष्ट्रपती राजवट लागू झाली.

२८ मे ते ३१ मे १९८० या कालात विधानसभेच्या निवडणुका झाल्या आणि १ जूनला निकाल बाहेर पडले. महाराष्ट्रात अपेक्षेप्रमाणे इंदिरा काँग्रेसने निर्विवाद बहुमत मिळविले. २८८ जागांपैकी १८५ जागा त्यांना मिळाल्या, तर शरद पवार यांच्या अर्स काँग्रेसला ४७ जागी विजय मिळाला. या इंदिरा लाटेत बाकीचे विरोधी पक्ष तर साफ वाहून गेले. दोन्ही कम्युनिस्ट पक्षांना कशाबशा दोन दोन जागा मिळाल्या, तर शे.का.प.ने ९ जागा मिळविल्या. जनता पक्ष फुटून १ मे १९८०ला भारतीय जनता पक्षाची स्थापना झाली होती. त्यामुळे जनता व भाजपने स्वतंत्रपणे उमेदवार उभे केले होते. जनता पक्षाला १७ तर भाजपला १४ जागा मिळाल्या.

या विधानसभा निवडणुकीत इंदिरा गांधी यांनी पश्चिम महाराष्ट्रातील मराठा नेत्यांचे सर्वस्व निर्णायकपणे मोडून काढले. इंदिरा काँग्रेसमध्ये अनेक महत्त्वाचे मराठा नेते असतानाही त्यांनी त्यापैकी कोणाला मुख्यमंत्रीपद न देता बॅरिस्टर अब्दुल रहमान अंतुले याची निवड केली. महाराष्ट्रातील हा पहिलाच अल्पसंख्याक समाजाचा मुख्यमंत्री होता. अंतुले यांच्या निवडीची तीव्र प्रतिक्रिया जनतेत उमटली. मराठा नेत्यांत तर संतापाची लाट उसळली, पण इंदिरा गांधी यांच्या विरोधात जाण्याची कोणाचीही हिंमत नव्हती. त्यामुळे मराठा समाजाचे नेतृत्व करण्याचे काम विरोधी पक्षनेते झालेल्या शरद पवार यांच्याकडे आले.

महाराष्ट्रात ही राजकीय उलथापालथ एकीकडे होत असतानाच राज्याच्या राजकारणाला आणि अर्थकारणाला जबरदस्त धक्के देणारी एक शक्ती नव्याने उदयाला आली, ती शरद जोशी यांच्या रूपाने. महाराष्ट्रातील शेतकऱ्यांच्या संघर्षाचा इतिहास १०० वर्षांहून जुना आहे. स्वातंत्र्यानंतरही विविध राजकीय पक्षांनी शेतकऱ्यांची आंदोलने लढविली होती; पण शरद जोशी यांचे आंदोलन या सर्वांपेक्षा वेगळे होते. प्रचलित संकल्पनांना आणि समजुतींना जबर धक्के देणारे एक नवेच तत्त्वज्ञान शरद जोशी यांनी मांडण्यास सुरुवात केली. अल्पसंख्य असणाऱ्या शहरी भागाला त्यांनी 'इंडिया' असे संबोधले आणि बहुसंख्य असलेल्या ग्रामीण भागाचे वर्णन 'भारत' असे केले. 'अल्पसंख्य' इंडिया बहुसंख्य भारताचे शोषण करीत आहे', असे सांगून त्यांनी आपली चळवळ भारताच्या शोषणाविरुद्ध आहे, अशी मांडणी केली. त्यामुळे 'इंडिया'विरुद्ध 'भारत' असा नवा संघर्ष महाराष्ट्राच्या विचारविश्वात निर्माण झाला.

याबरोबरच शरद जोशी यांनी आणखी एक महत्त्वाचा मुद्दा मांडला. त्यांनी म्हटले की सरकारने जाणूनबुजून शेतीमालाची किंमत अतिशय कमी ठेवली आहे. बियाणे, खते, औषधे, वीज, पाणी, वाहतूक, मजुरी असे अगणित आणि सतत वाढणारे खर्च भागविता भागविता शेतकरी कायम तोट्यातच राहतो. शेतीमालाच्या अपुऱ्या किंमती हेच शेतकऱ्याच्या दारिद्र्याचे मूळ आहे. त्यामुळे शेतकऱ्यांचे आणि पर्यायाने देशाचे दारिद्र्य घालवायचे असेल तर शेतीमालाला वाजवी दाम मिळाला पाहिजे. शेतीमालाची किंमत ही उत्पादनखर्चावर आधारित असली पाहिजे, अशी मागणी त्यांनी केली. शेतकऱ्यांच्या आंदोलनात प्रथमच एक स्वतंत्र अर्थशास्त्र आणि त्याचे तर्कशास्त्र मांडले गेले.

या नव्या तत्त्वज्ञानाच्या आधारावर शरद जोशी यांनी पहिले शेतकरी आंदोलन लढविले ते १६ फेब्रुवारी १९८०ला, चाकणमध्ये. 'कांदा आंदोलन' म्हणून हे आंदोलन प्रसिद्ध झाले. संपूर्ण देशात उत्पादित होणाऱ्या कांद्यापैकी ६० ते ७० टक्के

कांदा एकट्या महाराष्ट्रात होतो आणि या ७० टक्क्यांपैकी ५० टक्के कांदा नाशिक व पुणे जिल्ह्याच्या ५ तालुक्यात होतो. म्हणजे देशातील जवळपास निम्मा कांदा या भागात होतो. साहजिकच जोशी यांच्या 'कांदा आंदोलना'चे पडसाद देशभर उमटले आणि राज्य सरकारलाही या आंदोलनाने शेतीमालाबाबत वेगळा विचार करण्यास भाग पाडले. शरद जोशी कोणत्याही राजकीय पक्षाही संबंधित नव्हते; पण तरीही या 'कांदा आंदोलना'ने राजकीय पक्षांना आणि स्वत:ला शेतकरी नेते म्हणविणाऱ्या स्थानिक राजकीय नेत्यांना जबरदस्त धक्के बसले.

विरोधी पक्षनेते म्हणून शरद पवार विधानसभेत अंतुले यांच्याशी दोन हात करीत होतेच; पण तेवढे पुरेसे नव्हते. अंतुले यांच्या लोकविरोधी, शेतकरीविरोधी मस्तवाल सरकारला आव्हान देईल असा एखादा जबरदस्त कार्यक्रम पवार यांना हवा होता. संपूर्ण महाराष्ट्र ढवळून काढणारा आणि लोकसहभागाचे प्रचंड दर्शन घडविणारा कार्यक्रम हवा, असा त्यांचा आग्रह होता. शरद जोशी यांनी शेतकरी आंदोलनातून शेतकऱ्यांचे प्रश्न समोर मांडले होतेच. तोच धागा उचलून शेतकऱ्यांचे मोठे आंदोलन उभारावे असे पवार यांच्या डोक्यात आले. त्यातूनच जन्म झाला तो शेतकरी दिंडीचा.

खानदेशातील जळगावपासून नागपूरपर्यंत असा ४६३ कि.मी. चा मार्ग ठरला. १७ डिसेंबर १९८० पासून सुरू होणारी ही दिंडी ३० डिसेंबरला हिवाळी अधिवेशन संपताना नागपुरात दाखल होऊन हल्लाबोल करणार होती. या दिंडीत अर्स काँग्रेसबरोबरच मार्क्सवादी कम्युनिस्ट पक्ष, शे.का.प., समाजवादी पक्ष, लोकदल हे डावे सहकारी पक्षही सहभागी झाले. दिंडीच्या मागण्याही निश्चित झाल्या. किमान दैनंदिन मजुरी ७ रुपये, ग्रामीण बेरोजगारीचे निर्मूलन, शेतीमालाला योग्य भाव आणि शेतकरी आंदोलकांवरील खटले मागे घेणे, अशा प्रमुख मागण्या होत्या. त्यामुळे शरद जोशी यांच्या आंदोलनापेक्षा व्यापक अधिष्ठान या दिंडीला लाभले. दिंडी सतत देशभर गाजत रहावी, म्हणून वेगवेगळ्या राष्ट्रीय नेत्यांनाही दिंडीत बोलविण्याचे ठरले.

शेतकरी दिंडीचा मार्ग शरद पवार यांनी अतिशय काळजीपूर्वक आखला होता. शेतकऱ्यांचे प्रश्न मांडणे हा प्रमुख उद्देश तर होताच, पण या एका उपक्रमातून आपला राजकीय प्रभाव वाढविणे याला त्यांच्या दृष्टीने अधिक महत्त्व होते म्हणून दिंडीतून पश्चिम महाराष्ट्र आणि मुंबई हेतुपुरस्सर वगळण्यात आले होते. जळगाव जिल्ह्यात जिल्हा परिषद आणि जिल्हा सहकारी बँकेवर पवार समर्थकांचे वर्चस्व असले, तरी जळगावचे महापौरपद मात्र भारतीय कम्युनिस्ट पक्षाकडे होते. जळगाव वगळता खानदेश आणि विदर्भातही पवार यांना फारसे समर्थन नव्हते. त्यामुळे दिंडीच्या निमित्ताने

खानदेश आणि विदर्भ पिंजून काढण्याचे त्यांनी ठरविले. दिंडीची सुरुवात दणक्यात व्हावी म्हणून त्यांनी जळगावची निवड केली होती. सर्व विरोधी पक्षांच्या प्रमुख नेत्यांच्या उपस्थितीत १७ डिसेंबर १९८०ला दिंडीला प्रारंभ झाला. रोज दिंडीत सहभागी होणाऱ्यांची संख्या वाढतच होती आणि देशभर भरपूर प्रसिद्धीही मिळत होती.

दिंडीच्या वाढत्या यशाने दिल्ली आणि मुंबईत हादरे बसत होते. दिंडीला सामोरे जाण्याऐवजी मुख्यमंत्री अंतुले अधिवेशन लवकर गुंडाळण्याची तयारी करायला लागले. दुसरीकडे अंतुले यांनी शेतकऱ्यांच्या प्रश्नासंबंधी बोलणी करण्यासाठी शरद जोशी यांना निमंत्रण पाठवले. नोव्हेंबर १९८० मध्येच जोशी यांनी नाशिकमध्ये दुसरे मोठे आंदोलन केले होते. ते चिरडताना हजारो शेतकऱ्यांवर अंतुले सरकारने खटले भरले होते. शेतकरी संघटना व दिंडीच्या मागण्या सारख्याच होत्या, म्हणून शेतकरी संघटनेशी तडजोड करून दिंडीतील हवा काढून घ्यायची, असा डाव अंतुले यांनी टाकला; पण ही तडजोड झालीच नाही.

अंतुले यांनी यानंतर दिंडी वाटेतच चिरडण्याचा निर्णय घेतला. दिंडीच्या मार्गावर जागोजाग पोलिस आणि सी.आर.पी.चे जवान वाढत्या संख्येने दिसायला लागले. १९ डिसेंबरला यशवंतराव चव्हाण अमरावतीत दिंडीत सामील झाले. अमरावतीत दिंडी राखण्याचा निर्णय अंतुले यांनी घेतला. पोलिसांनी दिंडी थांबवून सर्वांना शांतपणे शरण येण्यास सांगितले. मात्र, नेत्यांनी 'दिंडी नागपूरमध्येच विसर्जित होईल. वाटेत थांबणार नाही', असे स्पष्ट केले. पोलिसांनी दिंडीचा मार्ग अडवून धरल्यावर शेतकरी गटागटाने अन्य मार्गांनी पुढे सरकले. त्यामुळे रस्त्यावरच दिंडी थांबविण्याचा पोलिसांचा प्रयत्न फसला. तेव्हा नेत्यांना अटक करण्याचा निर्णय पोलिसांनी घेतला. दिंडी पोहरा गावात पोहोचताच पोलिसांनी यशवंतराव चव्हाण, शरद पवार, ना. धों. महानोर यांच्यासह ४४० लोकांना अटक केली.

'स्वातंत्र्यानंतरची पहिली अटक' असे त्याचे वर्णन यशवंतराव यांनी केले. त्यांची रवानगी अमरावतीच्या तुरुंगात झाली. दिंडीत असलेली शिवाजीमहाराज, फुले, आंबेडकर यांची छायाचित्रे आणि कटआऊट पोलिसांनी जप्त केली. त्यांनाही स्वतंत्र भारतात पोलिस कस्टडी मिळाली. हे वृत्त अमरावतीत पसरताच शहरात लोकांनी उत्स्फूर्तपणे हरताळ पुकारला. यशवंतराव यांना अटक झालेली नाही असा खुलासा जिल्हाधिकाऱ्यांनी केला, तर नागपुरात मुख्यमंत्र्यांनी घोषणा केली, 'कायदा व सुव्यवस्था राखण्यासाठी जिल्हा न्यायाधीशांनी ही अटक केली आहे.' मुख्यमंत्र्यांच्या या विधानाला विरोधी आमदारांनी आक्षेप घेतला आणि 'अंतुले यांनी शेतकऱ्यांविरुद्ध युद्ध पुकारले आहे' असा आरोप केला. त्यामुळे अंतुले संतप्त झाले.

२६ डिसेंबरला अधिवेशनाचा अखेरचा दिवस होता. त्यामुळे दिंडी २६ डिसेंबरलाच नागपुरात पोहोचणार अशी घोषणा पवार यांनी केली. त्यामुळे शेतकरी थेट नागपुराकडे निघाले. २२ डिसेंबरला माजी केंद्रीय मंत्री रवींद्र वर्मा, राजारामबापू पाटील, बबनराव ढाकणे यांना अटक झाली. नागपुरला लष्करी छावणीचे स्वरूप आले होते. नागपुरकडे येणाऱ्या बस आणि रेल्वेगाड्या थांबवून शेतकऱ्यांना अटक करण्यात येत होती. त्यातच पहाटे मधू दंडवते, प्रमिला दंडवते, मृणाल गोरे यांना अटक झाली. दिंडीचे नेतृत्व करण्यासाठी अनेक राष्ट्रीय नेते नागपुरात पोहोचले होते. चौधरी देवीलाल, कर्पुरी ठाकूर, एस. एम. जोशी, जॉर्ज फर्नांडिस, राजेश्वर राव, चंद्रजित यादव, गोदावरी परुळेकर यांनाही अटक झाली. शरद पवार अखेर ५ हजार मोर्चेकऱ्यांसह नागपुरात शिरले तेव्हा त्यांना अटक करण्यात आली.

नागपुरच्या रस्त्यारस्त्यावर नेते व मोर्चेकऱ्यांची धरपकड सुरू असतानाच विधानसभेत विरोधी आमदारांनी सभागृहातच दिंडी काढली. चोरून आत आणलेले संबळ आणि झांजा वाजवीत हे आमदार भजने म्हणत असतानाच सभापती कार्यक्रमपत्रिकेवरचा विषय पुकारत होते आणि इंदिरा काँग्रेसचे आमदार हात वर करून चर्चेविनाच त्याला मंजुरी देत होते.

अंतुले यांनी 'दिंडी फ्लॉप झाली' असे म्हणत अधिवेशन गुंडाळले असले, तरी दिंडीने अभूतपूर्व यश मिळविले होते. राष्ट्रीय नेत्यांचा मोठा सहभाग, राष्ट्रीय- आंतरराष्ट्रीय स्तरावर प्रचंड प्रसिद्धी, अंतुले यांची अन्याय्य दडपशाही यामुळे दिंडी सर्वाधिक गाजली. विदर्भात नेता म्हणून शरद पवार यांना प्रथमच मान्यता मिळाली आणि पाठिंबाही मिळाला. राष्ट्रीय पातळीवर 'लढाऊ शेतकरी नेता' अशी त्यांची प्रतिमा तयार झाली. पवार यांचे महाराष्ट्रातील आणि देशातील वेगळे राजकारण आणि नेतृत्व याच शेतकरी दिंडीने प्रस्थापित केले.

अंतुले सत्तेवर आले असतानाच मुंबईत एक मोठे वादळ आकार घेत होते. ते म्हणजे गिरणी कामगारांचा संप. शंकरराव चव्हाण मुख्यमंत्री असतानाच मुंबईतील गिरणी मालकांनी 'गिरण्यांच्या जमिनी विकून टाकण्यास परवानगी द्या' असा आग्रह धरला होता. मालकांचे म्हणणे असे होते की, गिरण्यांवर आधीच मोठे संकट आले आहे. एकीकडे गिरण्यांची मशिनरी जुनी झाली आहे, त्यामुळे उत्पादनक्षमता घटते आहे. दुसरीकडे सिंथेटिक व नायलॉनचे कपडे बाजारात आल्याने सुती कापडाची मागणी झपाट्याने घटत आहे. अशा स्थितीत गिरण्या चालविणे आम्हाला शक्य नाही. मुंबईतील ५२ गिरण्यांच्या मालकांनी पुढे येऊन एक संघटना स्थापन केली, 'मुंबई गिरणीमालक असोसिएशन' या संघटनेने जमीनविक्रीसाठी निवेदन मुख्यमंत्री

शंकरराव चव्हाण यांना दिले होते. 'गिरण्यांत काम करणाऱ्या २ लाख कामगारांना आम्ही नुकसानभरपाई देऊ' असे आश्वासनही त्यांनी दिले होते; पण शंकरराव यांनी त्यांना स्पष्टपणे सांगितले की, 'गिरण्यांच्या जमिनी विकायला मी परवानगी देणार नाही. कारण, नुकसानभरपाई देण्याच्या कितीही गोष्टी तुम्ही केल्या, तरी त्याची अंमलबजावणी तुम्ही करत नाही, हा पूर्वीचा अनुभव आहे.' या चर्चेनंतर जमीनविक्रीचा विषय तिथेच थांबला.

गिरणी कामगार सातत्याने आपल्या मागण्यांसाठी मालकांशी चर्चा करीत होते; पण मालक त्यांना कोणतीही वाढ देण्यास तयार नव्हते. त्यावेळी महाराष्ट्रात 'पुलोद' सरकार सत्तेवर होते आणि केंद्रात एकेकाळचे 'संपसम्राट' जॉर्ज फर्नांडिस उद्योगमंत्री होते. १३ एप्रिल १९७९ला संध्याकाळी झालेल्या जाहीर सभेत गिरणी कामगारांनी संपाची घोषणा केली होती आणि शासकीय चक्र वेगाने फिरायला लागले होते. जॉर्ज फर्नांडिस कोलकात्याचा दौरा रद्द करून मुंबईत आले. मुख्यमंत्री शरद पवार व कामगार मंत्री सुशीलकुमार शिंदे यांच्या मॅरेथॉन बैठका मालक व कामगार नेत्यांबरोबर सुरू झाल्या. सुरुवाती-सुरुवातीला 'दोन कोटी रुपयांपेक्षा अधिक बोजा आम्ही घेणार नाही.' अशी भूमिका मालकांनी घेतली होती. अनेक तासांच्या वाटाघाटीनंतर रात्री उशिरा २०.५ कोटी रुपयांची तडजोड झाली. संपाची घोषणा होऊनही प्रत्यक्षात एकही दिवस संप न होता, तडजोड घडवून आणण्यात पुलोद सरकारला यश आले होते.

या सर्व पार्श्वभूमीवर गिरणी कामगारांच्या अनेक संघटना दत्ता सामंत यांच्या मागे १९८१ मध्ये उभ्या राहिल्या. 'इंटक'शी संलग्न असलेल्या राष्ट्रीय मिल मजदूर संघाचे नेतृत्व झुगारून गिरणीकामगार प्रथमच सामंत यांच्यामागे गेले आणि त्यांनी पुढे ऐतिहासिक ठरलेला गिरणी कामगारांचा संप घोषित केला. २ लाख गिरणी कामगारांबरोबरच सामंत यांच्या इतर संघटनांनीही संपाला पाठिंबा दिल्याने सुमारे २.५० लाख कामगार संपात सहभागी झाले. हा संप वर्षभर चालला आणि ५०हून अधिक गिरण्या कायमच्या बंद पडल्या. मुख्यमंत्री अंतुले हे खरे तर दत्ता सामंत यांचे मित्र; पण अंतुले यांनी मांडलेले कुठलेच तडजोडीचे मुद्दे सामंत यांनी स्वीकारले नाहीत. मुंबईतील कामगार क्षेत्रावर ज्या गतीने सामंत यांचे साम्राज्य निर्माण होत होते ते पाहून पंतप्रधान इंदिरा गांधी आणि अंतुले यांना सामंत सर्वात मोठा राजकीय धोका आहे असे वाटायला लागले. मुंबईतील बंदर आणि रेल्वे कामगारांतही 'सामंत लाट' पसरली तर पूर्ण मुंबईच सामंत यांच्या हाती जाईल अशी भीती या नेत्यांना वाटायला लागली आणि म्हणूनच त्यांनी सामंत यांच्या कोणत्याही मागण्या मान्य करायच्या

नाहीत, असा निर्णय घेतला. सामंत आणि सरकार यांच्या या साठमारीत गिरण्या कायमच्या बंद झाल्या आणि २ लाखांच्यावर कामगार बेकार झाले.

जनता पक्षातून फुटून बाहेर पडलेल्या जनसंघाच्या सदस्यांनी भारतीय जनता पार्टीची स्थापना १ मे १९८०ला मुंबईतच केली. या कार्यकर्त्यांना पुन्हा जनसंघाचे पुनरुज्जीवन करण्याची इच्छा नव्हती. कारण जनता पक्ष, पुलोद या सर्व अनुभवातून आलेली नवी राजकीय जाणीव केवळ 'जनसंघ' विचारांपुरती मर्यादित नव्हती. ती अधिक व्यापक आणि निवडणूकधर्मी झाली होती. शिवाय जनसंघाच्या कार्यकर्त्यांबराबेर जनता पक्षाच्या इतर काही घटकपक्षांतून बरेच लोक भाजपमध्ये आले होते. त्यामुळे पहिल्याच अधिवेशनात भाजपने दीनदयाळ उपाध्याय यांच्या एकात्म मानववादाऐवजी गांधीवादी समाजवादाचा स्वीकार केला होता. भाजपचा जाहीरनामा जनता पक्षासारखाच होता. त्यामुळे आपले वेगळेपण काय, हे भाजपलाच शोधायचे होते. १९८० ते ८४ या काळात देशात झालेल्या सर्व निवडणुकांत भाजपला पराभव पत्करावा लागला. काश्मीरच्या निवडणुकीत तर जम्मू भागाचा परंपरागत गडही गेला. त्यामुळे गांधीवादी समाजवादाचा फेरविचार करून पुन्हा हिंदुत्वाकडे वळणे आवश्यक आहे, अशी तीव्र प्रतिक्रिया पक्षात निर्माण झाली.

देशभर भाजपमध्ये हा वैचारिक गोंधळ सुरू असताना, महाराष्ट्रात मात्र वसंतराव भागवत यांच्या मार्गदर्शनासाठी पक्षाचे तरुण नेतृत्व आकार घेत होते. जनसंघाचे संघटनमंत्री म्हणून सूत्रे हाती घेतल्यानंतर भागवत यांनी दोन गोष्टी मनाशी निश्चित केल्या होत्या. पहिली म्हणजे जनमानसात असलेली जनसंघाची 'पांढरपेशी' ही प्रतिमा बदलणे आणि दुसरी पुढील किमान २५-३० वर्षे राज्याचे नेतृत्व करतील असे तरुण, दमदार नेतृत्व उभे करणे. या निर्णयातूनच १९७४च्या मराठवाडा विकास आंदोलनात सहभागी झालेले प्रमोद महाजन आणि गोपीनाथ मुंडे हे जनसंघात आले. अलीमखान, जगन्नाथ पाटील, धरमचंद चोरडिया, किरीट सोमय्या, पांडुरंग फुंडकर, नितीन गडकरी, अरुण अडसड, जयसिंग गायकवाड, विश्वास गांगुर्डे, संदेश कोंडविलकर, प्रकाश जावडेकर असे वेगवेगळ्या विभागातील आणि जातीतील तरुण भागवत यांनी जनसंघाचे पूर्णवेळ कार्यकर्ते म्हणून आणले. आणीबाणीत आणि जनतापक्षाच्या काळात संघर्ष आणि सामंजस्य येंचे धडे त्यांना मिळाले. भाजपची स्थापना झाली तेव्हा हा तरुण गट राज्यात पदाधिकारी झाला होता. याच काळात भागवत यांनी महाराष्ट्र भाजपचे अध्यक्षपद वंजारी समाजातून आलेल्या गोपीनाथ मुंडे यांच्याकडे सोपविले.

१८८४ पर्यंतचा काळ शिवसेनेच्या दृष्टीनेही स्वतःचा चेहरा आणि राज्याच्या राजकारणातील नेमके स्थान शोधण्याचाच होता. मुळात मराठी अस्मितेपासून सुरू झाले शिवसेनेची वाटचाल एकेका घटनेतून टोकदार रूप धारण करीत होती. शिवसेनेचा प्रारंभापासून कम्युनिस्टांना कट्टर विरोध होता. त्यातूनच मुंबईतील संघर्ष उभे राहिले. सीमा आंदोलनांमुळे देशभर प्रसिद्धी मिळाली असली, तरी शिवसेनेने मुंबई-ठाण्याची सीमा ओलांडली नव्हती. अशा वेळी आणखी दोन महत्त्वाचे पदर शिवसेनेच्या भूमिकेला जोडले गेले. एकीकडे शिवसेना मुसलमानांच्या विरोधात आणि हिंदूंच्या बाजूने बोलू लागली. हे बोलणे अर्थातच अत्यंत आक्रमक आणि शिवराळ होते. त्यामुळे ग्रामीण भागात शिवसेनेबद्दलचे आकर्षण वाढत राहिले आणि अनेक ठिकाणी स्थानिकांच्या उत्साहातून शिवसेनेच्या शाखा सुरू झाल्या. १९७८च्या मराठवाडा विद्यापीठ नामांतर आंदोलनाला शिवसेनेने विरोध केला. बाकीचे सर्व पक्ष नामांतराच्या बाजूने उभे होते; पण मराठवाड्यात मात्र अस्मितेवरून दंगली पेटल्या. या नव्या प्रक्षुब्ध तरुणांना जवळ करणारा पक्ष मराठवाड्यात नव्हता. शिवसेनेच्या नामांतरविरोधी भूमिकेमुळे मराठवाड्यातील हा प्रक्षुब्ध तरुण तिच्यामागे उभा राहिला. या वेळेपर्यंत शिवसेनेची प्रतिमा कम्युनिस्टविरोधी, मुस्लिमविरोधी आणि दलितविरोधी अशी उभी राहिली होती. हे 'कॉम्बिनेशन' आवडणाऱ्या सर्वच तरुणांना शिवसेना जवळची वाटली. म्हणूनच मुंबई-ठाण्यानंतर तिचा विस्तार मराठवाड्यात गतीने झाला.

शिवसेना निवडणुकीच्या राजकारणात उतरली असली तरी तिचा निश्चित राजकीय विचार या वेळेपर्यंत झाला नव्हता. त्यामुळे त्या त्या वेळी सोयीचे वाटेल त्या पक्षाशी शिवसेना निवडणूक समझोते करीत होती. १९७१च्या लोकसभा निवडणुकीत इंदिरा गांधी यांच्या विरोधात तिने संघटना काँग्रेसशी समझोता केला. मुंबई व कोकणातून लढविलेल्या तिन्ही जागांवर तिचा पराभव झाला. १९७२च्या विधानसभा निवडणुकीत तिने २६ जागा लढविल्या, त्या संघटना काँग्रेसबरोबरच. यावेळी शिवसेनेला फक्त एक जागा जिंकता आली. आणीबाणीच्या काळात शिवसेनेने आणीबाणीला पाठिंबा दिला. मात्र १९७७च्या लोकसभा निवडणुकीत ती मैदानात उतरलीच नाही.

लोकसभा निवडणुकीत जनता पक्षाला मिळालेले यश पाहून शिवसेनेने १९७८च्या विधानसभा निवडणुकीत जनता पक्षाशी समझोता करण्याचा प्रयत्न केला. जनता पक्षाने त्याला प्रतिसाद न दिल्याने शिवसेनेने स्वर्णसिंग काँग्रेसशी समझोता केला. लढविलेल्या सर्व ३३ जागांवर शिवसेनेचा पराभव झाला. १९८०च्या लोकसभा निवडणुकीत तिने काँग्रेसला पाठिंबा दिला; पण स्वतः मात्र उमेदवार उभे केले नाहीत. १९८४च्या लोकसभा निवडणुकीत भाजप आणि शिवसेना प्रथम एकत्र आले.

शिवसेनेने मुंबईतील २ जागा भाजपच्या 'कमळ' चिन्हावर लढविल्या; पण तिथेही तिला पराभवच पत्करावा लागला. भाजपचाही देशभर धुव्वा उडाल्याने भाजप-शिवसेनेची युती करण्याचा प्रमोद महाजन यांचा पहिला प्रयत्न इथेच संपुष्टात आला.

शेतकरी दिंडीच्या अभूतपूर्व यशाने शरद पवार यांचे नाव राष्ट्रीय नेत्यांत गणले जायला लागले होते. महाराष्ट्रात विरोधी पक्षनेता म्हणून काम करीत असतानाच ते अर्स काँग्रेसमधील राष्ट्रीय पातळीवरील वेगवेगळ्या जबाबदाऱ्या पार पाडत होते आणि त्यासाठी देशभर दौरेही करीत होते. अचानक सप्टेंबर १९८१ मध्ये अर्स काँग्रेसचे अध्यक्ष देवराज अर्स यांनी पक्षाध्यक्षपदाचा राजीनामा दिला आणि अध्यक्षपद शरद पवार यांच्याकडे आले. तोपर्यंत हा पक्ष अध्यक्षांच्या नावावरूनच स्वर्णसिंग काँग्रेस, अर्स काँग्रेस असा ओळखला जात होता. सर्वच काँग्रेसजनांचा गांधी–नेहरूंच्या समाजवादावर विश्वास असल्याने पवार यांनी अर्स काँग्रेसचे नामकरण सोशॅलिस्ट काँग्रेस असे केले. पवार एकीकडे पक्षाच्या राष्ट्रीय अध्यक्षपदी येत असतानाच महाराष्ट्रात मात्र त्यांच्या पक्षाला मोठी गळती लागली होती. खुद्द यशवंतराव चव्हाणच इंदिरा काँग्रेसमध्ये गेले. साखर लॉबी आणि सहकारक्षेत्र मोडून काढून मराठा नेतृत्व संपविण्याचे डावपेच अंतुले खेळत होते. त्याला कंटाळून पवार यांच्याबरोबरचे अनेक मराठा नेते इंदिरा काँग्रेसमध्ये दाखल होत होते. पवार यांच्या केंद्रीय राजकारणात जाण्याने आणखी एक महत्त्वाचा बदल झाला. तोपर्यंत टिकून असलेले पुरोगामी लोकशाही दल संपुष्टात आले आणि राज्याच्या विधानसभेत भाजप व कम्युनिस्टांना वगळून लोकशाही समाजवादी आघाडी उभी राहिली. पवार यांचा पक्ष या आघाडीत असला, तरी विरोधी पक्षनेतेपद मात्र जनता पक्षाचे बबनराव ढाकणे यांच्याकडे गेले.

महाराष्ट्रात अंतुलेच ५ वर्षे मुख्यमंत्री राहणार असे एरवी वातावरण असतानाच ते सिमेंट भ्रष्टाचार प्रकरणात अडकले आणि मुंबई उच्च न्यायालयाचे न्यायमूर्ती लेंटिन यांनी त्यांना दोषी ठरविल्यानंतर १२ जानेवारी १९८२ला त्यांना राजीनामा द्यावा लागला. अंतुले यांच्या मंत्रिमंडळात कायदामंत्री असलेले बाबासाहेब भोसले महाराष्ट्राचे आठवे मुख्यमंत्री झाले. भोसले यांच्या जेमतेम एक वर्षाच्या कारकिर्दीत सर्वांत मोठी घटना घडली, ती मुंबईतील पोलिसांचे बंड. पोलिसांच्या कामाचे तास आणि त्यांच्यावरील इतर अन्याय याबाबत पोलिस सरकारकडे वारंवार मागण्या करीत होते; पण त्याकडे कोणीही लक्ष दिले नाही. अखेर ताडदेवमधील पोलिस बराकीतून हत्यारे घेऊन त्यांनी बंड केले आणि मुख्यमंत्र्यांसमोर अनपेक्षित आव्हान उभे राहिले. भोसले यांनी तातडीने निर्णय घेऊन अवघ्या ४ तासात संपूर्ण मुंबई शहर लष्कराच्या

ताब्यात दिले. बंड शमले असले तरी असंतोष कायम होता. त्याची कारणे शोधून उपाययोजना करण्यासाठी भोसले यांनी जिनेव्हामध्ये केंद्र सरकारचे विशेष प्रतिनिधी असलेल्या राम प्रधान यांना बोलावून घेतले आणि त्यांच्याकडे मुख्य सचिवपदाची सूत्रे सोपविली. प्रधान यांनी पोलिसांच्या असंतोषाची कारणे शोधून त्यावर विस्तृत उपाययोजना सुचविली आणि मान्यही करून घेतली.

मुख्यमंत्री बाबासाहेब भोसले यांच्या वागण्या-बोलण्यामुळे पक्षात आणि मंत्रिमंडळातही मोठा असंतोष धुमसत होता. तो दाबून टाकण्यासाठी मुख्यमंत्र्यांनी मंत्रिमंडळ विस्तार केला; पण या विस्तारामुळे असंतोष दबण्याऐवजी उफाळून वर आला. मुख्यमंत्र्यांच्या विरोधात महाराष्ट्राच्या सर्व भागातील काँग्रेस आमदार एकत्र यायला लागले. मुंबई असंतुष्ट आमदारांच्या झालेल्या बैठकीत ५६ आमदार उपस्थित होते. '१३ डिसेंबर १९८२ पासून नागपुरात सुरू होणाऱ्या हिवाळी अधिवेशनापूर्वी भोसले यांचं नेतृत्व बदललं नाही, तर आम्हाला आमचा निर्णय घेण्याचा मार्ग मोकळा आहे' असा निर्वाणीचा इशारा बंडखोर आमदारांनी पक्षश्रेष्ठींना दिला. प्रत्यक्ष अधिवेशन सुरू होईपर्यंत पक्षश्रेष्ठींनी काहीही केले नाही. उलट मुख्यमंत्री भोसले यांनी विधानसभेत बंडखोर आमदारांना उद्देशून 'हे आमदार म्हणजे गुंड, पुंड आणि षंढ आहेत.' असे उद्गार काढले. भोसले यांच्या या उद्गारांनी आधीच तापलेल्या वातावरणात तेल ओतले. मुख्यमंत्र्यांच्या उद्गारामुळे आमदारांचा अपमान झाला आहे' असे म्हणत सुशीलकुमार शिंदे यांनी विधानसभेत आपल्याच मुख्यमंत्र्यांविरुद्ध हक्कभंगाचा ठराव मांडला. जवाहरलाल दर्डा यांनी असाच ठराव विधान परिषदेत मांडला. बंडखोरांच्या या आक्रमक पावित्र्यामुळे काँग्रेस पक्षात गडबड उडाली. याचा परिणाम म्हणून बाबासाहेब भोसले यांना मुख्यमंत्रीपद सोडावे लागले. ३१ जानेवारी १९८३ला वसंतदादा पाटील पुन्हा मुख्यमंत्री झाले.

याच काळात देशात खूप महत्त्वाच्या घटना घडत होत्या. १९८० मध्ये इंदिरा गांधी सत्तेत आल्यापासून आसाममध्ये ऑल आसाम स्टुडंट्स युनियन (आसू)चे बांगला देशी घुसखोरीविरोधी आंदोलन सुरू झाले होते. ते अधिक उग्र होत गेले. १९८३ मध्ये आसामची विधानसभा निवडणूक सर्व पक्षांचा विरोध असताना आणि मतदानावर सार्वत्रिक बहिष्कार असताना इंदिरा गांधी यांनी लष्कराच्या बळावर पार पाडल्या. दुसरीकडे पंजाबमध्ये संत भिंडरावाले यांचे 'खलिस्तान आंदोलन' उग्र झाले होते. या विघटनवादी आंदोलनावर तोडगा काढण्याचे सर्व प्रयत्न निष्फळ ठरले. अमृतसरमधील सुवर्ण रामंदिरात लपून बसलेले भिंडरावाले अकाल तख्तमधून स्वतंत्र खलिस्तानची घोषणा करणार अशी माहिती मिळाली. तेव्हा पंजाबमध्ये लष्करी

कारवाईशिवाय पर्यायच शिल्लक राहिला नाही. ६ जून १९८४ला जनरल ब्रार यांच्या नेतृत्वाखाली 'ऑपरेशन ब्लू स्टार' सुरू झाले. भारतीय सैन्य अमृतसरच्या सुवर्ण मंदिरात शिरले. चार दिवसांच्या तुंबळ युद्धानंतर भिंडरावाळेंसह प्रमुख अतिरेकी मारले गेले. देशाचे आणखी एक विभाजन टळले; पण त्याची तीव्र प्रतिक्रिया देशात आणि परदेशातही उमटली. मुंबईतही प्रचंड तणाव निर्माण झाला; मात्र मोठ्या दंगली टाळण्यात राज्य सरकारला यश आले.

डिसेंबर १९८४ मध्ये होणाऱ्या लोकसभा निवडणुकांची पूर्वतयारी सर्वच पक्षांनी सुरू केली होती. सर्व विरोधी पक्ष पुन्हा एकत्र येऊन 'बडी आघाडी' उभारण्याच्या प्रयत्नात होते. सर्वांचे लक्ष्य पुन्हा एकच होते – इंदिरा गांधी. 'ऑपरेशन ब्लू स्टार'ची छाया या प्रयत्नांवर पडली होती आणि लोकसभा निवडणुकीत इंदिरा गांधी पुन्हा पराभूत होणार असे चित्र निर्माण झाले होते.

३१ ऑक्टोबर १९८४ची सकाळ उजाडली, तीच देशाच्या राजकारणाला जबरदस्त धक्का देणाऱ्या घटनेने. इंदिरा गांधी यांच्यावर, त्यांच्या घरातच, त्यांच्याच व्यक्तिगत सुरक्षारक्षक असलेल्या शीख शिपायांनी गोळ्या झाडल्या आणि त्यातच त्यांचा मृत्यू झाला. मृत्यूची बातमी वाऱ्यासारखी देशभर पसरताच शीखविरोधी प्रक्षोभ उसळला आणि सर्वत्र दंगली सुरू झाल्या. देशभर बस–रेल्वेमधून शिखांना वेचून काढून त्यांच्या हत्या करण्याचे सत्र सुरू झाले. सर्वच विरोधी पक्षांचे नेते या घटनेने सुन्न झाले. आणीबाणीनंतर देशाच्या राजकारणाला मोठी कलाटणी देणारी ही घटना होती. जाहीर झालेल्या लोकसभा निवडणुकीचे भवितव्य त्या क्षणी तरी अधांतरीच होते.

प्रकरण १०

काँग्रेस वर्चस्वाला हादरे

पंतप्रधान इंदिरा गांधी यांच्या भीषण हत्येने देशातील संपूर्ण राजकारणच बदलून गेले. दिल्लीत इंदिरा गांधी यांची हत्या झाली तेव्हा काँग्रेस सरचिटणीस असलेले राजीव गांधी पश्चिम बंगालच्या दौऱ्यावर गेले होते. ते तातडीने दिल्लीला परतले. दरम्यान इंदिरा मंत्रिमंडळातील ज्येष्ठ मंत्री प्रणव मुखर्जी यांनी पंतप्रधान होण्यासाठी जोरदार हालचाली सुरू केल्या होत्या. मुळातच राजकारणात येण्यास फारसे उत्सुक नसलेले राजीव गांधी पंतप्रधानपद स्वीकारण्यासही तयार नव्हते; पण नवा इंदिरा काँग्रेस पक्ष समर्थकांचाच पक्ष असल्याने गांधी घराण्यानेच इंदिरा गांधी यांचा वारसा चालविला पाहिजे, असे मत ज्येष्ठ काँग्रेस नेते आणि राष्ट्रपती ग्यानी झैलसिंग यांनी व्यक्त केले. त्यामुळे राजीवनी लगेचच पंतप्रधानपद स्वीकारले.

इंदिरा गांधी यांच्या हत्येने लोकसभा निवडणूक पुढे जाणार असे विरोधी पक्षांना वाटत असतानाच राजीवनी निवडणुका ठरल्याप्रमाणेच घेण्याची घोषणा केली. विरोधी पक्षांची बडी आघाडी इंदिरा विरोधाच्या एकाच मुद्द्यावर उभी राहिली होती. त्यामुळे त्या आघाडीसमोर काही मुद्दाच उरला नाही. राजीवनी मात्र अत्यंत हुशारीने आईच्या मृत्यूचा पुरेपूर उपयोग करून घेतला. इंदिरा गांधी यांची अंत्ययात्रा आणि अंत्यसंस्कार दूरदर्शनवरून थेट प्रक्षेपित करून त्यांनी जनतेची सहानुभूती जिंकली. आईविना पोरक्या झालेल्या या राजपुत्राच्या मागे आपण उभे राहिले पाहिजे, अशी भावना निर्माण करण्यात काँग्रेस यशस्वी झाली आणि डिसेंबर १९८४ मध्ये झालेल्या लोकसभा निवडणुकीत आलेल्या इंदिरा गांधी लाटेत सर्वच विरोधी पक्ष वाहून गेले.

लोकसभेच्या ५४२ जागांपैकी ४११ जागा मिळवून राजीव गांधी पुन्हा पंतप्रधान झाले.

इंदिरा गांधी यांच्या काळात देश समाजवादी अर्थकारणाकडे झुकला होता, तो राजीवच्या काळात प्रथमच भांडवलशाहीकडे वळला. तोपर्यंत असलेले 'लायसन्स राज' आणि उद्योगविरोधी नियम रद्द करून राजीवनी उद्योजकांना मोकळा श्वास घेण्यास आणि भरारी घेण्यास संधी दिली. भारताला एकविसाव्या शतकात घेऊन जाण्याचे स्वप्न त्यांनी लोकांसमोर ठेवले आणि त्यासाठी महत्त्वाचे निर्णयही तातडीने घेतले. दूरसंचार क्षेत्रात भारत मागे पडला होता. त्यासंबंधी राजीवनी क्रांतिकारक निर्णय घेतले. गावागावांत दूरध्वनी पोचविण्याचे 'मिशन' हाती घेऊन दूरसंचार सेवा खेड्यापाड्यांत पोहोचविली. त्यांच्याच कल्पनेतून मुंबईत एमटीएमएल ही स्वतंत्र सेवा १९८६ मध्ये सुरू झाली. चौकाचौकात पीसीओचे जाळे त्यांनी उभारले. विज्ञान आणि तंत्रज्ञान क्षेत्रात काम करणाऱ्या उद्योगांच्या मागे सरकार उभे राहिले आणि या उद्योगांसाठी लागणाऱ्या यंत्रसामग्रीच्या आयातीवर असलेली बंधने त्यांनी दूर केली. सरकारी कार्यालयात आणि शिक्षणक्षेत्रात संगणक वापर वाढावा यासाठी त्यांनी नवे मिशन सुरू केले. शिक्षणक्षेत्राच्या अत्याधुनिकीकरणासाठी आणि देशभर उच्च शिक्षण सहज उपलब्ध व्हावे यासाठी त्यांनी नवे धोरण आखले. ग्रामीण भागातही उच्च शिक्षण पोचावे यासाठी 'जवाहर नवोदय विद्यालये' सुरू झाली. या सर्व धोरणांमुळे राजीव यांची प्रतिमा 'भविष्यदर्शी नेता' आणि 'मिस्टर क्लीन' अशी उभी राहिली. उद्योगजगत, माध्यमे आणि सुशिक्षित समाज ठामपणे त्यांच्यामागे उभा राहिला.

राजीव हे महत्त्वाचे निर्णय घेत असतानाच त्यांच्या प्रतिमेला धक्का देणाऱ्या काही गोष्टी घडत गेल्या. त्याची सुरुवातही शाहबानो प्रकरणाने झाली. शाहबानो या इंदूरच्या वृद्ध स्त्रीला तिच्या नवऱ्याने पोटगी द्यावी असा निर्णय सर्वोच्च न्यायालयाने १९८५ मध्ये दिला. न्यायालयाचा हा निर्णय मुस्लिम व्यक्तिगत कायद्याच्या विरोधी आहे असे सांगून मुस्लिम धार्मिक नेत्यांनी त्याला विरोध केला आणि हा निर्णय बदलण्यासाठी चळवळ सुरू केली. मुस्लिम मतदार आपल्या विरोधात जातील या भीतीने काँग्रेसजनांच्या आग्रहावरून राजीव मुस्लिम नेत्यांपुढे झुकले. संसदेतील आपल्या मताधिक्याच्या जोरावर एक नवे विधेयक संमत करून त्यांनी सर्वोच्च न्यायालयाचा निर्णय निष्प्रभ करून टाकला. हे विधेयक संमत होताच भारतीय जनता पक्षाने आणि संघपरिवारातील संघटनांनी 'काँग्रेसचे हे मुस्लिम लांगूलचालन आहे' असा आरोप केला. सर्वसामान्य हिंदूंच्या मनातही या निर्णयाने अशीच भावना निर्माण झाली होती आणि ती काँग्रेसजनांपर्यंत तीव्रतेने पोचली होती.

याचवेळी फेब्रुवारी १९८६ मध्ये अचानक आयोध्येच्या राम मंदिराचा प्रश्न समोर आला. अयोध्येत ज्या ठिकाणी रामजन्म झाला, तेथे मोठे मंदिर बांधण्यात आले होते. हे मंदिर ४५० वर्षांपूर्वी मोगल बादशहा बाबर याने पाडले आणि तेव्हापासून त्या भूमीबद्दलचा वाद सुरूच होता. त्यासाठी अनेक सशस्त्र संघर्षही झाले होते. स्वातंत्र्यानंतर हा वाद न्यायालयात गेला. मुस्लिम समाज तेथे मशीद आहे असे म्हणत असला, तरी १९३४ पासून त्या मशिदीत नमाज पढला जात नव्हता. स्वातंत्र्यानंतर तेथे अचानक बाल रामाची मूर्ती प्रकट झाली आणि तिची पूजा सुरू झाली; पण न्यायालयाच्या हुकूमाने पूजा-अर्चेची वेळ वगळता मंदिराला कुलूप लावलेले असे. १९८६ मध्ये न्यायालयाने हे कुलूप काढण्याचा निर्णय दिला. केंद्र सरकारनेही तो मान्य केला. त्यामुळे चिडलेल्या मुस्लिम नेत्यांनी 'बाबरी मशीद बचाव समिती' स्थापन केली आणि हे प्रकरण पुन्हा न्यायालयात गेले. तेव्हा विश्व हिंदू परिषदेने पुढे येऊन अयोध्या प्रकरणावर जागृती करण्याचा निर्णय घेतला. ऑक्टोबर १९८९ला तेथे भव्य राममंदिर उभारण्याचे ठरवून त्याला शिलान्यास करण्याची घोषणा परिषदेने केली. या शिलान्यास कार्यक्रमासाठी विटा मागविण्याचे ठरले. त्याला परिषदेने रामशिला पूजनाचे स्वरूप दिले आणि देशभर जागोजाग रामशिला पूजनाचे कार्यक्रम सुरू झाले. पंतप्रधान राजीव गांधी यांनी हिंदूंचा काँग्रेसवरील रोष कमी व्हावा म्हणून अयोध्येतील शिलान्यास कार्यक्रमास परवानगी दिली आणि संत-महंतांच्या उपस्थितीत हा कार्यक्रम पार पडला.

एकीकडे या घटना घडत असताना, बोफोर्स तोफा भ्रष्टाचार प्रकरण उघडकीस आले. भारतीय सैन्यासाठी संरक्षण खात्याने स्विडीश बोफोर्स कंपनीच्या तोफा खरेदी केल्या होत्या. या प्रकरणात मध्यस्थाला कोट्यवधी रुपये दिले गेल्याचे संरक्षणमंत्री विश्वनाथ प्रताप सिंग यांच्या लक्षात आले आणि ही गोष्ट त्यांनी उघड केली. या तोफा-खरेदीत स्वत: राजीव गांधी यांनी कोट्यवधींची लाच घेतली आणि गांधी कुटुंबाचे मित्र ओट्टाविओ क्वात्रोची यांनी मध्यस्थाचे काम केले, असा आरोपही सिंग यांनी केला. त्यामुळे राजीव गांधी यांची 'मिस्टर क्लीन' ही प्रतिमा धुळीला मिळाली आणि संसदेत त्यांच्याविरुद्ध गोंधळ सुरू झाला. याच प्रकरणावरून व्ही.पी. सिंग, अरुण नेहरू, इत्यादी नेते काँग्रेसमधून बाहेर पडले आणि त्यांनी 'राष्ट्रीय जनता मोर्चा' स्थापन केला. या मोर्चातील खासदारांसह इतर विरोधी पक्षीय खासदारांनी राजीनामे देऊन सरकारला कोंडीत पकडण्याचा प्रयत्न केला; पण राजीवनी विरोधी पक्षांशिवायच संसदेचे कामकाज पूर्ण काळ चालू ठेवले.

देशात या सर्व घटना घडत असतानाच महाराष्ट्रातही सतत राजकीय अस्थिरताच होती. १९८४च्या लोकसभा निवडणुकीपाठोपाठ मार्च १९८५ मध्ये महाराष्ट्रासह १० राज्यांत विधानसभा निवडणुका झाल्या. लोकसभेप्रमाणेच या निवडणुकीसाठी

इंदिरा लाटेचा फायदा मिळून महाराष्ट्रात काँग्रेस सत्तारूढ झाली, तरी या निवडणुकीत विरोधी पक्षांच्या जागा मात्र वाढल्या होत्या. कम्युनिस्ट पक्ष वगळता इतरांनी ही निवडणूक 'पुलोद' म्हणून लढवली. पुलोदला १०४ जागा मिळाल्या. त्यात समाजवादी काँग्रेस-५५, जनता पक्ष-२०, भाजप-१६ आणि शेकाप-१३ अशी विभागणी होती. काँग्रेसने १६१ जागा जिंकल्या. वसंतदादा पाटीलच पुन्हा मुख्यमंत्री झाले.

शरद पवार एकीकडे पुलोदचे नेतृत्व करीत असले, तरी दुसरीकडे राजीव गांधी यांच्याबरोबरच जाण्याचे त्यांचे प्रयत्न सुरू झाले होते. प्रत्यक्षात लोकसभा निवडणुकीत सोशॅलिस्ट काँग्रेसला फक्त ६ जागा मिळविता आल्या आणि राजीवना प्रचंड बहुमत मिळाले. त्यामुळे सोशॅलिस्ट काँग्रेस आणि इंदिरा काँग्रेसचे विलीनीकरण लांबणीवर पडले. केंद्रात आपल्याला काही महत्त्वाची भूमिका राहिली नाही हे ओळखून पवार पुन्हा राज्यात परतले आणि विरोधी पक्षनेते झाले.

वसंतदादा पाटील पुन्हा मुख्यमंत्री झाले असले, तरी राजीव गांधी यांचे आणि त्यांचे मतभेद सतत वाढत होते. याच संघर्षातून एप्रिल १९८५ मध्ये वसंतदादांनी 'केंद्र सरकार मुंबईला महाराष्ट्रापासून वेगळी काढून केंद्रशासित करण्याचा डाव खेळत आहे' असा आरोप केला. महिनाभरावर मुंबई महापालिकेची निवडणूक आली असताना वसंतदादांनी हा बॉंब टाकल्यामुळे प्रचंड खळबळ उडाली. केंद्र सरकारने खुलासे केले; पण त्यावर कोणाचाही विश्वास बसला नाही. शिवसेनेने निवडणुकीत हाच मुद्दा महत्त्वाचा केला आणि निर्विवाद बहुमत मिळविले. छगन भुजबळ महापौर म्हणून निवडून आले.

मुंबई महापालिकेत काँग्रेस पक्ष पार साफ झाल्यामुळे त्याला वसंतदादा जबाबदार आहेत, असे समजून राजीवनी दादांना मुख्यमंत्रीपदाचा राजीनामा देण्यास सांगितले. त्यांनी आपला राजीनामा १ जून १९८५ला सादर केला. लगेचच पाटबंधारे मंत्री असलेल्या शिवाजीराव पाटील निलंगेकर यांची मुख्यमंत्रिपदी निवड झाली.

निलंगेकर मुख्यमंत्री झाले असले, तरी महाराष्ट्रात काँग्रेसच्या संघटनेवर आणि शासनावर वसंतदादांचीच घट्ट पकड होती. याच काळात शेतीमालाला योग्य भाव मिळावा म्हणून शरद जोशी यांनी पुन्हा मोठे आंदोलन केले. जोशीस यांना वसंतदादांचीच फूस होती अशी सर्वत्र चर्चा होती, म्हणून वसंतदादांना केंद्रीय संघटनेत स्थान देऊन दिल्लीत आणावे आणि दादांनी राजीव गांधींशी जुळवून घेणारा मुख्यमंत्री मुंबईत आला तर त्याला पाठिंबा द्यावा, अशी चर्चा दिल्लीत झाल्याच्या बातम्या महाराष्ट्रात पसरल्या. त्यामुळे राजकीय गोंधळाचे वातावरण तयार झाले. १९८५च्या अखेरीला मुंबईत काँग्रेस पक्षाची शताब्दी साजरी होणार होती. त्यामुळे महाराष्ट्रात सर्व आलबेल असावे, अशी पंतप्रधानांची इच्छा होती.

याच काळात सुशीलकुमार शिंदे देशाचे प्रतिनिधी म्हणून 'युनो'त गेले होते. ते महिनाभर राहणार असा कार्यक्रम जाहीर झाला असतानाच अचानक दिवाळीच्या तोंडावर शिंदे मुंबईत परतले. त्यातून नव्या चर्चेला उधाण आले. काँग्रेस शताब्दी वर्षात म. फुले आणि म. गांधी यांचे स्वप्न पूर्ण करण्यासाठी दलित नेत्याला, म्हणजेच शिंदे यांना राज्यात मुख्यमंत्री करणार, अशी बातमी पसरली. प्रत्यक्षात तसे काहीच नव्हते. पक्षश्रेष्ठींना निलंगेकर नको होते; पण ऐन शताब्दीच्या तोंडावर महाराष्ट्रात मुख्यमंत्री बदलणे त्यांना योग्य वाटले नाही. त्यामुळे तो विषय तिथेच थांबला.

मुंबईतील काँग्रेस शताब्दी समारंभ संपून वातावरण जरा स्थिरस्थावर होत नाही, तोच एक जबरदस्त धक्का सरकारला बसला. निलंगेकर यांनी आपल्या मुलीच्या प्रकरणात दडपण आणून तिच्या एम.डी.च्या परीक्षेतील गुणांमध्ये फेरफार केला, असा आरोप त्यांच्यावर झाला होता. त्या विरोधात मुख्यमंत्र्यांनी उच्च न्यायालयात अर्ज केला; पण न्यायालयाने तो अर्ज फेटाळला आणि मुलीच्या निकालात फेरफार करण्यासाठी मुख्यमंत्र्यांचे दडपण होते, असे मत स्पष्टपणे नोंदविले. त्यामुळे मुख्यमंत्र्यांना आपली नैतिक जबाबदारी टाळता आली नाही. अखेर त्यांनी ५ फेब्रुवारी १९८६ला मुख्यमंत्रीपदाचा राजीनामा दिला. पुढे महिनाभर महाराष्ट्रातील काँग्रेसमध्ये गोंधळाचेच वातावरण होते. अखेर १२ मार्च १९८६ला शंकरराव चव्हाण यांची मुख्यमंत्रीपदावर निवड झाली आणि १४ मार्चला त्यांचा शपथविधी झाला. अवघ्या एक वर्षाच्या या काळात महाराष्ट्राने तीन मुख्यमंत्री पाहिले आणि तेही काँग्रेसचे पूर्ण बहुमत असताना.

समाजवादी काँग्रेसचे इंदिरा काँग्रेसमध्ये विलीनीकरण व्हावे असे शरद पवार यांचे प्रयत्न दोन वर्षे सुरूच होते. त्यांना १९८६च्या अखेरीला आकार दिला. पवार यांनी विलीनीकरणासाठी सोशॅलिस्ट काँग्रेसचे अधिवेशन ७ व ८ डिसेंबर १९८६ला नागपूरपमध्ये भरविले. ७ डिसेंबरला शरद पवार यांनी इंदिरा काँग्रेसमध्ये विलीन होण्याचा ठराव अधिवेशनात मांडला आणि तो बहुमताने मंजूर झाला. शरदचंद्र सिन्हा, के.पी. उन्नीकृष्णन इत्यादी नेत्यांनी विलीनीकरणाला विरोध करून अधिवेशनावर बहिष्कार घातला. ८ डिसेंबरला नागपूरमध्ये झालेल्या जाहीर सभेत राजीव गांधी यांनी सोशॅलिस्ट काँग्रेसमधील सर्वांना इंदिरा काँग्रेसमध्ये प्रवेश दिल्याची घोषणा केली. या कार्यक्रमाला मुख्यमंत्री शंकरराव चव्हाण, प्रदेशाध्यक्ष प्रभा राव आणि काँग्रेसचे प्रमुख नेते उपस्थित होते.

सोशॅलिस्ट काँग्रेसचे विलीनीकरण करीत असताना शरद पवार यांनी तळागाळातल्या कार्यकर्त्यांशी कोणताही विचारविनिमय केला नव्हता. यशवंतराव चव्हाणांसह इतर नेते कधीच काँग्रेसमध्ये गेले होते आणि त्यानंतर सोशॅलिस्ट काँग्रेसचे

राष्ट्रीय अध्यक्ष म्हणून पवार यांनी पक्षाची नव्याने उभारणी केली होती. काँग्रेसची ध्येय-धोरणे आणि विचारविनिमय मान्य असूनही, स्थानिक पातळीवरील काँग्रेस नेते, ज्यांना काँग्रेसभवनात उभेही करीत नव्हते, असेच राजकीय महत्त्वाकांक्षा असलेले तरुण पवार यांच्याभोवती जमा झाले होते. पवार आणि नेते इंदिरा काँग्रेसमध्ये गेले असले, तरी पक्षात नव्याने आलेल्या तरुणांची पुन्हा राजकीय कोंडी झाली. त्यामुळे गावागावांतून पवार यांच्या मागे उभा राहिलेला हा तरुण वर्ग पवारांबरोबर इंदिरा काँग्रेसमध्ये गेला नाही. या वर्गाने आपले राजकीय भवितव्य सुरक्षित करण्यासाठी थेट शिवसेनेचा रस्ता धरला. त्यामुळेच १९८७ मध्ये राज्यातील गावागावांत अचानकपणे शिवसेनेच्या शाखा उभ्या राहिल्या. परिणामी दोन्ही काँग्रेसचे विलीनीकरण झाले, तरी सोशॅलिस्ट काँग्रेसचा कार्यकर्ता व मतदार मात्र शिवसेनेकडे वळला.

याला आणखी एक कारणही तसेच घडले. १३ डिसेंबर १९८७ला मुंबईतील विलेपार्ले विधानसभा मतदारसंघात पोटनिवडणूक झाली. शिवसेनेतर्फे रमेश प्रभू निवडणूक लढवीत होते. त्यावेळच्या निवडणूक प्रचारात ह्या मतदारसंघातील गुजराती मतदारांना आकर्षित करून घेण्यासाठी उघड उघड हिंदूवादी भूमिका शिवसेनेने घेतली. बाळासाहेब ठाकरे यांनी तर आपल्या प्रचारात हिंदू धर्माचा अशा पद्धतीने जयघोष केला की, तो निवडणूक भ्रष्टाचार ठरावा. निवडणुकीत काँग्रेसच्या प्रभाकर कुंटे यांना पराभूत करून रमेश प्रभू निवडून आले; पण लगेचच कुंटे यांनी निवडीविरुद्ध मुंबई उच्च न्यायालयात धाव घेतली. न्यायमूर्ती एस. पी. भरुचा यांनी ७ एप्रिल १९८९ला त्यावर निर्णय देऊन प्रभू यांनी निवड रद्द केली. न्यायालयाने धर्माच्या नावाखाली निवडणूक भ्रष्टाचार केल्याबद्दल प्रभू यांच्याबरोबरच बाळासाहेब ठाकरे यांनाही दोषी ठरविले. त्याबरोबरच ठाकरे यांना निवडणूक लढविण्यास अपात्र ठरवावे अशी शिफारस राष्ट्रपतींकडे केली. या निर्णयामुळे प्रभू यांची निवड रद्द झाली असली, तरी शिवसेनेच्या हिंदुवादी भूमिकेवर शिक्कामोर्तब झाले.

विलेपार्लेबरोबरच औरंगाबाद महापालिकेत शिवसेनेला मिळालेल्या अभूतपूर्व यशाने सर्व राजकीय गणिते बदलली. वास्तविक शिवसेनेने या निवडणुकीसाठी भाजपबरोबर युती करण्याचा प्रस्ताव दिला होता. शिवसेना केवळ ११ जागा मागत होती. भाजपचे तेथे फार मोठे वर्चस्व होते, असेही नाही; पण प्रमोद महाजन यांनी हा प्रस्ताव नाकारला आणि भाजप व सेना वेगवेगळे लढले. भाजपचे सर्व प्रमुख नेते औरंगाबादला महिनाभर ठाण मांडून बसले होते; पण निवडणूक प्रचारात बाळासाहेब ठाकरे यांचा झंझावात सुरू होताच सर्व स्थिती बदलली आणि शिवसेनेला या निवडणुकीत निर्विवाद बहुमत मिळाले. भाजप भुईसपाट झाला.

प्रमोद महाजन यांनी मात्र या पराभवातून धडा घेतला आणि शिवसेना–भाजप युतीची जुळवाजुळव सुरू केली. केंद्रात ते पक्षाचे पदाधिकारी असल्याने अटलबिहारी वाजपेयी आणि अडवाणी यांना भेटून त्यांनी महाराष्ट्रातील बदलते राजकारण समजावून सांगितले आणि युतीची कल्पना मांडली. या दोघांनी युतीला होकार दिला, तरी खरा प्रश्न महाराष्ट्र भाजपचा होता. प्रदेश कार्यकारिणीमध्ये निम्मे लोक युतीच्या बाजूने तर उरलेले विरोधात होते. मग महाजन यांनी खेळाचा पटच बदलला. त्यांनी प्रदेश कार्यकारिणीत सांगितले की 'हा अत्यंत महत्त्वाचा आणि दूरगामी परिणाम करणार निर्णय आहे. त्यामुळे पदाधिकारी आणि कार्यकारिणीनेच त्याबाबत निर्णय घेऊन चालणार नाही. सर्व जिल्ह्यांत जाऊन प्रमुख कार्यकर्त्यांची मते आजमावायला हवी.' महाजन यांचा तर्क प्रबळ होता. त्यामुळे सर्वांनीच त्याला मान्यता दिली. पुढील दोन महिने महाजन आणि वसंतराव भागवत यांनी जिल्ह्या-जिल्ह्यांत बैठका घेतल्या. युतीचे फायदे-तोटे सर्वांसमोर विस्ताराने मांडले आणि मग प्रत्येक कार्यकर्त्याचे व्यक्तिगत मत त्यांच्या नाव-गाव पदासह नोंदवून घेतले. अशा ४ हजार कार्यकर्त्यांच्या गाठीभेटी घेऊन अखेर बहुमताने शिवसेनेबरोबर युती करण्याचा निर्णय झाला. भाजपला एकचालकानुवर्ती असलेली संघटना मानणाऱ्यांना ही प्रक्रिया म्हणजे फार मोठा धक्का होता. महाराष्ट्रातील कोणत्याही राजकीय पक्षात एखाद्या महत्त्वाच्या निर्णयासाठी कार्यकर्त्यांचे असे मत लक्षात घेतले गेले नव्हते. या दृष्टीने ही निर्णयप्रक्रिया आणि निर्णय, दोन्ही ऐतिहासिक ठरले.

लोकसभेची मुदत संपली असल्याने, ती विसर्जित करून लोकसभा निवडणुकीची घोषणा करण्याची शिफारस पंतप्रधान राजीव गांधी यांनी राष्ट्रपतींना केली आणि त्याप्रमाणे लगेचच १७ ऑक्टोबर १९८९ला लोकसभा विसर्जित करून निवडणुकीची घोषणा झाली. २२ ते २६ नोव्हेंबर १९८९ या काळात ही निवडणूक घेण्याचे ठरले. देशात इतर विरोधी पक्षांनी जनता दलाच्या नावाने निवडणूक एकत्रित लढविण्याचा निर्णय घेतला आणि भाजपबरोबर युती प्रथमच एकत्रितपणे या निवडणुकीला सामोरी केली.

❏❏❏

प्रकरण ११

काँग्रेस अस्थिरतेच्या दिशेने

२२ ते २६ नोव्हेंबर १९८९ या काळात देशभर लोकसभेची निवडणूक झाली. या निवडणुकीचे निकाल सर्वांनाच धक्का देणारे होते. राजीव गांधी यांच्या नेतृत्वाखालील इंदिरा काँग्रेसला केवळ १९१ जागा मिळाल्या, तर व्ही.पी. सिंग यांच्या नेतृत्वाखाली एकत्रित आलेल्या जनता दलाने १४१ जागा मिळविल्या. भाजपलाही अनपेक्षित यश मिळून ८६ जागा त्याच्या पदरात पडल्या, तर दोन्ही कम्युनिस्ट पक्षांनी ४४ जागा जिंकल्या. सरकार स्थापनेसाठी इतर कोणाचेही सहकार्य मिळण्याची शक्यता नसल्याने काँग्रेसने सत्तास्थापनेचा दावा केलाच नाही. त्यामुळे जनता दलाचे नेते व्ही. पी. सिंग यांना भाजप व कम्युनिस्ट यांनी बाहेरून पाठिंबा दिला. त्यामुळे २ डिसेंबर १९८९ला व्ही. पी. सिंग पंतप्रधानपदी आरूढ झाले आणि पुन्हा एकदा बिगर काँग्रेसी सरकार केंद्रात सत्तेवर आले.

१९८४च्या लोकसभा निवडणुकीत ५०८ पैकी ३९६ जागा मिळवणारा काँग्रेस पक्ष, पाच वर्षांत १९१ वर उतरला, याचे कारण फक्त 'बोफोर्स' नव्हते. शहाबानो प्रकरणापासून काँग्रेसच्या 'सेक्युलर' प्रतिमेला तडे जाण्यास सुरुवात झाली होती. त्यातच १९८९ मध्येच जानेवारीत मिझोरामची विधानसभा निवडणूक झाली. मिझोराममध्ये सत्तेवर येण्यासाठी काँग्रेसने आपल्या जाहीरनाम्यात तेथे ख्रिश्चन राज्य स्थापण्याचे आश्वासन दिले. त्यामुळे देशभर काँग्रेसविरोधात गदारोळ उठला. पाठोपाठ 'सॅटनिक व्हर्सेस' वरून गोंधळ सुरू झाला. सलमान रश्दी यांच्या या पुस्तकात महंमद पैगंबराचा अपमान झाला, असा मुस्लिम नेत्यांचा आक्षेप होता. खासदार सय्यद

शहाबुद्दीन यांनी या पुस्तकावर बंदी घालण्याची मागणी केली. राजीव सरकारने हे पुस्तक न वाचताच लगोलग त्यावर बंदी घातली. २४ फेब्रुवारी १९८९ला मुंबईत नमाजानंतर एक मोर्चा निघाला. या मोर्चातूनच पोलिसांवर गोळीबार झाला आणि दंगल पेटली. पोलिसांच्या गोळीबारात १३ हल्लेखोर मुस्लिम ठार झाले. या दोन्ही प्रकरणात राजीव सरकारने घेतलेली भूमिका लांगूलचालनाची आहे, असा आरोप भाजपसह इतर हिंदू संघटनांनी केला आणि नकळतपणे हिंदू व इतर धर्मीय यांच्यात राजकीय ध्रुवीकरण सुरू झाले.

याच काळात राष्ट्रीय स्वयंसेवक संघाचे संस्थापक डॉ. हेडगेवार यांची जन्मशताब्दी सुरू होती. त्यानिमित्ताने ६ एप्रिल १९८९ला मुंबईच्या शिवाजी पार्कवर विशाल हिंदू संमेलन झाले. चार लाखांवर लोक या संमेलनाला उपस्थित होते. संमेलनात बोलताना भाजप नेते अटलबिहारी वाजपेयी यांनी 'रामजन्मभूमी हा वादाचा विषय नाही, श्रद्धेचा विषय आहे. ती हिंदूंकडे सोपविणे हाच त्यावर उपाय आहे', असे उद्गार काढले. रामजन्मभूमीचा विषय भाजपच्या कार्यक्रमपत्रिकेवर तोपर्यंत आला नव्हता; पण ८ जून १९८९ला पालमपूरमध्ये झालेल्या राष्ट्रीय कार्यकारिणीच्या बैठकीत भाजपने अधिकृतपणे अयोध्या आंदोलनाला पाठिंबा जाहीर केला. त्यामुळे हा विषय राजकारणाचा एक भाग बनला.

अयोध्येतील राममंदिराचे कुलूप राजीव गांधी यांच्या संमतीने उघडले होते; पण त्याचे श्रेय मात्र त्यांना घेता आले नाही. उलट, संत-महंतांनी आखलेल्या ९-१० नोव्हेंबर १९८९च्या शिलान्यास कार्यक्रमात केंद्र व राज्य सरकारने अडथळे आणण्यास सुरुवात केली. केंद्रीय गृहमंत्री सरदार बुटासिंग यांनी ३० सप्टेंबरपासून देशभर सुरू होणाऱ्या शिलापूजन कार्यक्रमांना सरकारी संरक्षण आणि सहयोग देण्याचे मान्य केले होते आणि तशा सूचना देशभरातील पोलिस खात्यांना पाठविल्या होत्या; पण बुटासिंग यांनी अचानक घूमजाव केले. १३ ऑक्टोबर १९८९ला लोकसभेचे आकस्मिक अधिवेशन भरले होते. त्यात शिलान्यासाच्या कार्यक्रमाला सरकारने संरक्षण व सहयोग देऊ नये, असा ठराव मांडण्यात आला. भाजपेतर सर्व पक्षांनी एकत्र येऊन या ठरावाला पाठिंबा दिला. विश्व हिंदू परिषदेने शिलापूजनाचे कार्यक्रम रद्द करावेत, असा आग्रहही सरकारने धरला.

याच वेळी शिलापूजनावर बंदी घालावी अशी याचिका माजी न्यायमूर्ती वि.म. तारकुंडे यांनी १५ ऑक्टोबर १९८९ला थेट सर्वोच्च न्यायालयात दाखल केली. दुसऱ्याच दिवशी, म्हणजे १६ ऑक्टोबरला लोकसभा निवडणुकीची घोषणा झाली. सरकारने पुन्हा शिलापूजन होऊन नये यासाठी दबाव आणण्यास सुरुवात केली; पण

२७ ऑक्टोबर १९८९ला सर्वोच्च न्यायालयानेच तारकुंडे यांची याचिका फेटाळून लावली आणि निर्णय दिला, की धार्मिक उत्सव करणे हा घटनेने दिलेला मूलभूत हक्क आहे. त्यामुळे श्रीरामशिला अयोध्येत आणण्याच्या कार्यक्रमावर बंदी घालता येणार नाही. या निर्णयाने सरकारी विरोध संपुष्टात आला आणि ९ व १० नोव्हेंबर १९८९ला अयोध्येत नव्या भव्य राममंदिराचा शिलान्यास पार पडला.

या सर्व घटनाक्रमाच्या परिणामी देशभरातील हिंदू मतदार प्रथमच मोठ्या प्रमाणात काँग्रेसवर नाराज झाला आणि त्याचा जबरदस्त फटका लोकसभा निवडणुकीत काँग्रेसला बसला. देशात प्रथमच रामाच्या निमित्ताने धर्माच्या आधारावर राजकीय ध्रुवीकरण सुरू झाले. त्याचा लाभ भाजपला मोठ्या प्रमाणात झाला. देशभरातून ८६ जागा त्यांच्या पदरात पडल्या. त्यापैकी १० जागा महाराष्ट्रातील होत्या. शिवसेना-भाजप युतीने प्रथमच एकत्रितपणे निवडणूक लढविली. हे दोन्ही पक्ष अयोध्या आंदोलनात अग्रभागी होते. त्यामुळे शिवसेनेलाही त्याचा लाभ मिळून लोकसभेच्या ४ जागा त्यांना जिंकता आल्या. महाराष्ट्र राज्य झाल्यानंतर प्रथमच एवढे मोठे यश विरोधी पक्षांना मिळाले.

पंतप्रधान व्ही. पी. सिंग यांच्या अवघ्या ११ महिन्यांच्या कारकिर्दीत दोन महत्त्वाच्या घटना घडल्या, ज्यांचा परिणाम देशाच्या अर्थकारणावर व राजकारणावर झाला. कोकण रेल्वेच्या प्रश्नावरतीच सातत्याने लोकसभा निवडणूक लढविणारे मधू दंडवतेच या सरकारमध्ये अर्थमंत्री झाले, तर जॉर्ज फर्नांडिस रेल्वेमंत्री झाले. या दोघांच्या आग्रहातून कोकण रेल्वेचा प्रकल्प मार्गी लागला. १९ जून १९९०ला कोकण रेल्वेच्या करारावर चार मुख्यमंत्र्यांनी सह्या केल्या. या प्रकल्पाला लागणाऱ्या १२०० कोटी रुपयांच्या निधीपैकी ५१ टक्के निधी केंद्र शासनाने तर २२ टक्के निधी रेल्वेने दिला. महाराष्ट्राने १५ टक्के निधीचा भार उचलला तर कर्नाटक व गोव्याने ६, ६ टक्के निधीची जबाबदारी घेतली. कोकण रेल्वेचा थेट फायदा केरळला होणार असला, तरी त्यांचा मात्र निधीत कोणताही वाटा नव्हता.

७ ऑगस्ट १९९०ला व्ही. पी. सिंग सरकारने मंडल आयोगाच्या शिफारशींना मान्यता दिली आणि देशभर एकच खळबळ माजली. वस्तुत: मागासवर्गीयांसाठी नेमलेला हा काही पहिला आयोग नव्हता. सामाजिक आणि शैक्षणिकदृष्ट्या मागासलेल्यांना खास सवलती देण्याची तरतूद घटनेच्या कलम १६(४) यात नमूद केलेली आहे; पण घटनेत कुठेही 'मागासवर्ग' या शब्दाची व्याख्या केलेली नाही. त्यामुळे नेहरू सरकारने मागासवर्गीयांसाठी दिलेल्या सवलती सर्वोच्च न्यायलयाने घटनाविरोधी म्हणून रद्द केल्या होत्या. त्यामळे मागासवर्गीयांना सवलती देता याव्यात,

म्हणून १९५१ मध्ये नेहरूंनी पहिली घटनादुरुस्ती केली होती. या दुरुस्तीनुसार १५(४) हे कलम घटनेमध्ये समाविष्ट करण्यात आले.

प्रसिद्ध गांधीवादी कार्यकर्ते काका कालेलकर यांच्या अध्यक्षतेखाली १९५३ मध्ये पहिल्या मागासवर्ग आयोगाची स्थापना करण्यात आली. या आयोगाने मागासलेपणा ठरविण्यासाठी निकष निश्चित केले. देशातील २,३९९ जाती मागास ठरविण्याची शिफारस या आयोगाने केली. त्याती ८३७ जाती 'सर्वाधिक' मागास जाती ठरविण्यात आल्या होत्या. आयोगाचा अहवाल एकमताने देण्यात आला नव्हता आणि आयोगाने अध्यक्ष कालेलकर बहुमताच्या शिफारसींच्या विरोधात होते. त्यामुळे या पहिल्या आयोगाच्या शिफारशींवर काही निर्णयच झाला नाही.

जनता सरकारच्या काळात पंतप्रधान मोरारजी देसाई यांनी बी. पी. मंडल यांच्या अध्यक्षतेखाली दुसरा आयोग नेमला. त्यांचा अहवाल सादर होईपर्यंत जनता सरकार गडगडले होते. नंतरच्या १० वर्षांत इंदिरा गांधी आणि राजीव गांधी यांनी हा अहवाल बासनात गुंडाळून ठेवला होता. व्ही. पी. सिंग मंत्रिमंडळातील समाजवादी नेत्यांच्या आग्रहावरून सामाजिक न्याय प्रस्थापित करण्यासाठी पंतप्रधानांनी हा अहवाल संसदेत मांडला. भाजपसह सर्व सहयोगी पक्षांनी त्याला पाठिंबा दिला. त्यामुळे आयोगाच्या शिफारशी मंजूर झाल्या. मंडल आयोगाने इतर मागासवर्गीयांच्या ३,७४३ जाती शोधून काढल्या आणि त्यांच्यासाठी २७ टक्के जागा राखीव ठेवण्याची शिफारस केली. सरकारी नोकऱ्या व शिक्षणसंस्थांत त्यामुळे २७ टक्के जागा राखीव झाल्या आणि सर्व राज्यांत ओबीसी विकास महामंडळे, निवासी शाळा व स्वतंत्र वसतिगृहे सुरू करणे बंधनकारक झाले. या अहवालामुळे देशात प्रथमच जातिसंघर्षाला सुरुवात झाली.

पंतप्रधान व्ही. पी. सिंग यांचे सरकार भाजपच्या पाठिंब्यावरच सत्तेवर आले असले तरी प्रारंभापासूनच या दोघांत संघर्ष निर्माण करणाऱ्या घटना घडत गेल्या. २७-२८ जानेवारी १९९० मध्ये प्रयाग येथे संतसंमेलन झाले. त्यात राममंदिराचे बांधकाम १४ फेब्रुवारी १९९० पासून सुरू करण्याचा निर्णय घेण्यात आला. मात्र; सरकारशी चर्चा करण्यासाठी ६ फेब्रुवारीपर्यंत मुदत ठेवण्यात आली. व्ही. पी. सिंग यांनी ६ फेब्रुवारीला अयोध्या आंदोलकांना चर्चेसाठी बोलावून घेतले आणि प्रश्न सोडविण्यासाठी ४ महिन्यांची मुदत मागितली. आंदोलक नेत्यांनी ती दिली; पण प्रत्यक्षात २३ जूनपर्यंत काहीही घडले नाही. २३-२४ जून १९९०ला हरिद्वार येथे झालेल्या संत संमेलनात केंद्र सरकारला आणखी ४ महिन्यांची मुदत देण्यात आली

आणि मंदिर निर्माणासाठी ३० ऑक्टोबर १९९० हा दिवस निश्चित करण्यात आला. त्यावेळी होणाऱ्या कारसेवेसाठी देशभरातून प्रत्येक गावातून एक असे किमान ५ लाख लोक अयोध्येत यावेत, असे ठरविण्यात आले. सर्वसामान्य नागरिकांपर्यंत अयोध्येचा विषय पोहोचविण्यासाठी विजयादशमीपासून, म्हणजे २९ सप्टेंबर १९९० पासून देशभर विजय यात्रा सुरू करण्याचे ठरले.

याच दरम्यान काश्मीरमध्ये भारतविरोधी घटना घडत होत्या. व्ही. पी. सिंग सत्तेवर आल्यानंतर पहिल्याच आठवड्यात अतिरेक्यांनी डॉ. रुबिया सैद हिचे अपहरण करून नव्या सरकारला सलामी दिली होती. भाजपने काश्मीरसंबंधीच्या ३७०व्या कलमाला विरोध करण्यासाठी २ एप्रिल १९९०ला ५ लाखांचा विराट मेळावा दिल्लीत भरवला. पाठोपाठ २८ एप्रिलला श्रीनगरमध्ये ईदच्या नमाजानंतर मुस्लिमांनी भरचौकात भारताचा राष्ट्रध्वज आणि घटना यांची होळी केली. काश्मीरमधील अतिरेक्यांना आव्हान देण्यासाठी अखिल भारतीय विद्यार्थी परिषद पुढे सरसावली. श्रीनगरच्या लाल चौकातच तिरंगा फडकविण्यासाठी अभाविपचे हजारो कार्यकर्ते देशभरातूनच उधमपूरला पोहोचले. त्यात महाराष्ट्रातील १२०० कार्यकर्त्यांचा समावेश होता. १२ सप्टेंबर १९९०ला अभाविपचा हा 'चलो काश्मीर' मार्च श्रीनगरकडे निघाला; पण १० हजार कार्यकर्त्यांच्या बसेस सीमेवरच अडविण्यात आल्या.

वातावरण असे सर्व बाजूंनी पेटत चालले असताना भाजप अयोध्या आंदोलनात थेटपणे उतरला नव्हता. सिंग सरकारने स्वीकारलेल्या मंडल आयोगाच्या शिफारसींना भाजपचा पाठिंबाच होता; पण या शिफारशी अमलात आल्या, तर राजकारणातही मोठे बदल घडणार आहेत आणि ते कदाचित भाजपच्या विरोधात जाण्याची शक्यता आहे, हे लक्षात घेऊन भाजपने अयोध्येसाठी अडवाणी यांची रथयात्रा काढण्याचा निर्णय घेतला. '२५ सप्टेंबर १९९०ला गुजरातमधील सोमनाथ मंदिरापासून सुरू होऊन ही रथयात्रा ३० ऑक्टोबरला अयोध्येत पोचेल, भाजपचे १०३ खासदार आणि ६०३ आमदार कारसेवेत भाग घेतील', असे जाहीर करण्यात आले.

देशभरात घडत असणाऱ्या या घडामोडींमुळे महाराष्ट्रातही लोकमताचे मोठ्या प्रमाणात ध्रुवीकरण झाले आहे, याचा प्रत्यय अडवाणी यांच्या रथयात्रेत आला. महाराष्ट्रातील गावागावात राममंदिराचा प्रश्न संतमंडळींनी आधीच पोहोचविला होता. शिलापूजनाच्या काळात जवळजवळ ३० हजार गावांत शिलापूजन कार्यक्रम झाले होते. तीनशेवर रामयज्ञ झाले आणि एक कोटींपेक्षा अधिक लोकांनी रामशिलांचे दर्शन घेतले होते. सप्टेंबर १९९० मधील विजययात्रांमधून हजारो लोक कारसेवेसाठी

आपली नावे नोंदवीत होते. अशातच अडवाणी यांची रथयात्रा गुजरात गाजवून महाराष्ट्रात आली. दादरच्या सेनाभवन चौकात शिवसेनाप्रमुख बाळासाहेब ठाकरे आणि विरोधी पक्षनेते मनोहर जोशी यांनी रथयात्रेचे स्वागत केले, तेव्हा प्रचंड जनसागर लोटला. पुण्यात तर रात्री साडेबारा वाजता पोहोचलेल्या रथयात्रेचे स्वागत करण्यास शनिवारवाड्यावर एक लाख लोक जमले होते. रस्त्यात जागोजाग रथयात्रेचे एवढे अपूर्व स्वागत झाले, की सर्व ठिकाणी ठरलेले कार्यक्रम लांबत गेले. सोलापुरात तर पहाटे झालेल्या सभेत अडीच लाख लोकांनी रथयात्रेचे स्वागत केले. या सर्व प्रवासात फक्त संघ-जनसंघाचेच नव्हे, तर काँग्रेसचे स्थानिक नेते आणि कार्यकर्तेही रथयात्रेचे स्वागत करताना दिसत होते. इंदिरा काँग्रेसचे अध्यक्ष राजीव गांधी यांनी 'काँग्रेसची सरकारे असलेल्या राज्यांत रथयात्रा अडवली जाईल' अशी घोषणा केली होती; पण रथयात्रेला मिळणारा प्रतिसाद इतका मोठा होता की, मुख्यमंत्री शरद पवार यांनी रथयात्रा न अडविता, ती शांतपणे महाराष्ट्रातून बाहेर जाईल, याचीच काळजी घेतली. या रथयात्रेने महाराष्ट्रातील वातावरण पूर्णपणे ढवळून काढले आणि त्याचा फायदा शिवसेना-भाजप युतीला पुढील लोकसभा-विधानसभा निवडणुकीमध्ये मिळाला.

अडवाणी यांच्या या रथयात्रेची संकल्पना आणि संयोजन महाराष्ट्रातील धडाडीचे नेते प्रमोद महाजन यांनी केले होते. त्यामुळे संपूर्ण रथयात्रेच्या व्यवस्थेतच महाराष्ट्राचा मोठा सहभाग होता. अडवाणी यांच्या बरोबरीने किंवा कधी कधी त्यांच्याऐवजी प्रमोद महाजनच प्रत्येक सभेत भाषण करीत होते. त्यामुळे अडवाणी यांच्याबरोबरच महाजन यांनाही देशभर मोठी प्रसिद्धी मिळाली आणि त्यांचे राष्ट्रीय नेतृत्व प्रस्थापित झाले.

रथयात्रा देशभर प्रवास करीत बिहारमधील पाटणा येथून समस्तीपूर येथे पोचली आणि तेथेच बिहारचे मुख्यमंत्री लालूप्रसाद यादव यांनी २२ ऑक्टोबरला अडवाणी यांच्यासह प्रमुख नेत्यांना अटक केली. अडवाणी यांना अटक होताच देशभर संतापाची लाट उसळली आणि २४ ऑक्टोबर १९९०ला 'भारत बंद' ची घोषणा झाली. 'भारत बंद'ला देशभर उत्स्फूर्त प्रतिसाद मिळाला. महाराष्ट्रातही बंद १०० टक्के यशस्वी झाला. मुंबईतील रेल्वे वाहतूकही बंद पडली. या सर्वांचा परिणाम म्हणून भाजपने लगेच व्ही. पी. सिंग सरकारला दिलेला पाठिंबा काढून घेतला आणि सिंग सरकार कोसळले. १० नोव्हेंबर १९९०ला जनता दलातून फुटून बाहेर पडलेल्या चंद्रशेखर यांनी काँग्रेसचा पाठिंबा घेऊन पंतप्रधानपदाची शपथ घेतली.

याच काळात महाराष्ट्राचे राजकारण अस्थिरतेकडे वाटचाल करीत होते. लोकसभा निवडणुकीच्या पाठोपाठ फेब्रुवारी १९९० मध्ये महाराष्ट्रासह ८ राज्यांमध्ये विधानसभा निवडणुका झाल्या. या निवडणुकांत केंद्राप्रमाणेच राज्यांतही काँग्रेसला जोरदार धक्का बसला; पण पराभव मात्र कसाबसा टळला. त्यांच्या आमदारांची संख्या २०० वरून १४२वर घसरली. १० अपक्षांच्या मदतीने शरद पवार पुन्हा मुख्यमंत्री झाले. या निवडणुकीत शिवसेना-भाजप युती एक समर्थ विरोधी पक्ष म्हणून समोर आली. शिवसेनेला ५१ जागा मिळाल्या, तर भाजपने ४२ जागांवर विजय मिळविला. बाकीच्या सर्व पक्षांचे अस्तित्व नगण्य झाले. या निवडणुकीने एक गोष्ट स्पष्ट केली की, महाराष्ट्रातील काँग्रेस धुरीणत्वाचा काळ आता संपत चालला आहे आणि शिवसेना-भाजप युतीच्या निमित्ताने एक समर्थ पर्याय समोर आला आहे. त्यापुढचे राज्याचे राजकारण काँग्रेस आणि सेना-भाजप युती यांच्यातच रंगत राहणार आहे, हेही यातून लक्षात आले.

महाराष्ट्रातील काँग्रेसच्या घसरगुंडीचे हादरे दिल्लीत पक्षश्रेष्ठींनाही बसले. शरद पवार यांना काँग्रेसमध्ये घेताना महाराष्ट्रातील सत्ता कायम मजबूत राहील, अशी राजीव गांधी यांची समजूत होती. पवार यांनी अपक्षांच्या साहाय्याने सत्ता टिकविली असली, तरी काँग्रेसला खिंडार पडले आहे हे स्पष्ट झाले. विधानसभा निवडणूक काळात प्रदेशाध्यक्ष एन. एम. कांबळे यांचा कोणताच प्रभाव जाणवला नव्हता. त्यामुळे निवडणुकीतील घसरगुंडीचे खापर त्यांच्या डोक्यावर फुटले आणि त्यांच्या जागी सुशीलकुमार शिंदे पक्षाध्यक्ष झाले. राज्यातील काँग्रेस पक्षाची पुनर्बांधणी करण्यासाठी शिंदे यांनी राज्यभर दौरे सुरू केले. त्यामध्येच प्रदेशाध्यक्ष म्हणून ते मुख्यमंत्र्यांना इशारे देऊ लागले. यामधून पक्ष विरुद्ध सरकार असे वातावरण महाराष्ट्रात निर्माण झाले.

केंद्रीय राजकारणात काहीतरी करून दाखविण्याची इच्छा असताना शरद पवार महाराष्ट्रात अडकून पडले होते. त्यातच निवडणुकीत दिलेल्या आश्वासनांच्या पूर्तीवरून प्रदेशाध्यक्षच त्यांना धारेवर धरीत होते. अशा वेळी केंद्रीय राजकारणात काही भूमिका पार पडण्याची संधी शरद पवार यांना मिळाली. भाजपने व्ही. पी. सिंग सरकारचा पाठिंबा काढून घेताच गुजरातमधील चिमणभाई सरकार अडचणीत आले. भाजपने पाठिंबा काढल्यावरही पवार यांनी झपाट्याने हालचाली करून चिमणभाई सरकार वाचविले.

७ नोव्हेंबर १९९० ला व्ही.पी. सिंग, सरकारवरील विश्वासदर्शक ठराव मांडणार होते. गुजरात पॅटर्न, काँग्रेस केंद्रातही वापरणार अशी चर्चा सुरू झाली; पण राजीव गांधी यांना मात्र हे मान्य नव्हते. व्ही. पी. सिंग यांच्या गद्दारीमुळेच आपल्याला केंद्रातील सत्ता गमवावी लागली, याचा सल राजीव गांधी यांच्या मनात कायम होता. त्यामुळे सिंग सरकार पडलेच पाहिजे याबद्दल राजीव ठाम होते; पण त्यानंतर येणारे नवे सरकार आपल्या पाठिंब्यावर यावे अशी त्यांची इच्छा होती.

व्ही. पी. सिंग सरकारमधून चंद्रशेखर यांना फोडून पंतप्रधान बनवावे अशी कल्पना राजीवनी मांडली आणि ती प्रत्यक्षात आणण्याचे काम शरद पवार यांच्यावर सोपविले. पवार आणि चंद्रशेखर हे दोघेही 'काँग्रेस फोरम फॉर सोशॅलिस्ट ॲक्शन' या गटातील. चंद्रशेखर यांच्यामुळेच पवार यांना महाराष्ट्रात पुलोद सरकार स्थापन करता आले होते. आता परतफेडीची वेळ पवार यांच्यावर आली.

स्वत: व्ही. पी. सिंगही आपले सरकार वाचविण्यासाठी फोडाफोडीचे राजकारण करीत होते. १९१ खासदार असलेला काँग्रेस पक्ष फोडला, तर आपले सरकार वाचू शकेल, असा त्यांचा अंदाज होता. म्हणून त्यांनी शरद पवार यांच्याकडेच गळ टाकला. पवार यांनी काँग्रेस बंडखोरांचे नेतृत्व केले, तर त्यांना उपपंतप्रधानपद देण्याचे आमिष दाखविण्यात आले. ही बातमीही पद्धतशीरपणे फोडण्यात आली. त्यामुळे दिल्ली व महाराष्ट्रात संशयाचे वातावरण निर्माण झाले. पवार यांनी ही ऑफर मान्य केली, तर व्ही. पी. सिंग यांचा 'चरणसिंग' आणि पवार यांचा 'यशवंतराव चव्हाण' होणार, असे भाकीत अनेकांनी केले; पण राजीव गांधी आणि शरद पवार यांची खेळी यशस्वी झाली. अपेक्षेप्रमाणे व्ही. पी. सिंग सरकार कोसळले आणि इंदिरा काँग्रेसचा पाठिंबा घेऊन चंद्रशेखर औट घटकेचे पंतप्रधान झाले.

पंतप्रधान झालेले चंद्रशेखर पाठोपाठ मुंबईच्या धावत्या दौऱ्यावर आले. विमानतळावरून ते थेट मुख्यमंत्र्यांच्या निवासस्थानी गेले. तेथेच त्यांनी पत्रकार परिषद घेतली. नंतर संपादक व निमंत्रितांची एक बैठकही घेतली. या दोन्ही कार्यक्रमांत चंद्रशेखर यांनी 'पवारांच्या मदतीनेच मला पंतप्रधानपद मिळाले', असे नि:संदिग्ध शब्दात सांगितले. पवार यांनीही आपली चंद्रशेखर यांच्याशी असलेली जवळीक दाखवून दिली. पंतप्रधानांच्या मुंबई भेटीत पवार पूर्ण वेळ त्यांच्याबरोबरच होते. आपली ही जवळीक आपल्यालाच महागात पडेल असे पवार यांना वाटले नव्हते; पण चंद्रशेखर यांच्याशी मैत्री म्हणजे राजीव गांधी यांच्याशी गद्दारी आहे अशी चर्चा दिल्लीत सुरू झाली.

१२ डिसेंबर १९९०ला पवार यांचा पन्नासावा वाढदिवस होता. तो मोठ्या प्रमाणात साजरा करण्याचे ठरले. त्याच काळात दिवाळी अधिवेशन असल्याने नागपुरात एक समारंभ आणि दुसरा पुण्यात करण्याचे ठरले. प्रदेशाध्यक्ष सुशीलकुमार शिंदे यांच्यासह सर्व काँग्रेसजन उत्साहात होते. ज्येष्ठ समाजवादी नेते नानासाहेब गोरे यांच्या अध्यक्षतेखाली 'पवार गौरव समिती' स्थापन झाली. काश्मीरचे माजी मुख्यमंत्री फारुख अब्दुल्ला, पंतप्रधान चंद्रशेखर असे अनेक विरोधी पक्षनेते नागपूरच्या समारंभात येणार, अशा बातम्या प्रसिद्ध झाल्या आणि वातावरण अचानक बदलले. हा वाढदिवस मोठ्या प्रमाणात साजरा होऊ नये, असे फर्मान दिल्लीतून निघाले आणि वृत्तपत्रांतून वाढदिवस समारंभाविरुद्ध बातम्या येण्यास सुरुवात झाली. काँग्रेस पक्षातूनच वाढदिवसाला विरोध सुरू झाला. त्यामुळे पवार यांना माघार घ्यावी लागली आणि नागपूरमधील समारंभ साधेपणाने साजरा झाला, तर पुण्यातील समारंभ रद्दच झाला.

पवार यांच्या पन्नासाव्या वाढदिवसाचा कार्यक्रम असा उधळला गेल्यावर हा संघर्ष संपेल असे बहुतेकांना वाटले होते; पण तसे घडायचे नव्हते. या सर्व घडामोडींनी एकीकडे पवार दुखावले गेले होते, तर त्यांचे विरोधक पवारांना मुख्यमंत्रीपदावरून हटविण्यास उत्सुक होते. दोन्ही छावण्यांत वादळापूर्वीची शांतता होती. संघर्षाचा पुन्हा स्फोट होण्यास एखादी काडी पुरेशी होती. या काडीचे काम जॉर्ज फर्नांडिस यांच्या गौप्यस्फोटाने केले. मुंबईतील एका सायंदैनिकाला मुलाखत देऊन फर्नांडिस यांनी पवारांवर काही थेट आरोप केले. ते म्हणाले, 'व्ही. पी. सिंग सरकार वाचविण्यासाठी काँग्रेस खासदारांचा एक मोठा गट घेऊन पवार यांनी बाहेर पडायचे असे ठरले होते. पवार यांच्याशी झालेल्या चर्चेत पवारांनी 'राजीव गांधी पुन्हा पंतप्रधान होता कामा नयेत, तसे झाले तर ते मला मुख्यमंत्रीपदावरून काढून टाकतील' असे उद्गार काढल्याचे फर्नांडिस यांनी सांगितले. या मुलाखतीमुळे काँग्रेस पक्षात मोठीच खळबळ माजली आणि 'पवार हटाव'ची मागणी जोर धरायला लागली.

'मंत्रिमंडळातच बंड करा' असा निरोप घेऊन बॅरिस्टर अंतुले आणि शंकरराव चव्हाण दिल्लीतून मुंबईत आले. हा राजीव गांधी यांचाच निरोप आहे, असे समजून चार मंत्री पवारविरोधी बंडात सामील होण्यास तयार झाले. १४ जानेवारी १९९१चा मकरसंक्रांतीचा मुहूर्त ठरला. त्या दिवशी संध्याकाळी साडेसात वाजता शिक्षणमंत्री विलासराव देशमुख यांच्या 'रामटेक' निवासस्थानी घाईघाईने एक पत्रकारपरिषद बोलविण्यात आली. प्रदेशाध्यक्ष सुशीलकुमार शिंदे, रामराव आदिक, विलासराव देशमुख व एन. एम. कांबळे यांनी मंत्रीपदाच्या राजीनाम्याची घोषणा केली. 'रामटेक'

हे दुसऱ्या वेळी बंडाचे केंद्र ठरले होते. पुलोदच्या स्थापनेसाठी वसंतदादांविरुद्ध शरद पवार यांनी याच 'रामटेक'वरून बंड केले होते. चार प्रमुख मंत्र्यांनी पवार यांच्याविरुद्ध बंड केल्याचे कळताच राज्यात हलकल्लोळ झाला.

१०-१२ दिवस चालू राहिलेले हे बंडखोरीचे नाट्य पक्षश्रेष्ठींच्या आदेशानुसार संपले असले, तरी पवारनिष्ठ आणि राजीवनिष्ठ गटांमध्ये खऱ्या अर्थाने समझोता झाला नव्हता. लढाई हरलेल्या पवार यांनी राजीव गांधी यांच्याशी तह करून आपले मुख्यमंत्रीपद राखले, तरी त्यामुळे गमावलेला विश्वास मात्र परत मिळाला नाही. यामधूनच सहाही बंडखोर मंत्र्यांविरुद्ध सुडाचे राजकारण सुरू झाले आणि त्यातूनच सुशीलकुमार शिंदे यांचे प्रदेशाध्यक्ष पदही गेले.

याच वेळी अचानक केंद्रात नव्या घडामोडींना वेग आला. काँग्रेसला चंद्रशेखर यांचे लंगडे सरकार फार काळ तगवून धरण्यात रस नव्हता; पण ते पाडण्यासाठी चांगले निमित्त हवे होते. एक दिवस राजीव गांधी यांच्या निवासस्थानी दोन गुप्तचर पोलिस पाळत ठेवीत आहेत असे लक्षात आले. चंद्रशेखर सरकारच आपल्यावर पाळत ठेवीत आहे, असा आरोप राजीव गांधी यांनी केला आणि काँग्रेसने चंद्रशेखर सरकारचा पाठिंबा काढून घेतला. ६ मार्च १९९१ला चंद्रशेखर यांनी पंतप्रधानपदाचा राजीनामा दिला. लोकसभेची मुदतपूर्व निवडणुकांची घोषणा झाली. ही निवडणूक एप्रिल आणि मे १९९१ मध्ये चार टप्प्यांत होणार होती.

भाग तिसरा

१९९०–२००९
आघाड्यांचे राजकारण

प्रकरण १२

स्फोटक कालखंड

महाराष्ट्राच्या इतिहासात अत्यंत स्फोटक ठरलेल्या या कालखंडाची सुरुवातच १९९१च्या लोकसभा निवडणुकीने झाली. पवार यांच्याविरुद्ध झालेल्या बंडानंतर पवार थेट दिल्लीत गेले आणि त्यांनी आपल्या मुख्यमंत्रीपदाचा राजीनामा राजीव गांधी यांच्या हातात ठेवला. राजीव त्यांना म्हणाले, 'तुमच्याबद्दल बऱ्याच तक्रारी होत्या म्हणून मी त्यांना 'पवारांना जरा धक्का द्या' असं म्हटलं, तर त्यांनी तुम्हाला समूळ उपटायचाच प्रयत्न केला.'' राजीवनी नाट्यमय पद्धतीने राजीनामापत्र फाडून टाकले आणि पवार यांना अभय देऊन मंत्रिमंडळ विस्ताराचीही परवानगी दिली. मात्र पवारविरोधी ६ मंत्र्यांना काढून टाकण्यास त्यांनी संमती दिली नाही.

मे १९९१ मध्ये लोकसभेची मुदतपूर्व निवडणूक होणार अशी घोषणा झाल्यावर राजीवनी पवार यांना आपल्या पसंतीचे उमेदवार निवडण्याचे स्वातंत्र्य दिले. ते म्हणाले, 'महाराष्ट्रातून मला मोठा पाठिंबा हवा आहे. तो फक्त तुम्हीच मिळवून देऊ शकता. असा पाठिंबा मिळाला नाही, तर पक्ष फुटेल.' त्यानंतर मात्र निवडणूक प्रचार मोहिमेत राजीव गांधी आणि पवार एकत्र सभा घेत आहेत, असे दृश्य सर्वत्र दिसले. ९ मेला तर दोघांनी मुंबईत सांताक्रूजपासून नळबाजारपर्यंत जागोजाग सभा घेतल्या. त्या रात्री राजीव यांचा मुक्कामही 'वर्षा' बंगल्यावरच होता.

याच निवडणुकीच्या दरम्यान आणखी एक नाव प्रसिद्धीला आले, ते मुख्य निवडणूक आयुक्त टी. एन. शेषन यांचे. पंतप्रधान चंद्रशेखर यांनी १२ डिसेंबर १९९०ला शेषन यांची नियुक्ती केली होती. चंद्रशेखर सरकार पडल्यानंतर ते जरी

काळजीवाहू पंतप्रधान असले, तरी निवडणुकीचे नेतृत्व टी. एन. शेषन यांच्याकडेच होते. शेषन आयुक्त होण्यापूर्वीच सर्व पक्षांच्या वतीने एक निवडणूक आचारसंहिता संमत करण्यात आली होती; पण तिची अंमलबजावणीच तोपर्यंत झाली नव्हती. शेषन यांनी ही सर्वसंमत आचारसंहिता लागू केली. निवडणूक निष्पक्षपाती व खुल्या वातावरणात होईल हे पाहण्यासाठी त्यांनी नवे नियम जारी केले. उमेदवारांना ठरवून दिलेल्या मर्यादेतच खर्च झाला की नाही, हे पाहण्यासाठी प्रत्येक मतदारसंघात निरीक्षक नेमले. उमेदवारांना रोजच्या रोज झालेला खर्च निवडणूक अधिकाऱ्यांना सादर करण्याचे बंधन घातले. त्यामुळे निवडणुकीतील काळ्या पैशाच्या वापरावर बंधने आली.

सरकारी अधिकाऱ्यांनी कोणत्याही उमेदवाराचा प्रचार करता कामा नये, हे बंधन पूर्वीही होतेच. खरे तर याच मुद्द्यावरून इंदिरा गांधी यांची निवडणूक रद्द झाली होती; पण तरीही सत्ताधारी पक्ष सरकारी यंत्रणेचा गैरवापर करतो, असा सार्वत्रिक अनुभव होता. शेषन यांनी त्यासंबंधी कडक इशारे दिले. हिमाचल प्रदेशचे राज्यपाल महंमद अली खान यांचा मुलगा मध्यप्रदेशमधून निवडणूक लढवीत होता. राज्यपाल पदावर असतानाही ते आपले राज्य सोडून मुलाच्या प्रचारासाठी मध्यप्रदेशात गेले. शेषन यांनी त्यावर आक्षेप घेऊन त्याबद्दल राष्ट्रपतींकडे तक्रार केली आणि राज्यपालांना आपल्या पदाचा राजीनामा देण्यास भाग पाडले. या व अशाच इतर घटनांमुळे शेषन हे अत्यंत कार्यक्षम व नि:स्पृह अधिकारी आहेत, असे वातावरण तयार झाले आणि निवडणूक खरोखरच निष्पक्ष आणि खुल्या वातावरणात होईल असा दिलासा लोकांना मिळाला.

लोकसभा निवडणुकीच्या मतदानाच्या पहिल्या दोन फेऱ्या संपल्या असतानाच अचानक राजीव गांधी यांची श्री पेरुम्बुदूर येथे हत्या झाली. २१ मे १९९१ला चेन्नईपासून ३० कि.मी. अंतरावर असलेल्या या गावात राजीव हे काँग्रेस उमेदवाराच्या प्रचारासाठी गेले होते. रात्री १० वाजता ते सभास्थानी पोहोचले दोन तरुणींनी त्यांचे पुष्पहार घालून स्वात केले.आणि त्याच क्षणी मोठा बॉम्बस्फोट झाला आणि त्यातच राजीवसह अनेक काँग्रेस कार्यकर्ते मारले गेले. गायत्री आणि धानू या युवती 'लिबरेशन टायगर्स ऑफ तमिळ इलम' (एलटीटीई) या संघटनेच्या आत्मघाती पथकाच्या सदस्य होत्या. या संघटनेनेच राजीव गांधी यांची हत्या घडवून आणली.

श्रीलंकेमध्ये १९८३ मध्ये तमिळ अतिरेकी आणि सरकार यांच्यात संघर्षाचा भडका उडाला होता. श्रीलंकेच्या लष्कराने अतिरेक्यांविरुद्ध सुरू केलेल्या मोहिमेमुळे श्रीलंकेतील हजारो तमिळ विस्थापित होऊन तमिळनाडूत आले होते. त्यामुळे दक्षिण भारतातील लोकमत स्फोटक बनले. १९८५ मध्ये अतिरेक्यांच्या ताब्यातील जाफना

बंदर मुक्त करण्यासाठी श्रीलंका लष्कराने मोहीम सुरू केली. त्यात जाफना भागातील तमिळींची सरसकट कत्तल होईल असे वाटल्याने राजीव यांनी हस्तक्षेप केला. त्यानंतर हा प्रश्न सोडविण्यासाठी भारत-श्रीलंका सरकारची चर्चा होऊन २९ जुलै १९८७ला एक करार करण्यात आला. त्यानुसार तमिळींसाठी एक स्वायत्त प्रांत आणि युद्धबंदी, निवडणूक घेऊन तेथे नवे सरकार असे मुद्दे ठरले. या कराराच्या अंमलबजावणीची जबाबदारी भारत सरकारने घेतली आणि या नव्या तमिळबहुल प्रांतात शांतिसेना म्हणून ४५ हजार भारतीय सैनिक पाठविले. त्यामुळे एलटीटीईचा संघर्ष श्रीलंकेच्या लष्कराऐवजी भारतीय शांतिसेनेशी सुरू झाला. भारताने तमिळींचा विश्वासघात केला अशी भावना श्रीलंकेत आणि भारतातही पसरली. भारताने नंतर शांतिसेना काढून घेतली. त्यामुळे भारताच्या प्रतिमेला तडे गेलेच; पण एलटीटीईने राजीव गांधी यांच्यावर कायमचा राग धरला आणि त्याचीच परिणती त्यांच्या हत्येत झाली.

राजीव गांधी यांच्या अचानक हत्येमुळे काँग्रेस पक्षात राजीव गांधी यांचा वारस कोण? असा प्रश्न उभा राहिला. निवडणुकीतील २ फेऱ्यांचे मतदान होणे बाकी होते. उरलेल्या प्रचारमोहिमेत पक्षाचे नेतृत्व कोण करणार, हा प्रश्न सर्वांसमोर उभा राहिला. काँग्रेस पक्षात वारसासाठी स्वतंत्र यंत्रणा अस्तित्वात नव्हती. इंदिरा गांधी यांनीच हा वेगळा पक्ष स्थापन केला असल्याने त्याच पक्षाच्या सर्वेसर्वा होत्या. त्यांच्या हत्येनंतर राजीव गांधी यांचे प्रभुत्व पक्षावर राहिले होते. नेहरू-गांधी घराण्याशिवाय कोणालाही पक्षात मोठे होऊ द्यायचे नाही हा कानमंत्र इंदिरा गांधी यांनी राजीव यांना दिला होताच. त्याप्रमाणे राजीव यांनी पक्षातील क्रमांक दोनचे स्थानही मोडीत काढले होते. म्हणूनच वारसाचा प्रश्न निर्माण झाला होता.

राजीव गंधी यांच्या हत्येनंतर १८ तासांतच १४ अकबर रोड या काँग्रेसच्या मुख्यालयात काँग्रेस कार्यकारिणीची बैठक भरली. ज्येष्ठ नेते पी. व्ही. नरसिंहराव हे नेतृत्वाच्या स्पर्धेत नसतील अशा अपेक्षेने त्यांच्याकडे बैठकीचे अध्यक्षपद देण्यात आले. लोकसभा निवडणुकीपूर्वीच राव यांनी राजकीय निवृत्तीची घोषणा केली होती आणि लोकसभेची निवडणूकही लढविली नव्हती. या बैठकीत अर्जुनसिंग यांनी 'सोनिया गांधी यांनी काँग्रेसचे अध्यक्षपद स्वीकारावे' असा ठराव मांडला. बहुतेक नेते काँग्रेसला सामूहिक नेतृत्व द्यावे, अशा मताचे होते; पण सोनिया यांचे नाव पुढे येताच ठराव एकमताने संमत झाला. सोनिया यांनीच अध्यक्षपद स्वीकारण्यास नकार दिल्याने अध्यक्षपदासाठी निवडणूक झाली. अर्जुनसिंग, नारायणत्त तिवारी, उपराष्ट्रपतिपदावर असलेले डॉ. शंकरदयाळ शर्मा, माधवराव शिंदे आणि शरद पवार

निवडणुकीच्या रिंगणात उतरले. हे सर्व नेते एकमेकांविरुद्ध उभे असतानाच पुन्हा नरसिंहराव यांचेच नाव पुढे आले. सोनिया यांनीही त्यांच्या नावाला संमती दिली आणि राव अध्यक्ष झाले.

राजीव गांधी यांच्या हत्येमुळे मतदानाच्या उरलेल्या दोन टप्प्यांत सहानुभूतीची लाट आली असली, तरी आधीच्या दोन टप्प्यांत काँग्रेसविरोधात मतदान झाले होते. त्यामुळे निवडणुकीत कोणत्याही पक्षाला स्पष्ट बहुमत मिळाले नाही. काँग्रेस पक्ष २४४ जागा मिळवून सर्वात मोठा पक्ष ठरला. अयोध्या आंदोलनाचा मोठा फायदा भाजपला झाला असला, तरी त्यांना १२० जागा मिळाल्या. त्यामुळे भाजपने सत्ता स्थापन करण्याचा प्रश्नच नव्हता. साहजिकच सर्वांत मोठा पक्ष म्हणून काँग्रेसने सरकारस्थापनेचा दावा केला. काँग्रेसमध्ये पंतप्रधानपदासाठीही संघर्ष सुरू झाला. पवार यांनी निवडणुकीचा आग्रह धरल्याने एक लुटुपुटीची निवडणूक झाली. पवार यांचे कट्टर समर्थक वगळता, इतरांनी नरसिंहरावांना मतदान केले. २५ जून १९९१ला नरसिंहराव यांनी पंतप्रधानपदाची शपथ घेतली.

नरसिंहराव यांनी शरद पवार यांना केंद्रीय मंत्रिमंडळात सहभागी होण्याचा आग्रह केला. यशवंतराव यांच्याप्रमाणेच पवार यांच्याकडेही संरक्षण खाते आले. महाराष्ट्रात आपलाच माणूस मुख्यमंत्री म्हणून हवा, हा पवार यांचा आग्रह नरसिंहराव यांनी मानला. महाराष्ट्राच्या मुख्यमंत्रीपदी पवार यांनी सुधाकरराव नाईक यांची निवड केली. नाईक हे वंजारी समाजातून आलेले विदर्भाचे नेते आणि माजी मुख्यमंत्री वसंतराव नाईक यांचे पुतणे होते. पवार यांच्याशी पडत्या काळातही ते एकनिष्ठ राहिले होते. 'मंडल'च्या निमित्ताने मागास जातींसाठी आरक्षण आंदोलन सुरू होते. या सर्व पार्श्वभूमीवर महाराष्ट्रात वंजारी जातीचा नेता मुख्यमंत्री होणे महत्त्वाचे होते. पवार दिल्लीत आणि सुधाकरराव नाईक मुख्यमंत्री, अशी व्यवस्था झाल्याने महाराष्ट्र काँग्रेसमधील गटबाजी तात्पुरती थांबली.

नरसिंहराव सत्तेवर आले तेव्हा देशाची आर्थिक स्थिती अत्यंत गंभीर होती. त्याचवेळी सोव्हिएट युनियन व इतर कम्युनिस्ट सरकारे कोसळून पडली होती. त्यामागे मुख्यत: आर्थिक कारणेच होती. नियंत्रित अर्थव्यवस्थेमुळे लोकांच्या किमान दैनंदिन गरजाही पूर्ण करणे या राष्ट्रांना जमले नव्हते. भारतातही तोपर्यंत नियंत्रित अर्थव्यवस्थाच असल्याने भारताची स्थितीही गंभीरच होती. तातडीने नवे आर्थिक उपाय शोधल्याशिवाय वेगाने घसरणारी अर्थव्यवस्था सुधारता येणार नव्हती. हे लक्षात घेऊन नरसिंहराव यांनी नामवंत अर्थतज्ज्ञ डॉ. मनमोहन सिंग यांना अर्थमंत्रीपद स्वीकारण्याचे निमंत्रण दिले. डॉ. सिंग यांच्या नेतृत्वाखाली सरकारने जागतिकीकरण आणि आर्थिक सुधारणांचा मोठा कार्यक्रम हाती घेतला.

राजीव गांधी यांनी 'परमिट राज' मधून उद्योगजगत मुक्त करण्यास सुरुवात केलीच होती. डॉ. सिंग यांनी त्याचा वेग वाढविला. समाजवादाच्या नावाखाली सरकारने अनेक उद्योग सार्वजनिक क्षेत्रात आणले होते आणि त्यात सरकारचे ४५ हजार कोटी रुपये अडकले होते. त्याचा परतावा केवळ वार्षिक १ ते २ टक्के इतकाच होता. म्हणून सरकारने निवडक आणि तोट्यात असलेल्या सार्वजनिक उद्योगांचे खासगीकरण सुरू केले. परदेशातून येणाऱ्या भांडवलावर असलेले निर्बंध काढून टाकून संयुक्त उपक्रमांसाठी ५१ टक्क्यांपर्यंत परकीय भांडवलास मान्यता देण्यात आली. शेअर बाजारात गोंधळ घालणाऱ्या हर्षद मेहतांसारख्या बैलांना आवरण्यासाठी 'सेबी'ची नियुक्ती करण्यात आली. भारतातील इक्विटी बाजार परदेशी भांडवलदारांसाठी मुक्त करण्यात आला. या सर्व उपाययोजनांमुळे भारतातील परकीय भांडवल १३२ दशलक्ष अमेरिकन डॉलरवरून ५.३ अब्ज डॉलरवर पोहोचले.

याच काळात अयोध्येच्या राममंदिराचा प्रश्न अधिक उग्र होत गेला. लोकसभेबरोबर झालेल्या विधानसभा निवडणुकीत भाजपला उत्तरेतील चार राज्यांत मोठे यश मिळून त्यांची सरकारे आली. उत्तरप्रदेशात तर कारसेवकांवर गोळ्या घालणारे मुलायमसिंग भुईसपाट झाले आणि भाजपचे कल्याणसिंग मुख्यमंत्रीपदी आले. उत्तरप्रदेश सरकारच अनुकूल असल्याने अयोध्येसंबंधीच्या घटना वेगाने घडायला लागल्या. १० ऑक्टोबर १९९१ला कल्याणसिंग सरकारने राममंदिर क्षेत्रातील २.७७ एकर जमिनीचे अधिग्रहण केले. ही अधिग्रहित जमीन विश्वहिंदू परिषदेच्या मालकीची असल्याने तेथे मंदिर बांधकाम सुरू करण्यासाठी सरकारने ती ताब्यात घेतली. मूळ वास्तूचा वाद आणि मंदिरबांधणी या दोन गोटींचा संबंधच कल्याणसिंग यांनी तोडून टाकला. लगेच त्याविरुद्ध उच्च न्यायालयात याचिका दाखल झाली. न्यायालयाने जमिनीचा ताबा घेण्यास सरकारला परवानगी दिली; पण हस्तांतरणाला मात्र परवानगी नाकारली. त्या जागेवर कायमस्वरूपी बांधकाम करण्यावरही बंदी घालण्यात आली. त्यामुळे अयोध्येसंबंधीचे सर्वच विषय न्यायालयात रखडत राहिले.

१७ फेब्रुवारी १९९२ला सर्व कायद्यांचे पालन करून 'रामदीवार' बांधण्यास प्रारंभ झाला. त्यावर संसदेत गदारोळ झाला आणि गृहमंत्री शंकरराव चव्हाण यांनी उत्तरप्रदेश सरकारच्या बरखास्तीचा इशारा दिला. ७ एप्रिल १९९२ला राष्ट्रीय एकात्मता परिषद व अन्य काही खासदार अशा २६ जणांनी एस. आर. बोम्मई यांच्या नेतृत्वाखाली या बांधकामाची पाहणी केली. त्यात बांधकामात कोणताही नियमभंग झालेला नाही, हे लक्षात आले. बोम्मई यांचा यासंबंधीचा अहवालच शंकरराव चव्हाण यांनी दाबून टाकला. ९ जुलै १९९२ पासून कारसेवा करण्याचे संतांनी ठरविले होते.

पण पंतप्रधानांशी झालेल्या भेटीनंतर संतांनी पंतप्रधानांना तीन महिन्यांची मुदत दिली. ही मुदत संपल्यानंतर ६ डिसेंबर १९९२ला कारसेवा सुरू करण्याचा निर्णय पाचव्या धर्मसंसदेत घेण्यात आला. अधिग्रहित जमिनीसंबंधीची सुनावणी ४ नोव्हेंबर १९९२ला पूर्ण झाली; पण त्याचा निर्णय मात्र न्यायालयाने राखून ठेवला.

६ डिसेंबर १९९२ ला अयोध्येत कारसेवा निश्चित झाल्यानंतर अडवाणी यांनी आपली अर्धवट राहिलेली रथयात्रा पूर्ण करण्याची घोषणा केली. १ डिसेंबरला वाराणसी येथून निघून ६ डिसेंबरला ती अयोध्येत पोचणार होती. भाजपचे अध्यक्ष डॉ. मुरलीमनोहर जोशी यांनीही मथुरेहून अयोध्येपर्यंत दुसरी यात्रा काढण्याचे जाहीर केले. अटलबिहारी वाजपेयी आणि सिकंदर बख्त यांचे देशव्यापी दौरे सुरू झाले. उत्तरप्रदेशातील भाजपच्या ५१ खासदारांना आणि सर्व आमदारांना आपापल्या मतदारसंघातून कारसेवक गोळा करण्यास सांगण्यात आले. ३० नोव्हेंबरलाच केंद्र सरकारने अयोध्येत निमलष्करी दले पाठविण्यास सुरुवात केली. ३ डिसेंबरला अलाहाबाद उच्च न्यायालयाने अधिग्रहित जमिनीबाबतचा निर्णय ११ डिसेंबरला जाहीर करण्याचे घोषित केले. या सर्व काळात विविध केंद्रीय मंत्री आणि संघ-भाजप नेते यांच्यात अखंड चर्चा सुरू होत्या. ५ डिसेंबरला नानाजी देशमुख आणि नरसिंहराव यांचीही भेट झाली; पण काहीच निर्णय झाला नाही.

६ डिसेंबरला एकीकडे भाजप नेत्यांची सभा अयोध्येतील राममंदिर परिसरात सुरू होती. त्याचवेळी काही कारसेवकांनी मशिदीच्या घुमटावर भगवा ध्वज फडकविला आणि त्यानंतर ती तथाकथित मशीद फोडण्यास सुरुवात झाली. संध्याकाळी ४.४५ वाजता शेवटचा स्फोट झाला आणि मशिदीचे दोन्ही घुमट जमीनदोस्त झाले. त्याच संध्याकाळी ५.१५ वाजता उत्तरप्रदेशचे मुख्यमंत्री कल्याणसिंग यांनी आपला राजीनामा पाठविला आणि उत्तरप्रदेशात राष्ट्रपती राजवट लागू झाली. ८ डिसेंबर १९९२ ला त्या उद्‌ध्वस्त जागी एक तात्पुरते बांधकाम उभे करण्यात आले आणि तेथे बाल रामाच्या मूर्तीची स्थापना झाली. या सर्व घटनेचा परिणाम म्हणून केंद्र सरकारने भाजपची चारही राज्यांतील सरकारे बरखास्त केली.

नरसिंहराव सरकार धडाकेबाज पद्धतीने आर्थिक सुधारणा घडवून आणीत असले, तरी त्याला डावे पक्ष आणि भाजप या दोघांचाही विरोध होता. त्यातच बाबरी मशीद प्रकरण घडल्याने विरोधी पक्ष संतप्त झाले होते. य सर्व पार्श्वभूमीवर मार्क्सवादी पक्षाने २६ जुलै १९९३ला नरसिंहराव सरकारविरुद्ध अविश्वासाचा ठराव दाखल केला. प्रमुख विरोधी पक्षांनी त्याला पाठिंबा दिला. ठरावावर २ दिवस खडाजंगी चर्चा झाली. नरसिंहराव यांनी झारखंड मुक्ती मोर्चा, केरळ काँग्रेस, सिक्कीम संग्राम परिषद अशा

छोट्या पक्षांना आपल्याकडे वळविले. मुलायमसिंग यादव, कांशीराम गटाच्या व इतर ८ खासदारांना तटस्थ ठेवण्यात त्यांनी यश मिळविले. त्यामुळे अविश्वासाचा ठराव २५१ विरुद्ध २६५ मतांनी फेटाळला गेला. सरकार टिकविण्यासाठी नरसिंहराव यांनी झारखंड मुक्ती मोर्चासह काही खासदारांना कोट्यवधींची लाच दिली, असा त्यांच्यावर आरोप झाला. पुढे अनेक वर्षांनी तो सिद्ध होऊन नरसिंहरावांना शिक्षाही झाली.

पंतप्रधान नरसिंहराव यांनी आपला ५ वर्षांचा कार्यकाल कसाबसा पूर्ण केला असला, तरी याच काळात महाराष्ट्रात मात्र मोठ्या उलथापालथी झाल्या. २५ जून १९९१ ला महाराष्ट्राचे नेवे मुख्यमंत्री म्हणून सुधाकरराव नाईक यांनी शपथ घेतली. सत्तेवर आल्याआल्याच त्यांनी विरोधी पक्षांत फूट पाडण्याचे तंत्र अवलंबिले. काँग्रेसमधीलच काही आमदार फुटून बाहेर जातील आणि आपले सरकार पडेल अशी भीती नाईक यांना सतत वाटत होती. म्हणून प्रथम त्यांनी जनता दलात फूट पाडून त्यातील ९ आमदारांना महाराष्ट्र जनता दल म्हणून मान्यता देववली. हे सर्वजण १ ऑगस्ट १९९१ला काँग्रेसमध्ये सामील झाले.

देशातील आणि महाराष्ट्रातील बदललेल्या परिस्थितीमुळे महाराष्ट्रातील काँग्रेस अंतर्गत संघर्ष संपेल असे सर्वांना वाटले होते. पवारांनी सुरू केलेल्या सूडनाट्यावर आता पडदा पडेल अशी अपेक्षा होती. प्रत्यक्षात मात्र तसे काही झाले नसल्याचा प्रत्यय अवघ्या दोन महिन्यातच आला. निमित्त घडले ते मुंबईतील वकिलांच्या संपाचे. हा संप मिटविण्यासाठी विधी व न्यायमंत्री सुशीलकुमार शिंदे यांनी स्वत: पुढाकार घेतला. संपकरी नेते, मुख्य न्यायमूर्ती या सर्वांची भेट घेऊन तडजोडीचा अंतिम मसुदा तयार केला आणि तो मुख्यमंत्र्यांकडून मान्य करून घेतला. पुढची अंतिम चर्चा संपकऱ्यांचे नेते, मुख्य न्यायमूर्ती, अर्थमंत्री आणि मुख्यमंत्री यांच्यात होणार होती. मुख्यमंत्र्यांच्या संमतीने शिंदे दोन दिवसांसाठी लातूरला गेले. त्याच काळात मुख्यमंत्र्यांनी शिंदे यांच्या मसुद्यावरच संप मिटविला; पण शिंदे यांचे न्याय व विधीखाते काढून घेतले.

राजीवनिष्ठ असलेल्या शिंदे यांना एकटेच खिंडीत गाठून गारद करण्याचा हा प्रयत्न झाल्याबरोबर रामराव आदिक, विलासराव देशमुख, शिवाजीराव निलंगेकर-पाटील अशा तीन मंत्र्यांनी पत्रकारपरिषद घेऊन त्याबद्दल नाराजी व्यक्त केली. याबरोबरच आणखी दोन मागण्या पुढे आल्या. राज्यात उपमुख्यमंत्रीपद निर्माण करावे आणि ते रामराव आदिक यांना द्यावे ही एक मागणी, तर दुसरी मागणी होती- पवार मंत्रिमंडळात असलेले; पण नाईक यांनी वगळलेले तीन मंत्री नरेंद्र कांबळे, सुरूपसिंग नाईक आणि प्रकाश ढेरे यांना पुन्हा मंत्रिमंडळात घ्यावे, या निमित्ताने महाराष्ट्रातील

पवारविरोधक शिंदे यांच्यामागे उभे राहिले आणि सरकारमध्ये नव्या संघर्षाला सुरुवात झाली.

शरद पवार यांनी आपला माणूस म्हणून सुधाकरराव नाईक यांची मुख्यमंत्रीपदी निवड केली असली, तरी मुळात नाईक वसंतदादा पाटील यांच्या गटातील. वसंतदादांच्या मृत्यूनंतर ते पवार यांच्याबरोबर राहिले असले, तरी पवार गटाचे मात्र झाले नव्हते. उलट मुख्यमंत्री होताच नाईक यांनी जुन्या 'दादानिष्ठां'ना एकत्र करण्यास सुरुवात केली. विजयसिंह मोहिते-पाटील, शंकरराव कोल्हे, मधुकरराव पिचड, शिवाजीराव देशमुख यांचा त्यांनी मंत्रिमंडळात समावेश केला. मुख्यमंत्री आपल्या सर्व राजकीय हालचाली या मंत्र्यांच्या माध्यमातून करीत होते. जनता दलात फूट पाडताना विजयसिंह मोहिते-पाटील आणि कोल्हे यांची मदत त्यांनी घेतली. आता शिवसेनेतही फूट पाडण्यासाठी विजयसिंह मोहिते-पाटील प्रयत्नशील होते. या सर्व घटनांतून मंत्रिमंडळातील वसंतदादा गट एक शक्ती म्हणून पुढे आला. त्यामुळे पवार गटातही अस्वस्थता पसरली. २६ ऑगस्ट १९९१ला 'वर्षा' बंगल्यावर झालेल्या बैठकीत पक्षश्रेष्ठींच्या आग्रहावरून मुख्यमंत्र्यांनी माघार घेतली आणि सुशीलकुमार शिंदे यांना त्यांचे विधी व न्याय खाते परत दिले. त्यामुळे एक वादळ तिथेच थांबले.

१९९२च्या प्रारंभी तिरुपती येथे काँग्रेस महासमितीचे अधिवेशन झाले. त्यात काँग्रेस कार्यकारिणीच्या १० जागांसाठी निवडणूक झाली. या निवडणूक प्रक्रियेत अनुसूचित जाति-जमातींचा एकही प्रतिनिधी निवडून आला नाही. त्यामुळे तो मोठ्या वादाचा विषय ठरला. नरसिंहराव यांनी सुशीलकुमार शिंदे यांना केंद्रात बोलावून घेतले आणि त्यांच्याकडे सरचिटणीसपदाची जबाबदारी सोपविली. पाठोपाठ ४ जुलै १९९२ला शिंदे राज्यसभेवर निवडून गेले.

मुख्यमंत्री सुधाकरराव नाईक आपल्या पद्धतीने राज्य करीत होते. त्यात कारण नसताना त्यांनी साखर संघाचा रोष ओढवून घेतला. त्यामुळे साखर लॉबी त्यांच्या विरोधात गेली. अरुण मेहता यांना जळगाव नगरपरिषदेतून विधानपरिषदेवर निवडून आणण्याच्या प्रश्नावरून पवार आणि नाईक यांच्यात संघर्ष पेटला. याच वेळी मुंबईतील 'अंगारिका' भूखंडाचे प्रकरण गाजायला लागले. १९८८ पासूनच शरद पवार यांनी घेतलेले भूखंडांचे आरक्षण उठविण्याचे निर्णय वादग्रस्त ठरले होतेच. त्यातच हा 'अंगारिका'चा प्रश्न समोर आला. न्यायमूर्तींच्या गृहनिर्माण योजनेसाठी हा भूखंड देण्याचा निर्णय शंकरराव चव्हाण मुख्यमंत्री असताना झाला होता. महसूलमंत्री म्हणून विलासराव देशमुख यांची त्यावर सहीही होती. अचानक मुख्यमंत्री झालेल्या पवार यांनी या निर्णयाला मान्यता दिली होती. त्यामुळे त्यांच्यावरच सर्व शरसंधान

झाले आणि विधानसभेत गदारोळही झाला. मुख्यमंत्री सुधाकरराव नाईक यांनी मूळ कागदपत्रे न पाहताच 'खुलाशाची गरज नाही' असे सांगून टाकल्याने त्या प्रकरणावर अधिकच वाद माजला. पवार परस्पर बदनाम झालेले तर नाईक यांना हवेच होते.

याच काळात हर्षद मेहता शेअर घोटाळा प्रकरण उघडकीला आले. अनेक बँकांचा त्यात समावेश होताच. त्यात कराड बँकही होती. राजे नावाच्या एका अधिकाऱ्याने ''साहेबांची संमती आहे, असे मला सांगण्यात आले म्हणून मी हा व्यवहार केला'', असे सांगितले. यशवंतराव यांच्याप्रमाणेच पवारांनाही सर्वजण 'साहेब' म्हणत असल्याने पवार यांनीच तो निरोप दिला, अशी चर्चा वृत्तपत्रे आणि विधानसभा यात झाली. जॉर्ज फर्नांडिस यांनी तर एक छायाचित्रच संसदेत सादर केले. ते अर्थातच या प्रकरणाशी काहीही संबंध नसलेले होते; पण या सर्व प्रकरणात पवार यांची भरपूर बदनामी होईल असेच मुख्यमंत्र्यांचे वर्तन होते. त्यामळे पवार आणि नाईक यांच्यातील दरी वाढत गेली. त्याचा परिणाम म्हणून मुख्यमंत्र्यांनी पवार गटातील १२ मंत्र्यांचे राजीनामे घेतले आणि 'शरद पवार यांना काँग्रेसमधून काढून टाका', अशी मागणीही केली.

६ डिसेंबर १९९२ला अयोध्येतील बाबरी मशीद पडल्यानंतर लगेचच ७ डिसेंबरपासून मुंबईत दंगल सुरू झाली. ती लवकरच तात्पुरती आटोक्यात आली असली, तरी ६ जानेवारीपासून १४ जानेवारीपर्यंत मुंबईत पुन्हा भयंकर हिंसाचार माजला. शहरात अनेक ठिकाणी संचारबंदी लागू करूनही दंगल आवरण्याचे काम मुख्यमंत्री नाईक करू शकले नाहीत. पाठोपाठ नाईक यांनी मुंबई दंगलीची चौकशी करण्यासाठी मुंबई उच्च न्यायालयाचे न्यायमूर्ती बी. एन. श्रीकृष्ण यांचा आयोग नेमल्याची घोषणा २५ जानेवारी १९९३ला केली. या सर्व पार्श्वभूमीवर १२ फेब्रुवारी १९९३ला मुंबईत काँग्रेस विधिमंडळ पक्षाची बैठक झाली. त्यात पवार गटाच्या आमदारांनी मुख्यमंत्र्यांच्या राजीनाम्याची मागणी केली. त्यानंतर ५ तासांच्या आत पवार गटाच्या ६ मंत्र्यांची हकालपट्टी करण्यात आली आणि ५ आमदारांना पक्षातून निलंबित करण्यात अले. हा सर्व वाद एवढा विकोपाला गेला, की २२ फेब्रुवारी १९९३ला नरसिंहराव यांनी मुख्यमंत्र्यांना दिल्लीत बोलावून घेतले आणि राजीनामा देण्यास सांगितले. संरक्षणमंत्रीपदावर असलेल्या शरद पवार यांना नरसिंहराव यांनी पुन्हा महाराष्ट्रात पाठविले आणि पवार यांनी ६ मार्च १९९३ला चौथ्या वेळी मुख्यमंत्रीपदाची शपथ घेतली.

मुख्यमंत्री म्हणून शरद पवार जरा स्थिरस्थावर होत होते, तोच १२ मार्च १९९३ला दुपारी १ वाजून २० मिनिटांनी मुंबईत भयंकर बॉम्बस्फोटांची मालिका सुरू

झाली. मंत्रालयापासून अवघ्या काही फुटांवर असणाऱ्या एअर इंडियाच्या इमारतीत पहिला बॉम्बस्फोट झाला आणि पाठोपाठ मुंबई स्टॉक एक्स्चेंजच्या इमारतीत स्फोट झाला. या दोन्ही बॉम्बस्फोटांनी मंत्रालयासह संपूर्ण नरिमन पॉइंट परिसर हादरून गेला. दोन्ही इमारतींत बॉम्बस्फोटाने भयंकर विध्वंस घडविला होता. हजारो टेलिफोन लाइन्स विखरून पडल्या होत्या. स्फोटाचा आवाज ऐकताच पवार स्वत: घटनास्थळी धावले आणि त्यांनी तातडीच्या सूचना दिल्या; पण बॉम्बस्फोटांचे प्रकरण एवढ्यावरच संपले नाही, याची कोणालाच जाणीव नव्हती. त्यानंतर फोर्ट, दादर, वरळी, वांद्रे, सांताक्रूज, जुहू असे एकापाठोपाठ एक बारा बॉम्बस्फोट झाले. हे सर्व बॉम्बस्फोट एवढे भयंकर होते की, त्यात २५७ लोक मृत्युमुखी पडले आणि जखमींची संख्या ७००च्या वर गेली. ३ महिन्यांपूर्वीच झालेल्या दंगलींनी हादरून गेलेली मुंबईकर जनता या बॉम्बस्फोटांनी पुन्हा हादरली आणि नव्याने दंगली सुरू होण्याच्या भीतीने मुंबईकरांच्या पोटात गोळा आला.

पवार यांनी अखंड परिश्रम करून २४ तासांत मुंबईतील सर्व व्यवहार पूर्वपदावर आणले आणि कुठेही दंगल होऊ दिली नाही. बॉम्बस्फोटानंतर लगेचच पवार यांनी दाऊद इब्राहिमच्या टोळीविरुद्ध कठोर कारवाई सुरू केली. त्यात दाऊदचे २० गुंड ठार झाले आणि १६२ जणांना अटक झाली. पवार यांच्या आदेशाने दाऊदची समजली जाणारी कसाईवाडा, मेमनस्ट्रीटवरील मोठमोठी अनधिकृत बांधकामे पाडण्यात आली. त्यात दाऊदच्या पत्नीच्या नावावर असलेली एक इमारतही पाडली गेली. या सर्व कारवाईमुळेच मुंबई झटपट शांत व स्थिर झाली. या कारवाईचा बदला घेण्यासाठी दाऊद गँग आणि पाकिस्तानच्या आय. एस. आय. संघटनेने पवार यांच्या हत्येचा कट रचल्याची माहिती केंद्र सरकारला मिळाली. परिणामी पवार यांची संरक्षण व्यवस्था कडक आणि सक्तीची झाली.

शरद पवार बॉम्बस्फोटातून जरा सावरत नाहीत, तोवरच गडाख प्रकरण उद्भवले. १९९१च्या लोकसभा निवडणुकीत दक्षिण अहमदनगर मतदारसंघातून काँग्रेसचे यशवंतराव गडाख निवडून आले होते. त्यांच्या निवडणूक प्रचारात 'गडाख व तत्कालीन मुख्यमंत्री शरद पवार यांनी आपले चारित्र्यहनन करणारी वक्तव्ये केली' असा आरोप विरोधी उमेदवार बाळासाहेब विखे-पाटील यांनी केला आणि कोर्टात धाव घेतली. ३० मार्च १९९३ला औरंगाबाद उच्च न्यायालयाच्या खंडपीठाने विखे-पाटील यांचे म्हणणे ग्राह्य धरून गडाख यांची निवडणूक रद्द केली. गडाख आणि पवार या दोघांनाही चारित्र्यहननाबद्दल दोषी ठरविले. पुढे सर्वोच्च न्यायालयात पवार दोषमुक्त झाले, तरी गडाख यांची निवड मात्र अवैधच ठरली. यामुळे काँग्रेसला जबर धक्का बसला.

मुंबई बॉम्बस्फोट काळात उत्तम संकटकालीन व्यवस्थापक म्हणून पवार यांचे कौतुक झाले; पण त्यांची खरी कसोटी अजून लागायचीच होती. २९ सप्टेंबर १९९३ला पहाटेच किल्लारीमध्ये जबरदस्त भूकंप झाला. भूकंपाची तीव्रता थेट मुंबईपासून गोव्यापर्यंत सर्वत्र जाणवली. लातूर व उस्मानाबादमधील शेकडो गावे उद्ध्वस्त झाली. पवार तातडीने विमानाने घटनास्थळी पोचले आणि त्यांनी सर्व सूत्रे आपल्या हातात घेतली. भूकंपात ९,७७४ लोक मृत्युमुखी पडले होते, तर १५ हजारांवर लोक गंभीर जखमी होते. ३० हजार घरे पूर्ण उद्ध्वस्त झाली होती, तर १ लाख १४ हजार घरे अर्धवट कोसळली होती. त्यात संपूर्ण कुटुंबेच्या कुटुंबे गाडली गेली होती. पवार यांनी पुढील तीन महिने सोलापूरच्या सर्किट हाउसवर मुक्काम ठोकला आणि मदतकार्य व पुनर्वसनाला चालना दिली. तेथूनच ते मुंबईतील मंत्रालय आणि दिल्ली यांच्याशी सतत संपर्क ठेवून होते. भूकंप झाल्यापासून एक महिन्याच्या आत पुनर्वसनाचे काम तर त्यांनी पूर्ण केलेच; पण २४ ऑक्टोबर १९९३ला विजयादशमीच्या मुहूर्तावर कायमस्वरूपी घरबांधणी योजनेलाही प्रारंभ केला.

मराठवाडा विद्यापीठाच्या नामांतराचा प्रश्न अद्याप तसाच रेंगाळत पडला होता. पवार पहिल्या वेळी मुख्यमंत्री असताना नामांतराचा ठराव विधिमंडळाच्या दोन्ही सभागृहांनी एकमताने संमत केला होता; पण त्यानंतर मराठवाड्यात दलितविरोधी दंगली उसळल्या. सर्व राजकीय विचारसरणी बाजूला पडून दलित आणि दलितेतर अशी उभी फूट समाजात पडली. संघ-भाजपसह सर्व पक्षांचा नामांतराला पाठिंबा असला, तरी मराठवाड्यातील सवर्ण नेते मात्र कोणत्याही पक्षाच्या वरिष्ठ नेत्यांचे काहीही ऐकण्यास तयार नव्हते. एस. एम. जोशी यांच्यासारख्या ज्येष्ठ नेत्यांना तर अत्यंत अपमानास्पद वागणूक दिली गेली. या सर्व जखमा तोपर्यंत ताज्या होत्या. त्यामुळे हा प्रश्न हळुवारपणे आणि मुत्सद्दीगिरीनेच सोडवणे आवश्यक होते.

पवार यांनी धीटपणे या प्रश्नाला हात घातला. दलित व सवर्ण नेते, मराठवाड्यातील आमदार-खासदार, जिल्हा पातळीवरील नेते या सर्वांच्या त्यांनी स्वतंत्र बैठका घेतल्या. मराठवाडा ही प्रादेशिक अस्मिता आणि डॉ. आंबेडकर यांच्या नावात लपलेली दलित अस्मिता अशा दोन अस्मितांचा हा संघर्ष होता. निजामाच्या तावडीतून मराठवाडा मुक्त करण्यासाठी प्रदीर्घ काळ संघर्ष झाला होता. शेकडो लोकांचे बळी गेले होते. त्यामुळे या सर्व प्रादेशिक अस्मितेला एक धार होती. नामांतराला विरोध करणारे बहुतेक सर्व नेते पुरोगामी विचारांचेच होते. डॉ. आंबेडकर यांना त्यांचा विरोध नव्हता; पण मराठवाडा हे नाव पुसून डॉ. आंबेडकर यांचे नाव देण्यास त्यांचा विरोध होता. पवार यांनी दलित व सवर्ण नेत्यांचे हे सर्व

म्हणणे शांतपणे ऐकून घेतले आणि या संघर्षातील कळीचा मुद्दा बरोबर हेरला. त्यांनी या सर्व बैठकांत 'नामांतरा'ऐवजी 'नामविस्तार' अशी कल्पना मांडली. मूळच्या मराठवाडा विद्यापीठाचे 'डॉ. बाबासाहेब आंबेडकर मराठवाडा विद्यापीठ' असे नामकरण करावे ही त्यांची कल्पना हळूहळू दोन्ही गटांना मान्य झाली आणि दीर्घकाळ चिघळत राहिलेला, समाजात फूट पाडणारा नामांतराचा प्रश्न पवार यांनी यशस्वीपणे मार्गी लावला. १४ जानेवारी १९९४ला हा नामविस्तार झाला.

मराठवाड्यातील सवर्णांनी पवार यांची विद्यापीठाच्या नामविस्ताराची कल्पना मान्य केली असली, तरी जनमत मात्र पवार यांच्याविरुद्ध आणि पर्यायाने काँग्रेसविरुद्ध प्रक्षुब्धच राहिले होते. याचा प्रत्यय पुढील विधानसभा निवडणुकीत आला. नामांतराला विरोध करणाऱ्या शिवसेनेने याच प्रक्षुब्ध भावनांचा फायदा घेत मराठवाड्यात मोठी मुसंडी मारली आणि तेथे प्रथमच काँग्रेस पिछाडीवर गेली.

विदर्भ, मराठवाडा आणि उर्वरित महाराष्ट्र यांच्यासाठी घटनेतील ३७१ (२) या कलमातील तरतुदीनुसार वैधानिक विकास मंडळांची स्थापना करण्याचा विषय केंद्रीय मंत्रिमंडळापुढे पडून होता. १७ फेब्रुवारी १९९४ला झालेल्या केंद्रीय मंत्रिमंडळाच्या बैठकीत या विषयाचा निर्णय घेण्यात आला. त्या आधारावर राष्ट्रपती शंकरदयाळ शर्मा यांनी १४ मार्च १९९४ला तीन वैधानिक विकास मंडळे स्थापन करण्याची अधिसूचना तत्कालीन राज्यपाल पी. सी. अलेक्झांडर यांना पाठविली. त्यानुसार १ मे १९९४ला या तीन वैधानिक विकास मंडळांची स्थापना झाल्याचे जाहीर करण्यात आले.

या काळात हुंडाबळींचा प्रश्न अत्यंत गंभीर बनला होत. हुंडाबळीच्या एकापाठोपाठ एक घटना घडत होत्या आणि त्यावरील न्यायालयांच्या जाहीर सुनावणीने लोकमताला हादरे बसत होते. प्रक्षुब्ध महिला संघटनांच्या मागणीमुळे या संबंधीची सुनावणी विशेषत: महिलांचे जबाब 'इन कॅमेरा' घेण्यात सुरुवात झाली असली, तरी सर्वच जाति-धर्मांत त्यावर तीव्र प्रतिक्रिया उमटत होत्या. याबरोबरच विविध व्यासपीठांरून, महिलांना सत्तेत योग्य स्थान मिळावे आणि त्यासाठी राखीव जागा असाव्यात अशा मागण्या करण्यात आल्या. यांमधून एका सर्वंकष महिला धोरणाची गरज निर्माण झाली. पवार यांनी यशवंतराव प्रतिष्ठानमध्ये यासंबंधी एक विस्तृत चर्चासत्र घेतले. त्यातही सरकारने पुढाकार घेऊन सर्वंकष महिला धोरण आखावे, असा आग्रह सर्वच वक्त्यांनी धरला. या चर्चेच्या आधारे राज्याचे पहिले महिला धोरण तयार करण्याची जबाबदारी पवार यांनी डॉ. नीलम गोऱ्हे व चंद्रा अय्यंगार यांच्याकडे सोपविली. त्यातूनच एक क्रांतिकारी दस्तऐवज तयार झाला.

महिलांच्या सामाजिक, आर्थिक व राजकीय विकासासाठी त्यांना फक्त पदे देऊन चालणार नाही, तर निर्णयप्रक्रियेत सहभागी करून घेतले पाहिजे, हे महिला–धोरणाचे मुख्य सूत्र होते. त्यानुसार राज्यात ग्रामपंचायती, पंचायत समिती, जिल्हा–परिषद, नगरपालिका व महानगरपालिका या स्थानिक स्वराज्य संस्थांच्या निवडणुकीत महिलांना ३० टक्के आरक्षण देण्यात आले. सभापती व अध्यक्षपदासाठीही आरक्षण लागू झाले. त्यामुळे राज्यात एक लाखभर महिला स्थानिक स्वराज्य संस्थांवर प्रथमच निवडून आल्या. काही ठिकाणी सभापती, सरपंच, नगराध्यक्ष व महापौर ही पदेही महिलांकडे आली. केवळ शहरीच नव्हे, तर ग्रामीण भागातील महिलाही यामुळे मोठ्या प्रमाणात राजकारणात उतरल्या. अशा प्रकारे महिलांना आरक्षण देणारे महाराष्ट्र हे पहिले राज्य ठरले.

मुलींना मोफत शिक्षण, आरोग्याचे प्रश्न, महिला कर्मचाऱ्यांच्या समस्या यासंबंधीचा अभ्यास करून धोरणात्मक निर्णय घेतले गेले. शिक्षण कमी आणि गरिबी असली, तरी महिला ही लक्ष्मीच्या पूजक बनतात, घर सावरू शकतात असे सांगत पवार यांनी छोटे उद्योग करण्यासाठी महिला संस्था स्थापन करण्यास प्रोत्साहन दिले. सरकारच्या 'सकस आहार योजने'तील कामे अशा संस्थांना, त्यांनी आवर्जून दिली. सरकारचे हे महिला धोरण २२ जून १९९४ला एका वटहुकुमान्वये जाहीर करण्यात आले. आज सर्वच क्षेत्रांत महाराष्ट्रातील महिला जे कर्तृत्व गाजवीत आहेत, त्याचे मूळ या महिलाधोरणात आहे.

हुंड्याच्या समस्येला आळा घालण्यासाठी पवार यांनी हिंदू वारसा हक्क कायद्यात दुरुस्ती करून महिलांना मालमत्तेत बरोबरीचे अधिकार दिले. या सुधारणेची गरज प्रतिपादन करताना पवार म्हणाले, 'भारतीय संविधानाने कायद्यासमोर सर्व व्यक्ती समान असतील, असा मूलभूत अधिकार दिला आहे. हिंदू एकत्र कुटुंबपद्धतीमध्ये मुलींना केवळ लिंगभेदामुळे संपत्तीमधील समान हक्कातून वगळले जाते. त्यामुळेच समाजात विनाशकारी अशा हुंडापद्धतीचा जन्म होतो. या हुंडापद्धतीच्या उच्चाटनासाठी आणि हिंदू समाजपद्धतीत महिलांना अधिक चांगल्या पद्धतीने राहता यावे म्हणून हिंदू वारसा संहितेमध्ये ही सुधारणा आपण करीत आहोत. २२ जून १९९४लाच या सुधारणाही अमलात आल्या. हिंदू वारसा हक्क कायदा (१९५६) मध्ये अशी क्रांतिकारी सुधारणा करणारे महाराष्ट्र हे पहिले राज्य ठरले. केंद्र सरकारही या निर्णयाने प्रभावित झाले आणि एक खास परिपत्रक काढून केंद्राने सर्व राज्यांना या कायद्यात महाराष्ट्रासारखी सुधारणा करण्यास सांगितले.

पवार एकापाठोपाठ एक असे धाडसी निर्णय घेत होते. या निर्णयांना उघडपणे कोणीच विरोध करीत नव्हते; पण काँग्रेस पक्षात त्यामुळे अस्वस्थता पसरली. स्थानिक स्वराज्य संस्थांत काँग्रेसच्या अनेक घराण्यांची मक्तेदारी होती. मंडळ आणि महिलांना ३० टक्के आरक्षण यामुळे स्थानिक स्वराज्य संस्थांतील आरक्षणे ५० टक्क्यांवर गेली. परिणामी या मक्तेदार घराण्यांची मक्तेदारी संपुष्टात आली आणि ती दुखावली गेली. महिलांना प्रतिनिधित्व मिळाल्याने तर उच्चवर्णीय नेत्यांचा तिळपापड झाला होता. ''बायका मीटिंगला जाणार आणि आपण घरी धुणी धुणार, बायकोचा पट्टेवाला म्हणून आपल्याला जावे लागणार'', अशा कडक प्रतिक्रिया आमदार, खासदार व मंत्रीही खासगीत व्यक्त करीत होते. पवार यांच्या या निर्णयांनी पक्षातील व एकूणच सत्ता समीकरणे झपाट्याने बदलत होती. त्यातून काँग्रेस पक्षातच पवारविरोधी हवा तयार होत गेली. पवार यांची सत्ता बुडविण्याची घाई विरोधकांपेक्षा काँग्रेस पक्षीयांनाच अधिक होती. त्यामधूनच खरी-खोटी माहिती मंत्रालयातून बाहेर पडून सेना-भाजपच्या हाती जात होती. त्यामुळे पवार यांच्यावर रोज नवे नवे आरोप होण्यास सुरुवात झाली.

केंद्र सरकारने सुरू केलेल्या आर्थिक उदारीकरणाच्या आणि जागतिकीकरणाच्या भूमिकेला पवार यांचा पाठिंबा होता. ते महाराष्ट्रात मुख्यमंत्री म्हणून आल्यावर केंद्राच्या नव्या आर्थिक धोरणाचे प्रतिबिंब राज्यात पडले पाहिजे असा आग्रह त्यांनी धरला. औद्योगिकीकरणाला अधिक गती देणारे नवे औद्योगिक धोरण त्यांनी जाहीर केले. परदेशांना भेटी देऊन पवार यांनी मोठ्या प्रमाणावर परदेशी गुंतवणूक महाराष्ट्रात यासाठी प्रयत्न केले. थोड्याच काळात एक लाख दोन हजार कोटींच्या गुंतवणुकींचे देकार परदेशातून मिळाले आणि त्यामधून ४५० प्रकल्पांची उभारणी महाराष्ट्रात सुरू झाली.

हे सर्व प्रकल्प सुरू करायचे, तर पुरेशी वीज, रस्ते आणि पाणी या मूलभूत गोष्टींची गरज होती. पण ते करण्यासाठी सरकारजवळ पुरेसे पैसे नव्हते. म्हणून पवार यांनी हे प्रकल्प खासगीकरणातून उभे करण्याची कल्पना मांडली. केंद्रीय पातळीवर भारतातील वीज-निर्मितीसाठी अनेक परदेशी कंपन्यांशी संपर्क साधला होता. त्यांपैकी अमेरिकेतील एन्रॉन या जगप्रसिद्ध वीज कंपनीने १९९२ मध्ये केंद्र सरकारला आपला प्रस्ताव दिला. एन्रॉनला वीजनिर्मितीसाठी पहिले निमंत्रण दिले, ते पश्चिम बंगालचे कम्युनिस्ट मुख्यमंत्री ज्योती बसू यांनी. तेथे प्रकल्पाची उभारणी सुरू झाल्यानंतर शरद पवार यांनी एन्रॉनला कोकणातील दाभोळ येथे प्रकल्प उभारण्यास निमंत्रण दिले. केंद्र व राज्य पातळीवरील २५ पेक्षा जास्त सरकारी संस्था या प्रक्रियेत सामील होत्या. एन्रॉनचे वीज उत्पादन १९९७ मध्ये सुरू होणार होते.

एन्रॉनचा हा प्रकल्प सुरुवातीपासून विरोधाच्या वादळात सापडला. विविध प्रकारच्या विचारसरणी असलेल्या शक्ती अनेक कारणांनी या प्रकल्पाविरोधात उभ्या राहिल्या. वीजमंडळातील कर्मचाऱ्यांना एन्रॉनच्या निमित्ताने होणारे खासगीकरण नको होते. एकदा वीजउत्पादन खासगी क्षेत्रात सुरू झाले, की वितरणही खासगी कंपन्यांकडे सोपविले जाईल आणि आपला मनमानी कारभार चालणार नाही, अशी भीती त्यांना वाटत होती. त्यामुळे त्यांचा विरोध असणे स्वाभाविक होते. डाव्या विचारांचे पक्ष आणि संघटनांचा मुळातच आर्थिक उदारीकरणाला विरोध होता. त्यातूनच अमेरिकन कंपनीला कंत्राटे मिळणे म्हणजे साम्राज्यशाही आणणे, असे ते मानीत होते. अर्थात् हे करताना ज्योती बसू यांनीच एन्रॉनला पहिले निमंत्रण दिले, हे ते सोईस्करपणे विसरले. संघपरिवारातील संस्था आणि संघटनाही जागतिकीकरणाच्या विरोधात होत्या. त्यामुळे एन्रॉन म्हणजे नव्या शतकातील 'ईस्ट इंडिया कंपनी' आहे आणि ती कोकणात अवतरताच महाराष्ट्र आणि देश अमेरिकेच्या दावणीला बांधला जाणार आहे, असे चित्र त्यांनी रंगविले. हे तात्त्विक मुद्दे आणि नव्या गुलामगिरीचे चित्र पुरेसे न वाटल्याने दोन्ही गटांकडून प्रकल्पविरोधात आंदोलनासाठी स्थानिक मुद्दे जोडण्यात आले. त्यात या प्रकल्पामुळे कोकणच्या फळबागांवर प्रदूषणाचा परिणाम होईल, सागरकिनाऱ्याचे पाणी प्रदूषित होऊन मच्छीमार व्यवसायावर वाईट परिणाम होईल, दाभोळ आणि आसपासचा परिसर एन्रॉनला कायमचा विकण्यात आला आहे, त्यामुळे संरक्षणाचे प्रश्न निर्माण होतील, असे अनेक मुद्दे मांडले गेले. पवारांवर दोन महत्त्वाचे आरोप केले गेले. त्यातला पहिला, एन्रॉन करारात त्यांनी मोठा भ्रष्टाचार केला आहे, असा होता आणि दुसरा या भ्रष्टाचारामुळे एन्रॉनची वीज खूप महाग पडणार आहे, असा होता.

पवार यांच्या मुख्यमंत्रीपदाच्या या काळात त्यांचे सर्व बाजूंनी आणि सर्वप्रकारे चारित्र्यहनन सुरू होते. त्यात खैरनार, तिनईकर, उल्हास जोशी हे त्रिकूट सामील झाल्यावर तर या बदनामी नाट्याल जास्तच रंग चढला. गो. रा. खैरनार हे मुंबई महापालिकेचे उपायुक्त होते. मुळात रस्त्यावरील फेरीवाल्यांची अतिक्रमणे हटविणे हे त्यांचे काम होते. मुंबईच्या रस्त्यारस्त्यावर रोज वाढणारी अतिक्रमणे कोणी हटवीत नाही हीच मुंबईकरांची मुख्य तक्रार होती. खैरनार यांनी धडक मोहिमा करून ही अतिक्रमणे हटविली. साहजिकच वृत्तपत्रांनी त्याला उत्स्फूर्त प्रसिद्धी दिली. मध्यमवर्गीयांच्या दृष्टीने खैरनार एकदम 'हिरो' झाले. त्यांच्या या कर्तृत्वामुळे मुंबईतील अनधिकृत बांधकामे पाडण्याचे कामही खैरनार यांच्याकडेच आले. मुळात हे निर्णय मुख्यमंत्र्यांनी घेतलेले होते आणि त्याची फक्त अंमलबजावणी खैरनार करीत होते; पण

त्यांचीच छायाचित्रे व मुलाखती छापून येत होत्या. त्यामुळे खैरनार यांना त्याचीच नशा चढली आणि त्या नादात ते बांधकामे पाडताना किमान गोष्टीही पाळत नाहीत असे दिसले. न्यायालयांनीच त्यांच्यावर ८० प्रकरणात बेदरकारपणाचा आणि नियमभंगाचा ठपका ठेवला. याची दखल घेऊन मुंबई महापालिका आयुक्त शरद काळे यांनी खैरनार यांना निलंबित केले. त्यामुळे संतप्त होऊन बेफाम झालेल्या खैरनार यांनी थेट पवार यांच्यावरच हल्ले सुरू केले.

नोकरी गमाविलेले खैरनार हे जणू भ्रष्टाचाराविरोधी लढ्याचे नेते आहेत, असे समजून राज्यभर जागोजाग त्यांच्या सभा पत्रकारपरिषदा झाल्या. दाऊदची अनधिकृत बांधकामे पवार यांच्या आदेशावरूनच खैरनार यांनी पाडली होती; पण मनमाड येथील सभेत खैरनार म्हणाले, "दाऊद नावाची व्यक्ती नाहीच. शरद पवार हेच दाऊद आहेत. दाऊदचे भूत उभे करून पवारच गुंडाराज चालवत आहेत." खैरनार यांची "पवार दाऊदचे मित्र आहे" इतपासून "पवार दाऊद आहेत" असे म्हणण्यापर्यंत मजल गेली, तरी वृत्तपत्रे त्यांना अतोनात प्रसिद्धी देत होती. "पवार यांच्या भ्रष्टाचाराचे पुरावे द्या", असे म्हटल्यावर ते टी.व्ही. वर म्हणाले, 'बॅगभर पुरावे आहेत.' मुंबईच्या पत्रकार परिषदेत तर त्यांनी 'ट्रकभर पुरावे आहेत' असे सांगून षट्कार मारला. मात्र पुराव्याचा एकही कागद, चिटोरासुद्धा खैरनार सादर करू शकले नाहीत. पुराव्याचा ट्रक पवार यांनीच पळवला एवढा आरोप फक्त करायचा राहिला होता.

खैरनार यांच्या हातात प्रत्यक्ष पुरावे नाहीत, हे वृत्तपत्रांच्या लवकरच लक्षात आले. भाजपने खैरनार यांना साथ देण्याचे स्पष्टपणे नाकारले. जनता दलाचे आमदार गुलाबराव पाटील यांनी तर खैरनार यांच्या भ्रष्टाचाराचीच यादी प्रसिद्ध केली. त्यामुळे हा बेबंद तोफखाना अखेर थंड झाला. पण पवार यांची सार्वत्रिक बदनामी मात्र टळली नाही.

पवार यांनी बदनामी करण्यास आणखी एक अधिकारी पुढे आले, ते म्हणजे पोलिस उपायुक्त उल्हास जोशी. त्यांच्याविरुद्ध लाचलुचपत प्रतिबंधक खात्याने चौकशी सुरू केली होती. या चौकशीला आव्हान देणारी याचिका त्यांनी न्यायालयात दाखल केली, तेव्हाच राजकीय क्षेत्रात खळबळ माजली होती. न्यायालयाने चौकशी थांबविण्याचा अंतरिम आदेशही दिला. त्यामुळे आपलाच विजय झाला असे समजून उल्हास जोशी यांनी मूळ याचिकेलाच पुरवणी प्रतिज्ञापत्र जोडण्याची परवानगी मागितली. न्यायालयाने ती दिली. या पुरवणी प्रतिज्ञापत्रात उल्हास जोशी यांनी मुख्यमंत्री पवार यांच्यासह ज्येष्ठ पोलिस अधिकाऱ्यांवर गंभीर आरोप केले. त्यांनी म्हटले होते की, "मुंबई–ठाण्यात प्रचंड दहशत माजविणाऱ्या ठाकूर, पप्पू कलानी या टोळ्यांशी मुख्यमंत्री पवार, माजी गृहमंत्री बापूसाहेब थिटे, माजी पोलिस महानिरीक्षक राममूर्ती,

पोलिस उपमहानिरीक्षक सुधाकर सुराडकर यांचे निकटचे संबंध होते. या टोळ्यांविरुद्ध आपण कारवाई केल्यामुळेच आपल्यामागे चौकशीचे शुक्लकाष्ठ लावण्यात आले.'' उल्हास जोशी यांच्या या आरोपांमुळे पवार पुन्हा एकदा घेरले गेले. जोशी यांचे आरोप म्हणजे जणू पवार व गुन्हेगार संबंधावर शिक्कामोर्तब आहे, असेच सर्वांना वाटले.

ठाकूर–कलानी प्रकरणाची सुरुवात १९९० सालच्या विधानसभा निवडणुकीतच झाली होती. पवार तेव्हा मुख्यमंत्री होते. विधानसभा निवडणुकीत वसई विरारमधून हितेंद्र ठाकूर; तर उल्हासनगरमधून पप्पू कलानी काँग्रेस तिकिटावर आमदार म्हणून निवडून आले. या दोघांची गुंडगिरी सर्वज्ञात होती. त्यामुळे वृत्तपत्रांनी त्याविरुद्ध गहजब केला तेही साहजिक होते. काँग्रेसने त्यांना पावन करून घेण्याचे काही कारण नव्हते. 'पवारांनीच त्याना तिकिटे देऊ केली' असा विखारी प्रचार सुरू झाला. पवारांचा या दोघांशीही व्यक्तिगत संपर्क काही नव्हता. स्थानिक पातळीपासून या दोन्ही मतदारसंघातून फक्त त्यांचेच नाव सुचवले गेले. प्रदेश निवडणूक समितीनेही या नावाची पूर्ण शहानिशा न करता आणि मुख्यमंत्र्यांना विश्वासात न घेता सर्व २८८ नावे केंद्रीय समितीकडे पाठवली. प्रदेश काँग्रेस नेत्यांशी पवारांचे संबंध फार जिव्हाळ्याचे नसल्याने प्रत्येक मतदारसंघात त्यांनीही लक्ष घातले नव्हते. केंद्रीय निवडणूक समितीपुढे एकेकच नाव आल्याने ते मंजूर झाले. केंद्रीय समितीत पवारांनी या नावांना विरोध केला का नाही हे स्पष्टपणे बाहेर आले नाही. त्यामुळे त्यांना सामूहिक जबाबदारीतून मोकळे होता आले नाही; पण या दोन्ही मतदारसंघांत पवारांनी प्रचाराला जायचे टाळले. तरीही ठाकूर व कलानी यांनी उमेदवारी देण्याचा दोष मात्र एकट्या पवारांवर ढकलण्यात आला.

प्रकरण एवढ्यावरच थांबले नाही. त्याने पवारांच्या पद्धतशीर चारित्र्यहननाची पातळी गाठली. पवारांच्या वाढदिवसानिमित्त दिल्या गेलेल्या जाहिराती आमदार हितेंद्र ठाकूरने म्हणजे पर्यायाने दाऊदने दिल्या असे भासवले गेले. त्या खोट्या असल्याचे नंतर सिद्ध झाले. पप्पू कलानीच्या या ट्रस्टमधून पवारांच्या अध्यक्षतेखालील एका संस्थेला देणगी दिल्याची बनावट कागदपत्रे सादर करण्यात आली. त्यातील बदमाशीही पुढे उघड झाली.

उल्हास जोशी यांच्या आरोपांचे पडसाद विधिमंडळातही उमटले. विधानसभेतही या सर्वांवर गरमागरम चर्चा झाली. विरोधी पक्षनेत्यांनी मात्र पुराव्याशिवाय बेछूट आरोप केले जाऊ नयेत अशी भूमिका घेतली. एका आमदाराने तर ''पवारांनी अग्निदिव्य करावे'', असे आवाहन केले. चर्चेला उत्तर देताना पवार म्हणाले, ''पुराव्याचा अग्नीच नाही तिथे अग्निदिव्य कसले करणार? कोणी तोंडाला येतील ते बेछूट आरोप करीत राहिले तर लोकशाहीच धोक्यात येईल, याचे तरी भान ठेवले पाहिजे.''

आपल्या भाषणात पवारांनी सविस्तर उत्तर देऊन सारे आरोप फेटाळून लावले. अखेरीस पवार म्हणाले, ‘‘काहीही विपरीत घडले तरी माझे नाव गुंतवायचे असे सारखे चालले आहे; पण मुंबईतील दंगली मी घडविल्या असाही आरोप केला जातो, तेव्हा मी व्यथित होतो. बॉम्बस्फोटही मीच घडवले असे म्हटल्यावर मी काय म्हणावे? आता एकच आरोप करायचा राहिला आहे, भूकंप मीच घडवले हा. तेवढा कधी करणार ते सांगा.’’

पोलिस उपमहानिरीक्षक उल्हास जोशींनी मुख्यमंत्री शरद पवारांवर केलेले सर्व आरोप न्यायालयाने साफ फेटाळून लावले. हे सारे आरोप केवळ निराधारच नव्हेत, तर शासनप्रमुखास बदनाम करण्याच्या कुटिल हेतूने केले आहेत, असे न्या. मजिठिया आणि न्या. दुधाट यांच्या खंडपीठाने स्पष्ट केले, ‘‘आपल्या चुकांबद्दल कारवाई करण्यापासून शासनाला रोखण्यासाठी, ती लांबविण्यासाठीच जोशी यांनी हा सगळा बनाव रचला आहे. जोशी यांनी केलेले बेछूट आरोप अत्यंत अशोभनीय असून कुटिल कारस्थानाचाच भाग आहेत. म्हणून मुख्यमंत्री पवार व इतरांवर केलेले आरोप रद्द करण्यात येत आहेत.’’

या निकालपत्रावरची न्यायमूर्तींची टिपणी अत्यंत महत्त्वाची आहे. ते म्हणतात, ‘‘सरकारच्या प्रमुखावर आणि इतर कर्मचाऱ्यांवार सिद्ध होऊ न शकणाऱ्या बेछूट व निराधार आरोपांमुळे आपली समाजव्यवस्था धोक्यात येऊ शकते. असल्या आरोपांमुळे व्यक्ती व सुरक्षा यांची अमर्याद हानी होतेच; परंतु सामान्य माणसाचे नीतिधैर्यही खच्ची होऊन त्याच्या विश्वासालाच तडा जातो आणि मग आशेने पाहावे असे कोणीही सामान्य माणसासाठी शिल्लक राहात नाही. राज्यकर्त्यांना अवमानित करण्याचे व्यासपीठ म्हणून कोणालाही न्यायालयाचा वापर करू दिला जाणार नाही.’’

पवार यांच्या या बदनामी मोहिमेत आणखी एक महत्त्वाचा घटक होता, तो म्हणजे जमिनीसंबंधीचे व्यवहार. १९८८ मध्ये पवार दुसऱ्यांदा मुख्यमंत्री झाल्यानंतर त्यांनी औद्योगिकीकरण, वीजनिर्मिती, पर्यटन, शेतीविकास या सर्व क्षेत्रांत धडाक्याने महत्त्वाचे निर्णय घेतले. त्यासाठी अनेक महत्त्वाचे सरकारी राखीव भूखंड आरक्षणातून वगळण्याचा त्यांनी प्रयत्न केला. त्याबरोबर मुंबईतील वृत्तपत्रांनी पवारांविरुद्ध मोहीमच उघडली. विधानसभेत विरोधी पक्ष त्यांच्यावर तुटून पडले. पवार भूखंडाचे श्रीखंड खात आहेत, असे आरोप करून जणू काही हे भूखंड मोकळे करण्यासाठी पवारांनीच व्यक्तिगत भ्रष्टाचार केला असे चित्र निर्माण केले गेले.

पवार यांच्याविरुद्ध काँग्रेसच्याच नेत्यांनी पंतप्रधान राजीव गांधी यांच्याकडे या भूखंडप्रकरणी तक्रारी केल्या. तेव्हा पवार यांनी ‘‘आपण कोणत्याही चौकशीला तयार

आहोत'', असे सांगितले. राजीवनी केंद्रीय मुख्य सचिव भालचंद्र देशमुख यांना चौकशी करण्यास सांगितले. ''भूखंडाचे आरक्षण उठविण्याचा निर्णय पवारांनी गैरहेतूने घेतलेला नाही आणि त्यात भ्रष्टाचारही झालेला नाही'', अशी ग्वाही देशमुखांनी दिली, तेव्हा हे प्रकरण थंडावले.

महाराष्ट्रात दीड कोटी हेक्टर जमीन वर्षानुवर्षे पडीक होती. तिचा विकास करण्याचा विचारही पूर्वीच्या मुख्यमंत्र्यांनी केला नव्हता. ग्रामीण भागातील बेकारी हटवायची असेल तर पडीक जमीन लागवडीखाली आणली पाहिजे म्हणून पवारांनी फलोद्यान योजना मोठ्या धडाक्याने राबवली. मुंबईतला बेकार गिरणीकामगार वसाहती उभ्या राहिल्याने पदवीधर तरुण चांगल्या नोकऱ्या सोडून उद्योगांकडे वळले. या घटनांनी स्थानिक जमिनीचे भाव घसरले. खरे तर विकासाची दिशा योग्य आहे असे दर्शवणारी ही घटना होती. पर्यटन व औद्योगिकीकरणासाठी पवारांनी हेलिकॉप्टरने राज्यभर पाहणी केली. त्यांचे हेलिकॉप्टर जिथे उतरेल तिथे बातमी पसरायची – 'पवार इथे जमीन घेतायत.'

पवार येणार म्हणजे विकास येणार ही खात्री असलेल्या स्थानिक मंडळींनी जमिनींचे भाव वाढवावेत हेही समजू शकते; पण हळूहळू पवारांनी कुठे कुठे जमीन विकत घेतली याची मोठी कुजबूज सुरू झाली. पवारविरोधक परस्पर तशा बातम्या छापून आणू लागले. विरारपासून रोह्यापर्यंत पवारांनी जमिनी घेतल्या, अशा बातम्या आल्या. सगळ्या बातम्या, कुजबूज एकत्र केली तर त्या क्षणी पवारांच्या नावे काही हजार हेक्टर जमीन असायला हवी होती. प्रत्यक्षात तसे काहीच नव्हते. पवारांनी ही सारी कुजबूजमोहीम जाणीवपूर्वक मोडून काढायला हवी होती; पण त्यांनी दुर्लक्ष केल्याने त्यांची प्रतिमा मात्र डागाळत गेली.

बदनामीच्या या कुटिल कारस्थानात पवारांवर केलेला एकही आरोप टिकला नाही, सिद्ध झाला नाही; पण हे सर्व घडत असताना पवारांचे निकटचे सहकारी वगळता इतर काँग्रेस नेत्यांनी बघ्याची भूमिका घेतली. ''पवार परस्पर बदनाम होत आहेत तर होऊ देत'', असे प्रत्येजकजण म्हणत राहिला. पवारांबरोबर काँग्रेस सरकार व पक्षही विनाकारण बदनाम होतो आहे, याकडे कोणाचे लक्षच नव्हते. उलट, पक्षातले पवारविरोधक विरोधी पक्षांना वृत्तपत्रांना रोज नवी खरी खोटी माहिती पुरवत होते. या सर्व कारस्थानांतून पवार बाहेर आले खरे; पण सरकार व पक्ष पुरते बदनाम झाले.

१९९० ते ९५ या पाच वर्षांच्या काळात शिवसेनेला मात्र एकापाठोपाठ एक धक्केच बसत होते. मुंबईतील गोरेगाव मतदारसंघातून निवडून आलेले शिवसेना आमदार सुभाष देसाई यांची निवडणूक मुंबई उच्च न्यायालयाने ९ एप्रिल १९९१ ला रद्दबातल

ठरविली. धर्माच्या आधारावर मते मागून देसाई यांनी लोकप्रतिनिधी कायद्याचा भंग केला व भ्रष्ट मार्गांचा अवलंब केला, असे म्हणून न्यायमूर्ती सुरेश यांनी ही निवड रद्द ठरविली. याच न्यायमूर्तींसमोर मुंबईच्याच नेहरूनगर मतदारसंघातून निवडून आलेले आमदार सूर्यकांत महाडिक यांच्या विरुद्धचा खटलाही सुरू होता. न्यायमूर्ती सुरेश यांनी २३ एप्रिल १९९१ला ही निवडही त्याच कारणांसाठी रद्द ठरविली. पाठोपाठ ६ ऑगस्ट १९९१ला कुर्ला विधानसभा मतदारसंघातून निवडून आलेले आमदार रमाकांत मयेकर यांची निवडणूकही रद्द झाली. अवघ्या सहा महिन्यांच्या काळात शिवसेनेला आपले तीन आमदार गमवावे लागले. त्याबरोबरच आपल्या हिंदुत्ववादी प्रचाराच्या विशिष्ट शैलीचा पुनर्विचार करण्याची वेळ शिवसेनेवर आली.

विधानसभेतील युतीचे नेते म्हणून मनोहर जोशी विरोधी पक्षनेते झाले. मुंबई–ठाण्याच्या बाहेर आणि विशेषत: ग्रामीण भागात आपल्यामुळेच शिवसेना पोचली, असा छगन भुजबळ यांचा दावा होता आणि तो बराचसा खराही होता. भुजबळ यांनी विरोधी पक्षतेनेपदावर सांगितलेला दावा मात्र बाळासाहेब ठाकरे यांना मान्य झाला नाही. त्यांनी मनोहर जोशी यांची विरोधी पक्षनेतेपदी निवड केली, तेव्हाच शिवसेना पक्षात एक ठिणगी पडली होती; पण ती कोणाच्या लक्षात आली नाही.

मनोहर जोशी विरोधी पक्षनेते असतानाच राज्य विधानसभेत मंडल आयोगाचा अहवाल सादर झाला. मंडल आयोगाच्या शिफारसींना मान्यता दिली, तर जाती–जातींमधील तेढ वाढेल आणि गुणवत्ता दूर सारली जाईल अशी भूमिका घेऊन शिवसेनाप्रमुखांनी या शिफारसींना कडाडून विरोध केला. मंडल आयोगाच्या विरोधात शिवसेनेने अनेक ठिकाणी सभाही घेतल्या आणि विधिमंडळातही आपली भूमिका ठामपणे मांडली. छगन भुजबळ यांना मात्र शिवसेनेची ही भूमिका मान्य नव्हती. ते माळी समाजातून, म्हणजे इतर मागासवर्गातून आलेले असल्याने मंडलमुळे आपल्या समाजाला न्याय मिळणार आहे, असे त्यांना वाटत होते. विरोधी पक्षनेते जाणे आणि मंडल आयोगाला विरोध यामुळे भुजबळ यांनी बंड करण्याचे ठरविले आणि १७ आमदारांसह डिसेंबर १९९१ मध्ये त्यांनी शिवसेनेला 'जय महाराष्ट्र' केले. या फुटीमुळे शिवसेना आमदारांची संख्या ५२ वरून ३४ झाली आणि मनोहर जोशी यांचे विरोधी पक्षनेतेपदही गेले. भाजपच्या ४१ आमदारांचे नेतृत्व करणारे गोपीनाथ मुंडे विरोधी पक्षनेते झाले. वर्षभरातच तीन आमदार आणि विरोधी पक्षनेतेपद शिवसेनेला गमवावे लागले आणि मंडलच्या मुद्द्यावर शिवसेनेत फूटही पडली. हे शिवसेनेसाठी फार मोठे धक्के होते. राज्यातील क्रमांक दोनचा पक्ष अचानक तिसऱ्या क्रमांकावर फेकला गेला.

असे एकापाठोपाठ एक धक्के बसूनही शिवसेना लगेच सावरली ती अयोध्या आंदोलनामुळे. १९८४ नंतर शिवसेनेचे उर्वरित महाराष्ट्रात विस्तार करण्याचे प्रयत्न सुरू झाले, तेव्हा तिचा सामाजिक आधार अधिक गुंतागुंतीचा बनत गेला. मंडल आयोगाला विरोध करणारा शिवसेना हा एकमेव पक्ष राज्यात होता. त्यामुळे जे सवर्णांचे आंदोलन त्याविरुद्ध चालू होते, त्याचे नेतृत्व शिवसेनेकडे आले. शिवसेनेचा मुळातच प्रस्थापित मराठा नेतृत्वाला विरोध होता. त्यामुळे प्रस्थापितांच्या दादागिरीमुळे दुखावलेले मराठा आणि कुणबी तरुण शिवसेनेकडे आकर्षित झाले. पवार यांनी नामांतराऐवजी नामविस्तार करून मराठवाडा विद्यापीठाचा धुमसता प्रश्न सोडविला असला, तरी मराठवाड्यातील समाजमानसात असणारी उभी फूट मात्र कायम होती. काँग्रेस आपला पक्ष नाही असे सवर्ण आणि दलित या दोन्ही समाजघटकांना वाटत होते. त्याचा चाणाक्षपणे फायदा घेत शिवसेनेने मराठवाड्यात मोठी मुसंडी मारली.

संघ-परिवाराच्या मिळमिळीत हिंदुत्वापेक्षा वेगळ्या आक्रमक हिंदुत्वाचा शिवसेनेने पुरस्कार केल्याने तोपर्यंत हिंदुत्वापासून दूर असलेला एक मोठा समाज समूह शिवसेनेकडे वळला. १९९०च्या विधानसभा निवडणुकीनंतर धर्माच्या मुद्द्यावर शिवसेनेला तीन आमदार गमवावे लागले असले तरी हा पक्षच हिंदुत्ववादी आहे, असे मानणाऱ्यांची संख्या मात्र वाढत राहिली. विविध समाजघटकांतील अस्वस्थ गट शिवसेनेकडे येत गेले. त्यातच अयोध्या आंदोलन सुरू झाल्यानंतर शिवसेनेने रामशिलापूजन आणि अडवाणी यांच्या रथयात्रेत संपूर्ण सहभाग दिला.

६ डिसेंबर १९९२ला बाबरी मशीद पाडल्यानंतर त्यावर देशभर संतप्त प्रतिक्रिया उमटल्या. भाजपची उत्तरेतील ४ राज्ये बरखास्त झाली. त्यामुळे संघ-परिवाराला प्रचंड धक्का बसला. भाजप व परिवाराचे नेते बचावात्मक भूमिका घेत होते. अशावेळी शिवसेनाप्रमुख ठामपणे पुढे आले आणि ''माझ्या शिवसैनिकांनी बाबरी मशीद पाडली'', असे त्यांनी अभिमानाने जाहीर केले. संघ-परिवार ३-४ वर्षे देशभर हे आंदोलन चालवीत असताना आणि त्यांच्याच प्रयत्नातून लाखो कारसेवक अयोध्येत जमले असताना मशीद पाडण्याचे श्रेय मात्र शिवसेनेच्या मूठभर कारसेवकांनी घेतले, ही शिवसेनाप्रमुखांची राजकीय चतुराई होतीच; पण शिवसेनाच अधिक आक्रमक आहे हे दाखविण्याचा प्रयत्नही होता. तो पूर्णपणे यशस्वी झाला.

बाबरी मशीद पडल्यानंतर मुंबईत लगेच दंगल उसळली, तेव्हा मुसलमानांकडून हिंदूंना मार खावा लागला. त्याचे प्रत्युत्तर देण्याची संधीही लगेच मिळाली नाही. मात्र जानेवारी १९९३ मध्ये झालेल्या प्रदीर्घ दंगलीत शिवसेनेने हिंदूंचे जागोजाग रक्षण तर केलेच; पण विरोधी हल्ल्यांचेही नेतृत्व केले. म्हणूनच ही दंगल लवकर शमली नाही.

मुंबई–ठाण्यासह महाराष्ट्रात यामुळे एक संदेश पोचला, तो म्हणजे मुसलमानांविरुद्धच्या संघर्षात शिवसेनाच हिंदूंची तारणहार आहे. या दंगलींमुळे शिवसेनेच्या हिंदुत्वावर एक वेगळ्या प्रकारचे शिक्कामोर्तब झाले.

याच कालात शिवसेनेने दलित व आदिवासी यांचाही पाठिंबा मिळविण्यात यश मिळविले. शिवसेनेची दलितविरोधी भूमिका सर्व दलितांविरुद्ध नव्हती, तर ती प्रामुख्याने बौद्ध धर्म स्वीकारल्यांविरुद्ध होती. राज्याच्या राजकारणातील नवबौद्धांचा प्रभाव कमी करण्यासाठी शिवसेनेने चर्मकार समाजाला जवळ करण्यावर भर दिला. 'दलित पँथर'चे संस्थापक असणाऱ्या नामदेव ढसाळ यांना शिवसेनेत आणून दलित राजकारणाला मोठा धक्का दिला.

या सर्व काळात भाजप एक प्रमुख विरोधी पक्ष म्हणून पुढे आला. आपल्या काही सहकाऱ्यांसह छगन भुजबळ शिवसेना सोडून काँग्रेसमध्ये गेल्यामुळे विरोधी पक्षनेतेपदही भाजपकडे आले. त्यामुळे भाजप महाराष्ट्रातील क्रमंक दोनचा पक्ष ठरला. हे सर्व काही अचानक घडले नव्हते. भाजपला सत्तेच्या राजकारणाची जाण आल्याचे हे द्योतक होते. थोडे मागे वळून पाहिले, तर लक्षात येते की, १९५२ ते १९८४ या काळात जनसंघ व भाजप हे पक्ष अस्तित्वात होते; पण महाराष्ट्रातील राजकारणाच्या आणि सत्ताकारणाच्या पोटात जी उलथापालथ होत होती, त्यापासून हा पक्ष पूर्णपणे दूर होता. डॉ.श्यामाप्रसाद मुखर्जी आणि पंडित दीनदयाळ उपाध्याय यांनी जी राजकारणाची आणि पक्षकारणाची चौकट बांधून दिली होती, त्यातच महाराष्ट्रातील नेतृत्वही अडकून पडले होते. शहरी, मध्यमवर्गीय, पांढरपेशा वर्गाचे प्रतिनिधित्व करणारा पक्ष अशीच जनसंघाची प्रतिमा होती आणि पक्षाची राजकीय समजही मध्यमवर्गीयच राहिली होती. नंतरच्या काळात पक्षाने आदिवासींचे प्रश्न, शेतकऱ्यांचे प्रश्न, धरण आंदोलने असे लहान–मोठे कार्यक्रम घेतले, तरी पक्षाच्या मूळ रचनेत त्यामुळे काही फरक पडला नव्हता. आमच्याजवळही ब्राह्मणेतर नेते आहेत, असे सांगण्याएवढेच इतर नेत्यांचे अस्तित्व होते.

यशवंतराव चव्हाण यांनी सहकारी चळवळ, स्थानिक स्वराज्य संस्था अशा माध्यमातून मराठा, कुणबी, शेतकऱ्यांचे नेतृत्व उभे केले आणि या गटांचीच पकड काँग्रेसवर राहिली. इंदिरा गांधी यांनी जेव्हा शंकरराव चव्हाण यांच्यामार्फत या मराठा वर्चस्वाला सुरुंग लावण्याचा प्रयत्न केला, तेव्हा निर्माण झालेल्या मराठा–बिगरमराठा या नेतृत्वाच्या संघर्षात शिरण्याची आणि राजकारण बदलण्याची ताकदच भाजपमध्ये नव्हती. काँग्रेसचे नेतृत्व पश्चिम महाराष्ट्राकडून दीर्घकाळ विदर्भाकडे, नंतर

मराठवाड्याकडे गेले आणि वसंतदादांच्या रूपाने पुन्हा पश्चिम महाराष्ट्राकडे आले. त्यातून काँग्रेसमध्ये जो विभागीय संघर्ष सुरू झाला, त्याचा फायदा उठविण्याची क्षमता जनसंघ भाजपकडे नव्हती. १९७८ मध्ये काँग्रेसमध्ये पडलेली फूट आणि पुलोद सरकार या काळातही काँग्रेसमधील उलथापालथींचा आपल्या राजकारणासाठी उपयोग करून घेणे जनसंघाला जमले नाही. कारण, तेव्हा तो जनता पक्षात विलीन झाला होता. पुलोदच्या निमित्ताने प्रथमच चार जनसंघ नेत्यांना मंत्रीपदे मिळाली एवढीच एक महत्त्वाची गोष्ट घडली. खरे तर या पुलोद प्रयोगातूनच जनसंघ नेत्यांची सत्ताकारणाची जाण विकसित झाली. मराठवाडा विद्यापीठ नामांतर प्रश्नावरून मराठवाड्यात याच काळात दंगली झाल्या, तेव्हा काँग्रेस पक्ष हा बिगरमराठा बहुजनसमाजाचे आणि दलितांचे प्रतिनिधित्व करीत नाही, अशी भावना मराठवाड्यात निर्माण झाली. जनसंघ व संघपरिवाराचे नेतृत्व नामांतराला पाठिंबा देत होते; पण स्थानिक कार्यकर्ते मात्र नामांतर विरोधाला मूक संमती देत होते. त्यामुळे या असंतुष्ट समाजघटकांचे नेतृत्व करण्याची संधी इतर पक्षांप्रमाणेच जनसंघानेही गमावली.

या सर्व घटना-घडामोडींचा जनसंघ-भाजपला आपल्या पक्षबांधणीसाठी आणि राजकारणासाठी उपयोग करून घेता आला नसला, तरी 'मंडल' आणि 'अयोध्या' या दोन विषयांच्या निमित्ताने भाजपने ही सर्व कसर भरून काढली. मंडल आयोगाच्या शिफारशींना भाजपने पाठिंबाच दिला होता. या शिफारशींमुळे राजकारणात आणि समाजकारणात कोणते मोठे बदल घडणार आहेत, हेही त्यांच्या लक्षात आले होते. त्यामुळे भाजपने आपली 'शेटजी-भटजींचा पक्ष' ही ओळख प्रयत्नपूर्वक पुसून टाकली. ग्रामीण भागामधील मराठेतर समाजातील प्रभावी व्यक्तींना पक्षात आणले. स्थानिक पातळीवर काँग्रेसच्या घराणेशाहीमुळे दुखावलेले मराठा नेतेही जवळ केले. बहुजनसमाजातील मध्यम व कनिष्ठ जातींवर आपले लक्ष केंद्रित करून त्यांना मोठ्या प्रमाणात पक्षात सामावून घेतले. विश्व हिंदू परिषद, वनवासी कल्याण आश्रम या संघपरिवारातील संघटनांनी आदिवासीबहुल विभागात आपल्या कामाचे आणि वसतिगृहांचे जाळे विणले होते. त्याचा उपयोग करून नवे प्रशिक्षित आदिवासी नेतृत्व पुढे आणले. रिपब्लिकन राजकारणात सर्व फायदे फक्त महार समाजालाच मिळत आहेत, हे लक्षात घेऊन दलितांतील महारेतर गटांना आणि भटक्या विमुक्तांना आपल्या जवळ केले. सामाजिक अभियांत्रिकीचा हा जो प्रयोग महाराष्ट्रातील भाजपने केला, तो राष्ट्रीय पातळीवरही पथदर्शक ठरला.

एकीकडे सामाजिक अभियांत्रिकीचा हा प्रयोग सुरू असतानाच भाजपने राष्ट्रीय पातळीवर अयोध्येचा मुद्दा उपस्थित केला. रामशिलापूजन, अडवाणींची रथयात्रा, संतसंमेलने या विविध उपक्रमांतून, पूर्वी भाजपच्या कधीही जवळ न आलेला, फार मोठा वर्ग भाजपकडे आकर्षित झाला. यात समाजाच्या सर्व घटकांतील लोक सहभागी होते, तसेच एरवी वेगवेगळ्या विचारसरणींचे आणि विविध पक्षांचे पाठीराखेही होते. आदिवासी आणि दलितांमध्येही संघटनात्मक कामाच्या पलीकडे जाऊन भाजपला 'राम' व्यापकपणे पोचविता आला आणि प्रथमच अनेक वर्षे चर्चेत असलेली 'हिंदू मतपेटी' तयार करण्यात यश आले. त्याचाच फायदा त्यांना १९९५च्या विधानसभा निवडणुकीत मिळाला.

पक्षाची अशी नवी संघटनात्मक बांधणी सुरू होती, तर दुसरीकडे भाजपने विधिमंडळात आणि बाहेरही राजकीय प्रश्न लावून धरण्यासाठी केलेले प्रयत्न महत्त्वाचे होते. १९९०च्या विधानसभा निवडणुकीत भाजपचे एकूण ४२ उमेदवार निवडून आले होते. यातील गोपीनाथ मुंडे, ना. स. फरांदे, अण्णा डांगे, सूर्यभान वहाडणे, शोभा फडणवीस अशी नावे राज्यस्तरावरील नेते म्हणून पुढे आली. विदर्भातून नितीन गडकरी, महादेव शिवणकर, अरुण अडसड, विनोद गुडधे-पाटील, भोला बढेल, सुधीर मुनगंटीवार यांचे नेतृत्व पुढे आले. उत्तर महाराष्ट्रातून दौलतराव आहेर, एकनाथ खडसे, जयचंद कासलीवाल हे नेते उदयाला आले. मराठवाड्यातून मुंडे यांच्यासह रावसाहेब दानवे, हरीभाऊ बागडे, राम गुंडिले अशांचे नेतृत्व प्रस्थापित झाले. जनसंघाच्या ब्राह्मणी परंपरेपेक्षा संपूर्ण वेगळा प्रवाह पक्षात आला. त्यामुळेच विधानसभेत आणि बाहेरही या नेत्यांनी अनेक स्थानिक प्रश्न धसाला लावून पवार सरकारला हैराण करून सोडले. प्रत्येक नव्या विषयाबरोबर यांतील एकेक नेता प्रकाशझोतात येत होता.

छगन भुजबळ काँग्रेसवासी झाल्यामुळे विरोधी पक्षनेतेपद गोपीनाथ मुंडे यांच्याकडे आले आणि त्यांचा आक्रमकपणा अधिकच फुलून आला. पवार यांच्याविरोधी निर्माण होणारा प्रत्येक विषय त्यांनी विधानसभेत लावून धरला. राजकारणाचे गुन्हेगारीकरण आणि गुन्हेगारांचे राजकारणात पुनर्वसन हा विषय तर जणू केवळ मुंडे यांचाच असावा, एवढे तुफानी हल्ले त्यांनी या प्रकरणी चढविले. या विषयावर राज्यभर जागोजाग परिषदा आणि सभा घेऊन त्यांनी तो जागता ठेवला. मराठवाड्यात भाजप तोपर्यंत मागे होता. मुंडे यांच्यामुळे मराठवाड्यातील प्रश्न विधानसभेत गाजायला लागले आणि मराठवाड्याचे नेतृत्व मुंडे यांच्याकडे आले. आपल्या या कामामुळे मुंडे यांनी 'भावी मुख्यमंत्री' अशी आपली प्रतिमा निर्माण करण्यात यश मिळविले.

शिवसेना भाजप-युती अशा प्रकारे एकीकडे राज्यभर पवार सरकारविरुद्ध रान उठवीत होती, तर दुसरीकडे मंडल आणि अयोध्येच्या साहाय्याने सामाजिक अभियांत्रिकीचे यशस्वी प्रयोग करून आपला पाया सर्वत्र व्यापक करीत होती. काँग्रेस पक्षातील नेते मात्र काँग्रेसला वाचविण्यासाठी पुढे येण्याऐवजी पवार परस्पर बदनाम होत आहेत याची मौज बघत होते. यामुळे पवार यांनी अवघ्या तीन वर्षांत धडाकेबाज निर्णय घेऊन ते अमलात आणल्यावरही राज्यात सरकार अस्तित्वात आहे की नाही, अशीच स्थिती निर्माण झाली होती. या सर्वाला शेवटचा धक्का देणारे प्रकरण घडले ते गोवारी हत्याकांडाचे.

मंडल आयोगाच्या शिफारशींनंतर गोवारी जातीची राखीव जागांच्या यादीत गोंड-गोवारी अशी नोंद करण्यात आली होती. मात्र प्रत्यक्षात गोंड व गोवारी या आदिवासींमधील स्वतंत्र जाती आहेत. गोंड-गोवारी नावाची जातच अस्तित्वात नाही. जातीच्या प्रमाणपत्रात गोंड या जातीचा उल्लेख गोवारी असा केला जातो आणि प्रत्यक्षात गोवारी स्वत:ला गोंड म्हणवत नसल्याने ते राखीव जागांच्या न्याय्य हक्कांपासून वंचित राहतात, असे गोवारी नेत्यांचे म्हणणे होते. आपल्याला न्याय मिळावा म्हणून गोवारींनी २३ नोव्हेंबर १९९४ ला नागपूर येथे चालू असलेल्या हिवाळी अधिवेशनावर मोर्चा नेला. नागपूर महाविद्यालयाजवळ मोर्चा पोचल्यानंतर तिथे मोर्चेकऱ्यांची संख्या प्रचंड झाली आणि गोंधळाचे वातावरण तयार झाले. आविदासी विकासमंत्री मधुकर पिचड यांना भेटण्याची मागणी मोर्चाचे नेते करीत होते आणि पोलिस त्यांना मागे रेटत होते. या गोंधळात अचानक चेंगराचेंगरी आणि धावपळ सुरू झाली. मागून येणाऱ्या प्रचंड रेट्यामुळे गोवारी मध्ये लावलेल्या बॅरिकेड तोडून पुढे जाऊ लागलो, तेव्हा पोलिसांनी त्यांच्यावर लाठीमार केला. परिणामी गोंधळ अधिकच वाढला आणि पोलिसांनी मोर्चेकऱ्यांवर गोळीबार केला. या प्रकारात ११२ लोक ठार आणि ४०० जखमी झाले.

विधानसभेत गोवारींच्याच प्रश्नावर चर्चा चालू होती. तेथे मोर्चावरील लाठीमार आणि गोळीबाराची बातमी येऊन पोहोचताच विरोधी पक्षनेते गोपीनाथ मुंडे यांनी नागपूरचे पोलिस आयुक्त आणि वरिष्ठ पोलिस अधिकाऱ्यांना बडतर्फ करण्याची मागणी केली. त्यावरून सभागृहात गोंधळ सुरू झाला. आदिवासी विकासमंत्री पिचड यांनी या घटनेची नैतिक जबाबदारी स्वीकारून आपल्या पदाचा राजीनामा दिला; पण त्यामुळे विरोधी पक्षांचे समाधान झाले नाही. विधानसभेतील विरोधी पक्षनेते गोपीनाथ मुंडे आणि विधान परिषदेतील विरोधी पक्षनेते अण्णा डांगे यांनी मुख्यमंत्री पवार यांच्या राजीनाम्याची

मागणी केली. पवार यांनी ती अर्थातच फेटाळून लावली असली, तरी सरकारची अब्रू मात्र चव्हाट्यावर आली. आपल्या न्याय्य हक्कांसाठी शांततेने मोर्चा घेऊन आलेल्या गोवारींचे सरकारने अमानुष हत्याकांड केले, अशीच प्रतिमा राज्यभर उभी राहिली आणि त्याचे गंभीर परिणाम काँग्रेसला १९९५च्या विधानसभा निवडणुकीत भोगावे लागले.

या सर्व धक्कादायक आणि अस्वस्थ करणाऱ्या वातावरणातच ९ आणि १२ फेब्रुवारी १९९५ला होणाऱ्या विधानसभा निवडणुकींची घोषणा करण्यात आली.

□□□

प्रकरण १३

युतीचे सरकार

गोवारी हत्याकांड घडल्यानंतर अवघ्या दोन महिन्यांतच सर्व पक्षांना, विधानसभा निवडणुकीला सामोरे जावे लागले. शरद पवार आणि काँग्रेस पक्ष आधीच्या ५ वर्षांत सतत बदनामच होत गेले होते. शरद पवार म्हणजे भ्रष्टाचाराचे प्रतीक, अशी प्रतिमा तयार झाली होती. शरद पवार जरी हिरिरीने निवडणुकीत उतरले असले, तरी स्वत:चा आणि काँग्रेसचा बचाव करणे मात्र त्यांना शक्य होत नव्हते. त्यातच काँग्रेसमध्ये उमेदवारीवरून खूप गोंधळ झाले आणि त्यातून पवारांनी आणि पवारविरोधकांनी एकमेकांविरुद्ध मोठ्या प्रमाणात बंडखोर उभे केले. याउलट सेना-भाजप युती मात्र अत्यंत संघटितपणे मैदानात उतरली. शरद पवार विरोध हाच प्रमुख मुद्दा युतीच्या वतीने प्रचारात वापरला गेला. त्याबरोबरच एन्रॉन प्रकल्प हा युतीने महत्त्वाचा विषय केला. एन्रॉनला विरोध करण्यातच महाराष्ट्राची अस्मिता दडली आहे, अशी मांडणी युतीने अत्यंत खुबीने केली. कोकणातील प्रचारसभांतून विरोधी पक्षनेते गोपीनाथ मुंडे यांनी तर 'युतीची सत्ता झाल्यास एन्रॉन समुद्रात बुडवू' अशी घोषणा केली. त्याला कोकणातून प्रचंड प्रतिसाद मिळाला. महाराष्ट्राच्या राजकारणात १९६० नंतर प्रथमच काँग्रेसपक्ष बचावात्मक पवित्र्यात होता, तर विरोधी पक्ष अत्यंत आक्रमक आणि सत्ता मिळवायचीच अशा उद्देशानेच प्रचारात उतरले होते. याचा परिणाम व्हायचा तोच झाला.

विधानसभा निवडणुकीचे निकाल सर्वांनाच धक्का देणारे असले, तरी सर्वस्वी अनपेक्षित मात्र नव्हते. काँग्रेस पक्ष थेट ८४ जागांवर फेकला गेला आणि युतीने १३४ जागा मिळविल्या. इतर सर्व पक्षांना दोन आकडी संख्याही गाठता आली

नाही. एकटा जनता दल हा पक्ष कसाबसा ११ जागा मिळवू शकला. खरी धमाल उडवली ती काँग्रेसच्या बंडखोरांनी. विधानसभेत प्रथमच ४६ अपक्ष उमेदवार निवडून आले. साहजिकच राज्यातील सत्ता प्रथमच विरोधी पक्षांकडे आणि तीही हिंदुत्ववाद मानणाऱ्या युतीकडे गेली; हा राज्याच्या राजकारणातील सर्वात मोठा बदल होता. काँग्रेसचे वर्चस्व तर संपले होतेच पण स्वत:ला डावे आणि पुरोगामी म्हणविणाऱ्या इतर सर्व पक्षांना सर्व मिळून २५चा आकडाही गाठता आला नव्हता. पुरोगामी, धर्मनिरपेक्ष राजवटीकडून हिंदुत्वाकडे झालेला हा प्रवास हे एक मोठे राजकीय परिवर्तन होते.

विरोधी पक्षनेतेपद गमावलेल्या शिवसेना नेते मनोहर जोशी यांच्यासमोर १९९५ ची निवडणूक लढवायची का, असा प्रश्न उभा होता. कारण १९९०च्या निवडणुकीतील त्यांच्या निवडीविरुद्धचा खटला सर्वोच्च न्यायालयात सुरू होता. पण मनोहर जोशी आणि शिवसेनाप्रमुखांनाही सर्वोच्च न्यायालयाचा निकाल जोशी यांच्या बाजूने लागेल अशी खात्री होती. म्हणून जोशी यांनी निवडणूक लढवून ती जिंकलीच, पण बाळासाहेब ठाकरे यांनी युतीच्या पहिल्या मुख्यमंत्रीपदाची माळही त्यांच्याच गळ्यात घातली. मुख्यमंत्रीपदाच्या शपथविधी समारंभ १४ मार्च १९९५ला संध्याकाळी मुंबईतील शिवाजी पार्कवर झाला. महाराष्ट्र राज्य झाल्यानंतर मुख्यमंत्री म्हणून यशवंतराव चव्हाण यांनी शिवाजीपार्कवर झालेल्या सभेत शपथ घेतली होती. त्यानंतर ३५ वर्षांनी युतीचे मुख्यमंत्री पुन्हा त्याच ठिकाणी शपथ घेत होते. याचवेळी भाजपचे नेते गोपीनाथ मुंडे यांनी उपमुख्यमंत्री म्हणून शपथ घेतली.

केंद्रातील घडामोडी मात्र वेगाने घडत होत्या. पंतप्रधान नरसिंहराव यांच्यावर एकापाठोपाठ एक भ्रष्टाचाराचे आरोप होत होते. भाजपला मात्र विविध राज्यांतून नवे बळ मिळत होते. महाराष्ट्रातील युतीच्या विजयामुळे भाजपचा उत्साह वाढला होता. या पार्श्वभूमीवरच मे १९९६ मध्ये देश लोकसभा निवडणुकीला सामोरा गेला.

१९९६च्या लोकसभा निवडणुकीचे निकाल बाहेर येऊ लागले तसे यावेळीही कोणाला स्पष्ट जनादेश मिळणार नाही हे सर्वांच्याच लक्षात आले. त्यामुळे काँग्रेस, डाव्या पक्षांची आघाडी आणि भाजपमध्ये सरकार बनविण्यासाठी नवी मोर्चेबांधणी सुरू झाली. गेल्या वेळेप्रमाणेच याहीवेळी आपण अल्पमतातले सरकार चालवू शकतो असा भरवसा माजी पंतप्रधान नरसिंहराव यांचा होता. व्ही.पी.सिंग आणि काँग्रेस आय भाजपला सत्तेपासून दूर ठेवण्याच्या प्रयत्नात होते. प्रत्यक्ष निकाल हाती आल्यावर मात्र सर्वांनाच धक्का बसला. काँग्रेसला फक्त १४० जागा मिळाल्या होत्या तर भाजप १६५ जागा मिळवून सर्वात मोठा पक्ष ठरला होता. आघाडी केल्याशिवाय

कोणतेच सरकार अस्तित्वात येणार नाही अशी स्थिती निर्माण झाली. काँग्रेसने या निकालावर प्रतिक्रिया व्यक्त करताना ''जनादेश सेक्युलर पक्षांच्या बाजूने आहे. म्हणून धर्मनिरपेक्ष लोकशाहीवर विश्वास असणाऱ्या पक्षांचे मंत्रिमंडळ बनवावे यासाठी काँग्रेस पावले उचलील'', असे म्हटले. प्रत्यक्षात मात्र जनता दल व मार्क्सवादी पक्षाने काँग्रेस मंत्रिमंडळाला पाठिंबा देण्यास नकार दिला. परिणामी काँग्रेस नेतृत्वाखालील सरकार येण्याचे स्वप्न दूर राहिले.

सर्वात मोठा पक्ष म्हणून भाजपने सरकार बनविण्यासाठी दावा केला. काँग्रेस आणि अन्य विरोधी पक्ष एकत्र येत नाहीत हे पाहून राष्ट्रपतींनी सरकार बनविण्यासाठी भाजपला निमंत्रित केले. पंधरा दिवसात विश्वास ठराव मांडण्याची अट वाजपेयी सरकारला घालण्यात आली होती. वाजपेयी, अडवाणी, प्रमोद महाजन हे सर्वजण उत्साहात होते. भाजपला शिवसेना, हरियाणा विकास पार्टी आणि जॉर्ज फर्नांडिस यांची समता पार्टी साथ देणार हे स्पष्ट होते. पण बहुमत सिद्ध करण्यासाठी भाजपला इतर कोणते पक्ष पाठिंबा देणार हा प्रश्नच होता. ''राजकीय क्षेत्रामध्ये असंभाव्य गोष्ट साध्य करण्याचे तंत्र ही एकट्या काँग्रेसची मक्तेदारी नाही. प्रसंगी आम्हीसुद्धा त्यात मागे पडणार नाही.'' अशी घोषणा प्रमोद महाजन यांनी केली. त्यामुळे कोणता चमत्कार घडणार याकडे सर्वांचेच लक्ष लागले होते. नरसिंह राव आणि वाजपेयी यांची जवळीक सर्वश्रुत होती. त्यामुळे काँग्रेसमध्ये फूट पडणार का, अशीही चर्चा सुरू होती. नवे मित्र जोडण्यासाठी फर्नांडिस, जसवंतसिंग, भैरोसिंग शेखावत, सुरजितसिंग बर्नाला असे ज्येष्ठ नेते प्रयत्नशील होते. पण शिरोमणी अकाली दल सोडता, इतर कोणाचीही साथ त्यांना मिळू शकली नाही. अखेर तेराव्या दिवशी वाजपेयींचे अल्प मतातील सरकार पडले.

हे सरकार पडले असले तरी एक महत्त्वाची गोष्ट त्यामुळे सिद्ध झाली की भाजप कधी ना कधी सत्तेवर येऊ शकतो एवढा सामर्थ्यवान झाला आहे.

वाजपेयी सरकार पडल्यानंतर राजकीय शक्तींची फेरजुळणी सुरू झाली. व्ही.पी. सिंग यांनी ज्योती बसू यांचे नाव पंतप्रधानपदासाठी सुचविले. पक्षाच्या पॉलिट ब्यूरोने मात्र त्याला नकार दिला. राष्ट्रीय आघाडी आणि काँग्रेस यांनी एकत्र येऊन सरकार बनवावे असे प्रयत्न सुरू झाले. शरद पवार आणि त्यांचे सहकारी काँग्रेसने सत्तेत सहभागी व्हावे असा आग्रह धरीत होते. राष्ट्रीय आघाडीचे नेते मात्र काँग्रेसला सत्तेत सहभागी करून घेण्यास तयार नव्हते. याचाच फायदा उठवीत नरसिंहराव यांनी 'काँग्रेसने बाहेरून पाठिंबा द्यावा', अशी भूमिका घेतली आणि सर्वांनाच ती मान्य करावी लागली. काँग्रेसच्या पाठिंब्याने अखेर देवेगौडा सरकार सत्तेवर आले आणि विश्वासदर्शक ठरावाच्या परीक्षेतही सहजपणे निभावून गेले.

निवडणुकीनंतरच्या सर्व प्रक्रियेत काँग्रेसमध्ये तीन गट पडले होते. पहिला अर्थातच नरसिंहरावांचा होता. ''काँग्रेसला जनादेश नसेल तर काँग्रेसने सरकार बनवू नये आणि संयुक्त आघाडीला बाहेरून पाठिंबा द्यावा'', असे या गटाचे मत होते. ''काँग्रेस सरकारमध्ये सामील झाला नाही तर पक्षांचा जनसंपर्क आणि प्रभाव कमी कमी होत जाईल'', अशी भूमिका मांडणाऱ्या शरद पवार यांचा दुसरा गट होता. तिसऱ्या अल्पमतातल्या गटाचे म्हणणे असे होते की संयुक्त आघाडी सरकार काँग्रेसच्या मदतीने पाच वर्षं टिकले तर काँग्रेसचे अस्तित्वच राहणार नाही. कारण बहुतेक राज्यांत डाव्या आघाडीतील पक्ष विरुद्ध काँग्रेस असाच सामना होता. या सगळ्या विचारांचे पडसाद काँग्रेस कार्यकारिणीत उमटले आणि पक्षाने द्विस्तरीय धोरण ठरवले.

केंद्रात संयुक्त आघाडीला पाठिंबा पण राज्यात जिथे संयुक्त आघाडीतील पक्षांचे सरकार असेल तिथे विरोधी पक्ष म्हणून काम अशी भूमिका ठरविण्यात आली.

संयुक्त आघाडी सरकारमध्ये काँग्रेस व डावे धर्मनिरपेक्ष पक्ष एकत्र आले असले तरी त्यांच्या वर्तनात मूलभूत फरक आहे. काँग्रेसजन विरोधी भूमिका घेतात पण तुटेपर्यंत न ताणता सत्ता टिकवून ठेवतात. डावे व धर्मनिरपेक्ष पक्ष यांची वर्तणूक मात्र नेमकी याविरुद्ध आहे. सत्ता गेली तरी चालेल पण तात्त्विक प्रश्न आम्ही लावून धरणार अशी त्यांची भूमिका असते. तत्त्वाच्या नावाखाली हाती आलेली सत्ता घालवणे हा भारतीय समाजवाद्यांचा व मार्क्सवाद्यांचा धर्मच आहे. जनता पक्षाच्या काळात दुहेरी निष्ठेचा प्रश्न उकरून काढून त्यांनी सत्ता घालवली होती.

यावेळीही देवेगौडा सरकारचा प्रवास त्याच दिशेने चालू झाला. लखुभाई पाठक यांच्या भ्रष्टाचार प्रकरणात नरसिंहराव यांना सहआरोपी करण्यात आले. विरोधी पक्ष म्हणून भाजपने राव आणि काँग्रेसवर हल्ला चढवावा हे समजण्यासारखे होते. पण सर्वात कडवट हल्ला केला तो केंद्रीय गृहमंत्री झालेल्या इंद्रजित गुप्ता यांनी. ''सह आरोपी झाल्यामुळे नरसिंहराव यांना काँग्रेसच्या नेतेपदी राहता येणे अशक्य आहे'', असे मत त्यांनी व्यक्त केले. एवढ्यानेही त्यांचे समाधान झाले नाही. पुढे जाऊन ते असे म्हणाले की, ''काँग्रेसला जनतेने झिडकारले आहे. काँग्रेसची निवडणुकीला सामोरे जाण्याची तयारी नाही. म्हणून नाइलाजाने त्यांनी देवेगौडा सरकारला पाठिंबा दिला आहे.''

त्यांच्या या वक्तव्याने काँग्रेसमध्ये खळबळ माजली. नरसिंहराव यांनी ''काँग्रेसचा पाठिंबा गृहीत धरू नका'', असा इशारा दिला. त्यामुळे देवेगौडा सरकार पडते की काय अशी स्थिती निर्माण झाली. सरकारमध्ये आणि काँग्रेसमध्ये एकच धावपळ सुरू झाली. देवेगौडांनी इंद्रजित गुप्तांना बोलावून समजावल्यावर त्यांनी 'काँग्रेसच्या

अंतर्गत बाबीत हस्तक्षेप करण्याचा माझा इरादा नव्हता. झाले त्याबद्दल मला खेद वाटतो,' असा खुलासा केला. काँग्रेस नेत्यांनीही या खुलाशालाच माफी मानून या प्रकरणावर पडदा टाकला. नरसिंहरावांना सरकारचा पाठिंबा काढून घेणे व्यक्तिश: परवडणारे नव्हते. उलट त्यांच्याविरुद्धची भ्रष्टाचाराची विविध प्रकरणे धसाला न लावणारे सरकार त्यांना हवे होते. म्हणून रावांनी ताणून धरले नाही. देवेगौडा मात्र रावांना वाचवायला फारसे उत्सुक नव्हते. काँग्रेस सरकारमध्ये सामील होण्यास रावांचाच मुख्य विरोध होता. राव नेतेपदावरून दूर झाले तर पवार यांच्या हाती काँग्रेसची सूत्रे येतील अशी देवेगौडा यांची अटकळ होती.

काँग्रेसच्या दारुण पराभवामुळे पक्षात प्रचंड असंतोष उफाळून आला. नेहरू-गांधी घराण्यापैकी कोणाचेही नेतृत्व नसताना काँग्रेसने लढविलेली ही पहिलीच निवडणूक होती. अध्यक्ष आणि पंतप्रधान अशी दोन्ही पदे सांभाळणारे नरसिंहराव दोन्ही आघाड्यांवर पूर्ण अपयशी ठरले होते. रावांचे सरकार पाच वर्षं टिकले तरी स्वत: रावच भ्रष्टाचारी प्रकरणांचे केंद्रबिंदू ठरले. त्यामुळे "नरसिंह रावांच्या मलीन प्रतिमेमुळेच काँग्रेसचा पराभव झाला" अशी हाकाटी सुरू झाली. साहजिकच पक्षात रावविरोधी मोहीम जोर पकडू लागली. रावांनाही साऱ्या परिस्थितीचा अंदाज येताच ज्येष्ठ नेत्यांना बोलावून "संसदीय नेतेपदी निवड होताच अध्यक्षपद सोडेन" असे ते सांगू लागले. शरद पवार यांना तर "अध्यक्षपदासाठी तुमचेच नाव सुचविणार आहे", असेही त्यांनी सांगून टाकले.

काँग्रेस कार्यकारिणीत बहुतेक सारे सदस्य राव यांनी नियुक्त केलेले होते. त्यामुळे तिथे त्यांचे काही चालत नव्हते. शिवाय "तुम्ही अध्यक्षपदासाठी एक नाव ठरवा, मी लगेच राजीनामा देतो", असे राव सर्वांनाच सांगत होते. अर्थातच ते नाव काही ठरत नव्हते. त्यामुळे जानेवारीमध्ये होणाऱ्या अ.भा. काँग्रेस समितीच्या अधिवेशनापर्यंत थांबण्याशिवाय आपल्याकडे दुसरा पर्याय नाही हे शरद पवार व राजेश पायलट असे सर्वजण ओळखून होते. काँग्रेस अधिवेशनातील निवडणूक मॅनेज करण्याचे रावांचे प्रयत्न सुरू होतेच. पण त्याचवेळी लखुभाई पाठक प्रकरणात त्यांना सहआरोपी करण्यात आल्यावर आणि त्यातून देवेगौडा सरकारशी वाद उत्पन्न झाल्यावर रावांनी अध्यक्षपदाचा राजीनामा दिला. पूर्णपणे कलंकित होऊन अध्यक्षपद सोडावा लागलेला काँग्रेसचा हा पहिलाच नेता होता. यानंतर सीताराम केसरी यांची काँग्रेसच्या अध्यक्षपदी निवड झाली. १०, जनपथमधून काँग्रेसमधील या घटनांकडे पाहणाऱ्या सोनिया गांधी यांनाही केसरी यांच्या निवडीने धक्का बसला. काँग्रेस संसदीय पक्षाच्या बैठकीत सहमतीचा सूर लावीत केसरी यांनी संसदीय पक्षाचे नेतेपद

आपल्याकडे घेतले. शरद पवार यांच्याकडे लोकसभेतील पक्षनेतेपद आणि प्रणव मुखर्जी यांच्याकडे राज्यसभेतील पक्षनेतेपद सोपविले.

सीताराम केसरी हंगामी पक्षाध्यक्षापाठोपाठ संसदीय पक्षाचे नेते झाल्यावर त्यांच्या महत्त्वाकांक्षेला नवे धुमारे फुटायला लागले. आपल्या आयुष्याची संध्याकाळ झाली आहे, असे म्हणणाऱ्या केसरींना आता पंतप्रधानपदाचे डोहाळे लागले होते. त्यामुळे त्यांची पावले त्या दिशेने पडू लागली. केंद्रात सत्तारूढ असलेल्या तेरा पक्षांच्या सरकारमध्ये एकजिनसीपणा नव्हता. देवेगौडांच्या नेतृत्वाबद्दलही अनेक नेते नाराज होते. भर कार्यक्रमांत झोपणाऱ्या देवेगौडांची छायाचित्रे हा टिंगलीचा विषय बनला होता. असे असले तरी काँग्रेसने सरकारचा पाठिंबा काढून घ्यावा असे मात्र काहीच घडत नव्हते. काँग्रेसमध्ये मात्र देवेगौडा सरकारविरुद्ध उघड नाराजी होती, ती वेगळ्याच कारणासाठी. काँग्रेसचा पाठिंबा घेऊनही काँग्रेसच्या ज्येष्ठ नेत्यांवर एका पाठोपाठ एक खटले दाखले होत होते. काँग्रेसचे प्रमुख अठरा नेते बदनामी आणि कोर्ट कचेऱ्याच्या चक्रव्यूहात अडकले होते. देवेगौडांनी सीबीआयच्या प्रमुख पदावर कर्नाटकातील जोगिंदरसिंग यांना आणल्यावर तर अशा प्रकरणांचे पीकच आले. देवेगौडा काँग्रेसवाल्यांनाच लक्ष्य करून पक्षाची प्रतिमा जनमानसात मलिन करीत आहेत अशी काँग्रेसजनांची समजूत झाली.

खुद्द केसरीच एका हत्या प्रकरणात अडकल्यामुळे प्रकरण अधिकच गंभीर झाले. डॉ. नरेंद्र तन्वर हे केसरींचे वैयक्तिक मित्र आणि वैद्यकीय सल्लागार. त्यांची ऑक्टोबर -९३ मध्ये हत्या झाली. त्यांच्या पत्नीने दिलेल्या जबानीमुळे या हत्येमागे केसरी असावेत अशा पद्धतीचे वातावरण तयार झाले. देवेगौडा आपल्याला गुंतवून, आपले राजकीय आयुष्य धोक्यात आणू पाहात आहेत असा केसरींचा ग्रह झाला. त्यामुळे आपण अडकण्याआधीच देवेगौडांना धडा शिकविण्याचा निर्णय केसरींनी घेतला.

केसरींच्या मनात देवेगौडा सरकारचा पाठिंबा काढून घेण्याचे घोळत आहे याचा अंदाज पवार, पायलट इत्यादींनी आला होता. म्हणूनच संसदीय काँग्रेस पक्षाच्या बैठकीत ''आम्हाला विश्वासात घेतल्याशिवाय पाठिंब्याबाबत निर्णय घेऊ नका'', असे खासदार वारंवार सांगत होते. केसरीही ''सर्वांना विश्वासात घेऊनच निर्णय करू'', असे आश्वासन देत होते. पण केसरींवर कोणाचाच विश्वास नव्हता. अंदाजपत्रकी अधिवेशनातच केसरी आणि शरद पवार यांच्या वेगवेगळ्या दिशेने हालचाली सुरू झाल्या होत्या. लोकसभेतील काँग्रेस खासदारांना एवढ्यातच पुन्हा निवडणूक नको होती. त्यामुळे हे खासदार शरद पवार यांच्याभोवती गोळा झाले होते. दुसरीकडे विजय भास्कर रेड्डी, के. करुणाकरन, जितेंद्र प्रसाद हे काँग्रेसमधील

पराभूत नेते आणि राज्यसभेतील काही नेते केसरींच्या मागे उभे होते. देवेगौडा आणि शरद पवार यांच्यात संपर्क वाढला होता. दोघांचे काहीतरी शिजते आहे अशीही चर्चा सुरू झाली होती. २१ मार्चला संसदेचे अधिवेशन महिनाभरासाठी स्थगित झाल्यानंतर एप्रिलच्या पहिल्या आठवड्यात शरद पवार यांनी काँग्रेस खासदारांची बैठक बोलावल्याचा सुगावा केसरींना लागला आणि अचानक वादळी घडामोडी घडू लागल्या.

अधिवेशन स्थगित झाल्यावर शरद पवार पुण्याकडे रवाना होताच दिल्लीतल्या घडामोडींनी वेग घेतला. केसरींनी आपल्या समर्थक नेत्यांना बोलावून घेतले आणि पाठिंबा काढून घेण्यासंबंधीचे पत्र तयार केले. पाठोपाठ पक्ष कार्यकारिणीची बैठक घेऊन सरकारचा पाठिंबा काढून घेण्याचा निर्णय घेतला. त्यावेळी केसरींचे समर्थक असलेले नऊ सदस्य बैठकीला हजर होते. पाठिंबा काढून घेण्यास विरोध असलेले शरद पवार, पायलट, जाखड, अँथनी हे सर्व दिल्लीबाहेर होते. केसरींनी थेट राष्ट्रपतीभवनात जाऊन पाठिंबा काढून घेत असल्याचे पत्र सादर केले. या निर्णयाने देशभर प्रचंड खळबळ माजली. पवार यांना ही बातमी दूरदर्शनवरच समजली.

शरद पवार तातडीने दिल्लीत दाखल झाले. आपल्या समर्थक खासदारांशी चर्चा करून एक व्यूहरचना त्यांनी निश्चित केली. त्यांच्यापुढे एकच महत्त्वाचा प्रश्न होता. या प्रकरणावरून काँग्रेसमध्ये उभी फूट पडली तरी सर्व १४० खासदार आपल्याबरोबर येण्याची शक्यता नाही हे त्यांना स्पष्ट दिसत होते. ५०-६० खासदार घेऊन काँग्रेसमधून बाहेर पडल्याने देवेगौडा सरकार वाचेल याची खात्री नव्हती. त्यामुळे केसरींशी बोलूनच पुढचा निर्णय घेण्याचे त्यांनी ठरवले. केसरी ''सगळे काही ठरले आहे. तुम्ही फक्त मागे उभे राहा'' अशा थाटात बोलत होते. केसरी, सरकार कसे बनवणार, कोणाचा पाठिंबा घेणार याबद्दल, काहीच सांगत नव्हते. भाजपनेही बघ्याची भूमिका घेण्याचा निर्णय घेतला होता. या सर्व राजकीय कोंडीत काही धाडसी निर्णय घेणे सोयीचे नव्हते. त्यामुळे शरद पवार यांनी नाराजी न लपविता केसरींना पाठिंबा दिला.

काँग्रेसने पाठिंबा काढून घेतल्याबरोबर व्ही.पी.सिंग यांनी पुढाकार घेऊन राष्ट्रीय आघाडी मजबूत केली. ११ एप्रिलला सरकार विश्वासदर्शक ठरावाला सामोरे गेले. एकूण झाल्या प्रकाराबद्दल पवार यांची नाराजी एवढी तीव्र होती की दोन दिवसातल्या चर्चेत त्यांनी लोकसभेतील पक्षनेता असूनही बोलायचे टाळले. शेवटच्या क्षणापर्यंत केसरी मात्र आघाडीतल्या एकाही पक्षाला आपल्या बाजूने वळवू शकले नाहीत. अखेर देवेगौडा सरकारला राजीनामा द्यावा लागला. पण काँग्रेसचे सरकार मात्र स्थापन होऊ शकले नाही. केसरींना नेतृत्वबदलाच्या मागणीवरच समाधान मानावे लागले आणि देवेगौडा जाऊन इंद्रकुमार गुजराल पंतप्रधान झाले.

केसरी यांच्या आततायीपणामुळे देवेगौडांना जावे लागले तरी काँग्रेसची सत्ता मात्र आली नव्हती. काँग्रेसचे देशभर हसे झाले होते. संतप्त झालेल्या खासदारांनी पवार यांना गराडा घातला. प्रश्नांचा भडिमार केला. आता मतदारसंघात तोंड कसे दाखवायचे, हा सर्वांसमोर प्रश्न होता. संसदीय पक्षाची बैठक बोलवा अशी मागणी सर्वांनी केली. ''केसरी बैठक घेत नसतील तर तुम्ही बैठक घ्या. केसरींच्या मनात काय आहे ते आम्हाला कळू दे'', असा लकडा सर्वांनी लावला. खासदारांचा संतप्त मूड बघून पवार सकाळीच केसरींच्या घरी गेले. खासदारांचे म्हणणे त्यांनी केसरींच्या कानावर घातले. केसरींनी लगेच ''पवारसाहेब, तुम्ही तुमच्याच घरी सर्वांची बैठक बोलवा. सर्वांना आपले मन मोकळे करू द्या.'' असे सांगितले.

पवार यांनी दुपारीच चहापानासाठी दोन्ही सभागृहांतील खासदारांना निमंत्रित केले. बैठकीचा नूर वेगळाच होता. बॅ. अंतुलेंनी थेट केसरींवरच तोफ डागली. काँग्रेसच्या नाचक्कीला केसरीच कारणीभूत आहेत असे सांगून अंतुले यांनी अध्यक्ष व कार्यकारिणीचा राजीनामा मागितला. सर्व सूत्रे पवारांच्या हाती देण्याची सूचना केली. दत्ता मेघेंसह अनेकांनी केसरींवर हल्ला चढवला आणि पवार यांना पाठिंबा दिला. बैठकीचा एकूण नूर पाहून केसरी हबकलेच, पण काही बोलले मात्र नाहीत. ''लवकरच अध्यक्षपदाची निवडणूक घेऊ'', एवढेच ते म्हणाले.

पवार यांनी बोलावलेली खासदारांची बैठक अधिकृत नव्हती. त्यामुळे सारा रोख केसरींविरुद्ध असूनही केसरींना हाकला असा ठराव मात्र झाला नाही. पवार यांनी त्या क्षणी बंडाचा झेंडा उभारला असता तर बहुसंख्य खासदार त्यांच्यामागे उभे राहिले असते. पक्ष कार्यकारिणीत केसरींचे बहुमत असले तरी संसदीय पक्षात पवार यांचे बहुमत होते. त्यामुळे गुजराल सरकारला धोका नव्हता. उलट सरकारमध्ये पवार सामील होऊन ते सरकार अधिक मजबूत करू शकले असते. चारी बाजूने दडपण येत असूनही पवार यांना हे धाडस झाले नाही. पक्षात राहूनच अध्यक्षपद मिळवायचे असे त्यांच्या मनात असावे.

हंगामी अध्यक्ष असलेल्या केसरी यांना निवडणूकच नको होती. निवडणूक आयोगानेच सर्व पक्षांना पक्षांतर्गत निवडणूक घेणे भाग पाडले तेव्हा केसरींचा नाइलाज झाला. १८ वर्षांनंतर पक्षात प्रथमच निवडणूक होत होती. ''काँग्रेस पक्षात जोम, चैतन्य आणण्यासाठी सर्वसामान्य कार्यकर्त्यांना निवडणूक प्रक्रियेत सामावून घेतले पाहिजे.'' असा आग्रह धरून पवार आणि राजेश पायलट निवडणुकीत उतरले. बॅ. अंतुले यांच्याकडे प्रचाराची सूत्रे आली. अंतुले रोज वृत्तपत्रे, टीव्ही वाहिन्यांना मुलाखती देऊन पवार यांचे गुणगान करीत होते. पण पवार यांना अंतुलेंची खात्री

वाटत नव्हती. पवार खरेच उभे राहणार का, याची खात्री अंतुलेंनाही नव्हती म्हणून अंतुलेंनी अध्यक्षपदासाठी अर्ज भरला आणि ''पवारांनी अर्ज भरल्यास त्यांच्यासाठी माघार घेईन असे जाहीर केले.''

पवार यांची उमेदवारी जाहीर होताच पहिला अपशकुन महाराष्ट्रातूनच झाला. शंकरराव चव्हाण, सुधाकरराव नाईक, विठ्ठलराव गाडगीळ, शिवाजीराव पाटील, रामराव आदिक अशा ३८ ज्येष्ठ नेत्यांनी पत्रक काढून केसरींना पाठिंबा दिला. या अडतीस जणांपैकी कोणीही कधी पक्षाच्या अध्यक्षपदाचे स्वप्नही पाहिले नव्हते, मग निवडणूक लढवणे दूरच. शिवाजीमहाराजांना राज्याभिषेक झाल्यानंतरही त्यांना 'राजा' न मानणारे नतद्रष्ट मराठे होतेच. 'मोगलाई चालेल पण शिवाजी नको' हीच विकृत मनोवृत्ती यावेळीही कायम होती. हे तथाकथित ज्येष्ठ नेते केवळ केसरींना पाठिंबा देऊन थांबले नाहीत तर दुसऱ्या पसंतीचे मतही केसरींना देण्याचे त्यांनी जाहीर केले. पवारद्वेषाची ही परिसीमा होती!

शरद पवार यांनी बारा प्रमुख राज्यांत फिरून झंझावाती प्रचार केला. सर्वत्र त्यांना उत्स्फूर्त पाठिंबा मिळत होता. ते ओरिसाच्या दौऱ्यावर गेले तेव्हा त्यांच्या स्वागतासाठी अख्खे मंत्रिमंडळ विमानतळावर आले. केसरींच्या बिहारमध्येही त्यांचे जोरदार स्वागत झाले. पाटण्यात हजारो कार्यकर्ते हारतुरे घेऊन उभे होते. टीव्ही वाहिन्या, वृत्तपत्रे पवार यांना भरभरून प्रसिद्धी देत होती. शरद पवार लोकप्रियतेच्या कळसावर होते.

पवार यांना मिळणारा उत्स्फूर्त पाठिंबा आणि प्रसिद्धी यामुळे दिल्ली हादरली. हा तडफदार मराठा नेता काँग्रेसचा अध्यक्ष झाला तर आपले भविष्य संपले असे अनेकांना एकाचवेळी वाटत होते. १० जनपथवरही धोक्याची घंटी वाजू लागली. सोनिया गांधी राजकारणात येण्याची पूर्वतयारी करीत होत्या. केसरींसारखा नेताच अध्यक्षपदी असणे त्यांना सोयीचे होते. सोनिया पक्षात येणार म्हणताच केसरी लगेच पायउतार झाले असते. पवार सर्व शक्तीनिशी निवडून आले तर सोनियांसाठी ते जागा खाली करतील अशी शक्यता नव्हती. त्यामुळे सोनिया गांधी सावध झाल्या. १० जनपथवरून रोज राज्याराज्यातले फोन खणखणू लागले. 'केसरींना मतदान करा' असे आदेश सुटले.

निवडणुकीचा निकाल काय लागणार हे ठरलेलेच होते. सर्व प्रकारची कपटकारस्थाने करून केसरी बहुमताने निवडून आले. पवार हरले. काँग्रेसला पक्षांतर्गत लोकशाही कधीच मानवली नाही. नेतृत्व करणाऱ्यांची हुकूमशाही हे काँग्रेसचे प्राणतत्त्व आहे. सरदार पटेलांच्या पाठिंब्याने निवडून आलेल्या लालजी टंडन यांना पंडित नेहरूंनी घरी बसवले. तेव्हापासून नेतेपद आणि अध्यक्षपद नेहरू-गांधी घराण्याकडेच

राहिले होते. सत्ता आणि अध्यक्षपद एकत्र नांदत होते. राजीव गांधीच्या हत्येनंतर प्रथम नरसिंहराव आणि नंतर केसरी हे वृद्ध लालची नेते अध्यक्ष झाले. त्यांना पक्षापेक्षा सत्तेमध्ये अधिक रस होता. काँग्रेसजनांनाही सत्ता व खुर्चीच महत्त्वाची वाटत होती. लाचारी करून ती मिळत असेल तर नेतेपदाच्या स्पर्धेत कोण उतरणार? निवडणूक आयोगाने दंडुका हाती घेतला म्हणून केसरींनी ही निवडणूक तरी घेतली. पण तो फार्सच ठरला. लाचारांच्या फौजेत स्पर्धेचे, लोकशाहीचे वारे भरण्याचे पवार यांचे प्रयत्न विफल ठरले.

या पराभवामुळे पवार यांना काय वाटले माहीत नाही. तसे उघड बोलून दाखविण्याचा त्यांचा स्वभाव नाही. काँग्रेसमध्ये निवडून आलेले प्रतिनिधी आणि नियुक्त पदाधिकारी अशी उघड फूट पडली होती, तेव्हाच पवार यांनी निवडून आलेल्यांचे नेतृत्व केले असते व बंड केले असते तर कदाचित गुजराल सरकार पूर्णकाळ टिकले असते. केसरींना हरवून आपण अध्यक्ष होऊ शकतो असे त्यांना वाटले खरे, पण एका प्रचंड लोकप्रिय लोकनेत्यावर दरबारी फूटपाड्या राजकारणाने मात केली. पवार यांच्या हाती मात्र काहीच पडले नाही. मन मोठे करून सर्व गोष्टींकडे पाहणे एवढेच त्यांच्या हाती राहिले.

अध्यक्षीय निवडणुकीनंतर काँग्रेसमधील सत्तासंघर्षाचा नवा अंक सुरू झाला. ८ ऑगस्टला कोलकात्यात पक्षाचे अधिवेशन व्हायचे होते. तिथे पक्षाची कार्यकारिणी निवडली जाणार होती. पवार-पायलट-अर्जुनसिंग यांना कार्यकारिणीतही प्रवेश मिळू नये म्हणून केसरींची मोर्चेबांधणी सुरू झाली. दुसरीकडे सोनिया यांनी पक्षाचे नेतृत्व करावे यासाठी केसरींचे प्रयत्न सुरू झाले. सोनिया अद्याप त्यासाठी तयार नव्हत्या. पण त्या येत आहेत असे वातावरण मात्र त्यांना तयार करायचे होते. म्हणूनच त्यांनी अधिवेशनाला उपस्थित राहण्यास होकार दिला.

८ ऑगस्टच्या क्रांतिदिनाच्या मुहूर्तावर कोलकात्यात काँग्रेसचे अधिवेशन भरले. सोनिया गांधी अधिवेशनाला हजर राहिल्या आणि त्यांनी भाषणही केले. निवडणूक झालीच तर सत्ता मिळविण्यासाठी केसरींना सोनियाजी हव्या होत्या. आपल्या लाचारीचे उघड प्रदर्शन केसरींनी अध्यक्षीय भाषणातही केले. केसरी म्हणाले, "मी आता म्हातारा झालो आहे. मी कसले देशाला नेतृत्व देणार? हे काम आता तुम्हालाच करावे लागणार आहे." पवार-पायलटांसारख्या तरुण नेत्यांचे नेतृत्व संपवून थेट सोनियांकडे पक्षाचे नेतृत्व देण्याचा केसरींचा डाव सर्वांच्याच लक्षात आला.

केसरींचे हे सोनियास्तवन चालू असतानाच कोलकात्यातच पार्क स्ट्रीटवरील चौफुल्यावर तृणमूल काँग्रेसचे अधिवेशन सुरू होते. ममता बॅनर्जींच्या नेतृत्वाखाली

पश्चिम बंगाल कम्युनिस्ट सरकारविरुद्ध लढा उभारण्याची ममतांची मागणी होती. केसरींच्या कचखाऊ नेतृत्वाने ज्योती बसूंना पंतप्रधान करण्याचा प्रयत्न चालवला होता. त्यामुळे बंगाल काँग्रेसचा त्यांच्यावरही विश्वास राहिला नव्हता. परिणामी काँग्रेस फुटली आणि ममता चौफुल्यावर उभ्या राहून डाव्या सरकारला आव्हान देत होत्या.

केसरी पुन्हा काँग्रेस पक्षाचे सर्वेसर्वा झाल्यानंतर मध्यावधी निवडणुकीची भीती सर्वच काँग्रेस खासदारांना वाटू लागली. निवडणुकीला तोंड देण्याची कोणाचीच तयारी नव्हती. देवेगौडांपाठोपाठ गुजराल सरकार काँग्रेसने खाली खेचले तर लोकमानसात पक्षाची छी: थू होणार होती. काँग्रेस केंद्रात स्थिर सरकार देऊ शकत नाही अशी प्रतिमा तयार होणे म्हणजे पराभवाला निमंत्रणच होते. म्हणून बहुतेक खासदार पुन्हा पवार यांच्याभोवती गोळा झाले. काँग्रेसने सत्तेत सहभागी व्हावे असा लकडा सर्वांनी त्यांच्यामागे लावला. पवार यांचे तेच मत असल्याने तेही केसरींसह ज्येष्ठ नेत्यांकडे सत्तेत सहभागी होण्याचा आग्रह धरीत होते. केसरींना मात्र सत्तेत सहभागी होणे पसंत नव्हतेच, पण सरकार स्थिर राहू देणे हेही त्यांना मान्य नव्हते. "काँग्रेसच्या पाठिंब्यावर संयुक्त पाच वर्षं टिकले तर काँग्रेसची गरजच उरणार नाही", असे त्यांचे मत होते. केसरी सर्वेसर्वा झाले असले तरी पक्षाच्या बांधणीत त्यांना अजिबात रस नव्हता. त्यामुळे काँग्रेसचा पाया ढासळण्याचीच शक्यता अधिक होती.

काँग्रेसची अशी वैचारिक ओढाताण चालू असतानाच राजीव गांधी यांच्या हत्येची चौकशी करणारा जैन अहवाल फुटला. अहवालात द्रमुक आणि करुणानिधी या दोघांवर प्राथमिक संशय व्यक्त करण्यात आला होता. या अहवालाने केसरींच्या हाती नवे कोलीत मिळाले. "द्रमुकच्या मंत्र्यांना काढा, नाहीतर पाठिंबा काढून घेऊ" अशी धमकी केसरींनी दिली. गुजराल यांनी "पूर्ण अहवाल येईपर्यंत थांबा", असे सांगूनही केसरींनी ऐकले नाही. सरकारचा पाठिंबा काँग्रेसने काढून घेतला. अवघ्या दोन वर्षांत पुन्हा निवडणुकीला सामोरे जाण्याची वेळ त्यामुळे आली.

या निवडणुकीत काँग्रेसने देशभर विविध समविचारी पक्षांना एकत्र आणून व्यापक आघाडी उभारावी अशी सूचना पवार यांनी केसरींना केली. केसरींना मात्र काँग्रेस स्वबळावरच सत्तेवर येईल असा आंधळा विश्वास होता. पवार यांना राष्ट्रीय राजकारणातून बाजूला ठेवण्याचे केसरींचे उद्योग निवडणुकीच्या तोंडावरही चालूच होते. देशभरातील उमेदवार ठरविण्याचे काम केसरींनी स्वत:कडे घेतले आणि नरसिंहरावांची गादी चालवत त्यांनी पवार यांना महाराष्ट्रात परत पाठविले. महाराष्ट्रातील उमेदवारनिवडीत मात्र पवार यांना पूर्ण स्वातंत्र्य देण्यात आले. या

निवडणुकीत महाराष्ट्रातून जास्तीत जास्त खासदार निवडून आणून दिल्लीतील राजकारणात आपला पाया अधिक भक्कम करायचा असा चंग पवार यांनी बांधला आणि त्या दृष्टीने झपाट्याने हालचाली सुरू केल्या.

महाराष्ट्रात तरी समविचारी पक्षांना बरोबर घेऊन आघाडी बनवायची असा निश्चय त्यांनी केला. केसरींकडून त्यासाठी खास परवानगीही घेतली. ती मिळताच पवार यांच्या भराभरा हालचाली सुरू झाल्या. महाराष्ट्रातील रिपब्लिकन पक्षाला त्यांनी आपल्याबरोबर घेतले. यशवंतराव चव्हाणांनी पहिल्यांदा १९६२ मध्ये रिपब्लिकन पक्षाबरोबर युती केली होती. ही युती १९७७ पर्यंत टिकली. त्यानंतर रिपब्लिकन पक्ष काँग्रेसबरोबर राहिला नव्हता. १९९० साली पवार यांनीच पुढाकार घेऊन या पक्षाला विधानसभेच्या १२ जागा सोडल्या होत्या. पण त्यांना एकही जागा मिळविता आली नाही. तरीही पवार यांनी रामदास आठवल्यांना मंत्रिमंडळात घेतले. आता तोच धागा पकडून त्यांनी सर्व रिपब्लिकन गटांना एकत्र करण्याचा प्रयत्न केला. समाजवादी पक्षाचे नेते मुलायमसिंग यांच्याबरोबर पवार यांची उत्तम मैत्री. "उत्तरप्रदेशात काँग्रेसला पुन्हा पाया मजबूत करायचा असेल तर मायावती व भाजप विरोधात काँग्रेसने मुलायमसिंग यांना पाठिंबा द्यावा" असे मत हे आग्रहाने मांडत होते. ते प्रत्यक्षात येऊ शकले नाही तरी महाराष्ट्रात त्यांनी समाजवादी पक्षाबरोबर युती करण्याचा निर्णय घेतला. या दोन पक्षांबरोबरच्या युतीमुळे दलित व मुस्लिम समाजाला काँग्रेसबरोबर घेण्याची त्यांची चाल यशस्वी झाली.

इतर पक्षांबरोबर युती करत असतानाच पक्षांतर्गत मतभेद मिटविणे हे त्यांच्यासमोर महत्त्वाचे आव्हान होते. सर्वप्रथम निष्ठावान आणि पवारनिष्ठ यांच्यातील मतभेद मिटविण्यासाठी त्यांनी पावले उचलली. विदर्भाला प्रदेशाध्यक्ष देऊन विदर्भवासीयांचा काँग्रेसवरील राग त्यांनी दूर केला. सोनिया गांधी या प्रचारासाठी निवडणुकीत उतरणार याचा फायदा घेऊन त्यांनी शंकरराव चव्हाण, सुधाकरराव नाईक अशा सर्व विरोधकांसमोर मैत्रीचा हात केला. पवार यांचे दिल्लीतील सतत वाढणारे वजन लक्षात घेऊन आणि महाराष्ट्रातील सर्वाधिकार त्यांच्याकडे आल्यामुळे पवारविरोधी नेतेही त्यांच्याबरोबर आले. शंकरराव चव्हाणांनी तर आपले जावई खतगावकर यांच्या प्रचारासाठी आग्रहाने पवार यांना नांदेडला बोलावले. सर्वच काँग्रेसपक्षीयांमध्ये पवार यांनी नवे चैतन्याचे वातावरण निर्माण केले. त्यामुळे कार्यकर्त्यांत नवा उत्साह संचारला.

महाराष्ट्रात पवार अशी लढाईची जंगी तयार करीत असताना देशात वेगळेच वातावरण तयार होत होते. केसरींनी 'एकला चलो रे' असे ठरविले असले तरी भाजपने मात्र आघाडी बनविण्यासाठी जोरदार हालचाली सुरू केल्या होत्या. येणारे

सरकार भाजप नेतृत्वाखालील आघाडीचेच असेलच असे भाकीत वाजपेयींनी दिल्लीत वर्तविले होते. हे स्वप्न वास्तवात आणण्यासाठी भाजपचे प्रमुख नेते देशभर मित्र शोधण्याच्या मोहिमेवर निघाले होते. तमिळनाडूत अण्णा डीएमके, ओरिसात नवीन पटनाईक, बिहारात फर्नांडिस यांची समता पार्टी, पंजाबात अकाली दल अशा पक्षांशी निवडणूकपूर्व समझोता करून भाजपने बाजी मारली. वाजपेयी यांना पंतप्रधानपदाचे उमेदवार घोषित करण्यात आले. मित्रपक्षांना विश्वास वाटावा म्हणून भाजपने राममंदिर, ३७० वे कलम, समान नागरी कायदा हे वादग्रस्त मुद्दे बाजूला ठेवले. या पार्श्वभूमीवर काँग्रेसची प्रतिमा मात्र मतदारांना आकर्षित करणारी वाटत नव्हती.

महाराष्ट्रात शिवसेना-भाजपचे राज्य होते. १९९६ च्या निवडणुकीत ज्यांनी काँग्रेस नको म्हणून युतीला मतदान केले होते, त्यांचा झपाट्याने भ्रमनिरास होत होता. मुंबईतील रमाबाई आंबेडकरनगर प्रकरणामुळे युती सरकारची प्रतिमा दलितविरोधी बनली होती. अयोध्या प्रकारणामुळे मुस्लिम समाज दुरावला होता. मुंबईतील चाळीस लाख झोपडीपट्टीवासीयांना मोफत घरे देण्याचे युतीचे स्वप्न विरले होते. बंद गिरण्यांच्या विक्रीमुळे कामगारवर्गही नाराज होता. तीन वर्षांचा शिवशाहीचा जमाखर्च आकर्षक वाटेल असा नव्हता.

पवार यांनी युतीच्या या अपयशावर हल्ला केंद्रित करण्याचा निर्णय घेतला. स्वत: ते आणि छगन भुजबळ हे काँग्रेसचे राज्यातील मुख्य प्रचारक बनले.

सोनिया प्रचारसभेत उतरताच सेना-भाजपचे नेते बिथरल्याप्रमाणे भाषणे करू लागले. सोनियांबद्दल वेडेवाकडे बोलणे हाच भाषणांचा मुख्य मुद्दा बनला. याचा पुरेपूर फायदा पवार-भुजबळ जोडीने घेतला. रोज ठाकरे-जोशी-मुंडे काय बोलतात हे पाहून या दोघांनी नवे आक्रमक हल्ले सुरू केले. या सगळ्याचा परिणाम म्हणून देशात काँग्रेसला बहुमत मिळवता आले नाही तरी, महाराष्ट्रातून काँग्रेस आघाडीचे ३७ खासदार निवडून आले. सोनियांचे सहकार्य आणि महाराष्ट्रातील निर्विवाद विजय यामुळे पवार यांचे राष्ट्रीय पातळीवरील नेतृत्व निर्विवादपणे प्रस्थापित झाले.

पवार यांनी महाराष्ट्रात अपूर्व यश मिळवले असले, तरी देशभर मात्र काँग्रेसला जबर धक्का बसला. स्वत: सोनियांनी प्रचारमोहिमेत उतरून देशभर १३०च्या वर सभा घेतल्या. पण अपेक्षेप्रमाणे त्याचा करिश्मा चालला नाही. काँग्रेसला फक्त १४२ जागा मिळाल्या. गांधी-घराण्याचा बालेकिल्ला समजली जाणारी अमेठीची जागा भाजपला गेलीच; पण अर्जुनसिंग आणि नारायणदत्त तिवारी हे आघाडीचे मोहरेही पराभूत झाले. सोनियांचे हे अपयश झाकण्यासाठी त्यांच्या प्रचार

व्यवस्थापकांनी पराभवाचे खापर केसरींच्या माथी फोडले. खरे तर काँग्रेसच्या इतिहासात प्रथमच पक्षाच्या अध्यक्षांना प्रचारापासून दूर ठेवण्यात आले. केसरींना त्यांच्या-स्वत:च्या बिहार राज्यातही प्रचाराला बोलावण्यात आले नव्हते. पण सोनियाभक्तांनी 'पक्षाच्या अंतर्गत कमकुवतपणामुळे सोनियाजींचा करिश्मा चालला नाही' असे सांगून त्यांना पक्षाचे थेट नेतृत्व करण्याची गळ घातली. त्यांनी मान्यता देताच 'केसरी हटाव' मोहीम सुरू झाली.

काँग्रेस पक्षाचे अध्यक्षपद आपल्या हाती येताच सोनिया यांनी पक्षाच्या घटनेत महत्त्वाचा बदल केला. या नियमानुसार लोकसभा अथवा राज्यसभेचा सदस्य नसलेल्या व्यक्तीलाही संसदीय पक्षाचे नेतेपद मिळू शकणार होते. हा घटना बदल होताच सोनियांनी अध्यक्षपदाबरोबरच संसदीय पक्षाचे नेतेपदही स्वत:कडे घेतले आणि पवार यांना पुन्हा लोकसभेच्या पक्षनेतेपदावर समाधान मानावे लागले. महाराष्ट्रातून निर्विवाद नेतृत्व प्रस्थापित केलेल्या पवार यांचे हे सरळ सरळ अवमूल्यन होते.

सोनिया यांनी काँग्रेस पक्षाची सूत्रे हाती घेतल्याबरोबर अनेक महत्त्वपूर्ण बदल केले. काँग्रेसमध्ये वर्षानुवर्षे मातीत गाडून घेऊन पक्षाचे नेतृत्व करणाऱ्या नेत्यांना बाजूला सारून त्यांनी नवी फळी आपल्याभोवती निर्माण केली. त्यांच्या नव्या सल्लागारांत ऑस्कर फर्नांडिस, पी.जे.कुरियन, ए.के.अँटनी, मार्गारेट अल्वा, व्हिन्सेंट जॉर्ज, अजित जोगी अशी नावे दिसू लागली. अजित जोगींनी तर पोप जॉन पॉल द्वितीय यांची चिठ्ठी आणून काँग्रेसचे प्रवक्तेपद मिळवले, अशी चर्चा सुरू झाली. याच जोगींना पुढे छत्तीसगढ या नव्या राज्याचे मुख्यमंत्रीपदही मिळाले. ओरिसा आणि गोव्यात इतर योग्य उमेदवारांना डावलून गिरीधर गोमांगो आणि लुइझिन फालेरो यांची, केवळ ख्रिश्चन असल्याने निवड झाली. सोनियांच्या सल्लागारात आणखी दोन महत्त्वाची नावे होती - राम प्रधान आणि सलमान खुर्शीद. या दोघांच्याही पत्नी ख्रिश्चन असल्यानेच त्यांचा सोनियांच्या अंतर्गत वर्तुळात स्थान मिळाले. या नव्या निवडीमुळे काँग्रेसचे ख्रिश्चनीकरण होत आहे आणि पक्षातल्या ज्येष्ठ नेत्यांना काहीही किंमत नाही अशी भावना मूळ धरू लागली. सोनिया पक्षात केंद्रस्थानी येऊनही एक नाराजीची भावना मूळ धरत होती.

काँग्रेसमध्ये नेतृत्वाचा असा सावळा गोंधळ सुरू झाल्याने भाजपविरोधी पक्षांना एकत्र आणण्याचे काम कोणीच करू शकले नाही. जनता दलालाही पूर्वीच्या जागा टिकविता आल्या नव्हत्या. त्यामुळे त्यांनीही पुढाकार घेतला नाही. साहजिकच भाजप आघाडीजवळ पूर्ण बहुमत नसतानाही त्यांना सरकार बनवण्याचे निमंत्रण राष्ट्रपतींनी दिले आणि वाजपेयींच्या नेतृत्वाखाली भाजप आघाडीचे सरकार सत्तारूढ झाले.

गुजराल यांचे सरकार पाडण्यास कारण ठरलेल्या जैन आयोगाने आपला अंतिम अहवाल वाजपेयी सरकारला सादर केला. सरकारने हा अहवाल संसदेसमोर ठेवला आणि तो स्वीकारल्याचे जाहीर केले. चंद्रास्वामी आणि डॉ. सुब्रह्मण्यम स्वामी यांची विशेष चौकशी करण्याची शिफारस त्यात होती. द्रमुकचे मुख्यमंत्री करुणानिधी यांचे तमिळ वाघांशी संबंध होते का, याचीही सखोल चौकशी करण्याची शिफारस त्यात होती. सरकारने या सर्व शिफारशी स्वीकारल्या आणि चौकशीसाठी सीबीआयचा स्वतंत्र गट स्थापन केला.

जैन अहवाल संसदेत सादर झाल्यानंतर काँग्रेसमध्ये त्यावरून दोन गट पडले. शरदराव, विजय भास्कर रेड्डी, बलराम जाखड, गुलाम नबी आझाद या सर्वांचे मत गुन्हेगारांना शिक्षा झालीच पाहिजे असे होते. मात्र या विषयाचे राजकारण करू नये असेही त्यांना वाटत होते. याउलट अर्जुनसिंग, माखनलाल फोतेदार, पी. शिवशंकर, नटवरसिंग या नेत्यांना गुन्हेगारांना होणाऱ्या शिक्षेपेक्षा त्याचे राजकारणच महत्त्वाचे वाटत होते. हाच मुद्दा पकडून सोनिया सत्तेवर येऊ शकतील असे या मंडळींनी त्यांच्या मनात भरवले. त्यातून सोनियांची सहानुभूती सुब्रह्मण्यम स्वामी यांना होती. त्यामुळे जैन अहवालावर काँग्रेस पक्ष दोन तोंडाने बोलतो आहे असे चित्र तयार झाले.

याच दरम्यान तहलका वेबसाईटच्या तरुण पत्रकारांनी संरक्षणखात्यातील भ्रष्टाचार उघडकीला आणला. तहलकाची ही चित्रफीत सर्व वाहिन्यांवर दाखविण्यात येत होती. त्यात संरक्षणखात्यातील ज्येष्ठ अधिकारी, समता पक्षाच्या अध्यक्षा जया जेटली आणि भाजप अध्यक्ष बंगारू लक्ष्मण लाच घेत आहेत असे दिसले. त्यामुळे देशभर खळबळ उडाली. जॉर्ज फर्नांडिस यांनी मंत्रीपदाचा राजीनामा द्यावा अशी मागणी पवार यांनी केली. सर्व विरोधी पक्षांनी संसदेत हा विषय लावून धरला. त्याचा परिणाम म्हणून ममता बॅनर्जी यांनी सरकारचा पाठिंबा काढून घेण्याचा इशारा दिला. जया जेटली आणि बंगारू लक्ष्मण यांना आपापल्या पदांचे राजीनामे द्यावे लागले. फर्नांडिसना संरक्षणमंत्रीपदावरून दूर करण्यास सरकारने स्पष्ट नकार दिला. तेव्हा काँग्रेसने संसदेत त्यांच्यावर बहिष्कार टाकण्याचा निर्णय घेतला.

११ आणि १३ मे १९९८ ला वाजपेयी सरकारने राजस्थानमधील पोखरणच्या वाळवंटात पाच अणुबाँब चाचण्या घेऊन सर्व जगाला हादरा दिला. जगभर त्या विरोधात प्रतिक्रिया उमटल्या. अमेरिका, चीन, जपान यांनी भारतावर आर्थिक निर्बंध लादले. ब्रिटन, फ्रान्स व रशियाची प्रतिक्रिया मात्र सौम्य होती.

वाजपेयी सरकार केवळ आपल्या पाठिंब्यावर टिकून आहे अशी जयललिता यांची समजूत होती. त्यामुळे मिळेल तो विषय हाती घेऊन त्या सरकारवर झोड

उठवीत होत्या. वाजपेयी सरकार सत्तेवर आल्यावर पाच-सहा आठवड्यांतच अण्णा द्रमुकचे मंत्री मुथय्या यांना भ्रष्टाचाराच्या आरोपावरून राजीनामा द्यावा लागला. त्यामुळे जयललिता आणखी संतापल्या. बुटासिंग, जेठमलानी, हेगडे अशा इतर पाचसहा मंत्र्यांविरुद्ध भ्रष्टाचाराचे आरोप होते. त्यांना काढण्यासाठी जयललितांनी मोहीमच हाती घेतली. त्यात तहलका प्रकरणामुळे फर्नांडिस यांच्या नावाची भर पडली. आघाडीच्या समन्वय समितीत जयललितांच्या मागण्या मान्य न झाल्याने त्यांनी पाठिंबा काढून घेण्याचा इशारा दिला. याचवेळी एका पार्टीत सुब्रह्मण्यम स्वामी यांनी जयललिता व सोनियांना एकत्र आणले. त्यातून पुढील घडामोडींनी वेग घेतला. जयललितांनी पाठिंबा काढून घेतला तरी, सरकार सहज तरून जाईल असे वाटत असतानाच केवळ एका मताने पराभूत झाले आणि भारतीय राजकारण नव्या वळणावर उभे राहिले.

अण्णा द्रमुकच्या सर्वेसर्वा जयललिता यांनी वाजपेयी सरकारचा पाठिंबा काढून घेतल्याने तेरा महिन्यांचे वाजपेयी सरकार १७ एप्रिलला पडले. सरकारचा राजीनामा स्वीकारून राष्ट्रपती के.आर.नारायणन् यांनी वाजपेयींनी काळजीवाहू सरकार म्हणून काम करण्याची विनंती केली. नवे सरकार बनविण्याची जबाबदारी विरोधी पक्षांवर आली. चोवीस तास उलटले तरी सरकार बनविण्याचा दावा कोणी केला नाही. तेव्हा जॉर्ज फर्नांडिस यांनी वाजपेयी सरकारला पुन्हा शपथ द्यावी अशी मागणी केली. यामुळे घडामोडींना वेग आला.

अर्जुनसिंग, नटवरसिंग, पवार, मनमोहनसिंग, प्रणव मुखर्जी, विरोधी पक्षनेत्यांच्या भेटी घेत होते. आपण सोनियांना पाठिंबा देऊ असे हे नेते तोंडी सांगत होते. मुलायमसिंग पाठिंबा देणार याबाबत सर्वांनाच खात्री होती. निवडणूक कोणालाच नको आहे आणि भाजपविरोधी पक्ष जाणार कुठे? ते काँग्रेसलाच पाठिंबा देणार हे सर्वजण गृहीत धरत होते. सोनियांच्या या उतावळ्या सल्लागारांनी त्यांना राष्ट्रपती भवनात जाऊन सरकार बनविण्याचा दावा करण्याचा सल्ला दिला.

सोनिया थेट राष्ट्रपती भवनात गेल्या. त्यांनी २७२ खासदार आपल्या मागे असल्याचा दावा केला. बाहेर येऊन टीव्ही वाहिन्यांसमोर त्यांनी '२७२ खासदार आपल्यामागे आहेत', अशी घोषणा केली. दिल्लीत विरोधी पक्षांत त्याची तीव्र प्रतिक्रिया उमटली. 'सोनियांनी कोणालाच नीट विश्वासात घेतले नाही' अशी सर्वांची भावना झाली. त्यामुळे सोनियाविरोधी भूमिकेने मूळ धरले.

त्याच दिवशी दुपारी मुलायमसिंग यांच्या घरी काँग्रेस व भाजप वगळून इतर पक्षांची बैठक भरली. ज्योती बसू, इंद्रकुमार गुजराल, देवेगौडा, चंद्रशेखर, जयललिता हे

नेते हजर होते. ज्योती बसूंनी पंतप्रधान व्हावे असे सर्वांचे मत होते. बहुसंख्य काँग्रेस नेत्यांना बसूंचे नाव मान्य नव्हते. सोनियांचे नेतृत्वच त्यांना हवे होते. अर्जुनसिंग, मुखर्जी आदी काँग्रेस नेते विरोधी नेत्यांना भेटत होते. डाव्या आघाडीतील रेव्होल्युशनरी सोशॅलिस्ट पार्टी आणि फॉरवर्ड ब्लॉक या पक्षांनी सोनियांना थेट विरोध केला. मुलायमसिंग यांनी 'विदेशी पंतप्रधान नको', असे स्पष्टपणे सांगितले.

वाजपेयी सरकार पाडताना अनेक नेत्यांनी आपापले सूड उगवून घेतले, पण पर्यायी सरकार स्थापण्यात मात्र विरोधी पक्षांना यश आले नाही. सोनिया तर तोंडघशीच पडल्यामुळे काँग्रेसमध्ये नैराश्य पसरले. वाजपेयी सरकारने लोकसभा बरखास्त करून मध्यावधी निवडणुकांची शिफारस केली.

सोनिया पंतप्रधान झाल्या नसल्या तरी त्यांचा प्रभाव वाढतो आहे हे भाजप व संघ परिवारालाही जाणवत होते. १४ मार्च १९९८ मध्ये काँग्रेसचे अध्यक्षपद त्यांनी स्वीकारल्यानंतर त्यांचा प्रभाव वाढत गेला. नोव्हेंबर १९९८ मध्ये मध्यप्रदेश, दिल्ली व राजस्थान या भाजपचे बालेकिल्ले मानलेल्या राज्यातच भाजपचा पराभव करून काँग्रेस पक्ष निवडून आला. या सर्वांचे श्रेय सोनियांना गेले. डिसेंबर १९९८ मध्ये 'इंडिया टुडे'ने केलेल्या एका सर्वेक्षणात पंतप्रधान म्हणून सोनिया वाजपेयींच्या पुढे होत्या. सोनियांचा हा वाढता प्रभाव रोखलाच पाहिजे, असे भाजपला आणि संघ परिवाराला जाणवले.

संघ व भाजप नेत्यांच्या बैठकांवर बैठका सुरू झाल्या. संघाने सोनियांच्या विदेशी जन्माचा मुद्दा केंद्रस्थानी आणावा असा आग्रह धरला. वाजपेयी आणि इतर काही भाजप नेत्यांना ही चाल आपल्यावरच उलटेल काय अशी शंका वाटत होती. लालकृष्ण अडवाणी, प्रमोद महाजन आदी नेत्यांना मात्र याचा चांगला फायदा मिळेल असे वाटत होते.

सोनिया गांधींवर लक्ष केंद्रित करण्यासाठी भाजपाचे प्रवक्ते गोविंदाचार्य, स्वदेशी जागरण मंचाचे एस. गुरूमूर्ती आणि परवेझ चांद यांची समिती नेमली गेली. विदेशीचा मुद्दा राजकीय मुद्दा बनवून भाजपाने तो आक्रमकपणे मांडावा यावर मात्र संघ परिवारात एकमत होत नव्हते. हा सामाजिक प्रश्न आहे, असे म्हणून संघाने तो विश्व हिंदू परिषद व स्वदेशी जागरण मंचाकडे सोपवला. यामुळे हा प्रयत्न फसला तरी भाजपाला थेट धोका होणार नव्हता.

संघ-भाजपचे मुद्दे जोर पकडत होते. वृत्तपत्रातूनही यावर उलटसुलट चर्चा सुरू झाली. इंटेजिलन्स ब्युरोचे माजी अध्यक्ष बी. रामन यांनी 'स्टेटस्‌मन'मध्ये एक लेख लिहून धमाल उडवली. इटलीमधून तेथील संरक्षण व्यवस्थेविषयी प्रशिक्षण घेण्यासाठी

राजीवनी सोनियांच्या मेव्हण्यांशी संधान बांधले होते, अशी माहिती त्यांनी दिली. सोनिया पंतप्रधान झाल्या तर इटली व इतर युरोपीय देशातून गुप्त माहितीची देवाण-घेवाण करताना सोनियांचे हितसंबंध आड येतील, असे त्यांनी आग्रहाने प्रतिपादन केले.

लवकरच विदेशी मुद्द्यावरून एक मोठे वादळ निर्माण झाले. '११० वर्षांच्या काँग्रेसला एकही भारतीय नेता नेतृत्व देऊ शकत नाही का?' असे उघडपणे विचारले जाऊ लागले. भारताविरोधी शक्तींनी सोनियांना भारतात हेर म्हणून पाठविले आहे, असा प्रचार खासगीत सुरू झाला. १९७१ च्या युद्धात व आणीबाणीत सोनियांनी देश सोडला होता किंवा परदेशी वकिलातीत आश्रय घेतला होता, असा आरोप गुरुमुर्ती यांनी केला.

सोनिया पर्यायी सरकार बनवू न शकल्याने आधीच काँग्रेसला जबरदस्त धक्का बसला होता. जनतेला सामोरे कसे जायचे? विदेशी प्रश्नावर उत्तर काय द्यायचे? असे गंभीर प्रश्न काँग्रेस नेत्यांना पडले होते. पक्षनेत्या म्हणून सोनियांचे नेतृत्व हवे पण त्या पंतप्रधान नकोत हा तिढा कसा सोडवायचा, हे ज्येष्ठ नेत्यांना समजत नव्हते. जनतेशी थेट संबंध नसणाऱ्या चांडाळ चौकडीला आणि लाचार हुजऱ्यांना जनमानस कळत नव्हते. लोकनेते असणाऱ्या नेत्यांना मात्र त्याची धग जाणवत होती.

शरद पवारांचा तर देशभर प्रचंड जनसंपर्क होता. काँग्रेस नेते, कार्यकर्ते या प्रश्नाने अस्वस्थ होते व गोंधळलेले होते. ईशान्य भारताचे नेतृत्व करणारे पूर्णो संगमा, बिहारचे नेते व सीताराम केसरींचे अनुयायी तारिक अन्वर यांनाही बदलते लोकमत समजत होते. या तिघांसमोर आणखीही काही प्रश्न होते. भारताशी कोणतीही भावनिक बांधीलकी नसलेल्या नेत्याला देशाचे गुंतागुंतीचे प्रश्न कसे कळणार? कालपर्यंत पक्षाचे चार आणे सदस्य नसणारी व्यक्ती थेट पंतप्रधान व्हावी का? घराणेशाहीची परंपरा काँग्रेसमध्ये पुढेही चालू ठेवायची का? या प्रश्नांची उघड चर्चा राष्ट्रीय कार्यकारिणीतच घडवून आणावी असा निश्चय या तिघांनी केला.

सोनियाजी स्थानापन्न होताच बैठक सुरू झाली. सरचिटणीसांनी विषय पुकारण्यापूर्वीच पवारांनी खूण केली आणि अचानक पूर्णो संगमा उभे राहिले. पवार, संगमा व तारिक अन्वर यांच्या सहीचे एक पत्रच त्यांनी कार्यकारिणीसमोर ठेवले. संघ-भाजपने सोनियाजींच्या परदेशी वंशाबाबतचा मुद्दा कसा दूरदूरच्या खेड्यापर्यंत नेला आहे हे संगमा यांनी अत्यंत विस्ताराने सांगितले. संगमा सोनियांना उद्देशून म्हणाले, 'आम्हाला तुमच्याविषयी, तुमच्या आई-वडिलांविषयी काहीही माहिती नाही.' संगमांच्या या स्पष्टवक्तेपणामुळे सोनियाजींना प्रचंड धक्का बसला. सारी कार्यकारिणी दिग्मूढ होऊन संगमांकडे पाहात होती.

काँग्रेस कार्यकारिणीला आपल्या पत्रावर चर्चाच करायची नाही हे पवार, संगमा, अन्वर व त्यांच्या इतर पाठीराख्यांना कळून चुकले. पक्षाच्या मुळावर येणाऱ्या मुद्द्यावरही कार्यकारिणीत चर्चा होणार नसेल तर कार्यकारिणीत व पक्षात तरी कशाला राहायचे, असा अत्यंत उद्विग्न सवाल संगमा यांनी केला. पवार, संगमा, अन्वर यांनी बैठकीतून बाहेर पडताना प्रणव मुखर्जींना सांगितले, 'ही आमची शेवटची बैठक.' तिघेही थेट पवारांच्या घरी गेले.

या तिघांचे बंड ही अचानकपणे घडलेली घटना मात्र नव्हती. सोनिया गांधी पक्षाध्यक्ष झाल्यापासून तिन्ही नेत्यांचे पद्धतशीर खच्चीकरण सुरू होते. पवार विरोधी पक्षनेते असूनही पक्षाध्यक्ष त्यांना विश्वासात घेत नव्हत्या. पवारांचा सोनियांशी पूर्वी कधीच संबंध आला नव्हता. त्यामुळे दोघांची भेट जरी वारंवार होत असली तरी भेटीत मोकळेपणा नव्हता. सोनिया पवारांना अंतर ठेवूनच वागवत होत्या.

मराठी माणसाने एकदा तरी भारताचे पंतप्रधान आहे, असे स्वप्न यशवंतराव चव्हाणांच्या काळापासून प्रत्येक मराठी माणसाने पाहिले होते. यशवंतराव उपपंतप्रधान झाले तर ते चरणसिंगच्या लंगड्या सरकारमध्ये. त्यामुळे महाराष्ट्राची प्रतिमा दिल्लीत दृढमूल होण्यास फारशी मदत झाली नव्हती. पण त्या घटनेने एक धडा दिला होता. काँग्रेसच्या दरबारी राजकारणात मराठी नेतृत्व ताकदवान असूनही नेहमी डावलले जाणार. सोनियांचे आगमन म्हणजे इतर सर्व नेत्यांचे भवितव्य संपले होते. देवेगौडा पंतप्रधान होऊ शकतात तर पवार का नाहीत, असे त्यांचे समर्थक खासदार त्यांना विचारात होते. काँग्रेसमधून बाहेर पडलो तरच हे शक्य आहे हे सर्वांना कळून चुकले. बंडाचा झेंडा उभारलाच होता. आता पुढचे पाऊल उचलणेही आवश्यक होते.

काँग्रेस कार्यकारिणीची कंटाळवाणी बैठक देशाला हादरा देणारी ठरली होती. पवार, संगमा, अन्वर या त्रयीने विदेशीच्या मुद्द्यावरून बंड केल्याची बातमी देशभर वाऱ्यासारखी पसरली. पत्रकार, टीव्ही वाहिन्यांचे कॅमेरे १० जनपथ आणि पवार यांच्या निवासस्थानाकडे पळत सुटले. पण कोणी काही बोलत नव्हते.

पवारांच्या या बंडाने एका बाजूला काँग्रेस पक्षात नैराश्याचे वातावरण होते तर पवारसमर्थक खासदार, आमदार, कार्यकर्ते मात्र साहेबांनी धैर्य दाखवले म्हणून त्यांचे मागे उभे होते. देशभरातले डावे पुरोगामी नेते पवारांना पाठिंबा देत होते तर महाराष्ट्रातल्या पुरोगामी गटात मात्र संभ्रमाचे वातावरण होते. भाजपसह संघ परिवाराला या घटनेने आनंद होणे साहजिकच होते. 'येती निवडणूक जिंकतोय' अशी प्रतिक्रिया प्रमोद महाजनांनी दिली. तर गोपीनाथ मुंडे म्हणाले, 'हा तर बोनस आहे.' डाव्या पक्षांनी नेहमीप्रमाणे 'थांबा व वाट पाहा' असे धोरण ठरवले. लोकसभेच्या मध्यावधी

निवडणुका तोंडावर असतानाच झालेल्या या बंडाने सर्वच पक्षांना आपापल्या भूमिका तपासण्याची गरज निर्माण झाली.

नवी झेप घ्यायला परिस्थिती अत्यंत अनुकूल होती. लोकसभेच्या निवडणुका तोंडावर होत्या. वाजपेयींचे सरकार तेरा महिन्यातच कोसळले होते. विरोधी पक्षांपेक्षा संघ परिवारातील संघटनांनीच त्यांना सर्वात जास्त छळले होते. भाजप सत्ताधारी आणि संघ विरोधी पक्ष अशी अवस्था होती. राष्ट्रीय लोकशाही आघाडीतही सर्व काही आलबेल नव्हते. त्यामुळे राष्ट्रीय लोकशाही आघाडीला बहुमत मिळेल अशी शक्यता कमी होती. दुसरीकडे काँग्रेस पक्ष आधीच अडचणीत होता. पवार यांच्या बंडखोरीने पक्षाला पक्षाघात झाल्यासारखी अवस्था झाली होती. काँग्रेस शंभर जागा तरी जिंकेल की नाही अशी अवस्था होती.

पवार-संगमा-अन्वर यांनी हे सारे चित्र स्पष्टपणे दिसत होते. काँग्रेसमध्ये कोणालाच भवितव्य नाही. भाजपला तर जन्मभर वैचारिक विरोध केलेला असल्याने तिथे जाण्याचा प्रश्नच येत नाही. इतर व्यक्तिवादी, जातीवादी पक्षात जाण्याचे कारणच नाही. महात्मा गांधी, पंडित नेहरूंच्या विचारांची पर्यायी काँग्रेसच पुन्हा देशभर नेटाने उभी केली पाहिजे या निष्कर्षाला सगळेजण आले. ज्या राष्ट्रीय अस्मितेसाठी सोनियांविरुद्ध बंड केले होते तोच राष्ट्रवादी विचार घेऊन जनतेसमोर जायचे होते. साहजिकच नव्या पक्षाचे नावही या घटनाक्रमातच होते. 'राष्ट्रवादी काँग्रेस.' एकदा निर्णय झाल्यावर पवारांसह त्यांचे सारे सहकारी कामाला लागले.

१० जून १९९९ला मुंबईच्या षण्मुखानंद सभागृहात भरलेल्या सभेत 'राष्ट्रवादी काँग्रेस'ची स्थापना झाली आणि शरद पवार यांची पक्षाच्या अध्यक्षपदी निवड करण्यात आली. देशाच्या राजकारणात, विशेषत: महाराष्ट्राच्या राजकारणात एक नवी राजकीय शक्ती उदयाला आली.

या सर्व राजकीय घडामोडी एकीकडे सुरू असतानाच कारगिलचे युद्ध सुरू झाले. जम्मू-काश्मीर विभागातील कारगिलचा प्रदेश भारत-पाक सीमेवर असून अत्यंत उंचावरचा डोंगराळ प्रदेश आहे. हिवाळ्यात या भागात मोठा हिमवर्षाव होतो, त्यामुळे सीमेवर असलेली ठाणी सोडून दोन्ही देशांचे सैन्य मागे हटते आणि हिवाळा संपल्यानंतर पुन्हा आपापल्या ठाण्यात परत येते. फेब्रुवारी १९९९ मध्ये मात्र पाकिस्तानी लष्कराने केवळ आपली ठाणीच परत घेतली नाहीत, तर भारतीय सीमेत घुसून अनेक भारतीय मोकळी ठाणीही ताब्यात घेण्यास सुरुवात केली. पाकिस्तानी लष्कराने योजनापूर्वक कारगिलमध्ये मोठ्या प्रमाणात घुसखोरी केली. पण अनेक कारणांमुळे भारतीय सैन्याला ती लगेच लक्षात आली नाही. मे महिन्याच्या मध्याला एका भारतीय टेहळणी

पथकावर झालेल्या हल्ल्यामुळे ही घुसखोरी लक्षात आली. त्याबरोबर या घुसखोरांना पिटाळून लावण्यासाठी वाजपेयी सरकारने 'ऑपरेशन विजय' सुरू केले आणि सुमारे २ लाख सैनिक या भागात तैनात केले.

घुसखोरांनी ताब्यात घेतलेली ठाणी आणि महत्त्वाचे दुर्गम क्षेत्र उंचावर होते आणि त्यांच्याशी लढणारे भारतीय सैनिक मात्र त्यांच्यापेक्षा कमी उंचीवर होते. त्यामुळे भारतीय सैन्याला ही ठाणी पुन्हा काबीज करणे अवघड जात होतेच, पण श्रीनगरपासून कारगिलपर्यंत जाणारा एकमेव महामार्गही घुसखोरांच्या हल्ल्याच्या टप्प्यात येत होता. त्यामुळे सैनिकांना पोचविणे, शस्त्रास्त्रे आणि रसद पाठविणे यातही मोठे अडथळे निर्माण झाले. हा महामार्ग घुसखोरांच्याच छायेखाली राहिला, तर कारगिलचा प्रदेशच भारतापासून तुटण्याचा धोका होता. म्हणून सर्व ठिकाणी सैनिक आणि रसद पोचविण्यासाठी व आवश्यक तेथे हवाई हल्ले करण्यासाठी भारतीय हवाईदलाने 'ऑपरेशन सफेद सागर' सुरू केले. पाठोपाठ पाकिस्तानची कोंडी करण्यासाठी भारतीय नौदलाने पाकिस्तानातील बंदरांकडे जाणारे सर्व मार्ग रोखून धरले आणि पाकिस्तानवर मोठा दबाव आणला.

हे युद्ध सुरू झाले, तेव्हा वाजपेयी सरकार काळजीवाहू सरकार म्हणून काम करीत होते. तरीही सरकारने पाकिस्तानविरुद्ध सर्वंकष युद्ध करण्याचे ठरवून धडाडीने निर्णय घेतले. सेनादले कारगिलमध्ये मोठा पराक्रम गाजवीत असताना सरकारने जगभर पाकिस्तानविरोधी मोहीम उघडली. देशोदेशी दूत पाठवून पाकिस्तानने भारतावर केलेल्या आक्रमणाचे पुरावे त्यांच्यासमोर ठेवले. दुसरीकडे भारतात स्थिर झालेल्या वृत्तवाहिन्यांना थेट कारगिलमध्ये जाऊन वार्तांकन करण्याची परवानगी दिली. त्यामुळे प्रत्यक्ष युद्धभूमीवर काय घडते आहे, हे भारतीय जनतेलाच नव्हे, तर जगालाही टी.व्ही.वर पाहता आले. यामुळे पाकिस्तानची जगभर नाचक्की झालीच, पण सर्व भारतीय ठामपणे काळजीवाहू सरकारच्या मागे उभे राहिले आणि जनतेने स्वत: पुढे येत सेनादलांना सर्व प्रकारची मदत केली. सुमारे अडीच महिने चाललेल्या या घनघोर युद्धात ५२७ भारतीय सैनिक शहीद झाले आणि १३६३ सैनिक जखमी झाले. या प्रत्येक शहीदाचा मृतदेह अत्यंत सन्मानाने त्याच्या गावी पाठविण्यात आला आणि तिथे त्यांच्यावर लष्करी इतमामात अंत्यसंस्कार करण्यात आले. याउलट पाकिस्तानी सरकारने आपल्या सैनिकांचे मृतदेह ताब्यात घेण्यासही नकार दिला. या घटनांमुळे कारगिल युद्धाचे वातावरण आणि परिणाम थेट गावागावात पोचले. जुलै १९९९ मध्ये भारतीय सेनादलांनी कारगिल युद्धात पाकिस्तानवर निर्णायक विजय मिळविला.

त्यामुळे २६ जुलै १९९९ हा 'विजय दिन' ठरला आणि या विजयाचे श्रेय वाजपेयी सरकारला पुढील लोकसभा निवडणुकीत पुरेपूर मिळाले.

केंद्रात हे सर्व घटनाचक्र फिरत असतानाच महाराष्ट्र काँग्रेसमध्येही मोठ्या उलथापालथी होत होत्या. विधानसभा निवडणुकीत झालेल्या पराभवामुळे काँग्रेस पक्षात असलेली गटबाजी आणखी वाढली. गटा-गटांची संख्याही रोज वाढत होती. विधिमंडळ पक्ष प्रमुख विरोधीपक्ष म्हणून विधिमंडळात युती सरकारविरुद्ध आवाज उठवीत असला, तरी काँग्रेस पक्ष मात्र चैतन्य हरविलेल्या अवस्थेत होता. पवार यांचे सर्व लक्ष दिल्लीतील घडामोडींकडे होते. त्यामुळे महाराष्ट्र काँग्रेसला निर्नायकी अवस्था प्राप्त झाली होती. १९९६च्या एप्रिलमध्ये लोकसभा निवडणूक होईल, अशी घोषणा नरसिंहराव यांनी केल्यानंतर महाराष्ट्रातील या स्थितीवर तातडीने आणि जालीम उपाय शोधणे आवश्यक होते. विखुरलेला विस्कळीत पक्ष पुन्हा बांधायचा असेल, उरलेल्या थोड्या वेळात लोकसभेच्या जागा मोठ्या प्रमाणावर निवडून आणायच्या असतील, तर पक्षाला समर्थ नेतृत्व दिले पाहिजे हे नरसिंहराव यांच्या लक्षात आले. म्हणूनच त्यांनी केंद्रिय सरचिटणीस असलेल्या सुशीलकुमार शिंदे यांना महाराष्ट्रात प्रदेशाध्यक्ष म्हणून पाठविले. ८ जानेवारी १९९६ला त्यांनी प्रदेशाध्यक्षपदाची सूत्रे हाती घेतली.

आगामी तीन महिन्यांत महाराष्ट्रातील वातावरण बदलायचे असेल तर सेना-भाजप युतीच्या सरकारवर जबरदस्त हल्ले चढविले पाहिजेत आणि कार्यकर्त्यांचा उत्साह वाढेल असे कार्यक्रम दिले पाहिजेत हे शिंदे यांनी ओळखले. युती सरकारविरुद्धचे रणसिंग १४ जानेवारी १९९६ला अहमदनगरमध्ये ऐतिहासिक किल्ल्यासमोर फुंकण्यात आले. महाराष्ट्रातील या पहिल्या मेळाव्यासाठी राज्यातून बहुसंख्य नेते कार्यकर्ते, आमदार-खासदार उपस्थित होते. सुमारे ७ लाख शेतकऱ्यांसमोर काँग्रेसला खरोखरच ऐक्य हवे आहे हे सर्व नेत्यांनी दाखवून दिले. याचवेळी युती सरकारने बाबरी मशीद विध्वंसानंतर मुंबईत पेटलेल्या दंगलीची चौकशी करणारा श्रीकृष्ण आयोगच रद्द करून टाकला. साहजिकच काँग्रेसला युती सरकारविरोधात प्रचार करण्यासाठी एक मोठा विषय मिळाला. शिवसेना आणि भाजपला एकमेकापासून वेगळे पाडण्यासाठी शिंदे यांनी बाळासाहेब ठाकरे यांचे कौतुक करायचे, पण त्यांच्या योजनांत भाजपच आडकाठी करीत आहे असे म्हणायचे, असे नवे तंत्र सुरू केले.

तीन महिने अनेक कार्यक्रम देऊन आणि काँग्रेसच्या ऐक्याची सुपरफास्ट एक्सप्रेस

जोरात असल्याचे भासवूनही मे १९९६ मधील लोकसभा निवडणुकीत महाराष्ट्र काँग्रेसला केवळ २५ जागांवरच समाधान मानावे लागले आणि केंद्रात तर काँग्रेसचे सरकारच गेले.

या निवडणुकीनंतर केंद्रीय काँग्रेस पक्षात मोठे बदल होऊन सीताराम केसरी पक्षाचे अध्यक्ष झाले आणि पवार यांच्याकडे लोकसभेतील पक्षनेतेपद आले. त्याबरोबर पवारांनी 'प्रदेशाध्यक्ष बदला' असा आग्रह केसरी यांच्याकडे धरला, पण केसरी यांनी सुशीलकुमार शिंदे यांना पक्षाध्यक्षपदी कायम ठेवले. त्यामुळे पवार आणि शिंदे यांच्यातील राजकीय तणाव वाढतच गेला. राज्यातील महानगरपालिका आणि जिल्हा परिषद निवडणुकीत उमेदवार ठरविण्यावरून या दोन्ही गटांत सतत कुरघोड्या व संघर्ष चालू होते, तरीही काँग्रेसने २९ जिल्हा परिषदांपैकी १२ जिल्हा परिषदांत स्पष्ट बहुमत मिळविले आणि ८ जिल्हा परिषदांत इतर पक्षांसोबत सत्ता हाती घेतली. युतीच्या हाती फक्त ६ जिल्हा परिषदा लागल्या. याचा अर्थ स्पष्ट होता, की युतीचे राज्य येऊनही काँग्रेसचा ग्रामीण भागातील गड शाबूत होता. तरीही या निवडणुकांवरून पवार यांच्या गटाने प्रदेशाध्यक्ष शिंदे यांनाच, पराभवासाठी जबाबदार धरून लक्ष्य केले.

१९९६च्या लोकसभा निवडणुकीत काँग्रेस पराभूत झाल्यानंतर शरद पवार राष्ट्रीय राजकारणात गेले आणि महाराष्ट्र काँग्रेसचा केंद्रबिंदूही दिल्लीकडे सरकला. केंद्रातील काँग्रेसचे नेतृत्व सोनिया गांधी यांच्याकडे येताच सुशीलकुमार शिंदेही हळूहळू राष्ट्रीय राजकारणात भाग घेऊ लागले. उत्तर प्रदेश व बिहारच्या पराभवाची चौकशी करण्यासाठी शिंदे यांची समिती नेमण्यात आली. नंतर शिंदे यांना आधी कार्यकारिणीवर नियुक्त सदस्य म्हणून आणि नंतर केंद्रीय सरचिटणीस म्हणून सोनिया गांधी यांनी नियुक्त केले. त्यामुळे महाराष्ट्रातील काँग्रेसचे सर्वच प्रमुख नेते राष्ट्रीय राजकारणात आहेत, अशी स्थिती निर्माण झाली. याच प्रवासात विदेशीच्या मुद्द्यावरून शरद पवार आणि त्यांचे सहकारी काँग्रेसमधून बाहेर पडले आणि त्यांनी स्वतंत्र पक्षाची स्थापना केली.

शिवसेना-भाजप युतीचे सरकार राज्यात सत्तेवर येताच सरकारने धडाक्याने महत्त्वाचे निर्णय घेण्यास सुरुवात केली. निवडणुकीनंतरच्या पहिल्याच अर्थसंकल्पात तीन नव्या योजनांची घोषणा करण्यात आली. गरीब परंतु बुद्धिमान विद्यार्थ्यांना पदव्युत्तर शिक्षणासाठी आर्थिक साहाय्य देणारी 'एकलव्य शैक्षणिक योजना', दारिद्र्यरेषेखालील लोकांच्या मोतीबिंदू आणि अन्य दृष्टीविषयक रोगांवर शस्त्रक्रिया करण्यासाठी 'दृष्टिदान योजना', आदिवासी भागातील कुपोषण थांबविण्यासाठी आणि सरकारच्या विविध

योजनांचा समन्वय साधण्यासाठी 'नवसंजीवन योजना' अशा या तीन योजना होत्या. युतीच्या वचननाम्यातील आश्वासनानुसार गहू, तांदूळ, साखर, तूरडाळ व खाद्यतेले या पाच वस्तूंचे दर ५ वर्षे कायम ठेवण्याची घोषणा मुख्यमंत्री जोशी यांनी २३ मे १९९५ला केली आणि युतीच्या काळात हे दर स्थिर ठेवण्यात यशही मिळविले.

युतीच्या एकूण राजकारणात महाराष्ट्राच्या आणि हिंदुत्वाच्या अस्मितेचा भाग महत्त्वाचा होता. त्यामुळेच मुंबईचे 'बॉम्बे' हे सरकार-दरबारी अधिकृत मानले जाणारे नाव बदलण्यासाठी आणि ते 'मुंबई' करण्यासाठी युती सरकारने पुढाकार घतला आणि तसा प्रस्ताव केंद्र सरकारला पाठविला. तो मान्य होऊन २१ नोव्हेंबर १९९५ला केंद्रीय मंत्रिमंडळाने 'बॉम्बे'चे 'मुंबई' असे नामकरण करण्यास संमती दिली आणि ते लगेच अमलातही आले. मुंबईतील 'व्हिक्टेरिया टर्मिनस'या रेल्वे स्थानकाचे नाव बदलून 'छत्रपती शिवाजी टर्मिनस' असे करण्यातही युती सरकारला यश मिळाले.

गरीब आणि गरजू लोकांना एक रुपयात पोषक आहार मिळावा यासाठी १ मे १९९५ पासून सरकारने झुणका-भाकर योजना शहरी भागात सुरू केली. रमा-धाम वृद्धाश्रमाच्या धर्तीवर राज्यातील प्रत्येक जिल्ह्यात एक सुसज्ज वृद्धाश्रम बांधण्याचा निर्णय सरकारने घेतला. त्यासाठी ५ एकर जमीन विनामूल्य देण्यात आली. महाराष्ट्रातील पिण्याचा पाण्याचा प्रश्न सोडविण्यासाठी स्वतंत्र खाते स्थापन करण्याचा आणि जलसंपत्तीच्या योग्य वापरासाठी जलसंपत्ती प्राधिकरण स्थापन करण्याचा निर्णय २० सप्टेंबर १९९५ला सरकारने घेतला.

'एन्रॉन करार' रद्द करण्याच्या घोषणेवरच युतीचा निवडणूक प्रचारात भर होता. म्हणून सरकारने उपमुख्यमंत्री व ऊर्जामंत्री मुंडे यांचीच समिती त्यासाठी नेमली. समितीचा अहवाल सरकारला सादर झाल्याबरोबर मुख्यमंत्री जोशी यांनी ३ ऑगस्ट १९९५ला एन्रॉनशी केलेला करार संपूर्णपणे रद्द केल्याची घोषणा विधिमंडळात केली. दाभोळ वीज प्रकल्पाचे कामही ताबडतोब थांबविण्यात आले. ११ ऑगस्ट १९९५ला मुंडे समितीचा अहवाल विधिमंडळात सादर झाला. याच दरम्यान मुंडे समितीचा अहवाल ही 'स्वदेशी जागरण मंचा'च्या एस. गुरुमूर्ती यांनी केलेल्या टिपणाची नक्कल आहे, हे उघड झाले आणि गोंधळ सुरू झाला. दोन्हीतील वाक्यरचना, परिच्छेद, शीर्षके, तक्ते, एवढेच नव्हे तर अवतरणे आणि अधोरेखित भागही सारखाच होता. सगळ्यात गंमत म्हणजे एस. गुरुमूर्ती यांच्या टिपणातील किरकोळ चुका आणि दुरुस्त्याही अहवालात तशाच होत्या. याचा अर्थ स्पष्ट होता. मुंडे समितीने आपला अहवाल म्हणून एस. गुरुमूर्ती यांचेच टिपण समोर ठेवले होते.

एन्रॉन प्रकल्प रद्द करून हा प्रश्न संपला नाही. हा प्रकल्प चालू राहिला पाहिजे,

हे सरकारलाही कळत होते. पण तो करार त्यांना त्यांच्या अटीवर व्हायला हवा होता. याच काळात बृहन्महाराष्ट्र मंडळाच्या अधिवेशनासाठी मुख्यमंत्री जोशी अमेरिकेतील ह्यूस्टन येथे गेले. या अधिवेशनाच्या भोजनाची व्यवस्था 'एन्रॉन'कडेच होती. 'एन्रॉन'चे अध्यक्ष डॉ. केनेथ ले यांनी मुख्यमंत्री जोशी यांची भेट घेतली, तेव्हाच 'एन्रॉन' पुनरुज्जीवित होणार हे निश्चित झाले.

एन्रॉन पुन्हा सुरू करण्यासाठी फक्त मुख्यमंत्र्यांची मान्यता पुरेशी नव्हती. 'मातोश्री'वरून त्याला हिरवा कंदील मिळणे आवश्यक होते. म्हणूनच एन्रॉनच्या उपाध्यक्षा रिबेका मार्क मुंबईत आल्या. मुख्यमंत्र्यांना भेटण्याची वेळ जाहीर झाली. मुख्यमंत्री आपल्या मंत्री आणि अधिकाऱ्यांसह मंत्रालयात वाट पाहात होते. पत्रकारही बाहेर जमले होते. रिबेका मार्क मात्र अर्ध्या तासासाठी म्हणून 'मातोश्री'वर गेल्या, त्या दोन तास आल्याच नाहीत. 'हा मुख्यमंत्र्यांचा आणि महाराष्ट्राचा अपमान आहे' असे वाटून मनोहर जोशी यांनी मुख्यमंत्रीपदाचा राजीनामा 'मातोश्री'वर पाठवून दिला आणि ते 'वर्षा' या आपल्या निवासस्थानी निघून गेले. पुढील २४ तास हे राजीनामा नाट्य चांगलेच रंगले. प्रमोद महाजन यांच्या मध्यस्थीने हे राजीनामाप्रकरण संपले आणि एन्रॉन पुनरुज्जीवित झाले.

कृष्णा खोऱ्यातील पाण्याचा मुदतीत वापर करण्याचा प्रश्न या वेळेपर्यंत गंभीर झाला होता. कृष्णा तंटा लवादानुसार राज्याच्या वाट्याला आलेले पाणी इ.सन २००० पर्यंत वापरायचे होते. त्यासाठी आवश्यक असणारे धरण प्रकल्प पुरेशा प्रमाणात बांधून झाले नव्हते. त्यामुळे राज्याच्या वाट्याचे पाणी वाया जाईल अशी स्थिती निर्माण झाली. युती सरकारला पाठिंबा देणारे बहुतेक अपक्ष आमदार आणि मंत्री पश्चिम महाराष्ट्रातील कृष्णा खोरे परिसरातून निवडून आलेले होते. त्यामुळे 'कृष्णा खोऱ्यातील प्रकल्प लवकर पूर्ण करा' असा आग्रह त्यांनी मुख्यमंत्र्यांकडे धरला. सर्व प्रकल्प वेळेत पूर्ण करण्यासाठी किमान १० हजार कोटींपेक्षा जास्त पैसे लागणार होते आणि सरकारजवळ एवढा पैसा उपलब्ध नव्हता. म्हणून मुख्यमंत्र्यांनी कर्जरोख्यांच्या माध्यमातून बाजारातून कर्ज उभारण्याची कल्पना मांडली. किर्लोस्कर कंपनीने त्यासाठी सर्वेक्षणही केले. पण त्यांचा अहवाल पूर्णपणे प्रतिकूल होता. मुख्यमंत्र्यांना मात्र हा प्रयोग यशस्वी होईल याची खात्री होती. म्हणून त्यांनी हा अहवाल फेटाळला. कर्जरोखे उभे करता यावेत आणि धरण प्रकल्प, कालवे वेगाने पूर्ण व्हावेत यासाठी त्यांनी 'महाराष्ट्र कृष्णा खोरे विकास महामंडळ' स्थापन केले. मुख्यमंत्र्यांचा अंदाज खरा ठरला आणि पहिल्याच सार्वजनिक रोख्यांना राज्यभरातून मोठा प्रतिसाद मिळाला. नंतर दरवर्षी निघणाऱ्या कर्जरोख्यांनाही देशभरातील प्रमुख

वित्तसंस्थांकडून उत्साही प्रतिसाद मिळाला आणि त्यामुळे अवघ्या ४ वर्षांत कृष्णा खोऱ्यातील ९० टक्के कामे पूर्ण करण्यात सरकारला यश आले. कर्जरोखे उभारणी, सर्वत्र नवे तंत्रज्ञान, कंत्राटदारांकडून वेळेआधी कामे अशा महत्त्वाकांक्षी आणि झपाटलेल्या भूमिकेतून महामंडळाच्या अधिकाऱ्यांनी आणि संबंधित मंत्र्यांनी ही कामे तडीला नेली. ६ महिने आधी निवडणूक झाली नसती, तर ही कामे पूर्ण झाली असती.

मुंबईत वाहतूक सुरळीत व्हावी यासाठी उड्डाणपूल बांधण्याचे आश्वासन युतीने जाहीरनाम्यात दिले होते. मुंबईतील ५५ उड्डाणपूलांचे काम तातडीने सुरू झाले. पुणे-मुंबई जलदगती महामार्ग खाजगी कंपनीकडून तयार करण्यासंबंधी एक प्रस्ताव सरकारकडे एका विकासकाने सादर केला होता. त्यासाठी ३ हजार कोटी रुपये लागतील, असे म्हटले होते. शिवसेनाप्रमुखांनाही हा प्रस्ताव मंजूर होता. पण सार्वजनिक बांधकाम खात्याचे मंत्री नितीन गडकरी यांनी 'हे काम खात्यामार्फत फक्त दीड हजार कोटीत करून दाखवतो' असे पटवून दिले, तेव्हा हे काम त्यांच्याकडेच सोपविले गेले. त्यामुळे राज्याचे दीड हजार कोटी रुपये वाचले. उड्डाणपूल व जलदगती महामार्गासाठी सरकारने कर्जरोख्यांतून पैसे उभे केले. कृष्णा खोऱ्याप्रमाणेच या प्रकल्पांनाही वित्तसंस्थांनी चांगला प्रतिसाद दिला. त्यामुळे अवघ्या ४ वर्षांत मुंबई-पुणे जलदगती महामार्ग ९० टक्के पूर्ण झाला, आणि उड्डाणपूलही शेवटच्या टप्प्यात पोचले.

युती सरकारने क्रीडाविषयाला महत्त्व देत स्वतंत्र क्रीडा धोरण १९ डिसेंबर १९९६ला नागपूर येथे अधिवेशनात जाहीर केले. या धोरणाची वैशिष्ट्ये अशी होती.

युती सरकारने हे महत्त्वाचे निर्णय घेऊन ते धडाक्याने राबविले असले, तरी इतर महत्त्वाच्या घोषणा सरकारला प्रत्यक्षात आणता आल्या नाहीत. मुंबईतील झोपडपट्टीवासीयांसाठी ४० लाख घरे बांधून देण्याचे स्वप्न शिवसेनाप्रमुखांनी पाहिले होते. पण ५ वर्षांत ४० लाख घरे म्हणजे रोज २१९२ घरे बांधावी लागतील, हा हिशोब अशक्य कोटीतला होता. त्यासाठी पुढे आलेले विकासकही सरकारकडे जमिनी मोफत मागत होते. या सर्व प्रकरणावरून मोठा गदारोळ झाला आणि 'हे भ्रष्टाचाराचे कुरण आहे' अशी लोकांची समजूत झाली. भ्रष्टाचाराचे आरोप तर 'कृष्णा खोरे'वरही केले गेले, पण तिथे निदान पूर्ण झालेले प्रकल्प तरी दिसत होते. घरबांधणीत मात्र सगळाच आनंद होता. २७ लाख तरुणांना रोजगार देण्याची घोषणाही पूर्ण करणे सरकारला शक्य झाले नाही. त्यातच काही मंत्र्यांच्या भ्रष्टाचाराची प्रकरणेही वेशीवर टांगली गेली.

युती सरकारवर आपला रिमोट कंट्रोल राहणार हे बाळासाहेब ठाकरे यांनी आधीच जाहीर केले होते. यामधूनच ठाकरे आणि मुख्यमंत्री जोशी यांच्यात अनेक मुद्द्यांवर वारंवार खटके उडण्यास सुरुवात झाली. २३ मार्च १९९९ला तर ठाकरे यांनी थेट मुख्यमंत्र्यांवरच हल्ला चढविला. सरकारमधील भ्रष्टाचार आणि जोशींची शरद पवार यांच्याशी असलेली मैत्री, यावर त्यांच्या टीकेचा मुख्य रोख होता. योग्य काम करीत नसल्याबद्दल मुख्यमंत्र्यांनी शिवसेनेच्याच ३ मंत्र्यांना काढून टाकले. हे तिघेजण पक्षविरोधात लोकमानस तयार करीत होते. या सर्वाला नारायण राणे यांनी वाचा फोडली. याचवेळी मुख्यमंत्र्यांचे जावई एका खटल्यात गुंतले. पुण्यातील एका विकास प्रकल्पावरून हा खटला सुरू होता. त्या संबंधात मुख्यमंत्र्यांकडे काही दोष जातो, असे न्यायालयाने म्हणताच शिवसेनाप्रमुखांनी मनोहर जोशी यांना मुख्यमंत्रिपदाचा राजीनामा देण्यास सांगितले. त्यांनीही तो लगेच दिला आणि त्याच रात्री आपले निवासस्थानही सोडले.

या राजीनाम्यामागे फक्त जावयाचे कारण नव्हते, तर मुंबईत होणाऱ्या भारत-पाकिस्तान क्रिकेट सामन्याला शिवसेनाप्रमुखांनी विरोध दर्शविला होता. त्यांची अपेक्षा होती की सरकारने आपली ताकद या निर्णयामागे उभी करावी. प्रत्यक्षात जेव्हा बी.सी.सी.आय. च्या मुंबईतील कार्यालयावर शिवसैनिकांनी हल्ला चढविला, तेव्हा गृहमंत्री असलेल्या गोपीनाथ मुंडे यांनी १४ शिवसैनिकांना अटक केली. त्यामुळे शिवसेनाप्रमुख संतप्त झाले. शिवसैनिकांचे रक्षण करू शकत नसेल, तर हे सरकार हवे कशाला? असा जाबच त्यांनी शिवसेना मंत्र्यांच्या बैठकीत विचारला. युतीचे सरकार उत्तम काम करू शकते, हे दाखविण्यासाठीच शिवसेनाप्रमुखांनी मनोहर जोशी यांच्याकडे मुख्यमंत्रीपद सोपविले होते. त्यांनी उत्तम रीतीने सरकार चालवूनही दाखविले. पण पुढे वर्षभरातच निवडणूक आली असताना त्यांचे नेतृत्व विजय मिळवून देईल असे शिवसेनाप्रमुखांना वाटले नाही. म्हणूनच नारायण राणे यांनी मुख्यमंत्रीपदी आणण्यात आले. बहुजन समाजाचा हा चेहरा निवडणुकीत उपयोगी पडेल असा त्यांचा अंदाज होता.

१ फेब्रुवारी १९९९ला नारायण राणे यांनी मुख्यमंत्रीपदाची शपथ घेतली. त्यांना काम करण्यासाठी वर्षभराचा काळ असतानाही लोकसभेच्या निवडणुकीबरोबरच ६ महिने आधी विधानसभेची निवडणूकही घेण्याचा निर्णय युती सरकारने घेतला, त्यामुळे राणे यांना प्रत्यक्ष काम करण्यासाठी जेमतेम ५-६ महिनेच मिळाले. केंद्रातील राष्ट्रीय लोकशाही आघाडी सरकार १३ महिन्यांतच पडले असेल, तरी पोखरणचा अणुबॉम्बस्फोट, कारगिल युद्धातील विजय, यामुळे आघाडीला मोठे यश मिळेल

आणि त्याचाच फायदा महाराष्ट्रातही युतीला मिळेल, अशी सेना-भाजपच्या ज्येष्ठ नेत्यांची कल्पना होती. म्हणूनच सरकारचा कालावधी पूर्ण होण्यास ६ महिने बाकी असतानाच युती सरकारने विधानसभा बरखास्त करून विधानसभा निवडणूक लोकसभा निवडणुकीबरोबरच घेण्याचा निर्णय घेतला.

□□□

प्रकरण १४

काँग्रेस आघाडी सत्तेवर

१५ जुलै १९९९ला राणे मंत्रिमंडळाच्या शिफारशीनंतर राज्य विधानसभा बरखास्त करण्यात आली आणि सप्टेंबर १९९९ मध्ये लोकसभेबरोबर विधानसभेची निवडणूक जाहीर झाली.

राष्ट्रवादी काँग्रेसच्या निमित्ताने प्रदेश काँग्रेसमध्ये मोठी उभी फूट पडली असल्याने विधानसभा निवडणूक आपल्याला सोपी जाईल, असा युतीचा अंदाज होता. 'विदेशी नेतृत्व नको' या विषयाचा फायदा केंद्राप्रमाणेच महाराष्ट्रातही घेता येईल आणि पोखरण व कारगिल यांची यांची पुण्याईही कामाला येईल अशा सर्वांचा अंदाज होता. म्हणूनच हाती घेतलेले महत्त्वाकांक्षी प्रकल्प अपूर्ण असतानाही मतदारांसमोर जाण्याचा निर्णय युतीने घेतला.

देशभर कारगिल विजयाचे शिल्पकार म्हणून वाजपेयीच पुन्हा पंतप्रधान व्हावेत अशी लाटच आली होती. तिचा अंदाज कोणत्याही पक्षाला प्रचारकाळात आला नव्हता. त्यामुळे त्रिशंकू लोकसभा गृहीत धरून सर्वजण आपापले डावपेच आखत होते. प्रत्यक्षात मात्र भाजपप्रणीत राष्ट्रीय लोकशाही आघाडीला पूर्ण बहुमत मिळाले आणि तिसऱ्यांदा वाजपेयी यांनी पंतप्रधानपदाची शपथ घेतली.

देशभरातील या लाटेचा फायदा महाराष्ट्रात सत्तेवर असलेल्या युती सरकारला मात्र मिळाला नाही. विधानसभा बरखास्तीनंतर लगेचच २८ जुलै १९९९ ला निवडणूक आयोगाने शिवसेनाप्रमुख बाळासाहेब ठाकरे यांचा निवडणुकीत मतदान करण्याचा अधिकार काढून घेतला. डॉ. रमेश प्रभू यांच्या खटल्यासंदर्भात निर्णय

देताना सर्वोच्च न्यायालयाने तशी सूचना ११ डिसेंबर १९९५लाच केली होती. ती यावेळी अंमलात आली. त्यामुळे ऐन निवडणुकीच्या तोंडावर युतीला जबरदस्त धक्का बसला.

भाजप-शिवसेनेने आधीच्या १० वर्षांत अत्यंत प्रयत्नपूर्वक दलित मतदारांना आपल्याकडे वळविले होते; पण मुंबईतील रमाबाई आंबेडकर नगरात घडलेल्या गोळीबार प्रकरणाने युतीला दलितांचा रोष ओढवून घ्यावा लागला. ११ जुलै १९९७ला रमाबाई आंबेडकर नगरातील डॉ. आंबेडकर यांच्या पुतळ्याची कोणीतरी विटंबना केल्याचे लक्षात आले. त्यामुळे दलितांनी रस्त्यावर येऊन त्याविरुद्ध घोषणा देण्यास सुरुवात केली. या प्रकरणाला गंभीर वळण लागण्याची शक्यता गृहीत धरून राज्य राखीव पोलिस दल तिथे तैनात करण्यात आले. राखीव दलाचे पोलिस अधिकारी मनोहर कदम यांनी तिथे जमलेल्या जमावावर गोळीबार करण्याचे आदेश दिले. या गोळीबारात १० लोक ठार झाले, तर २६ लोक जखमी झाले. याची तीव्र प्रतिक्रिया विधिमंडळातही उमटली, पण युतीचे मंत्री किंवा भाजपचे ज्येष्ठ नेते ईशान्य मतदार संघातील स्थानिक खासदार, प्रमोद महाजन यापैकी कोणीही घटनास्थळी पोहोचले नाही, त्यामुळे संतप्त झालेल्या दलितांनी युतीच्या उमेदवारांना मतदान केले नाही. प्रमोद महाजन यांना तर १९९८च्या लोकसभा निवडणुकीतच दलित मतदारांनी पराभवाचा दणका दिलाच होता, पण १९९९ च्या विधानसभा निवडणुकीतही दलित मतदार युतीच्या विरोधातच गेले. मात्र, ईशान्य मुंबई लोकसभा मतदारसंघात दलित उमेदवार उभा राहिल्याने भाजपचे किरीट सोमैय्या निवडून येऊ शकले.

युती सरकारचे मुख्यमंत्री होण्यास भाजपचे गोपीनाथ मुंडे उत्सुक होते. 'मुंडे यांना मुख्यमंत्री व्हायचे असेल, तर मला सांगावे', असा वारंवार उच्चार शिवसेनाप्रमुखांनी केला होता. मात्र, युतीच्या करारानुसार ज्या पक्षाचे अधिक आमदार असतील, त्या पक्षाचा मुख्यमंत्री, असे ठरले होते. त्यामुळे मनोहर जोशी यांना राजीनामा देण्यास सांगितल्यानंतरही राणे मुख्यमंत्री झाले. भाजपचा मुख्यमंत्री व्हायचा असेल, तर शिवसेनेपेक्षा जास्त आमदार निवडून आणले पाहिजेत, असा चंग महाजन-मुंडे यांनी बांधला. लोकसभा निवडणुकीत सर्व प्रचारयंत्रणा जशी वाजपेयी यांच्याभोवती फिरत होती, तशीच विधानसभा निवडणुकीत ती गोपीनाथ मुंडे यांच्याभोवती फिरत होती. तत्त्वज्ञानावर आणि कार्यक्रमांवर मते मागणारा भाजप अचानक व्यक्तिकेंद्रित प्रचारावर आला. त्यामुळे त्याची प्रतिक्रिया महाराष्ट्रात मात्र उमटली.

मुख्यमंत्री असणारे मनोहर जोशी व नारायण राणे राज्यभर दौरे करीत असताना सर्व कार्यक्रमांना वेळेवर पोचत होते. उपमुख्यमंत्री मुंडे मात्र एकाही कार्यक्रमाला

कधीही वेळेवर पोहोचले नाहीत. संघाने ठरविलेल्या कार्यक्रमांसाठीसुद्धा ते ३-४ तास उशिरा पोचत होते. प्रवासात मुंडे यांच्या लोकप्रियतेमुळे जागोजागी त्यांना थांबून लोकांचे स्वागत स्वीकारावे लागत होते, हे या सर्वत्र उशिरा पोहोचण्याचे कारण असले, तरी त्याचे दोन परिणाम झाले. मुंडे यांची ही वाढती लोकप्रियता युतीच्या अनेक नेत्यांना बघवत नव्हती आणि दुसरीकडे संघ-परिवारातही मुंडे यांच्याबद्दल विविध कारणांनी नाराजी तयार होत होती. अशा पार्श्वभूमीवर मुंडे मुख्यमंत्री व्हावेत म्हणून भाजपने मोर्चेबांधणी करताच त्याचा विपरीत परिणाम झाला. मुंडे यांच्यावर नाराज असणारे परिवारातील लोक निवडणूक प्रचारापासून दूर राहिले आणि मुंडे मुख्यमंत्री होऊ नयेत, म्हणून शिवसेना-भाजपमध्ये उमेदवार पाडापाडीचे राजकारण रंगात आले. या सर्वांचा परिणाम म्हणून सत्तेवर असलेल्या युतीच्या सरकारला पराभवाला सामोरे जावे लागले.

विधानसभा निवडणुकीत शिवसेनेला ६९ तर भाजपला ५६ जागा मिळाल्या. युतीला सत्तेवर येण्यासाठी २० आमदार कमी पडत होते. काँग्रेसला ७५ जागा मिळाल्या, तर राष्ट्रवादी काँग्रेसने ५८ जागांवर विजय मिळवला. निवडणुकीचे निकाल बाहेर येत असतानाच मंत्रालयाच्या हिरवळीवर सर्व पक्षांचे प्रमुख नेते टी.व्ही. वाहिन्यांना निकालावरच्या प्रतिक्रिया देत होते. काँग्रेसचे सरचिटणीस सुशीलकुमार शिंदे आणि राष्ट्रवादी काँग्रेसचे प्रदेशाध्यक्ष छगन भुजबळ तिथे समोरासमोर आले, तेव्हा छगन भुजबळ यांनी 'दोन्ही काँग्रेसनी एकत्र येऊन महाराष्ट्रात सरकार बनवावे' असा प्रस्ताव उभ्या-उभ्याच शिंदे यांच्यासमोर ठेवला. टी.व्ही. वाहिन्यांसमोरच या दोघांचा आपसात कलगीतुराही रंगला; पण या निमित्ताने महाराष्ट्रात दोन्ही काँग्रेस एकत्र येण्याची शक्यता निर्माण झाली.

लोकसभेत भाजप आघाडीच पुन्हा सत्तेवर येणार हे स्पष्ट झाले असल्याने महाराष्ट्रात तरी युतीला सत्तेवर येण्यापासून रोखावे, यासाठी दिल्लीतही जोरात प्रयत्न सुरू झाले. महाराष्ट्राचे प्रभारी माधवराव शिंदे यांनी त्यासाठी दिल्लीतच शरद पवार यांची भेट घेऊन चर्चा केली. महाराष्ट्रातील काही काँग्रेस नेते मात्र या आघाडीला तयार नव्हते. सुरेश कलमाडी तर 'राष्ट्रवादी काँग्रेसमध्ये फूट पाडा, पण दोन्ही काँग्रेस एकत्र नकोत' असे जाहीरपणे सांगत होते. राष्ट्रवादीत फूट पाडूनही काँग्रेस सत्तेवर कशी येणार, याचे गणित मात्र कोणीच सांगत नव्हते.

राष्ट्रवादी काँग्रेसला काँग्रेस आघाडीत घेण्यासाठी प्रयत्न सुरू असतानाच दुसरीकडे भाजप नेते पवार यांना युतीबरोबर येण्याचा आग्रह करीत होते. प्रमोद महाजन यांच्या या प्रस्तावाला अडवाणी यांनीही मान्यता दिल्याच्या बातम्या मुंबईत पोहोचल्या होत्या.

ही तिहेरी युती प्रत्यक्षात आणण्यासाठी आडवाणी व पवार तातडीने दिल्लीहून मुंबईला निघाल्याचे वृत्तही मुंबईत पोहोचले. सह्याद्री अतिथीगृहात बसलेले प्रमोद महाजन या सर्व घडामोडींचे सूत्रसंचालन करीत होते. पण पवार यांचे एकेकाळचे मित्र असलेले बाळासाहेब ठाकरे-पवार यांना घेऊन सत्ता स्थापन करण्यास तयार नव्हते. अडवाणी यांनी दिल्लीहून येऊन शिवसेनाप्रमुखांशी त्यासंबंधी काही बोलणी करण्याआधीच शिवसेनाप्रमुखांनी आपला निर्णय घेतला. मुख्यमंत्री नारायण राणे यांना त्यांनी आपल्या सरकारचा राजीनामा देण्यास सांगितले. राणे थेट राजभवनावर गेले आणि त्यांनी राजीनामा तर दिलाच, पण युती सरकार बनविण्यासाठी दावा करीत नसल्याचेही स्पष्ट केले. त्यामुळे भाजप-शिवसेना राष्ट्रवादीचे सरकार येणार, या चर्चेला पूर्णविराम मिळाला.

दोन्ही काँग्रेसनी एकत्र येण्याचे ठरविल्यानंतरही चर्चेचे गुऱ्हाळ ९ दिवस चालू राहिले. मुख्यमंत्री आणि खातेवाटप यावरूनही चर्चा लांबत गेली. अखेर १८ ऑक्टोबर १९९९ला काँग्रेसचे विलासराव देशमुख यांनी मुख्यमंत्रीपदाची तर ६ राष्ट्रवादीचे छगन भुजबळ यांनी उपमुख्यमंत्रिपदाची शपथ घेतली आणि अखेर पुन्हा एकदा महाराष्ट्रात काँग्रेस सत्तेवर आली. यापूर्वीही काँग्रेसने समविचारी पक्षांना मंत्रिमंडळात स्थान दिले असेल, तरी काँग्रेसचे वर्चस्व कायम होते, आता मात्र दुसऱ्या तुल्यबळ पक्षांसमवेत इतर छोट्या पक्षांना घेऊन काँग्रेसला आघाडी स्थापन करावी लागली. काँग्रेस धुरीणत्वाचा कालखंड काँग्रेस सत्तेवर येऊनही संपला.

ऑक्टोबर १९९९ पासून २००४ पर्यंतच्या काळात राष्ट्रीय राजकारणातही महत्त्वाच्या घडामोडी होत असल्या, तरी तुलनेने राजकीय शांतता होती. सामान्यत: गृह, अर्थ, परराष्ट्र किंवा अन्य कोणतेही खाते संसदीय कामकाज मंत्रालयापेक्षा मोठे समजले जाते. देशातील बहुतेक काळ काँग्रेस वर्चस्वाचा असल्याने संसदीय कामकाज मंत्र्याला महत्त्वाची भूमिका फारशी कधी करावी लागली नव्हती. वाजपेयी यांच्या नेतृत्वाखाली राष्ट्रीय लोकशाही आघाडीचे सरकार तिसऱ्या वेळी सत्तेवर आले, ते २२-२५ छोट्या पक्षांना बरोबर घेऊन. त्यामुळे संसदेतील लोअर मॅनेजमेंट आणि एकूणच राजकीय व्यवस्थापन हा महत्त्वाचा घटक ठरला. म्हणूनच वाजपेयी यांच्या विश्वासातील प्रमोद महाजन यांच्याकडे संसदीय कामकाज मंत्रीपद आले. त्यांच्या राजकीय व्यवस्थापनाचा एक किस्सा या संदर्भात फार महत्त्वाचा आहे. १९९८च्या लोकसभा निवडणुकीत वाजपेयी सरकार सत्तेवर आले, तेव्हा काँग्रेसशी सहकार्याची भाषा सुरू झाली होती आणि पूर्णो संगमा यांना लोकसभेचे अध्यक्षपद देण्याचे ठरले होते. शेवटच्या क्षणी तेलुगु देशम् पक्ष आघाडीत येण्यास तयार झाला आणि त्यांनी

लोकसभा अध्यक्षपद मिळावे अशी अट घातली. ज्या बालयोगींना हे पद द्यावे असा तेलुगु देशम्‌चा आग्रह होता, ते हैदराबाद येथे होते आणि अर्ज भरण्यासाठी फक्त काही तास शिल्लक होते. महाजन यांनी बालयोगी यांचे विमान दिल्ली विमानतळावर किती वाजता पोचेल याची माहिती घेतली. त्यांना आणण्यासाठी पाठविण्याची कार थेट विमानापाशी नेण्याची परवानगी मिळवली. विमानतळ ते संसदभवन या मार्गावरील वाहतूक सिग्नलची मोजदाद करून वेळेचे गणित मांडले आणि अर्ज भरण्याची वेळ संपण्यापूर्वीच काही वेळ बालयोगी यांना संसदेत हजर केले. या वैशिष्ट्यांमुळेच महाजन यांच्याकडे संसदीय कामकाज खाते आले.

दोन्ही सभागृहांचे कामकाज चालू असताना एक तरी मंत्री सभागृहात हजर असावा म्हणून मंत्र्यांना आळीपाळीने रोस्टर ड्युटी लावली जाते. महाजन यांनी सभागृहात कोरमची अडचण भासू नये म्हणून सत्ताधारी पक्षातील खासदारांनाही रोस्टर ड्यूटी लावून सभागृहाचे काम सुरळीत केले. २००२ मध्ये जेव्हा लोकसभेचा अध्यक्ष पुन्हा निवडण्याची वेळ आली, तेव्हा आघाडीतील मित्रपक्षांनी 'तो भाजपचा नको, मित्रपक्षांचा हवा' अशी मागणी करताच महाजन यांनी त्याला लगेच संमती दिली आणि शिवसेनेच्या मनोहर जोशी यांचे नाव पुढे केले. मित्रपक्षातील प्रमुख नेत्यांशी बोलून या निर्णयावर त्यांनी शिक्कामोर्तब करून घेतले आणि मग महाजन व जोशी शिवसेनाप्रमुखांना भेटण्यास मुंबईत गेले. बाळासाहेब ठाकरे यांच्याशी आधी चर्चा न होता झालेला हा पहिला, अत्यंत महत्त्वाचा निर्णय होता. महाजन यांच्या कौशल्यामुळेच शिवसेनाप्रमुखांनी या निर्णयाला मान्यता दिली. एकाच वेळी महाजन यांनी मित्रपक्षांचे समाधान केलेच पण आपले मित्र असलेले मनोहर जोशी या महत्त्वाच्या जागी येतील असे पाहिले. लोकसभेचा अध्यक्ष आणि संसदीय कामकाज मंत्री यांच्यात सख्य असणे आघाडी सरकार चालविताना फार महत्त्वाचे असते, हे या दोघांनीही दाखवून दिले.

वाजपेयी सरकारच्या काळात सर्वात गाजले ते माहिती तंत्रज्ञान व दळणवळण मंत्रालय. संसदीय कामकाज खात्यानंतर अचानकपणे महाजन यांच्याकडे आलेले हे खाते, सर्वस्वी नवे असलेले. त्यामुळे मंत्रालयाचे बजेट जेमतेम, कर्मचारी वर्गही नावापुरताच आणि नव्याने टेबल-खुर्ची मांडण्यापासून तयारी. पण हे मंत्रालय मिळाल्यानंतर महाजन चीनच्या दौऱ्यावर गेले. चीनने माहिती-तंत्रज्ञान आणि दळणवळण ही खाती एकाच व्यक्तीकडे ठेवली होती. त्यामुळे या दोन्ही क्षेत्रांत त्यांनी मोठी प्रगती केली हे महाजन यांच्या लक्षात आले. परतल्यावर त्यांनी ही दोन्ही खाती एकत्र करण्यासंबंधीचे एक टिपण पंतप्रधानांना सादर केले. सर्व

अधिकाऱ्यांसमोर आपला युक्तिवाद त्यांनी समर्थपणे मांडल्यावर त्याला मान्यता मिळाली आणि ही दोन्ही खाती त्यांच्याकडे आली. हे काम होताच त्यांनी त्यात क्रांती घडवून आणली. माहिती-तंत्रज्ञान आणि दळणवळण एकत्र येताच मोबाईल सर्वसामान्य माणसाच्या हाती खेळू लागला. पण प्रत्येक व्यक्तीपर्यंत संगणक नेण्याचे स्वप्न त्यांनी पाहिले आणि मोठी गुंतवणूक या क्षेत्रात आणली. महाजन यांचे हे कर्तृत्व एवढे मोठे होते की स्वत: बिल गेट्स त्यांना भेटायला आले.

ही मंत्रालये सांभाळत असतानाच देशातील शिक्षण व तंत्रज्ञान क्षेत्रातील तज्ज्ञांच्या एका बैठकीत चहा पिता पिता त्यांनी सहज प्रश्न टाकला, 'देशाचा राष्ट्रपती तुम्हाला कोण झालेलं आवडेल?' या चर्चेतच डॉ. अब्दुल कलाम याचे नाव पुढे आले आणि ते महाजन यांनी अत्यंत चतुराईने पुढे रेटत डॉ. कलाम यांना राष्ट्रपतीपदावर आणले. उपराष्ट्रपतीपदासाठी झालेल्या निवडणुकीत सुशीलकुमार शिंदे यांच्या रूपाने प्रथमच एक मराठी नाव स्पर्धेत आले. पण महाजन यांच्या राजकीय कौशल्यामुळे विजय झाला तो भाजपचे भैरोसिंग शेखावत यांचा.

वाजपेयी सरकारच्या या काळात देशाला हादरून टाकणारी घटना घडली, ती म्हणजे अतिरेक्यांचा संसदभवनावरील हल्ला. १३ डिसेंबर २००१ ला सकाळीच संसदेच्या हिवाळी अधिवेशनाचे कामकाज सुरू झाले होते. पंतप्रधानांसह बहुसंख्य मंत्री आणि तीनशे-चारशे खासदार संसदभवनात उपस्थित होते. अशा वेळी ११ वाजून ४० मिनिटांनी संसदेतील कडक बंदोबस्त तोडून अतिरेक्यांचे वाहन गोळीबार करीत संसदभवनात घुसले आणि त्यांनी आत शिरून मंत्री व खासदारांना ओलीस धरण्याचा प्रयत्न केला; पण संसद भवनातील पोलिसांनी चपळाईने कारवाई करून पाचही अतिरेक्यांना मारले आणि संसदभवनाला आणि लोकप्रतिनिधींना कोणताही धक्का लागू दिला नाही. या कारवाईत ६ पोलिसही मृत्युमुखी पडले. संसदेवरील हल्ल्याला भारत जशास तसे ठोस प्रत्युत्तर देईल अशी ग्वाही पंतप्रधान वाजपेयी यांनी दिली.

वाजपेयी सरकारने अनेक महत्त्वाकांक्षी योजनांना सुरुवात करून त्यांची अंमलबजावणी केली. त्यात 'सुवर्णचौकोन महामार्ग' ही योजना प्रमुख होती. दिल्ली, मुंबई, चेन्नई, कोलकाता अशा चार महानगरांना एकमेकांशी जोडणारे महामार्ग सरकारने बांधण्यास सुरुवात केली. या महामार्गांच्या आजूबाजूच्या गावात त्यामुळे मोठ्या प्रमाणावर उद्योग-व्यवसाय सुरू झाले. स्वातंत्र्य मिळून ५० वर्षे झाली असली, तरी ग्रामीण भागात गावागावापर्यंत रस्ते पोहोचले नव्हते. वाजपेयी सरकारने पंतप्रधान ग्रामसडक योजना आखून त्याला चालना दिली. गंगा-कावेरी प्रकल्पाची चर्चा देशात

अनेक वर्षे विविध पद्धतींनी चालू होती. पण कोणत्याही सरकारने त्याकडे गांभीर्याने पाहिले नव्हते. वाजपेयी सरकारने देशातील सर्व प्रमुख नद्या एकमेकींना जोडणारा नदी-जोडणी प्रकल्प हाती घेतला आणि खासदार सुरेश प्रभू यांच्यावर त्याची जबाबदारी सोपविली. वाजपेयी यांचे हे सरकार अशा नव्या नव्या योजना अमलात आणित, जागतिकीकरणाला वेग देत, अर्थव्यवस्था मजबूत करीत होते. त्यामुळे जगभर भारताचे उदयोन्मुख महासत्ता म्हणून कौतुक होत होते. मध्यमवर्ग आणि उद्योजक यांच्यात पसरलेला हा 'फील गुड'चा विश्वास आणि जगातील प्रसिद्धी यामुळे सुरू झालेली 'इंडिया शायनिंग'ची चर्चा, या गोष्टींनी राष्ट्रीय लोकशाही आघाडीच्या प्रमुख नेत्यांना लोकसभेची निवडणूक नऊ महिने आधी घेण्याचा मोह झाला. त्यांनी ६ फेब्रुवारी २००४ला लोकसभा मुदतीपूर्वीच विसर्जित केली. एप्रिल आणि मे २००४ मध्ये निवडणूक घेण्याची घोषणा झाली.

आतापर्यंतच्या बहुतेक सर्व लोकसभा निवडणुकांना काही ना काही महत्त्वाचे संदर्भ होते. कधी आणीबाणी, बांगला देश युद्ध, कारगिल हे निवडणुकांचे महत्त्वाचे विषय ठरले, तर कधी 'गरिबी हटाव'सारख्या घोषणेने मतदारांना भुलविले. 'मंडल विरुद्ध कमंडल' असे मुद्देही उभे राहिले; पण या निवडणुकीत असे कोणतेही वैचारिक वा भावनिक मुद्दे नव्हते. इंदिरा गांधी, राजीव गांधी यांच्या हत्येमुळे निर्माण झालेल्या सहानुभूतीच्या लाटाही नव्हत्या. स्वातंत्र्यानंतर ५५ वर्षांनी प्रथमच विकासाचा मुद्दा ऐरणीवर आला. भाजपने तो 'फील गुड' आणि 'इंडिया शायनिंग' या शब्दयोजनेतून मांडला.

कोणताही थेट वैचारिक संघर्ष समोर नसल्याने या निवडणुकीच्या प्रचारावर संपूर्ण प्रभुत्व मार्केटिंग व जनसंपर्क तंत्राचे होते. निवडणुकीसाठी इंदिरा गांधी यांनी तर हजारो कोटी रुपये खर्चून 'विरोधी पक्ष साप-विंचू आहेत' अशा जाहिराती केल्या होत्या. आता तीच परंपरा पुढे चालवीत काँग्रेसने भाजपची 'भारत जलाओ पार्टी' अशी खिल्ली उडविणारी जाहिरात सुरू केली. या पार्श्वभूमीवर भाजपच्या जाहिराती मात्र वाजपेयी आणि विकास या दोन मुद्द्यांवर केंद्रित होत्या. एरवी 'अटलजींचे नाव विकले जात नाही' असे सांगणाऱ्या प्रमोद महाजन यांनीच या निवडणुकीत पुन्हा 'अटलजी कार्ड'च वापरले. त्यामुळे अटलजींच्या 'सुपरब्रँड'विरुद्ध सोनिया यांचा 'चॅलेंजर ब्रँड' यांच्यातील सामना सुरू झाला.

याच काळात सोनिया गांधी यांनी काँग्रेस अध्यक्ष म्हणून पक्षावर आपली पकड मजबूत करण्याचे प्रयत्न हिरिरीने केले. हिंदुत्वाची मक्तेदारी संघपरिवाराकडे नाही हे दाखवून देण्यासाठी त्यांनी एकापाठोपाठ एक महत्त्वाची पावले उचलली. २२ जानेवारी

२००१ला अलाहाबादमध्ये भरलेल्या कुंभमेळ्यात त्यांनी त्रिवेणी संगमावर गंगास्नान केले. त्यावर दोन्ही बाजूंनी खूप मोठ्या प्रतिक्रियाही उमटल्या. पण सोनिया हिंदूंच्या महत्त्वाच्या समारंभात श्रद्धापूर्वक हजेरी लावतात, ही गोष्ट ग्रामीण भागातही पोहोचली. ज्या अयोध्या प्रश्नावर वाजपेयी सरकारची मदार होती, आणि सरकार त्या संबंधात प्रत्यक्षात काही करू शकले नव्हते, त्या प्रश्नालाच सोनिया यांनी हात घातला. फेब्रुवारी २००२ मध्ये मध्य प्रदेशातील दिघौरी येथे तीन शंकराचार्यांना त्यांनी एकत्र आणले आणि त्यांच्याशी अयोध्या प्रश्नावर चर्चा केली. न्यायालयाने अयोध्येतील वादग्रस्त जागेत राममंदिर उभारण्यास परवानगी दिलीच, तर हे बांधकाम विश्व हिंदू परिषदेतर्फे न घेता द्वारकेचे शंकराचार्य स्वामी स्वरूपानंद यांच्या नेतृत्वाखाली 'रामालय ट्रस्ट'तर्फे व्हावे, यासाठी ही बैठक होती. राममंदिर प्रकरणी विश्व हिंदू परिषद आणि वाजपेयी सरकारवर नाराज असलेल्यांना आपल्याभोवती गोळा करण्याचा दिघौरी धर्मसंसदेचा प्रयत्न होता.

राजकारणातही आपल्यावर असलेला विदेशीपणाचा आक्षेप लक्षात घेऊन सोनिया यांनी राहुल व प्रियांका या दोघांनाही राजकारणात आणले आणि त्यांच्या प्रतिमेला सर्वसामान्य जनता मोठ्या प्रमाणात प्रतिसाद देत होती. २००४च्या प्रारंभीच काही काँग्रेस नेत्यांनी लोकप्रियतेसंबंधी एक देशव्यापी सर्वेक्षण गुप्तपणे करवून घेतले. या सर्वेक्षणात वाजपेय –सोनिया यांच्यापेक्षा निश्चितच पुढे होते. सोनिया यांच्याबरोबर राहुल आला तरी वाजपेयीच पुढे राहतील, पण प्रियांकाची साथ या दोघांना मिळाली, तर हे तिघे वाजपेयी यांना मागे टाकतील असा निष्कर्ष या सर्वेक्षणात काढण्यात आला होता. जनमानस असे सरकारविरोधात झुकत असताना स्वतःलाच 'फीलगुड' वाटणाऱ्या आघाडीच्या नेत्यांनी, लोकसभेची मुदतपूर्व निवडणूक जाहीर केली.

सोनिया यांच्या विदेशीच्या मुद्द्यावरून काँग्रेसबाहेर पडलेल्या शरद पवार यांच्यासमोरही या निवडणुकीत कोणाबरोबर आघाडी करावी असे धर्मसंकट उभे होते. जानेवारी २००४च्या आरंभीच पवार यांनी पत्रकार परिषद घेऊन आपली द्विधा मनःस्थिती जाहीरपणे मांडली. ते म्हणाले, 'सध्या आमच्यासमोर तीन पर्याय आहेत. पहिला काँग्रेसबरोबर आघाडी करण्याचा, दुसरा बिगर काँग्रेस-बिगर भाजप पक्षांच्या तिसऱ्या आघाडीत जाण्याचा आणि तिसरा भाजपप्रणीत राष्ट्रीय आघाडीबरोबर जाण्याचा.' आधीच्या चार वर्षांत पवार रालोआच्या खूप जवळ गेले होते. वाजपेयी सरकारच्या आपत्कालीन व्यवस्थापन समितीचे ते अध्यक्ष होते. त्यामुळे पवार भाजपबरोबरच जाण्याचे सूचित करीत आहेत असे समजून डावे पक्ष व पत्रकारांनी त्यांच्यावर तुफान हल्ला चढविला. जानेवारीची सुरुवातच राष्ट्रवादी काँग्रेसच्या दृष्टीने अशी वादळी झाली.

पवार यांच्या या घोषणेआधीच ‘पवार सेना-भाजप युतीबरोबर जाणार’ अशा बातम्या येत होत्या. दिल्लीत महाजन, मनोहर जोशी व पवार या तिघांच्या महायुतीबद्दल चर्चा झाली आणि जागावाटपही ठरले अशा बातम्याही प्रसिद्ध झाल्या. पवार मात्र या कोणत्याही बातमीचे खंडन करीत नव्हते. राष्ट्रवादीत या पाच वर्षांत स्थानिक दबावातून एक अगतिकता निर्माण झाली होती. त्याची सुरुवातही महाराष्ट्रातून झाली. युतीची सत्ता येऊ नये म्हणून पवार यांनी विदेशीचा मुद्दा तात्पुरता बाजूला ठेवून महाराष्ट्रात काँग्रेसशी आघाडी केली. इतर प्रांतातील राष्ट्रवादीच्या नेत्यांना हा निर्णय मान्य नव्हता; पण स्थानिक परिस्थितीतून वेगळा निर्णय घ्यावा लागतो हे पवार यांनी त्यांना पटवून दिले. मग मेघालयात झालेल्या विधानसभा निवडणुकीत पूर्णो संगमा यांनी भाजपबरोबर युती केली आणि हे युतीचे सरकारही सत्तारूढ झाले. संगमा यांना नामोहरम करण्यासाठी काँग्रेसने राष्ट्रवादीचेच २ आमदार फोडले. त्यामुळे संगमा काँग्रेसवर संतापले. मध्यप्रदेश व गुजरातमध्येही राष्ट्रवादीच्या नेत्यांना काँग्रेसपेक्षा भाजप जवळचा वाटत होता. या सर्व पार्श्वभूमीवर २५ जानेवारी २००४ला राष्ट्रवादीच्या राष्ट्रीय कार्यकारिणीची बैठक झाली आणि तीत पक्ष फुटला. सोनिया यांच्या विदेशी असण्याच्या मुद्द्यावरून स्थापन झालेला पक्ष, सोनिया यांना पाठिंबा द्यावा की नाही, या मुद्द्यावरच फुटला. पूर्णो संगमा आणि विद्याचरण शुक्ल यांच्यासह अनेक नेते व कार्यकर्ते भाजपबरोबर गेले. बिहारचे नेते तारीक अन्वर फक्त पवार यांच्याबरोबर राहिले. या फुटीमुळे राष्ट्रीय म्हणविणारा हा पक्ष महाराष्ट्रापुरता आणि त्यातही पश्चिम महाराष्ट्रापुरता मर्यादित झाला.

या लोकसभा निवडणुकीत दोन मोठ्या आघाड्या प्रथमच एकमेकांसमोर उभ्या होत्या. तोपर्यंत ‘एकला चलो रे’ म्हणून वाटचाल करणाऱ्या काँग्रेस पक्षाने शेवटच्या क्षणी निवडणूकपूर्व आघाडी करण्याचा निर्णय घेतला आणि विविध राज्यातून प्रादेशिक पक्ष आपल्या आघाडीत सामील करून घेतले. त्यामुळे वाजपेयी यांच्या नेतृत्वाखालील आघाडी सहज पुन्हा सत्तेवर येणार असे वाटत असतानाच मतदारांनी वाजपेयी सरकारला धक्का दिला. १३ मे २००४ ला बाहेर आलेल्या निकालात राष्ट्रीय लोकशाही आघाडीला फक्त १८६ जागा मिळाल्या, काँग्रेससह मित्रपक्षांना २१७ जागा मिळाल्या, तर डाव्या आघाडीच्या उर्वरित पक्षांचे १३६ खासदार निवडून आले. ही निवडणूक काँग्रेस व मित्रपक्षांनी सोनिया गांधी यांच्या नेतृत्वाखाली लढवली असल्याने सर्वात मोठी आघाडी म्हणून त्यांनीच सरकार बनविण्यासाठी दावा केला. डाव्या पक्षांनीही काँग्रेस आघाडीलाच पाठिंबा दिल्यामुळे सोनिया आता पंतप्रधान होणार, हे निश्चित झाले!

सोनिया पंतप्रधान होणार असे दिसताच संघ परिवाराने त्यांच्याविरुद्ध रणशिंग फुंकले. 'काय वाट्टेल ते झाले, तरी एका विदेशी व्यक्तीला पंतप्रधान होऊ देणार नाही' असा निर्धार संघनेत्यांनी व्यक्त केला. त्याचबरोबर देशभर एकापाठोपाठ एक खळबळजनक घटना घडायला लागल्या. भाजप नेत्या सुषमा स्वराज यांनी 'सोनिया पंतप्रधान झाल्यास मी मुंडन करून विधवावस्त्रे धारण करीन आणि चटईवर झोपेन' अशी घोषणा केली. संन्यासी नेत्या उमा भारती यांनी मध्य प्रदेशच्या मुख्यमंत्रिपदाचा राजीनामा देऊन देशभर आंदोलन पेटविण्याची धमकी दिली. अनेक वर्षे विजनवासात गेलेले संघाचे विचारवंत गोविंदाचार्य एकदम केंद्रस्थानी आले. दिल्लीत पत्रकार परिषद घेऊन त्यांनी राष्ट्रव्यापी आंदोलनाची घोषणा केली. विदेशी विरोधातील हे आंदोलन कोणते वळण घेणार, याचा अंदाजच कोणाला करता येत नव्हता.

हे देशव्यापी आंदोलन प्रत्यक्षात सुरू झाले, तर ते हिंसक होण्याची भीती माध्यमांनी आणि गुप्तहेर संस्थांनी व्यक्त केली. देशाचे धार्मिक विभाजन होण्याचा आणि सर्वदूर दंगली पेटण्याचा धोकाही काहींनी व्यक्त केला. या पार्श्वभूमीवर राष्ट्रपती डॉ. अब्दुल कलाम यांनी सोनिया यांना भेटीसाठी बोलाविले. राष्ट्रपतींनी त्यांना नेमके काय सांगितले, हे कदाचित कधीच बाहेर येणार नाही; पण या भेटीनंतरच सोनिया यांनी पंतप्रधान न होण्याचा निर्णय घेतला आणि पंतप्रधानपद डॉ. मनमोहन सिंग यांच्याकडे सोपविले.

विलासराव देशमुख यांचे सरकार १८ ऑक्टोबर १९९९ला सत्तेवर आल्यानंतर झालेल्या पहिल्याच दिवाळी अधिवेशनात सरकारने आर्थिक श्वेतपत्रिका सादर केली. या श्वेतपत्रिकेनुसार १९९९-२००० पर्यंत महसुली तूट ९,४८४ कोटींवर पोहोचली होती. ही महसुली तूट दरवर्षी २० टक्क्यांनी कमी करून पुढील ५ वर्षांत संतुलन स्थापन करण्यात येईल, असे नमूद केले गेले. या निर्णयाचा पाठपुरावा करण्यासाठी शासनाने मुख्यमंत्र्यांच्या अध्यक्षतेखाली एक 'व्ययसुधार समिती' स्थापन केली. शासनाच्या सर्व खर्चाच्या बाबींचा आढावा घेणे, ज्या योजनांचा ठोस परिणाम जाणवत नाही अशा योजना टप्प्याटप्प्याने रद्द करणे, समान उद्दिष्टे असणाऱ्या योजनांचे एकत्रीकरण करणे व अनावश्यक अनुदान कमी करणे हे या समितीचे कार्यक्षेत्र ठरविण्यात आले.

२०००- २००१चा अर्थसंकल्प मांडताना सरकारने दोन-तीन महत्त्वाच्या योजनांची घोषणा केली. लोकसंख्येचा विस्फोट टाळण्यासाठी राज्याने 'लोकसंख्या धोरण' जाहीर केले. यानुसार २००४ पर्यंत जनन-दर २.५ वरून २.१वर आणणे, जन्मदर २२.३ वरून १८वर आणणे व नवजात अर्भकांचा मृत्युदर ३५वरून २० वर

आणणे असा कार्यक्रम जाहीर केला. १ जानेवारी १९९५ पर्यंतच्या मुंबईतील झोपडपट्टीधारकांना फोटोपास देण्याचा निर्णयही घेण्यात आला. जलसंधारण कार्यक्रमास विशेष चालना देण्यासाठी जलसंधारण महामंडळ स्थापन करण्यात आले.

लोकांना अधिक अधिकार देण्याच्या दृष्टीने ७३वी घटनादुरुस्ती करण्यात आली होती. तिला अनुसरून राज्य सरकारच्या विविध खात्यांच्या योजना जिल्हा परिषदांकडे हस्तांतरित करण्याचा निर्णय २६ सप्टेंबर २०००ला राज्य मंत्रिमंडळाने घेतला. या सोबतच ४५ टक्के निधी आणि २५ हजार कर्मचारी जिल्हा परिषदांकडे प्रतिनियुक्तीवर पाठविण्यात येणार असल्याची घोषणा मुख्यमंत्र्यांनी केली.

नोव्हेंबर २००० मध्ये केंद्र सरकारने तीन नवीन राज्यांची निर्मिती केली. मध्यप्रदेशचे विभाजन होऊन छत्तीसगड हे आदिवासीबहुल राज्य निर्माण झाले. उत्तर प्रदेशचे विभाजन होऊन उत्तरांचल आणि बिहारचे विभाजन होऊन झारखंड या राज्यांची निर्मिती झाली. त्यापूर्वी अनेक वर्षे विविध मुद्द्यांवरून तिथे वेगळ्या राज्यांचे आंदोलन सुरू होते. या पार्श्वभूमीवर राष्ट्रीय लोकशाही आघाडी सरकारने हा निर्णय घेतला. त्यामुळे साहजिकच विदर्भ आणि तेलंगणा स्वतंत्र व्हावा, यासाठी मागणी सुरू झाली. त्याचा पहिला धक्का राज्य सरकारला बसला.

युती सरकारने पुन्हा सुरू केलेला एन्रॉनचा वीज प्रकल्प रद्द करावा, अशी मागणी सरकारमध्ये सहभागी झालेले डावे पक्ष करीत होतेच. त्याला जोडून स्वतंत्र विदर्भाचा प्रश्न हाती घेऊन भारिप बहुजन महासंघाने राज्यातील लोकशाही आघाडी सरकारमधून बाहेर पडण्याचा निर्णय घेतला. महासंघाने सरकारला बाहेरून पाठिंबा चालू राहील असे जाहीर केले असले, तरी मंत्री वा अन्य शासकीय पदे सोडा असे आदेश आपल्या आमदार वा इतर नेत्यांना दिले. त्याप्रमाणे दशरथ भांडे आणि प्रा. रणजित मेश्राम यांनी महामंडळाच्या अध्यक्षपदाचे राजीनामे दिले. मखराम पवार हे वाणिज्य मंत्री होते पण त्यांनी राजीनामा देण्यास नकार दिल्याने पक्षाने त्यांची हकालपट्टी केली. परिणामी त्यांनाही मंत्रिपदाचा राजीनामा द्यावा लागला, राज्यातील काँग्रेस आघाडी सरकारला त्यामुळे कोणताही धोका नव्हता, तरी पहिला मोठा धक्का होता आणि पुढे येऊ घातलेल्या वादळाची ही चाहूल होती.

७ मार्च २००१ला राज्य सरकारने बहुउद्देशीय महिला धोरण जाहीर केले. त्यात राज्य महिला कोशाची स्थापना, ५ वर्षांत ५ लाख महिलांचे आर्थिकदृष्ट्या सबलीकरण, महिला विकासासाठी नगरपालिकांनी करावयाच्या खर्चात दुप्पट वाढ, स्थानिक स्वराज्य संस्थांमधील महिलांच्या आरक्षणात वाढ आणि महिला संरक्षण विधेयक या प्रमुख बाबींचा समावेश होता.

राज्यात संत गाडगेबाबा ग्रामस्वच्छता अभियान, मौलाना आझाद अल्पसंख्याक आर्थिक विकास महामंडळ आणि शिक्षणक्षेत्रात शिक्षकांबरोबर शिक्षणसेवक नेमण्याचे महत्त्वाचे निर्णय २००१-०२ च्या अर्थसंकल्पात घेण्यात आले.

आघाडी सरकार सत्तेवर येऊन जेमतेम दीड वर्षं झाले असतानाच सरकारभोवती एन्रॉनचे वादळ घोंगावू लागले. मंत्रिमंडळातून वगळलेल्या सुनील तटकरे यांना पुन्हा मंत्रिमंडळात घेण्याचा निर्णय ३० मे २००२ला झाला. डाव्या पक्षांनी सरकारला कोंडीत पकडून एन्रॉनचा करार रद्द करवून घेतला असला, तरी त्यामुळे त्यांचे समाधान झाले नव्हते. सरकारला सतत अडवून धरण्याचेच धोरण त्यांनी अवलंबिले. तटकरे यांच्या निमित्ताने ३० मे लाच शेकापच्या तीन मंत्र्यांनी राजीनामे दिले. 'सरकारचा पाठिंबा कायम ठेवू' असे शेकापने त्या दिवशी म्हटले असले, तरी दोनच दिवसांत त्यांनी आपला पाठिंबा काढून घेतला. भारित-बहुजन महासंघ आणि शेकाप यांच्या एकूण ८ आमदारांनी पाठिंबा काढून घेतल्याने राज्यपालांनी ४ जून २००२ला मुख्यमंत्र्यांना १० दिवसांत विश्वासदर्शक ठराव संमत करून घेण्याचा आदेश दिला. राज्यपालांचा हा आदेश एकीकडे येत असतानाच राजभवनावर ३ नव्या मंत्र्यांचा शपथविधीही पार पडला. याचा परिणाम म्हणून त्याच दिवशी राष्ट्रवादीच्या ३ आमदारांनी व इतर २ आमदारांनी आघाडी सरकारचा पाठिंबा काढून घेतला. ज्या तटकरे यांच्यावरून हे राजीनामासत्र सुरू झाले, त्यांनी ६ जून २००२ला आपल्या मंत्रिपदाचा राजीनामा दिला. मात्र, तोपर्यंत जे व्हायचे, ते घडून गेले होते.

१३ जून २००२ला होणारा विश्वासदर्शक ठरावावरील संघर्ष मुख्यमंत्री विलासराव देशमुख कसा निभावून नेणार, हा प्रश्न सर्वांनाच पडला होता. शिवसेना-भाजपने आघाडी सरकारला खाली खेचण्यासाठी जबरदस्त मोर्चेबांधणी केली, तेव्हा मुख्यमंत्र्यांची तारांबळ उडाली. पक्षांतरबंदी कायद्याचा बडगा उभारून विधानसभेचे अध्यक्ष अरुण गुजराथी यांनी १३ जूनच्या सकाळीच ९ वाजता ७ फुटीर आमदारांना अपात्र ठरविले, तेव्हा विलासराव देशमुख यांचे सरकार कसेबसे वाचले. पण सरकारच्या एकसंधतेला जबरदस्त तडा गेला आहे, हे मात्र स्पष्ट झाले.

नव्यानेच महाराष्ट्राचे प्रभारी बनलेले काँग्रेस सरचिटणीस वायलर रवी या प्रसंगी उपस्थित होते. सह्याद्री विश्रामगृहात ३५-४० काँग्रेस आमदारांनी त्यांना घेराव घातला आणि 'सरकारच्या या अवस्थेला मुख्यमंत्री विलासराव देशमुखच जबाबदार आहेत' असे सांगितले. त्यांच्यापाठोपाठ शेकापसह सरकारमधून बाहेर पडलेल्या मित्रपक्षांच्या नेत्यांनीही वायरल रवी यांची भेट घेतली. त्यांनीही, 'या सर्व गोंधळाला विलासराव देशमुखच जबाबदार आहेत', असे सांगितले. या सर्व प्रकाराने वायलर रवी गोंधळून

गेले, तोपर्यंत गोविंदराव आदिक आणि रणजित देशमुख हे केवळ वैयक्तिक आकसातून मुख्यमंत्र्यांच्या विरोधात तक्रारी करीत आहेत अशी त्यांची समजूत होती; पण अर्धे आमदारच घेराव घालण्यास आल्यावर त्यांना या प्रश्नाचे गांभीर्य लक्षात आले. सह्याद्री विश्रामगृहातून वायलर रवी हॉटेल ओबेरॉयमध्ये येऊन पोहोचेपर्यंत उपमुख्यमंत्री छगन भुजबळही तिथे आले. त्यांनी राष्ट्रवादीच्या वतीने मुख्यमंत्र्यांविरुद्ध अधिकृतपणे नाराजी व्यक्त केली. शरद पवार यांनीही 'नेतृत्व बदला' असा निरोप पाठविला. त्यामुळे विलासराव देशमुख मुख्यमंत्रीपदावरून जाणार, हे निश्चित झाले! तो मुहूर्त येण्यास मात्र पुढील ६ महिने जावे लागले. १८ जानेवारी २००३ला राज्याचे पहिले दलित मुख्यमंत्री म्हणून सुशीलकुमार शिंदे यांचा शपथविधी झाला, पुरोगामी म्हणविणाऱ्या महाराष्ट्रात दलित व्यक्ती मुख्यमंत्री होण्यासाठी ४३ वर्षे जावी लागली.

शिंदे यांना मुख्यमंत्रीपद मिळाले असले, तरी हा राजमुकुट काटेरीच होता. राज्याची आर्थिक स्थिती अत्यंत खालावलेली होती. युती सरकारने, राज्यावर असलेले कर्ज ५ वर्षांत १० हजार कोटींवरून ४८ हजार कोटींवर नेले होते, ते आघाडी सरकारने ३ वर्षांतच ७८ हजार कोटींवर पोचविले. त्यामुळे कर्जाचे हप्ते आणि व्याज देतानाच सरकारची दमछाक होत होती. विजेचा तुटवडा गंभीर बनला होता. एन्रॉन तर बंदच झाले होते आणि एकही नवा ऊर्जाप्रकल्प सुरू झालेला नव्हता. त्यामुळे विजेचा तुटवडा दोन-सव्वादोन हजार मेगावॅटवर पोचला होता. भारनियमनामुळे ग्रामीण भागातील शेतकरी व उद्योजक संतप्त होते. त्यातच पश्चिम महाराष्ट्रात ऊस व द्राक्षाची समस्या निर्माण झाली होती, तर विदर्भ-मराठवाड्यात कापूस प्रश्न पेटला होता. आधीच्या दीड-दोन वर्षांत २००-२५० कोटींचा साखर निर्यात घोटाळा, जिल्हा सहकारी बँकांचा ७००-८०० कोटींचा घोटाळा आणि बनावट स्टँप पेपरचा सुमारे ३ हजार कोटींचा घोटाळा, असे अनेक 'महाघोटाळे' उघडकीला आले होते. यामधील आरोपींना सरकारच पाठीशी घालत आहे, असे चित्र निर्माण झाले होते; त्यामुळे सरकारची नवी प्रतिमा उभी करीत दीड-दोन वर्षांत येणाऱ्या विधानसभा निवडणुकीत विजय मिळविण्याचे आव्हान शिंदे यांच्यासमोर होते.

२००३-०४च्या अर्थसंकल्पात शिंदे यांच्यामुळे नंदीबैलवाले, कुडमुडे जोशी, मरीआईवाले, वडार, कोल्हाटी, गावमागते, वासुदेव, भराडी, वैदू, चित्रकथी, गोपाळ, भोपे, भुत्ये, मरगम्मावाले, मसणजोगी, सापवाले, माकडवाले, अस्वलवाले, कंझारभाट, छप्परबंद अशा कितीतरी जमातींची प्रथमच दखल घेतली गेली. त्यामुळे अर्थसंकल्पाला वेगळा चेहरा मिळाला. राज्यपालांचे अभिभाषण आणि अर्थसंकल्पीय अधिवेशन तसे सुरळीत पार पडले, पण अखेरच्या दिवशी मात्र दोन्ही काँग्रेस पक्षांचे

नेते विधानपरिषदेत 'फ्लोअर मॅनेजमेंट'मध्ये कमी पडले आणि सरकारसमोर गंभीर पेचप्रसंग उभा राहिला.

अधिवेशनाच्या अखेरच्या दिवशी विधानपरिषदेत 'वि-नियोजन विधेयक' विचारासाठी आले. वित्तविधेयकात वरिष्ठ सभागृहाला कोणतीही दुरुस्ती करता येत नाही. मात्र, त्यांना शिफारस करता येते. त्या सभागृहातील अत्यंत अभ्यासू व ज्येष्ठ सदस्य बी. टी. देशमुख यांनी एक शिफारस सुचविली. तिला विरोधी पक्षनेते नितीन गडकरी यांनी तर पाठिंबा दिलाच पण अनपेक्षितपणे सत्तारूढ आमदारांनीही पाठिंबा दिला. त्यामुळे चकित होण्याची पाळी विरोधकांवर आली. विषय होता, प्रादेशिक असमतोलाचा. त्यामुळे विदर्भ-मराठवाडा व कोकणातील पक्षांचे सदस्य शिफारशीला पाठिंबा देण्यास उभे राहिले. राज्यपालांच्या आदेशानुसार विदर्भ-मराठवाडा आणि कोकणातील सिंचनाचा अनुशेष भरून काढण्यासाठी सरकारने वि-नियोजन विधेयकात २७५१ कोटी रुपयांची तरतूद करण्यात यावी, अशी ही शिफारस होती. विधानपरिषदेने या शिफारशीसह वि-नियोजन मंजूर केल्याने सरकार अडचणीत आले. ही शिफारस स्वीकारायची तर संपूर्ण अर्थसंकल्प कोसळून पडतो आणि नाकारायची, तर त्यासाठी विधानसभेचे खास अधिवेशन बोलवावे लागले असते.

असे खास अधिवेशन बोलवावे लागणे हे सरकारच्या दृष्टीने अपमानास्पद ठरणार होतेच, पण त्या अधिवेशनात परिषदेची सूचना स्वीकारावी, असा ठराव आला आणि त्यावर मतदान घ्यावे लागले तर काय होईल, हा खरा प्रश्न होता. परिषदेप्रमाणेच विधानसभेतील सर्वपक्षीय आमदार प्रादेशिक अस्मितेपोटी ठरावाच्या मागे उभे राहिले, तर सरकारच पडण्याची भीती होती. मुळातच लोकशाही आघाडीचे सरकार कसेबसे तरले होते आणि पडत नाही म्हणून राहिले होते. विदर्भातील काँग्रेस आमदार आधीच अनुशेषाच्या मुद्द्यावर आग्रही होते. विदर्भ सिंचन विकास महामंडळाचे उपाध्यक्ष असणारे डॉ. सुनील देशमुख हे तर सिंचनाच्या अनुशेषावरून सरकारला सतत कोंडीत पकडीत होते. विदर्भातील ५-१० आमदार जरी इकडून तिकडे गेले तरी सरकार अडचणीत आले असते. हा सर्व गुंता मुख्यमंत्री शिंदे यांना ३१ मे २००३, पूर्वीच सोडवावा लागणार होता, कारण आधीचे लेखानुदान ३१ मे ला संपणार होते. त्यापूर्वी विनियोजन विधेयक दोन्ही सभागृहात संमत झाले नाही, तर संपूर्ण सरकारच १ जून पासून ठप्प झाले असते.

अखेर ८ मे ला राज्य विधानसभेचे खास अधिवेशन बोलवावे लागले. सत्ताधारी पक्षाचे सदस्य सुरुवातीपासूनच आक्रमक होते. त्यातच विधानपरिषदेने सुचविलेल्या

व प्रत्यक्षात विधानसभेत मांडण्यात आलेल्या शिफारशींमध्ये फरक असल्याचा हरकतीचा मुद्दा भाजपचे गटनेते गोपीनाथ मुंडे यांनी मांडला. त्यावरून दोन्ही पक्षांच्या सदस्यांत आरोप-प्रत्यारोप आणि गदारोळ सुरू झाल्याने सभागृहाचे कामकाज ५ वेळा तहकूब झाले. अखेर या गोंधळातच परिषदेची शिफारस स्वीकारण्यात आली. त्यामुळे संतप्त झालेल्या विरोधी पक्षांच्या काही सदस्यांनी अध्यक्षांसमोरचा राजदंडच पळवून नेला. लाकडी टेबलांची मोडतोड केली. या सर्व घडामोडींमुळे सरकारची नामुष्की झाली असली, तर पेच सुटला आणि सरकार वाचले हे महत्त्वाचे होते.

खासदार असलेले सुशीलकुमार शिंदे मुख्यमंत्रीपदावर कायम राहता यावे म्हणून दक्षिण सोलापूर मतदारसंघातून विक्रमी मतांनी निवडून आले; पण याच काळात विदर्भ-मराठवाड्यात दलितांवर अत्याचार झाल्याची प्रकरणे पुढे आली. दलित मुख्यमंत्री झाल्याची ही 'मराठा' प्रतिक्रिया होती. मराठा समाजाने बॅरिस्टर अंतुले यांना, ते केवळ मुस्लिम आहेत म्हणून, स्वीकारले नव्हते. आता दलित मुख्यमंत्री झाल्याने राज्यातील दलितांनाच वेठीला धरण्याचे प्रयोग सुरू झाले. विधिमंडळाच्या पावसाळी अधिवेशनाच्या तोंडावरच ही प्रकरणे घडल्याने अधिवेशनात त्यावर तीव्र प्रतिक्रिया उमटल्या. काँग्रेस-राष्ट्रवादीमध्ये तणाव निर्माण करण्यासाठी विरोधी पक्षांना हे आयते कोलीतच मिळाले. विरोधी पक्षनेते नारायण राणे आणि गोपीनाथ मुंडे यांनी दलित अत्याचार प्रकरणी सरकारवर जोरदार हल्ला चढविला. 'या अत्याचारामध्ये राष्ट्रवादी काँग्रेसचेच कार्यकर्ते आहेत' असे सांगून या दोघांनी 'राज्यात दलित मुख्यमंत्री असल्यामुळेच हे घडविले जात आहे', असा आरोप केला.

याच दरम्यान आणखी एक महत्त्वाची घटना घडली. नेहमीच्या प्रथेप्रमाणे विधानभवनात मुख्यमंत्र्यांच्या अध्यक्षतेखाली लोकशाही आघाडीच्या आमदारांची बैठक झाली. तिच्यात अनेक मंत्री आणि आमदारांनीही सरकारवरच हल्ला चढविला, तेव्हा वैतागलेल्या शिंदे यांनी 'आमदार जर शिस्त पाळणार नसतील, तर मी निवडणूक घेईन, राज्यात दलित मुख्यमंत्री असताना हे प्रकार होत असतील, तर मी राजीनामा देऊन दिल्लीला निघून जाईन. मी तिथेच सुखी होतो.' असे उद्‌गार काढले. ही बैठक वादावादीतच संपली असली, तरी मुख्यमंत्री राजीनामा देणार, निवडणूक घेणार अशा बातम्या विधानभवनात पसरल्या आणि दुसऱ्या दिवशी वृत्तपत्रातही झळकल्या.

दुसऱ्या दिवशी विधिमंडळात गोपीनाथ मुंडे यांनी हा मुद्दा उपस्थित केला आणि विचारले, 'आज वृत्तपत्रात प्रसिद्ध झालेल्या बातम्यांमुळे लोकप्रतिनिधी आणि जनता संभ्रमात आहे. मुख्यमंत्र्यांनी राजीनामा दिला आहे का? देणार आहेत का? हे आम्हाला समजले पाहिजे.' त्यावर चर्चेत हस्तक्षेत करीत मुख्यमंत्री म्हणाले, 'महाराष्ट्राच्या

मुख्यमंत्रीपदाचा राजीनामा देऊन मी दिल्लीला जाणार नाही. इथेच हातात दंडा घेऊन बसणार आहे. काम करणार आहे.' मुख्यमंत्र्यांनी असे ठणकावून सांगितले असले, तरी त्यांच्या विरोधकांनी राजीनाम्याच्या भाषेचे भांडवल करण्याचे प्रयत्न सुरू केले. शिंदे परिस्थिती आटोक्यात आणण्यास सक्षम नसल्यानेच विधानसभा बरखास्तीची शिफारस करणार आहेत, अशा अफवा पसरविण्यात आल्या. पण शिंदे यांनी आक्रमक पवित्रा घेताच हे बंडोबा थंडोबा झाले.

राजर्षी शाहू महाराजांच्या जयंतीचे निमित्त साधून शिंदे यांनी सामाजिक न्यायाच्या दृष्टीने महत्त्वाचे निर्णय घेतले. अनुसूचित जाती-जमाती, इतर मागास, विमुक्त आणि भटक्या जाती यांच्या संदर्भात विशेष मागास प्रवर्ग आयोग नेमण्याची घोषणा त्यात प्रमुख होती. त्याबरोबरच बाल हक्क आयोगाची स्थापना, शेतमजूर समृद्धी योजना, मजुरांसाठी स्वतंत्र प्राधिकरण, अंध-अपंग व बेरोजगार युवकांसाठी स्वयं-रोजगारासाठी जागा देण्याची योजना त्यांनी जाहीर केली.

२५ जुलै २००३ला मुंबईत घाटकोपर आणि गेटवे ऑफ इंडियाजवळ बॉम्बस्फोट झाल्याने मुंबई हादरली. या स्फोटांमागे सिमित लष्करे तैयबा असल्याचे निश्चित झाले. उपपंतप्रधान व गृहमंत्री लालकृष्ण अडवाणी आणि विरोधी पक्षनेत्या सोनिया गांधी यांनी मुंबईला भेट देऊन स्फोटातील जखमींची विचारपूस केली.

मुख्यमंत्री झाल्यानंतर शिंदे यांनी लोकसभा सदस्यत्वाचा राजीनामा दिला होता. त्यामुळे सोलापूर लोकसभा मतदारसंघात सप्टेंबर २००३ मध्ये पोटनिवडणूक झाली. दुग्ध विकासमंत्री आनंदराव देवकाते यांना उमेदवारी मिळाली. राष्ट्रवादी काँग्रेसने मात्र वेगळीच चाल खेळली. विजयसिंह मोहिते-पाटील यांचे धाकटे बंधू थेट भाजपमध्ये गेले आणि युतीचे उमेदवार झाले. काँग्रेसला उघड पाठिंबा आणि छुपा विरोध हे राष्ट्रवादीचे खास तंत्र इथेही वापरण्यात आले. संपूर्ण निवडणूक प्रचारात शरद पवार तर फिरकले नाहीतच, पण राष्ट्रवादीचे इतर नेते आणि मंत्रीही देवकाते यांच्यासाठी प्रचाराला आले नाहीत. फक्त थेट आरोप होऊ नयेत एवढे चेहरे त्यांनी दाखविले. शिवसेना-भाजप आणि राष्ट्रवादी यांच्यात झालेल्या या छुप्या युतीमुळे काँग्रेसचे देवकाते यांचा पराभव झाला आणि भाजपचे प्रतापसिंह मोहिते-पाटील निवडून आले. या पराभवाचे खापर शिंदे यांच्यावर फोडण्याचाही प्रयत्न झाला; पण चौकशी समितीच्या नावाखाली हे प्रकरण निकालात काढण्यात आले.

याच काळात तेलगीचे मुद्रांक घोटाळा प्रकरण गाजत होते. या घोटाळ्याची चौकशी सी.बी.आय.कडे सोपवावी असा दबाव शिंदे यांच्यावर येत होता. पण या दबावाला बळी न पडता त्यांनी न्यायालय निर्णय देईल, त्याप्रमाणे कारवाई करण्याची

भूमिका घेतली. घोटाळ्याचा तपास 'एस.आय.टी.'कडेच ठेवण्याचा निर्णय न्यायालयाने दिला. या सर्व प्रकरणात उपमुख्यमंत्री छगन भुजबळ यांचा सहभाग स्पष्ट झाला नसला तरी त्यांची अतोनात बदनामी झाली होती. त्यामुळे त्यांनी आपल्या पदाचा राजीनामा दिला. विजयसिंह मोहिते-पाटील उपमुख्यमंत्री झाल्याने महाराष्ट्रात प्रथमच मुख्यमंत्री व उपमुख्यमंत्री ही दोन्ही पदे एकाच जिल्ह्याकडे, म्हणजे सोलापूरकडे गेली.

२००४च्या प्रारंभीच, मुदतीआधीच लोकसभा निवडणूक होणार, हे स्पष्ट झाले होते. ते लक्षात घेऊन राज्य शासनाने लगेच काही महत्त्वाचे निर्णय घेतले. एन्रॉनचा बंद पडलेला वीज-प्रकल्प ६ महिन्यांत सुरू व्हावा म्हणून संभाव्य नव्या प्रवर्तकांना भरपूर सवलती जाहीर केल्या. त्यासाठी एक उच्चस्तरीय समितीही नियुक्त केली. सोलापूर जिल्ह्यासाठी स्वतंत्र विद्यापीठाची स्थापना केली. अण्णा हजारे सतत मागणी करीत असलेल्या माहितीचा अधिकार आणि ग्रामसभेचा कायदा यांची अंमलबजावणी करण्यासाठी समन्वय समिती स्थापन केली.

लोकसभा निवडणुकीचे नगारे वाजायला लागले तसे जेम्स लेन प्रकरणही हळूहळू गाजायला लागले. अमेरिकेतील ख्रिश्चन धर्मगुरू जेम्स लेन यांनी पुण्यात राहून शिवरायांवर संशोधन केले होते. त्यात अनेक दंतकथांचाही समावेश होता. या संशोधनावरील त्यांचे एक पुस्तक अमेरिकेत प्रसिद्ध झाले. त्यातील एक दंतकथा शिवराय व जिजाऊ यांचा अपमान करणारी होती. पुस्तकाच्या शेवटी लेन यांना मार्गदर्शन व साहाय्य करणाऱ्यांची यादी होती. यातील बहुतेक विद्वान पुण्यातील भांडारकर प्राच्यविद्या संशोधन संस्थेतील होते. या विद्वानांनीच जिजाऊंचा अवमानकारक उल्लेख हेतुपूर्वक घडवून आणला असा आरोप करीत 'संभाजी ब्रिगेड'ने भांडारकर संस्थेवर हल्ला करून मोठे नुकसान केले. ब्राह्मण संशोधकांना काळे फासून पुण्यात गोंधळ घातला. शरद पवार यांनी मात्र त्यांना रोखण्याचे सोडून 'संभाजी ब्रिगेडची भावना समजून घ्या' असे सांगत त्यांना पाठीशी घातले. त्यामुळे औरंगाबाद येथील अ.भा. मराठी साहित्य संमेलनात 'भांडारकर'वरील हल्ल्यासंबंधी येणारा निषेध ठराव बारगळला. 'राष्ट्रवादी'चे प्रदेशाध्यक्ष आर.आर.पाटील यांनी हे 'अवमान प्रकरण' निवडणुकीचा मुद्दा बनविणार असे जाहीर केले. तेव्हा हे प्रकरण फार पेटू नये म्हणून मुख्यमंत्री शिंदे यांनी जेम्स लेन यांच्या या पुस्तकावर राज्यात बंदी घातली आणि खटला भरण्याचीही घोषणा केली. त्यामुळे तापत राहिलेले वातावरण निवळले.

एप्रिल २००४ मध्ये झालेल्या लोकसभा निवडणुकीत जेम्स लेन प्रकरणाचा फारसा फायदा राष्ट्रवादीला मिळाला नाही. महाराष्ट्रातून काँग्रेस व राष्ट्रवादीला २३ जागा मिळाल्या, तर सेना-भाजप युतीने २५ जागा मिळविल्या. शरद पवार यांनी मुख्यमंत्र्यांना पुन्हा एकदा दणका दिला, तो त्यांच्याच सोलापूर मतदारसंघात. शिंदे यांच्या पत्नी उज्ज्वला शिंदे तेथे निवडणूक लढवीत होत्या. 'मराठा' कार्डाचा जोरदार वापर करून राष्ट्रवादीने पुन्हा सेना-भाजपच्याच पारड्यात आपले वजन टाकले आणि उज्ज्वला शिंदे पराभूत झाल्या. भाजपचे सुभाष देशमुख या मतदारसंघात विजयी झाले.

६ जून २००४ला केंद्र सरकारने घटनादुरुस्ती करून मंत्रिमंडळातील सदस्यांची संख्या त्या त्या सभागृहातील सदस्य संख्येच्या १५ टक्के एवढीच असावी अशी तरतूद केली. यामुळे अनेक राज्यांत राजकीय पेचप्रसंग निर्माण झाले. महाराष्ट्रातही शिंदे यांचे ६५ लोकांचे मंत्रिमंडळ, हे जम्बो मंत्रिमंडळ ठरले होते. या कायद्यानुसार मंत्रिमंडळाची संख्या ४३ वर आणावी लागली. त्यामुळे सहभागी पक्षांच्या अनेक मंत्र्यांना मंत्रिमंडळातून वगळावे लागले. हा कायद्याचा बडगा असला, तरी त्यामुळे असंतोष निर्माण होणे साहजिकच होते. या सर्व पार्श्वभूमीवर २४ ऑगस्ट २००४ ला राज्य विधानसभेची निवडणूक १३ ऑक्टोबरला घेण्याचे जाहीर झाले.

१९९९ मध्ये विधानसभा निवडणुकीत हातातील सत्ता गेल्यानंतर शिवसेना आणि भाजप पराभूत मन:स्थितीतच वावरत होते. विधिमंडळाच्या दोन्ही सभागृहात युतीचे नेते आणि आमदार आक्रमकपणे सरकारला धारेवर धरीत होते. अनेक महाघोटाळे उघडकीस आणत होते; पण दोन्ही पक्षांच्या संघटना मात्र निष्क्रियच होत्या. एन्रॉन प्रकल्प रद्द झाल्यानंतर विधिमंडळात गदारोळ करण्यापलीकडे या पक्षांनी जनआंदोलनाचे पाऊल उचलले नाही. ते घडले असते तर दोन्ही पक्ष संघटनात नवा उत्साह तर आलाच असता, पण दुसरीकडे डावे पक्षही निष्प्रभ झाले असते. पण हे राजकीय डावपेच युतीच्या नेत्यांना सुचलेच नाहीत. अनेक महाघोटाळ्यांमुळे सहकारी बँका, कारखाने बुडीत गेले, पण त्यामुळे नुकसान झालेल्या शेतकरी व बँकांच्या खातेदारांची बाजू घेऊन युती मैदानात उतरली नाही. तेलगी घोटाळा प्रकरणात छगन भुजबळ यांचा बळी घेण्यावरच त्यांनी समाधान मानले. हे प्रकरण सर्व बाजूंनी लावून धरले असते, तर यापेक्षा अनेक मोठे मासे गळाला लागले असते. पण ही संधीही युतीच्या नेत्यांनी गमावली. दुष्काळ, वीजटंचाई यासारखे सर्वसामान्यांच्या जिव्हाळ्याचे प्रश्न त्यांनी जनआंदोलनासाठी हाती घेतले नाही. केंद्रात भाजप आघाडीचे सरकार असूनही त्याचा कोणताही फायदा युतीच्या नेत्यांना घेता आला नाही. काँग्रेस सरकारचे

नाकर्तेपण, जगजाहीर झाले असले, तरी सेना–भाजप युती पुन्हा सत्तेवर येण्याच्या दृष्टीने सक्षम आहे, असे चित्रच युतीला उभे करता आले नाही. त्यातच लोकसभा निवडणुकीत रालोआ सरकार जाऊन काँग्रेस आघाडीचे सरकार आल्याचे युतीचे मनोधैर्य अधिकच खच्ची झाले. अशा पराभूत मन:स्थितीतच युती २००४ मधील विधानसभा निवडणुकीला सामोरी गेली.

◻◻◻

प्रकरण १५

निष्क्रिय कालखंड

विधानसभा निवडणूक जाहीर होताच मतदारांना आकर्षित करणाऱ्या विविध घोषणा करण्यात शिवसेना-भाजप युती आणि लोकशाही आघाडी यांच्यात स्पर्धा सुरू झाली. मुंबईच्या षण्मुखानंद सभागृहामधील शिवसेनेच्या मेळाव्यात बाळासाहेब ठाकरे यांनी शेतकऱ्यांना मोफत वीज देण्याची घोषणा केली. लोकशाही आघाडीत या घोषणेची तीव्र प्रतिक्रिया उमटली. सातत्याने पडत असलेल्या दुष्काळामुळे शेतकऱ्यांची आर्थिक स्थिती दयनीय झाली होती. आघाडी सरकारने २०१ कोटी रुपयांची मदत आणि ३ लाख टन धान्याचे वाटप केले होते. दुष्काळी परिस्थितीचा आढावा घेण्यासाठी पंतप्रधान मनमोहनसिंग स्वत: विदर्भाचा दौरा करणार होते; पण ग्रामीण मतदारांना आकर्षित करण्यासाठी एवढे पुरेसे नव्हते. युतीने मोफत विजेची घोषणा केल्यावर मुख्यमंत्री शिंदे यांनीही त्याला अनुकूलता दर्शविली, त्याचबरोबर 'शेतकऱ्यांच्या कर्जावरील व्याज माफ करण्याचा विचार सुरू आहे' असेही सांगितले.

मोफत वीज हा प्रचारातला कळीचा मुद्दा बनला. दोन्ही आघाड्यांनी तशी घोषणा केली असली, तरी काँग्रेस नेत्यांना ती पुरेशी वाटत नव्हती. 'पुढला वायदा करण्याऐवजी आताच काहीतरी करा' असा आग्रह सर्वांनीच मुख्यमंत्र्यांकडे धरला. स्वत: शेतकरी असलेल्या शिंदे यांना कोणालाही काही फुकट देण्याची भूमिका मान्य नव्हती; पण सर्वांच्या आग्रहाला बळी पडून त्यांना ही घोषणा केली. शिवाय आधीच्या महिन्यांची वीजबिलेही माफ करण्यात आली. शेतकऱ्यांच्या कर्जावरील व्याजमाफीची घोषणाही झाली. याचवेळी आंध्रप्रदेश सरकारने मुस्लिमांना आरक्षण देण्याची घोषणा

केली होती. महाराष्ट्रातही तशी मागणी सुरू होताच शिंदे यांनी तीही मान्य करून टाकली.

काँग्रेस पक्षाची राष्ट्रवादीसह मित्रपक्षांशी आघाडी झाल्यामुळे धर्मनिरपेक्षतावाद्यांची एक भक्कम फळी उभी राहिली. दोन्ही काँग्रेसमध्ये आघाडी व्हावी की नाही, यावर मुख्यमंत्री शिंदे व प्रदेशाध्यक्ष प्रभा राव यांच्यात मतभेद होते; पण आघाडीची घोषणा होताच शिंदे व राव एकत्र कामाला लागले. दुसरीकडे शरद पवारही छगन भुजबळ, आर. आर. पाटील या प्रमुख सहकाऱ्यांसह महाराष्ट्रभर तुफानी दौरे करीत होते.

मित्रपक्षांचे प्रमुख नेतेही काँग्रेस आणि राष्ट्रवादी व्यासपीठावर हजेरी लावत होते. त्यामुळे धर्मनिरपेक्ष आघाडी एकसंधपणे उभी आहे, असे चित्र निर्माण झाले.

शिवसेना–भाजप नेत्यांनी काँग्रेस सरकारच्या नाकर्तेपणावर जबरदस्त हल्ला चढविला. भीषण दुष्काळ, प्रादेशिक असमतोल, बॉम्बस्फोट हे विषय होतेच. त्याचबरोबर सावरकर यांचा अपमान, अफझलखानाची कबर आणि उमा भारती यांची तिरंगा यात्रा यावर युतीने प्रचारात भर दिला.

काँग्रेसप्रणीत आघाडी वरून एकसंध वाटत असली तरी काही महत्त्वाचे अंत:प्रवाह काम करीत होते. जेम्स लेन वादाचा आधार घेऊन राष्ट्रवादीने 'मराठा तितुका मेळवावा' असे धोरण आखले. काँग्रेसने दलित मुख्यमंत्री आपल्या डोक्यावर बसवला आहे, पुन्हा मराठा मुख्यमंत्री हवा असेल, तर राष्ट्रवादीला सर्वाधिक जागा मिळाल्या पाहिजेत, असा छुपा प्रचार सर्वत्र सुरू झाला. यावेळी अधिकृतपणे बंडखोरी फारशी झाली नसली, तरी जातीच्या या नव्या राजकारणात विशिष्ट जातीची मते इकडून तिकडे फिरविण्याचे प्रयत्न झाले. मुख्यमंत्री शिंदे यांच्यासह प्रमुख काँग्रेस नेत्यांना पाडण्याचेही प्रयत्न झाले.

एवढे सर्व घडूनही काँग्रेसप्रणीत धर्मनिरपेक्ष आघाडीला बहुमत मिळाले; पण काँग्रेसला जास्त जागा मिळाल्या का राष्ट्रवादीला, यावर वाद सुरू झाला. आपापल्या पक्षांच्या जागांबरोबरच मित्रपक्षांच्या जागाही आपल्यातच धरून आकडे सांगितले जात होते. निकाल पूर्ण जाहीर होईपर्यंत 'सुशीलकुमार शिंदेच पुन्हा मुख्यमंत्री होणार' असे काँग्रेस प्रवक्ते आणि शरद पवारही सांगत होते. निकाल पूर्ण जाहीर करण्यात आल्यानंतर मात्र शरद पवार यांनी राष्ट्रवादी पक्ष सर्वांत मोठा पक्ष असल्याने त्यालाच मुख्यमंत्रीपद मिळावे, अशी मागणी केली. तिथून पुढे तब्बल १२ दिवस दोन्ही काँग्रेसमध्ये वाटाघाटींचे नाट्य सुरू झाले. अखेर काही अधिक मंत्रिपदे आणि महामंडळे घेऊन राष्ट्रवादीने मुख्यमंत्रिपदावरचा दावा सोडला.

अखेर काँग्रेसचाच मुख्यमंत्री होणार हे ठरल्यानंतर नेतानिवडीचे राजकारण सुरू झाले. दिल्लीवरून आलेल्या निरीक्षकांनी आमदारांच्या भेटीगाठी घेतल्या. प्रमुख

नेत्यांच्याही मुलाखती घेतल्या. या चर्चेत 'राज्यातला मराठा समाज राष्ट्रवादीच्या भोवतीच संघटित होणे काँग्रेसला परवडणार नाही. त्यासाठी एखाद्या मराठा नेत्यालाच मुख्यमंत्री करून राष्ट्रवादीवर अंकुश ठेवला पाहिजे', असा विचार पुढे आला. शिंदे यांचे नाव मागे पडून विलासराव देशमुख मुख्यमंत्री झाले आणि शिंदे यांना आंध्रप्रदेशच्या राज्यपालपदी पाठविण्यात आले.

केंद्रात सत्तारूढ झालेले मनमोहन सिंग सरकार शांतपणे आपला कारभार करीत होते. २० जानेवारी २००६ला झालेल्या मंत्रिमंडळ विस्तारात महाराष्ट्रातून सुशीलकुमार शिंदे, मुरली देवरा आणि बॅरिस्टर ए. आर. अंतुले यांचा समावेश करण्यात आला. शिंदे यांना ऊर्जा, तर देवरा यांना पेट्रोलियम ही महत्त्वाची खाती मिळाली. अंतुले यांना अल्पसंख्याक कामकाज असे नवे खाते देण्यात आले.

जुलै २००७ मध्ये राष्ट्रपती निवडणुकीचे वारे वाहू लागले. शिवराज पाटील आणि सुशीलकुमार शिंदे या दोघांची नावे सुरुवातीपासूनच चर्चेत होती. सोनिया शिवराज पाटील यांच्या नावाबद्दल आग्रही होत्या; पण पाटील यांनी देशभर नक्षलवाद्यांचा बीमोड करण्यासाठी 'केंद्र' व 'राज्य' यांच्या संयुक्त मोहिमा राबविल्या म्हणून डाव्या पक्षांचा त्यांना विरोध होता. शिंदे यांच्या नावाला मायावती यांनी विरोध केला. अखेर अचानकपणे पुढे आलेले प्रतिभा पाटील यांचे नाव सर्वमान्य झाले आणि त्या निवडूनही आल्या. स्वातंत्र्याला ६० वर्षे पूर्ण होत असताना प्रथमच एक महिला राष्ट्रपती झाली, हे या निवडणुकीचे वेगळेपण होते. त्याबरोबरच राष्ट्रपतीपदासाठी प्रथमच तीन महत्त्वाची मराठी नावे चर्चेत आली आणि त्यातील एक राष्ट्रपती झाल्या, हे महाराष्ट्राच्या दृष्टीने महत्त्वाचे आहे.

२००८च्या सुरुवातीपासूनच डाव्या पक्षांनी पंतप्रधान मनमोहन सिंग यांच्यावर, ते अमेरिकाधार्जिणे असल्याची टीका सुरू केली. भारताला भेडसावणारी वीज टंचाई कमी करण्यासाठी अणु-ऊर्जा प्रकल्प उभारता यावेत, म्हणून सिंग सरकारने अमेरिकेबरोबर अणु-ऊर्जा करार केला, तेव्हा काँग्रेस आणि डाव्यांमधील हा संघर्ष तीव्र झाला. अखेर डाव्या पक्षांनी सरकारचा पाठिंबा काढून घेतला. १० जुलै २००८ला मनमोहनसिंग सरकारने विश्वासदर्शक ठराव संसदेत मांडला. या ठरावावर लोकसभेत चर्चा सुरू असतानाच काही भाजप खासदारांनी 'आपल्याला कोट्यवधी रुपये देऊन विकत घेण्याचा प्रयत्न झाला', असे सभागृहात सांगितले आणि बॅगांमधून नोटांची पुडकी काढून दाखवली. यामुळे सभागृहात तर गोंधळ माजलाच, पण टी.व्ही. वाहिन्यांवर संसदेतील हे कामकाज पाहणाऱ्या जनतेलाही जबरदस्त धक्का बसला. पूर्वी नरसिंह राव सरकारनेही विश्वासदर्शक ठराव जिंकण्यासाठी झारखंड मुक्तिमोर्चासह इतरांना कोट्यवधी

रुपये दिले होते. त्या खटल्यात राव तुरुंगाची हवा खात असतानाच संसदेत काँग्रेसने हा दुसरा विश्वासदर्शक ठराव त्याच मार्गाने जिंकला, असेच सर्वांना वाटले. राव यांच्याप्रमाणे यावेळी कुणी कायद्याच्या कचाट्यात मात्र सापडले नसले, तरी हा विजय मात्र कलंकितच ठरला.

२००४च्या लोकसभा निवडणुकीत पराभूत झाल्यानंतर हताश झालेल्या भाजपला एकापाठोपाठ एक धक्केच बसत गेले. वाजपेयी सरकारमध्ये सहभागी असणारे काही सहकारी पक्ष निवडणुकीपूर्वीच रालोआतून बाहेर पडले होते. पराभवानंतर त्यासाठी एकट्या भाजपला जबाबदार धरीत उरलेले सहकारी पक्षही एकामागून एक आघाडीतून बाहेर पडले आणि भाजप पुन्हा एकटा पडला. संघपरिवारातील संघटनांनीही 'वाजपेयी सरकारने राममंदिर बांधले नाही म्हणूनच पराभव झाला' असे म्हणत भाजपला झोडपण्यास सुरुवात केली. रा. स्व. संघाचे सरसंघचालक कुप. सी. सुदर्शन यांनी तर 'वाजपेयी-अडवाणी यांनी पक्षाची जबाबदारी आता तरुणांकडे द्यावी', असे म्हणत या दोघांनाच पायउतार होण्यास सांगितले. त्यामुळे संपूर्ण परिवारातच खळबळ माजली. पाठोपाठ पाकिस्तान भेटीवर गेलेल्या अडवाणी यांनी बॅरिस्टर जीना यांच्यासंबंधी काढलेल्या उद्‌गारांमुळे संतप्त झालेल्या संघनेत्यांनी अडवाणी यांना पक्षाध्यक्षपदाचा राजीनामा द्यायला लावला. त्यातच भाजपचे राष्ट्रीय पातळीवरील प्रमुख नेते आणि पंतप्रधानपदाचो संभाव्य उमेदवार प्रमोद महाजन यांची २२ एप्रिल २००६ला हत्या झाली. त्यामुळे भाजपला आणखी एक मोठा धक्का बसला. २००४ पासून पुढील ५ वर्षे भाजप सतत पराभूत आणि उद्विग्न मन:स्थितीतच राहिला. त्यामुळे प्रमुख विरोधी पक्ष म्हणून काम तर तो करू शकला नाहीच; पण सर्व पक्षकार्य ठप्प झाल्यासारखे झाले. दुसऱ्या फळीतील नेत्यांमधील भांडणांमुळे पक्षाची प्रतिमा जास्तच मलिन झाली. या पार्श्वभूमीवर २००९च्या लोकसभा निवडणुकीला सामोऱ्या गेलेल्या भाजपला यश मिळण्याची शक्यता नव्हतीच.

विदेशीच्या मुद्द्यांवरून संघ-परिवारात आपल्याला असलेला विरोध लक्षात घेऊन सोनिया यांनी राहुल गांधी यांना राजकारणात आणले. त्यांच्यामुळे देशभरातील काँग्रेसजनांमध्ये एक नवे चैतन्य आले आणि तरुण वर्ग पुन्हा काँग्रेसकडे वळला. २००९च्या लोकसभा निवडणुकीत काँग्रेसने आघाडी करून निवडणुकीला सामोरे न जाता एकट्याने ही निवडणूक लढवावी असा आग्रह राहुल यांनी धरला. तो मान्य होऊन काँग्रेसने आघाडीचे सरकार असतानाही एकट्याने निवडणूक लढवून, तब्बल २२० जागा मिळवल्या. सिंग सरकारला सतत छळणाऱ्या डावे पक्ष, लालूप्रसाद यादव, रामविलास पासवान, मायावती या सर्वांना जनतेने पराभूत केले आणि काँग्रेसला निर्वेधपणे

सत्ता चालविण्याची संधी दिली. इंदिरा गांधी यांच्या हत्येनंतर झालेल्या निवडणुकीत राजीव गांधी यांना विक्रमी बहुमत मिळाले होते; पण त्यानंतर २५ वर्षे काँग्रेस पक्ष १५० जागांच्या जवळपास घोटाळत राहिला होता. राहुल गांधी यांच्या आग्रहाने प्रथमच पुन्हा काँग्रेस पक्ष दोनशेच्या वर जागा घेऊन सर्वात मोठा पक्ष ठरला. काँग्रेसचे २५ वर्षांपूर्वी संपलेले वर्चस्व पुन्हा निर्माण होण्याच्या दृष्टीने पडलेले हे महत्त्वाचे पाऊल आहे. काँग्रेस वर्चस्व भारतीय राजकारणात पुन्हा निर्माण होणार का, हे राहुल गांधी यांच्या भावी नेतृत्वावर अवलंबून राहणार आहे.

२००४च्या निवडणुकीत केंद्रात जशी भाजप आघाडी सत्तेवर येऊ शकली नाही, तशीच राज्यातही युती सत्तेपासून दूरच राहिली. या दोन्हींचा परिणाम आणि भाजपमधील केंद्रीय पातळीवर घडणाऱ्या घटनांचे पडसाद महाराष्ट्र भाजपमध्येही उमटू लागले. आधीची ५ वर्षे पराभूत मानसिकतेत आणि निष्क्रियतेत गेलेलीच होती. नंतर त्यात मोठा बदल घडताना दिसला नाही. या पार्श्वभूमीवरच २२ एप्रिल २००६ला प्रमोद महाजन यांची मुंबईतील राहत्या घरात त्यांच्या धाकट्या भावाने, प्रवीणने हत्या केली. ही हत्या राजकीय असती, तर त्याचा भाजपला कदाचित फायदाच घेता आला असता. प्रत्यक्षात महाजन यांची हत्या त्यांच्या भावाने केली आणि ती पैशांसाठी केल्याचे आपल्या जबानीत सांगितले. त्यामधून अनेक नैतिक प्रश्न उपस्थित झाले. माध्यमांनी तर ही संधी घेत महाजन यांचे यथेच्छ चारित्र्यहनन केले. महाजन २० वर्षे महाराष्ट्र भाजपचे सर्वेसर्वा होते. युतीचे शिल्पकारही तेच होते. त्यामुळे या चारित्र्यहननाचा मोठा फटका महाराष्ट्रात भाजपला बसला. शिवसेना–भाजपला एकत्र बांधून ठेवणारे आणि केंद्रातही महाराष्ट्राचे योग्य संतुलन राखणारे, अशी महाजन यांची शैली आणि प्रतिमा होती. त्यांच्या हत्येने या दोन्ही कड्या निखळल्या. त्याचा परिणाम केवळ भाजपवरच नव्हे, तर शिवसेनेवरही झाला.

महाजन यांच्या पूर्वीही महाराष्ट्रातील भाजपवर मुंडे व महाजन यांची असणारी घट्ट पकड कमी करण्याचे प्रयत्न केंद्रातून आणि संघातूनही सुरू होतो. त्याचाच एक भाग म्हणून नितीन गडकरी यांना ११ एप्रिल २००५ मध्ये महाराष्ट्र भाजपचे प्रदेशाध्यक्षपद देण्यात आले होते. मुंडे व महाजन यांची कारकीर्द सुरू झाल्यानंतर त्यांनी जनसंघापासून राज्यात प्रमुख पदावर काम करणाऱ्या आणि एकेका विभागात प्रबळ असणाऱ्या नेत्यांना अधिकारपदापासून दूर केले होते. त्यांना फक्त हात लावता आला नव्हता, तो नितीन गडकरी यांना. गडकरी यांनी संपूर्ण विदर्भावर आपली पकड घट्ट ठेवली होती. यामुळे मुंडे-महाजन आणि गडकरी यांच्यात अदृश्य संघर्ष सुरू होता. युतीच्या पहिल्या मंत्रिमंडळातही त्यामुळेच गडकरी यांचा समावेश झाला नव्हता;

पण नंतर संघाच्या आग्रहावरून त्यांना मंत्रीपद द्यावे लागले आणि त्यांनी सार्वजनिक बांधकाम मंत्री म्हणून उत्तम कामगिरीही केली. या संघर्षाचाच एक भाग म्हणून गोपीनाथ मुंडे यांना केंद्रीय पातळीवर सरचिटणीस म्हणून पाठविण्यात आले. तरीही मुंडे-गडकरी हा संघर्ष कायमच राहिला.

मुंडे-गडकरी यांच्यातील संघर्षाचा उघड स्फोट झाला, तो मुंबई भाजपच्या अध्यक्षपदावरून. या पदासाठी ५-६ वेगवेगळी नावे सुचविली गेली होती. बाळासाहेब आपटे यांच्या अध्यक्षतेखाली एक निवडसमितीही नेमली गेली. त्यांनी सर्वांशी चर्चा करून मधू चव्हाण यांचे नाव निश्चित केले. चव्हाण यांचे वास्तविक मुंडे-महाजन यांना अधिक जवळचे. तरीही मुंडे यांचा चव्हाण यांच्या नावाला विरोध होता. मधू चव्हाण यांच्या नावाची घोषणा होताच मुंडे यांनी आपल्या पदाचा राजीनामा दिला. त्यामुळे सर्वत्र खळबळ माजली. राज्यातील बहुतेक पदाधिकारी आणि लोकप्रतिनिधी मुंडे-महाजन यांच्या काळातच अधिकारपदावर आलेले होते. साहजिकच मुंडे यांच्यासाठी त्यांनीही आपापल्या पदांचे राजीनामे सादर केले. पक्षात उभी फूट पडणार अशी स्थिती निर्माण झाली. तेव्हा केंद्रीय नेत्यांनी आणि संघनेत्यांनी मध्यस्थी करून मुंडे यांना राजीनामा मागे घेण्यास भाग पाडले. या सर्व घटनांचा परिणाम, भाजप पक्ष म्हणून राज्यात अधिकाधिक निष्क्रिय होण्यात झाला.

भाजपचा मित्रपक्ष असलेल्या शिवसेनेच्या दृष्टीनेही हा काळ एकापाठोपाठ एक धक्के देणाराच होता. युतीच्या शासनकाळात नारायण राणे यांना मुख्यमंत्री म्हणून जेमतेम ९ महिने मिळाले होते. त्यांना मुख्यमंत्री केल्याने शिवसेनेची प्रतिमा बदलेल आणि १९९९च्या निवडणुकीत युतीला पुन्हा यश मिळेल हा शिवसेनाप्रमुखांचा अंदाज चुकला. त्यामुळे आधीची ५ वर्षे आणि २००४ नंतरही राणे यांना विरोधी पक्षनेतेपदावरच समाधान मानावे लागले. याच काळात शिवसेनेचे कार्याध्यक्ष म्हणून सर्व सूत्रे उद्धव ठाकरे यांच्याकडे गेली. साहजिकच नारायण राणे, राज ठाकरे आणि उद्धव यांच्यात नेतृत्वासाठी व वारसासाठी चुरस सुरू झाली. कार्याध्यक्ष म्हणून उद्धव ठाकरे यांनी सेनेचा पूर्ण ताबा घेतला. सर्व उमेदवारांची निवडही त्यांनी आपल्या मनाप्रमाणे केली. या प्रवासात राणे आणि राज ठाकरे सेनेच्या निर्णयप्रक्रियेतून बाहेर फेकले गेले. हे दोघेही बंड करणार अशी चर्चा सुरू झाली. जुलै २००५ मध्ये नारायण राणे आपल्या १० सहकारी आमदारांसह शिवसेनेतून बाहेर पडले. त्यांच्याबरोबर सेनेचे ४० आमदार बाहेर पडणार अशी चर्चा सुरू झाली. त्यामुळे राजकारणात खळबळ माजली.

३० जुलै २००५ला नारायण राणे यांनी अधिकृतपणे काँग्रेस पक्षात प्रवेश केला. त्यांनी थेट सोनिया गांधी यांची भेट घेऊन 'मी सेनेचे ४० आमदार आणतो.

मला मुख्यमंत्री करा' असा आग्रह धरला. 'विलासराव देशमुख यांचे मुख्यमंत्रिपद जाऊन राणे येणार', अशा बातम्याही झळकल्या. प्रत्यक्षात राणे यांच्याबरोबर फक्त १० जण येण्यास तयार झाले; पण त्यांनी लगेच पक्षाचे आणि आमदारपदाचे राजीनामे मात्र दिले नाहीत. पक्षांतरबंदीच्या नव्या कायद्यानुसार पक्षांतर करायचे असेल, तर पक्षाबरोबरच आमदार वा खासदारपदाचाही राजीनामा द्यावा लागतो. नव्या पक्षाच्या वतीने पुन्हा निवडणूक लढवावी लागते. या कोणाचीच तयारी नव्हती. राणे व आणखी दोन आमदारांनी राजीनामे देऊन निवडणूक लढविली; पण राणे व १ जण निवडून आले, तर एकाला पराभव पत्करावा लागला. या घटनेमुळे संपूर्ण कोकणावर राणे यांचे वर्चस्व आहे, हा भ्रम खोटा ठरला. त्यातच शिवसेनेचे रामटेकमधून निवडून आलेले खासदार सुबोध मोहिते राणे यांच्याबरोबर काँग्रेसमध्ये गेले. ९ एप्रिल २००७ला झालेल्या पोटनिवडणुकीत मोहिते पराभूत झाले आणि शिवसेनेने ती जागा राखली. या दोन पराभवांमुळे राणे यांच्याबरोबर जाऊ इच्छिणारे इतर आमदार अखेरपर्यंत तांत्रिकदृष्ट्या शिवसेनेतच राहिले. या सर्व घटनांमुळे राणे यांच्या प्रभावाचा फुगा फुटला. त्यांच्या जाण्याने शिवसेनेचे फार मोठे नुकसान झाले नाहीच; पण काँग्रेसमध्येही होऊ घातलेली उलथापालथ टळली. देशमुख सरकारमध्ये राणे केवळ एक मंत्री म्हणून राहिले. मुख्यमंत्रीपदाचे त्यांचे स्वप्न २००९च्या विधानसभा निवडणुकीनंतरही पूर्ण झाले नाही.

शिवसेनेला खरे तर आव्हान उभे केले, ते मात्र राज ठाकरे यांनी. राणे यांच्यापाठोपाठ शिवसेनेत घुसमट होत असल्याने वर्षभरातच राज ठाकरेही सेनेतून बाहेर पडले आणि त्यांनी ९ मार्च २००६ला 'महाराष्ट्र नवनिर्माण सेना' हा नवा पक्ष स्थापन केला. शिवसेनेच्या कामात राज अगदी लहानपणापासून सहभागी होते. त्यांच्याच पुढाकाराने विद्यार्थी सेना सुरू झाली आणि ते अनेक वर्षे तिचे अध्यक्ष होते. बाळासाहेब ठाकरे यांच्यासारखेच व्यक्तिमत्त्व लाभलेल्या राज यांनी त्यांचीच कार्यशैली आणि भाषणशैली आत्मसात केली आहे. शिवसेनेच्या 'राडा संस्कृती'चेही ते नव्या पिढीतील प्रतीक आहेत. त्यामुळे बाळासाहेब यांचा वारसा राजकडे जाणार, असेच सर्वांना वाटत होते; पण प्रत्यक्षात वारस ठरविण्याची वेळ आली, तेव्हा मात्र बाळासाहेब यांनी सेनेच्या कार्यशैलीत मुरलेल्या राजऐवजी सेनेशी फारसा संबंध नसलेल्या उद्धव यांची निवड केली आणि येथूनच राज व उद्धव यांच्यातील संघर्षाची ठिणगी पडली. राज ठाकरे सेनेतून बाहेर पडल्यामुळे अंतर्गत संघर्ष संपून या दोन सेनांमध्ये संघर्षाला सुरुवात झाली.

राज ठाकरे यांनी शिवसेनेत असताना बाळासाहेब यांची फोटोबायोग्राफी संपादित करून प्रसिद्ध केली होती. या समारंभाला सर्व पक्षांचे दिग्गज नेते गेट वे ऑफ इंडियाच्या मैदानात उपस्थित होते. २० वर्षांपूर्वी शरद पवार यांनी देशभरातील प्रादेशिक पक्षांचे

नेते व मुख्यमंत्री यांना एकत्र आणून घेतलेल्या परिषदांची आठवण या प्रसंगी सर्वांनाच झाली. राज ठाकरे यांचे पाणी काही वेगळे आहे याचा प्रत्यय या कार्यक्रमाच्या निमित्ताने सर्वांना आला. या ग्रंथनिर्मितीच्या दोन वर्षांच्या काळात राज यांनी शिवसेना चळवळीचा बारकाईने केलेला समग्र अभ्यास या ग्रंथात तर उमटलाच, पण मनसेची बांधणी करतानाही त्यांना तो उपयोगी पडला. शिवसेनेने प्रारंभी मुंबईतील मराठी भाषकांचे मुद्दे लावून धरले असले, तरी नंतरच्या काळात त्यांचा शिवसेनेला विसर पडला. म्हणून तोच मुद्दा ४० वर्षांनंतर पुन्हा हाती घेऊन राज यांनी नव्या तरुणाईला आवाहन केले. शिवसेना स्टाईल मारझोड आणि आंदोलनेही केली. त्यातूनच मराठीसाठी भांडणाऱ्या एका संघर्षशील नेतृत्वाचा उदय झाला.

नारायण राणे, राज ठाकरे यांनी शिवसेनेबाहेर जावे, अशीच उद्धव यांची इच्छा असल्याने, त्या दोघांच्या जाण्याचा शिवसेनेवर लगेच थेट परिणाम झाला नाही. राणे यांच्याबरोबर १० आमदार आणि १ खासदारही होते. राज तर एकटेच बाहेर पडले. त्यामुळे शिवसेनेत सर्व काही अलबेल आहे, असेच उद्धव यांना वाटत होते. राणे जाताच त्यांच्या जागी विरोधी पक्षनेते म्हणून रामदास कदम आले. उद्धव यांनी विदर्भातील शेतकऱ्यांच्या आत्महत्या आणि दुष्काळ या पार्श्वभूमीवर राज्यभर शेतकरी संघर्ष यात्रा काढली. तिला शेतकऱ्यांचा मोठा प्रतिसादही मिळाला.

विलासराव देशमुख मुख्यमंत्रीपदी येताच झालेल्या हिवाळी अधिवेशनात त्यांनी दोन विद्यापीठांचे नामांतर जाहीर केले. नागपूर विद्यापीठाला राष्ट्रसंत तुकडोजीमहाराज यांचे तर अमरावती विद्यापीठाला संत गाडगेबाबा यांचे नाव देण्याची घोषणा त्यांनी १७ डिसेंबर २००४ला केली. या दोन्ही नावांबद्दल कोणाचाच विरोध नसल्याने विरोधी पक्षांनीही या निर्णयाचे स्वागत केले. याच काळात काही मंत्र्यांच्या आणि आमदारांच्या भ्रष्टाचाराची चौकशी न्या. पी. बी. सावंत आयोग करीत होता. १० मार्च २००५ला त्यांनी आपला अहवाल सादर केला आणि राजकीय क्षेत्राला हादरा बसला. या अहवालात सुरेशदादा जैन, नवाब मलिक व विजयकुमार गावित या मंत्र्यांवर भ्रष्टाचार व गैरकारभाराबाबत ठपका ठेवला होता. त्यामुळे या तिघांनीही राजीनामे दिले. या अहवालात राष्ट्रवादीचे पद्मसिंह पाटील, शिवसेना खासदार चंद्रकांत खैरे, आमदार सुरेश गंभीर, भाजप आमदार राज पुरोहित, हेमेंद्र मेहता, प्रकाश मेहता यांच्यावरही ठपका ठेवला होता.

महाराष्ट्र राज्य विद्युत मंडळाची पुनर्रचना १० जून २००४ पर्यंत करणे बंधनकारक होते; पण शासनाने ही मुदत वर्षभराने वाढवून घेतली आणि १० जून २००५ला मंडळाचे स्वतंत्र वैधानिक विकास मंडळ स्थापन करण्यात यावे असा ठराव विधिमंडळाच्या

दोन्ही सभागृहांनी १३ मार्च १९८९ला मंजूर केला होता आणि केंद्र सरकारकडे पाठविला होता. मधल्या काळात त्यावर काहीही कार्यवाही झाली नाही. २००२ मध्ये मानवविकास अहवाल आणि महाराष्ट्र विकास अहवाल प्रसिद्ध झाला. या अहवालात कोकणातील ठाणे, रायगड, रत्नागिरी व सिंधुदुर्ग या जिल्ह्यांचा मानव विकास निर्देशांक (एचडीआय) सुधारल्याचे दिसून आले. त्यामुळे कोकणसाठी स्वतंत्र वैधानिक मंडळ अजूनही हवे होते का, याबाबत दोन्ही सभागृहांमध्ये मत अजमावावे, अशी सूचना केंद्र सरकारने ५ ऑक्टोबर २००५ला केली. १५ डिसेंबर २००५ला नागपूर अधिवेशनात हा विषय चर्चेला आला. राज्यातील विविध विभागांचा अनुशेष भौतिक आहे, तो मानव विकास निर्देशांकानुसार निश्चित केलेला नाही, त्यामुळे कोकणचा १२६३ कोटींचा भौतिक अनुशेष दूर करण्यासाठी स्वतंत्र वैधानिक विकास मंडळ आवश्यक आहे, असे अर्थमंत्री पाटील यांनी स्पष्ट केले. त्यानुसार नव्याने मांडलेला ठराव दोन्ही सभागृहांनी पुन्हा मंजूर केला आणि तो केंद्राकडे पाठविला.

देशमुख सरकारच्या काळात दोन्ही महत्त्वाचे विरोधी पक्ष पक्षांतर्गत घटनांनी त्रस्त आणि हवालदिल झाले होते. सरकारला आव्हान देणाऱ्या राजकीय घटना त्यामुळेच फारशा घडल्या नाहीत. नारायण राणे यांचा काँग्रेसप्रदेश वादळी ठरणार असे वाटत असतानाच तोही बार फुसकाच ठरला. या सर्व पार्श्वभूमीवर सरकारची संवेदनहीनता आणि निष्क्रियता जनतेसमोर उघड करणाऱ्या तीन महत्त्वाच्या घटना घडल्या. त्याची सुरुवात २६ जुलै २००६ला मुंबईत आलेल्या प्रलयकारी महापुराने झाली. पावसाळ्याच्या तोंडावर दरवर्षीच मुंबईत एखाद-दोन दिवस प्रचंड पाऊस पडतो आणि जनजीवन विस्कळीत होते; पण २६ जुलैचा पाऊस असा नेहमीसारखा नव्हता. त्या एकाच दिवशी, संपूर्ण पावसाळ्यात पडतो तेवढा पाऊस मुंबईत झाला. त्यामुळे रस्ते वाहतूक आणि रेल्वे वाहतूक नव्हे, तर हवाई वाहतूकही पूर्णपणे बंद पडली. विमानतळावर गुडघाभर पाणी साठल्याने हवाई वाहतूक बंद पडण्याची ही पहिलीच वेळ होती. वृत्तवाहिन्या मुंबईतील हे सर्व चित्रण थेट प्रक्षेपित करीत होता. दोन वाहिन्यांनी तर हेलिकॉप्टरमधून चित्रीकरण करून लोकांपर्यंत पोचवले; पण मुंबई बुडत असताना मुख्यमंत्री देशमुख मात्र 'वर्षा' बंगल्याच्या लॉनवर निवांत बसून वाहिन्यांना मुलाखती देत होते. मुंबईतील सर्व सरकारी यंत्रणा ठप्प झाल्याचाच अनुभव मुंबईकरांना आला. त्यामुळे लोकांनीच स्वयंस्फूर्तीने हजारो लोकांचे प्राण वाचविले. प्रसिद्ध अभिनेते, उद्योगपती, सरकारी अधिकाऱ्यांसह हजारो लोक ञ१६-१६ तास पाण्यात अडकून पडले; पण सरकार मात्र यापैकी कोणाच्याही मदतीला आले नाही.

महाराष्ट्रात दलितांवरील अत्याचाराची प्रकरणे वारंवार होतच असतात; पण यात सर्वांत गाजले ते खैरलांजी प्रकरण. भंडारा जिल्ह्यातील या गावात भोतमांगे या दलित कुटुंबातील ४ जणांची २९ सप्टेंबरला हत्या करण्यात आली. या हत्येपूर्वी या कुटुंबातील दोन स्त्रियांची नग्न धिंड काढण्यात आली. या बातमीने संपूर्ण राज्य हादरले. खैरलांजी गावात बहुसंख्येने असणाऱ्या कुणबी लोकांनीच ही हत्या केली असा आरोप इतर दलितांनी केला. आरंभी तेथे असणाऱ्या एका दलित पोलिस अधिकाऱ्याने प्रकरण दडपण्याचा प्रयत्न केला; पण बातमी फुटल्याबरोबर त्याला दूर करण्यात आले. त्यानंतरही हे प्रकरण दडपण्याचे अनेक प्रयत्न झाले. तक्रार दाखल करणाऱ्यांनाही दहशतीखाली वावरावे लागत होते. पण अनेक सामाजिक संघटनांनी आणि वृत्तपत्र व वाहिन्यांनी हे प्रकरण लावून धरल्यानेच ते अखेर न्यायालयात दाखल झाले. भंडारा येथील द्रुतगती न्यायालयात २ वर्षे हा खटला चालला आणि अखेर १५ सप्टेंबर २००८ला त्याचा निकाल आला. या प्रकरणी ८ लोकांना शिक्षा देण्यात आली. त्यापैकी ६ लोकांना फाशी आणि दोघांना जन्मठेप सुनावली गेली. याच काळात १९९३ साली मुंबईत झालेल्या बॉम्बस्फोटांबद्दलच्या खटल्याचाही निकाल लागला. १२९ लोकांपैकी १०० लोक यात दोषी ठरले. या खटल्यात सरकारी वकील म्हणून चांगली कामगिरी करणारे उज्ज्वल निकम यांनीच खैरलांजी खटल्याचेही कामकाज पाहिले आणि दोन्ही ठिकाणी अपराध्यांना शिक्षा मिळेल अशा पद्धतीने काम केले.

मुंबई ही देशाची आर्थिक राजधानी असल्याने ती अतिरेक्यांची वारंवार लक्ष्य होते आहे, हे सर्वांनाच माहीत आहे. मुंबई सुरक्षित असल्याच्या वल्गनाही राज्य व केंद्र सरकार वारंवार करीत असते. अतिरेक्यांनी मुंबईवर २६ नोव्हेंबर २००८ला भीषण हल्ला करून या वल्गना किती पोकळ आहे, हे दाखवून दिले. ताजमहालप्रमाणे मुंबईतील ताज हॉटेल भारतीयांचा अभिमानबिंदू असताना अतिरेक्यांनी त्यात शिरून १६ तास हॉटेलचा ताबा घेतला. त्याबरोबरच हॉटेल ओबेरॉय, नरीमन हाऊस यांनाही ओलीस ठेवले. छत्रपती शिवाजी टर्मिनल्सवर अंदाधुंद गोळीबार करून अनेकांचे प्राण घेतले. या सर्व प्रकरणात दहशतवादविरोधी पथकाचे प्रमुख नेते हेमंत करकरे आणि इतर अनेक ज्येष्ठ अधिकारी आणि पोलिस कर्मचारी शहीद झाले. प्रशासन आणि ज्येष्ठ पोलिस अधिकारी यांच्यातील गोंधळाचे ते बळी होते.

या घटनांचे थेट चित्रीकरण सर्वच वाहिन्यांवरून दाखविले जात होते आणि योग्य ठिकाणी योग्य वेळी मदत का पोहोचत नाही, याची चर्चा सर्वत्र होत होती. सरकारच्या निष्क्रियतेचे आणि दिरंगाईचे दर्शन डोळ्यांसमोर होत असल्याने जनतेमध्ये सरकारविरुद्ध संतापाची लाट उसळली. त्यातच या घटनेनंतर दोनच दिवसांनी मुख्यमंत्री

विलासराव देशमुख ताजची पाहणी करण्यासाठी आले, तेव्हा त्यांच्यासोबत चित्रपट निर्माता रामगोपाल वर्मा आणि अभिनेतापुत्र रितेश देशमुख हेही होते. हे सर्वजण चित्रपटाच्या चित्रीकरणासाठी लोकेशन शोधावे त्या पद्धतीने ताजची पाहणी करीत असल्याचे दृश्य सर्वांनीच वाहिन्यांवरून पाहिले. त्यामुळे जनतेच्या संतापाचा स्फोट झाला आणि या स्फोटाने मुख्यमंत्री विलासराव देशमुख, उपमुख्यमंत्री–गृहमंत्री आर. आर. पाटील व केंद्रीय गृहमंत्री शिवराज पाटील यांचा बळी घेतला.

विलासराव देशमुख यांच्यानंतर अशोक चव्हाण मुख्यमंत्री झाले, तरी विलासराव देशमुख मोठ्या प्रमाणावर राजकीय हालचाली करीत होतेच. देशमुख आणि राणे एकत्र आले, तर आपल्या पदाला धोका आहे, हे ओळखून चव्हाण यांनी प्रथम राणे यांच्याशी समेट केला. पाठोपाठ महसूल आयुक्तालय लातूरहून नांदेडला हलवून त्यांनी देशमुख यांना थेट आव्हान दिले. त्यानंतर लगेच देशमुख यांचे विश्वासू प्रदेशाध्यक्ष माणिकराव ठाकरे यांना आपल्या गटात खेचून चव्हाण यांनी देशमुख यांच्या रिमोट कंट्रोलची बॅटरीच काढून घेतली. कोणतेही पद न देता विलासराव देशमुख महाराष्ट्रात राहिले तर उलथापालथी घडवतील आणि ऐन निवडणुकीच्या तोंडावर काँग्रेस अडचणीत येईल, हे चव्हाण यांनी काँग्रेसश्रेष्ठींना पटवून दिले. त्यामुळे देशमुख यांना केंद्रात मंत्रीपद देण्यात आले. अवघ्या ३–४ महिन्यातच लोकसभा आणि पाठोपाठ विधानसभा निवडणूक असल्याने नव्या मुख्यमंत्र्यांना काम करण्यासाठी फारसा वेळ मिळालाच नाही.

एप्रिल–मे २००९ मध्ये झालेल्या लोकसभा निवडणुकीत काँग्रेसने राष्ट्रीय पातळीवर 'एकला चलो रे'ची भूमिका घेतली असली, तरी महाराष्ट्रात काँग्रेस पक्षाची राष्ट्रवादीबरोबर आघाडी कायम राहिली. या निवडणुकीत काँग्रेसपेक्षाही आपल्याला अधिक जागा मिळाव्यात असा राष्ट्रवादीचा प्रयत्न होता; पण राष्ट्रवादीतच मोठ्या प्रमाणात बंडखोरी झाली आणि तीही त्यांचा बालेकिल्ला समजल्या जाणाऱ्या पश्चिम महाराष्ट्रात झाली. कोल्हापूरचे खासदार मंडलिक यांनी राष्ट्रवादीच्या विरोधात जाऊन स्वतंत्रपणे निवडणूक लढविली आणि जिंकलीही. ज्येष्ठ समाजसेवक अण्णा हजारे यांच्या खुनाची सुपारी दिल्याच्या आरोपाखाली पद्मसिंह पाटील तुरुंगात गेले. त्याचाही राष्ट्रवादीवर मोठा परिणाम झाला आणि शरद पवार यांचा राष्ट्रवादी काँग्रेस पक्ष ९ जागा मिळवून चौथ्या क्रमांकावर फेकला गेला.

भारतीय जनता पक्षात केंद्रात घडलेल्या घटनांचा परिणाम महाराष्ट्र भाजपवर झाला होताच. त्यातच मनसेच्या नेमक्या ताकदीचा अंदाज भाजप–सेना युतीला आला नाही. अडवाणी, राजनाथसिंग आणि नरेंद्र मोदी यांच्या जागोजाग सभा होऊनही युतीला

फक्त २५ जागा मिळविता आल्या. युतीच्या मुंबई, ठाणे, नाशिक, पुणे परिसरातील उमेदवारांना मनसेने लाख मते मिळवून, जोरदार धक्का दिला. या निवडणुकीत मनसेचा एकही उमेदवार निवडून आला नसला तरी मनसेने आपली ताकद मात्र दाखवून दिली.

लोकसभेनंतर अवघ्या चारच महिन्यात महाराष्ट्र विधानसभा निवडणुकीला सामोरा गेला. लोकसभेच्या वेळी काँग्रेस व राष्ट्रवादी यांच्यात जागावाटपावरून फारसा तणाव नव्हता. विधानसभेला मात्र दोन्ही पक्षांची आघाडी होणार की नाही यावरच महिनाभर खडाजंगी रंगली. विलासराव देशमुख यांच्यासह राज्यातही काँग्रेसने 'एकला चलो रे'चे धोरण घ्यावे, असे म्हणणारे काँग्रेसमध्ये जोरात होते. त्यांना रोज भरपूर प्रसिद्धीही मिळत होती; पण केंद्रीय नेत्यांनी अखेर आघाडी करण्याचा निर्णय घेतला. आघाडी झाल्यानंतरही अखेरच्या क्षणापर्यंत जागा वाटपावरून दोन्ही पक्षात रस्सीखेच सुरू होती. अर्ज भरण्याच्या मुदतीत तरी जागावाटप जाहीर होणार का, असा प्रश्न सर्वांना पडला होता. त्यामुळे दोन्ही पक्षांच्या इच्छुकांनी आपापल्या मतदारसंघात मोठ्या संख्येने उमेदवारी अर्ज भरले होते. जागावाटप जाहीर होताच, ज्या उमेदवारांना अधिकृत उमेदवारी मिळाली नाही, त्यांनी मोठ्या प्रमाणात बंड केले. या बंडखोरीमध्ये संभाव्य मुख्यमंत्रीपदासाठी इच्छुक असणारे प्रमुख काँग्रेस नेते एकमेकांची ताकद कमी करण्यासाठी आपल्या गटातील बंडखोरांना प्रोत्साहनच देत होते. हीच अवस्था राष्ट्रवादीमध्येही होती. त्यामुळे दोन्ही पक्षातील बंडखोरांची संख्या मोठी झाली.

'भाजप-सेना युतीत जागावाटप कधीच झाले आहे', असे म्हणणारे युतीचे नेते, ते जाहीर मात्र करत नव्हते. त्यातूनच गुहागर, घाटकोपर (पश्चिम) सह काही मतदारसंघांवर युतीच्या जागावाटपांचे घोडे अडून पडले. इतरत्र झालेल्या दोन्ही पक्षांतील समझोत्यालाही स्थानिक नेत्यांचा पाठिंबा नव्हता. त्यामुळे अखेरच्या क्षणी जागावाटप जाहीर होताच या दोन्ही पक्षांतही मोठ्या प्रमाणात बंडखोरी झाली. दादरच्या सदा सरवणकर यांना शिवसेनेने उमेदवारी नाकारल्याने त्यांच्या पाठीराख्यांनी थेट मनोहर जोशी यांच्या घरावर हल्ला चढविला आणि नंतर सरवणकर काँग्रेसमध्ये दाखल झाले. गुहागर हा गेली अनेक वर्षे भाजपचा मतदारसंघ होता; पण मतदारसंघांच्या नव्या फेररचनेमुळे विरोधी पक्षनेते रामदास कदम यांनी त्याच्यावर हक्क सांगितला आणि युतीच्या नेत्यांनी तो मान्यही केला. तेव्हा भाजपचे आमदार विनय नातू बंडखोरी करून अपक्ष म्हणून उभे राहिले; पण कदम आणि नातू या दोघांनाही मतदारसंघांनी नाकारले. गुहागरच्या जागेवर भाजपने घाटकोपर पश्चिमसाठी पाणी सोडले; पण तेथे उभ्या राहिलेल्या प्रमोद महाजन यांच्या कन्या पूनम याही पराभूत झाल्या. मुंडे यांनी प्रथमच आपले काही जवळचे नातेवाईक आग्रहाने मराठवाड्यातून उभे केले; पण त्यांची कन्या प्रज्ञा वगळता सर्वजण पराभूत झाले.

युतीत अशी आपसात भांडणे सुरू असताना मनसेने या दोघांना जबरदस्त दणका दिला. मनसेने मुंबई, ठाणे, नाशिक, पुणे या पट्ट्यात आपले १०० उमेदवार उभे केले. राज ठाकरे यांच्या होणाऱ्या जाहीर सभांना उसळणारी अलोट गर्दी पाहून सर्वच पक्षांच्या नेत्यांना हादरा बसला होताच. इतर कोणत्याही पक्षाच्या प्रमुख नेत्यांसाठी अशी गर्दी जमत नव्हती. अगदी राहुल गांधी यांच्या सभाही सामान्यच होत्या. त्यामुळे मनसेचा प्रभाव या निवडणुकीवर मोठ्या प्रमाणात पडणार हे सर्वांनाच जाणवले आणि झालेही तसेच. मनसेने १३ जागांवर विजय तर मिळविलाच; पण मनसेमुळे युतीचा एकही उमेदवार मुंबई, ठाण्यात निवडून येऊ शकला नाही. भाजप-शिवसेना युती झाल्यापासून मुंबई परिसरात युतीचा वरचष्मा कायम होता, तो मनसेमुळे संपुष्टात आला, तरीही शिवसेनेचे नेते मनसे हा महत्त्वाचा घटक आहे हे मान्य करीत नव्हते. सेना-भाजप युती सत्तेच्या जवळ जाण्याचे तर सोडाच, पण आपल्या पूर्वीच्या जागाही टिकवू शकली नाही. भाजपला ४६ जागा आणि सेनेला ४४ जागा मिळाल्याने आजवर शिवसेनेकडे असणारे विधानसभेतील विरोध पक्षनेतेपद अलगदपणे भाजपकडे गेले. नेहमी विधानसभा निवडणुकीत दुसऱ्या क्रमांकावर असणारी शिवसेना यावेळी चौथ्या क्रमांकावर फेकली गेली.

निवडणूक रणनीती म्हणून काँग्रेस आघाडीने रिपब्लिकन पक्षासह डाव्या पक्षांना तिसरी आघाडी उभारण्यास प्रोत्साहन दिले. सर्व प्रकारची साधनेही पुरविली आणि तिसरी आघाडीच सरकार बनविताना महत्त्वाचा घटक ठरणार अशी हवाही माध्यमांतून निर्माण केली. त्यामुळे तिसऱ्या आघाडीतील मते सर्व ठिकाणी वेगळी पडून ती युतीपासून दूर गेली. या रणनीतीचा फटका युतीला मोठ्या प्रमाणात बसला. या तिसऱ्या आघाडीचे नेतृत्व करणाऱ्या रिपब्लिकन पक्षाला मात्र एकही जागा जिंकता आली नाही. निर्णय जाहीर होत असताना तिसऱ्या आघाडीचे हे नेते 'आम्हाला किती मंत्रीपदे आणि महामंडळे पाहिजेत' हे वाहिन्यांवरून जोराने सांगत होते; पण लोकांनी काँग्रेस व राष्ट्रवादीलाच निर्णायक बहुमत देऊन तिसऱ्या आघाडीच्या सरकारमध्ये जाण्याच्या आशा संपुष्टात आणल्या.

या निवडणुकीत काँग्रेसने ८२ तर राष्ट्रवादीने ६२ जागा जिंकल्या. त्यामुळे मुख्यमंत्री कोणत्या पक्षाचा, हा वादच शिल्लक राहिला नाही; पण मिळालेल्या जागांच्या प्रमाणात मंत्रीपदांचे वाटप करावे असा आग्रह काँग्रेस पक्षाने धरला. त्याशिवाय २००४ मध्ये दोन्ही पक्षांत झालेल्या समझोत्यात काँग्रेसला आपल्याकडील ३ मंत्रीपदे आणि २ महामंडळे राष्ट्रवादीला द्यावी लागली होती. तीही काँग्रेसने परत मागितली. '१९९९मध्ये झालेला जागावाटपाचा फॉर्म्युला आम्हाला मान्य नाही.' अशी भूमिका

घेत काँग्रेसने गेली १० वर्षे राष्ट्रवादीकडे असलेल्या गृह व अर्थखात्यांचीही मागणी केली. त्यामुळे बहुमत असूनही काँग्रेस आघाडीला सरकार बनविण्यास १५ दिवस लागले. काँग्रेसने कितीही आग्रह धरला असला तरी राष्ट्रवादीने हटून बसून काँग्रेसला ना फार्म्युला बदलू दिला, ना आपल्याकडील एकही मंत्रीपद दिले. दोन्ही काँग्रेसमध्ये ही अटी-तटीची लढाई सुरू असतानाच मुख्यमंत्री कोण होणार, हा प्रश्न होताच. ज्याच्या नेतृत्वाखाली निवडणूक जिंकली, तोच नेता पुन्हा मुख्यमंत्री होईल, याची काँग्रेसमध्ये कधीही खात्री नसते. पक्षश्रेष्ठींनीही 'हा विजय ओपन आहे' असे सांगून या गोंधळात भरच घातली. परिणामी मुख्यमंत्रीपदाचे इतर इच्छुक विलासराव देशमुख, नारायण राणे, पतंगराव कदम आणि प्रदेशाध्यक्ष माणिकराव ठाकरे दिल्लीत तळ ठोकून बसले; पण याही वेळी अशोक चव्हाण यांनीच बाजी मारली आणि ते पुन्हा मुख्यमंत्री झाले.

◻◻◻

प्रकरण १६

प्रगतिशील शासन

गेल्या पन्नास वर्षांचा विचार करता, महाराष्ट्राचे शासन नेहमीच प्रागतिक राहिले आहे. इतर कोणत्याही राज्यांपेक्षा महाराष्ट्रात एक अत्यंत महत्त्वाची गोष्ट घडली ती म्हणजे सामाजिक व राजकीय परिवर्तन. १५० वर्षांच्या सर्वांगीण परिवर्तनाच्या व्यापक कालखंडामुळे महाराष्ट्र राज्य अस्तित्वात येत असताना लोकशाहीदृष्ट्या खूप मोठा टप्पा पार केला होता. स्वातंत्र्यापूर्वीच महाराष्ट्रात नगरपालिकांचे जाळे तयार झाले होते. १०० पेक्षा अधिक वर्षांचा इतिहास असणाऱ्या कितीतरी नगरपालिका आज दाखविता येतील. त्यामुळेच स्थानिक पातळीवरील लोकशाही मोठ्या प्रमाणात रुजली. महात्मा गांधी यांनी ग्रामस्वराज्याची कल्पना आग्रहाने मांडली होती. १९५७ मध्ये मुंबई राज्यात प्रथमच ग्रामपंचायत कायदा लागू झाला आणि लोकशाहीची पाळेमुळे थेट गावापर्यंत जाऊन पोहोचली.

स्वातंत्र्य आंदोलनाच्या काळात जमीन सुधारणा हा एक महत्त्वाचा राजकीय मुद्दा होता. त्यावरून देशात अनेक संघर्षही झाले. जमिनीचे पुनर्वाटप आणि भूमिहीनांना जमिनी देण्यासाठी झालेल्या भूदान चळवळीचे प्रवर्तक महाराष्ट्रातील आचार्य विनोबा भावे हेच होते. या सर्व पार्श्वभूमीवर महाराष्ट्र राज्य स्थापन झाल्यानंतर कमाल शेतजमीन धारणा कायदा, कुळकायदा असे कायदे होणे स्वाभाविक होते; पण ते करण्याचे धाडस यशवंतराव चव्हाण यांनी दाखविले, हे महत्त्वाचे आहे. इतर अनेक राज्यांत जमीन सुधारणांचे कायदे अद्यापही झाले नाहीत. पश्चिम बंगालमध्ये सलग २४-२५ वर्षे राज्य करणाऱ्या डाव्या पक्षांनाही हा कायदा करण्याचे धाडस अद्याप झाले नाही.

महारवतने म्हणजे महार समाजाची पिळवणूक होती. ही महारवतने समाप्त व्हावीत, म्हणून डॉ. बाबासाहेब आंबेडकर यांनी मोठे आंदोलन केले होते. त्यांच्या महानिर्वाणानंतर लगेचच महारवतने संपुष्टात आणून यशवंतराव चव्हाण यांनी आणखी एक धाडसी पाऊल उचलले.

भाषावार प्रांतरचनेच्या आधारावर नवे महाराष्ट्र राज्य स्थापन झाले, तरी विविध इलाख्यातून विदर्भ मराठवाड्यासारखे विभाग महाराष्ट्राला जोडले गेले. या सर्व विभागात शासकीय कामकाजात वेगवेगळ्या भाषा प्रचलित होत्या. संपूर्ण महाराष्ट्रात शासकीय कामकाजात मराठीचा वापर करण्याचा आग्रह यशवंतराव यांनी धरला. त्यांच्या कल्पनेतील भाषा संचालनालय नंतरच्या काळात प्रत्यक्षात आले. न्यायालयात मराठीचा वापर होण्यासाठी अनेक वर्षे जावी लागली; पण तोही आता मोठ्या प्रमाणात सुरू झाला आहे. भाषेचा संदर्भ फक्त सरकारी कारभाराशी नसून तिच्या एकूणच प्रगतीशी आणि मराठीभाषकांच्या एकूण उत्कर्षाशी जोडलेला आहे, हे यशवंतराव यांनी ओळखले. म्हणूनच विश्वकोष निर्मितीचा उपक्रम, साहित्य संस्कृती मंडळ अशी महत्त्वाची पावले त्यांनी उचलली. त्यामधूनच पुढे साहित्य पुरस्कार, मराठी ग्रंथनिर्मिती, विविध पातळ्यांवरील नाट्य स्पर्धा, तमाशा महोत्सव, चित्रपट महोत्सव आणि पुरस्कार, महाराष्ट्र भूषण पुरस्कार असे अनेक सांस्कृतिक उपक्रम राबविले गेले. साहित्य संमेलन, नाट्यसंमेलन, बालसाहित्य संमेलन अशा विविध उपक्रमांना सरकारी मदत देऊन हे उपक्रम चैतन्यशील ठेवण्याचा जो उपक्रम महाराष्ट्रात सुरू आहे, तो इतर राज्यात होताना दिसत नाही.

महाराष्ट्रातील महिलाविषयक जागृती आणि सुधारणांनाही मोठा इतिहास आहे. विविध क्षेत्रातील पहिल्या महिला म्हणूनही मराठी महिलांचीच नोंद आजवर झाली आहे. स्त्री-मुक्ती चळवळही प्रथम महाराष्ट्रातच सुरू झाली. या सर्व घडामोडींचा प्रभाव शासनाच्या धोरणांवर होणे साहजिक होते. त्यामुळे पहिले महिला धोरण महाराष्ट्रात मांडले गेले आणि ते देशभर स्वीकारले गेले. हुंड्यामुळे होणाऱ्या स्त्री अत्याचार व हत्या यांचा प्रश्न महिलांना मालमत्तेत अधिकार नसल्यामुळे निर्माण झाला आहे, हे प्रथम महाराष्ट्राच्या शासनकर्त्यांनी ओळखले आणि त्यासाठी कायद्यात दुरुस्ती करून महिलांना मालमत्तेत अधिकार मिळवून दिला. राजकीय आणि शासनप्रक्रियेत महिलांचा महत्त्वाचा वाटा असला पाहिजे, हे लक्षात घेऊन सर्व स्थानिक स्वराज्य संस्थांत त्यांना ३३% टक्के आरक्षण प्रथम महाराष्ट्रानेच दिले. त्यासोबत सरपंचांपासून-महापौरांपर्यंत सर्व प्रमुख पदेही महिलांसाठी क्रमवारीने आरक्षित करण्यात आली. पूर्वीचे महिला

धोरण अपुरे पडत आहे, हे लक्षात आल्यावर नवे सर्वंकष महिला धोरणही महाराष्ट्रानेच प्रथम मांडले आणि अंमलात आणले.

महाराष्ट्र राज्य हेही कृषीप्रधान राज्य असल्याने यशवंतराव चव्हाण यांच्यापासून सर्व मुख्यमंत्र्यांनी शेतीसंबधी सुधारणांचे विशेष लक्ष पुरविले. शेती, व्यापारीदृष्ट्या फायदेशीर ठरावा, त्यात नवे ज्ञान-तंत्रज्ञान यावे यासाठी यशवंतराव यांनी कृषी महाविद्यालयांची स्थापना केली. ज्यांचे पुढे अनेक कृषीविद्यापीठात रूपांतर झाले शेतीसंबंधीच्या सर्वच क्षेत्रांत बियाण्यांच्या नव्या जाती, नवे तंत्रज्ञान यांचे संशोधन राज्यात आले. असं संशोधन केंद्र द्राक्ष, डाळिंब, आंबा अशा अनेक फळांविषयी संशोधन करणारी स्वतंत्र संशोधन केंद्रे स्थापन झाली. अडते-व्यापारी या मध्यस्थांना दूर करण्यासाठी विविध पातळ्यांवर कृषी उत्पन्न बाजार समित्या स्थापन झाल्या. कापूस आणि धान्यांसाठी आधारभूत किंमत आणि एकाधिकार खरेदीसारखे महत्त्वाचे उपक्रम राबविण्यात आले. लहान-मोठ्या धरण योजना, कालवे, पाझर तलाव, जलसंधारण यामधून सिंचन आणि पिण्याचे पाणी उपलब्ध करून देण्याचा प्रयत्न झाला. शेतीमालाला परदेशी बाजारपेठ मिळावी म्हणून गोदामे, शीतगृहे, शीतवाहने अशा सर्व प्रकारच्या व्यवस्था राज्यात उभ्या राहिल्या.

शेतीपूरक उद्योगांसाठी कोंबडीपालन, वराहपालन, इमूपालन आणि दूधसंकलन यांची साखळीच राज्यभर उभी राहिली. मत्स्यपालनासाठीही विविध पातळ्यांवर शिक्षण संशोधन आणि मदत यांचा उपयोग केला गेला. पडीक जमिनीवर फळबागा लावण्याच्या योजनेमुळे लाखो एकर जमीन बागायतीखाली आली. फलोत्पादन क्षेत्रात यामुळे महाराष्ट्र आघाडीवर राहिला. शेती आणि पूरक उद्योगांना कमीदराने हमखास पतपुरवठा मिळवून देण्यासाठी पतसंस्था आणि सहकारी बँकांचे जाळेही राज्यभर उभे राहिले.

सहकारी क्षेत्र हे महाराष्ट्राचे खास वैशिष्ट्य राहिले आहे. स्वातंत्र्यपूर्व काळातच सहकाराला प्रारंभ झाला असला तरी त्याला खरा आकार, शासनाने सुरू केलेल्या मदतयोजनांमुळे आला. सहकारी कारखाने उभे करण्यासाठी शासनाने मोठ्या प्रमाणावर आर्थिक मदत देऊ केली. त्यामुळे शेतीउत्पादनांना जोडून साखर कारखाने, सूतगिरण्या, तेल-उत्पादन कारखाने असे अनेक उद्योग सहकारी क्षेत्रात उभे राहिले. शासनाच्या या मदतीचा कौशल्याने उपयोग करून घेऊन ग्रामीण भागाचा चेहरा-मोहरा बदलणारे नवे नेतृत्वही सहकारी चळवळीतून पुढे आले. नागरी सहकारी बँकांनी तर शहरीक्षेत्रातही मोठे यश मिळविले आणि त्या शेड्यूल्ड बँकांत रूपांतरित झाल्या.

मुंबईत एकवटलेले उद्योगधंदे महाराष्ट्रभर पसरावे आणि उद्योगांच्या विकेंद्रीकरणातून नवा औद्योगिक समाज निर्माण व्हावा यासाठी यशवंतराव चव्हाण

यांनी प्रथम महाराष्ट्र औद्योगिक विकास महामंडळाची संकल्पना मांडली आणि ती प्रत्यक्षात आणली. नंतरच्या काळात आलेल्या शासनकर्त्यांनी औद्योगिक वसाहती थेट तालुका-पातळीवर नेल्या. यामधूनच राज्यभर औद्योगिकीकरणाचे एक नवे वातावरण तयार झाले. आर्थिक उदारीकरण आणि जागतिकीकरण सुरू झाल्यानंतर परकीय भांडवलही मोठ्या प्रमाणात प्रथम महाराष्ट्रातच आले. तो ओघ आजही कायम आहे. औद्योगिकीकरणाला आणि तंत्रविकासाला चालना देण्यासाठी शासनाने राज्यभर अभियांत्रिकी आणि तंत्रज्ञान महाविद्यालये उभी केली. विविध प्रकारच्या संशोधन संस्थांचीही त्यांना जोड दिली. त्यामुळे सर्व क्षेत्रातील पदवीधर व प्रशिक्षित वर्ग महाराष्ट्रात तयार झाला आणि तो इतर राज्यांबरोबर परदेशांतही जात राहिला.

ग्रामीण भागात सर्वांगीण परिवर्तन घडवून आणण्याच्या दृष्टीने शासनाने वेळोवेळी अनेक नव्या योजनांना आणि स्पर्धात्मक उपक्रमांना चालना दिली. महाराष्ट्रात सतत पडणाऱ्या दुष्काळावर उपाय म्हणून रोजगार हमी योजना महाराष्ट्रात प्रथम सुरू झाली. वि. स. पागे यांच्या कल्पनेतून प्रत्यक्षात आलेली ही योजना आता केंद्र सरकारकडूनही देशपातळीवर राबविली जात आहे. महाराष्ट्रात आधी केवळ दुष्काळी कामांपुरती मर्यादित असलेली ही योजना पुढे पडीक जमिनीवरील फळबाग योजनेला जोडण्यात आली. त्यामुळे राज्याच्या शेती उत्पादनात सतत भर पडत गेली. राज्यातील ग्रामीण आरोग्याचे प्रश्न केवळ विविध सोयी-सुविधा उपलब्ध करून सुटणारे नाहीत, त्यासाठी तर अनेक योजना शासनाने राबविल्याच; पण ग्रामीण भागातील अस्वच्छता हे अनारोग्याचे मूळ आहे, हे लक्षात घेऊन शासनाने ग्राम स्वच्छता अभियान सुरू केले. त्याला स्पर्धात्मकतेचे स्वरूप आणि बक्षिसे दिल्याने गावे चढाओढीने या स्पर्धेत उतरली आणि ग्रामीण भागाचे मोठ्या प्रमाणात आरोग्य शिक्षणच झाले. एक गाव, एक पाणवठा हे आंदोलन महाराष्ट्रात खूप गाजले. त्याची मूळ कल्पना स्वीकारून शासनाने सर्वांसाठी मुक्त पाणवठ्यांची व्यवस्था केली. गावातील लहान-मोठ्या तंट्यांमुळे सामाजिक संघर्ष उभे राहतात हे लक्षात घेऊन अलीकडेच 'तंटामुक्त गाव' ही योजनाही सुरू झाली आहे.

महाराष्ट्राला क्रांतिकारक संकल्पना आणि परिवर्तनाची मोठी परंपरा लाभली असल्यानेच प्रत्येक क्षेत्रात नवी झेप घेण्याची शक्यता निर्माण झाली. या मानसिकतेचा पुरेपूर उपयोग शासनकर्त्यांनी केला आणि एरवी धाडसी वाटावेत असे महत्त्वाचे निर्णय सहजपणे घेतले. ते कौशल्याने सर्व घटकांच्या गळी उतरविले. त्यामुळेच शासनविषयक निर्णयांत आणि त्यांच्या अंमलबजावणीत विविध प्रकारच्या प्रयोगशीलतेत महाराष्ट्र आजवर नेहमीच आघाडीवर राहिल.

॥ ॥ ॥

प्रकरण १७

पन्नाशीच्या उंबरठ्यावर

'मुंबईसह संयुक्त महाराष्ट्र आलाच पाहिजे', असे म्हणत महाराष्ट्रात मोठे आंदोलन उभे राहिले. त्यातून १ मे १९६०ला 'महाराष्ट्र राज्य' अस्तित्वात आले. प्रत्यक्षात महाराष्ट्राला फक्त मुंबई मिळाली, पण कर्नाटकातील बेळगाव, कारवार, निपाणी या सीमाभागाचा समावेश अद्यापही महाराष्ट्रात झालेला नाही. संयुक्त महाराष्ट्र समितीनेच आपले आंदोलन सीमाभागापुरते मर्यादित केले होते आणि काँग्रेसची मुळातच भाषावार प्रांतरचनेत आग्रही भूमिका नव्हती. त्यामुळे गेल्या ५० वर्षांत काँग्रेस सत्ताधाऱ्यांनी हा सीमाप्रदेश महाराष्ट्रात यावा म्हणून कोणतीही खास आणि सातत्यपूर्ण कृती केली नाही. संयुक्त महाराष्ट्र समिती फुटल्यानंतर विरोधी पक्षांच्या दृष्टीनेही सीमाप्रश्न कळीचा मुद्दा राहिला नाही. बस्तर, डांग, उंबरगाव यावर तर महाराष्ट्राने पूर्वीच पाणी सोडले होते आणि गोवाही निष्काळजीपणाने घालवला होता. त्यामुळे राज्यस्थापनेच्या पन्नासाव्या वर्षीदेखील संपूर्ण मराठी प्रदेश महाराष्ट्रात आलेला नाही आणि कोणाच्याच दृष्टीने तो खरा राजकीय मुद्दाही राहिलेला नाही.

गेल्या ५० वर्षांत महाराष्ट्राच्या राजकारणाचा प्रवास काँग्रेस वर्चस्वाकडून आघाड्यांच्या सरकारने होत गेला. त्यामुळे आजच्या राजकारणाला बहुकेंद्री आणि विस्कळीत असे स्वरूप आले आहे. १९५६-५७ पासूनच महाराष्ट्राच्या राजकारणावर काँग्रेसचे वर्चस्व होते. 'बहुजनसमाजाचे राज्य' आणि 'बेरजेचे राजकारण' या नव्या संकल्पना प्रचारात आणून यशवंतराव चव्हाण यांनी डाव्या पुरोगामी पक्षांना सतत आपल्या जवळ ठेवले आणि या पक्षांतून शक्य त्या सर्वांना काँग्रेसमध्ये आणले.

त्यामुळे १९५७च्या निवडणुकीत संयुक्त महाराष्ट्र समितीने उभे केलेले तात्पुरते स्पर्धात्मक आव्हान वगळता १९७६ पर्यंत महाराष्ट्रात राजकीय स्पर्धा उभीच राहिली नाही. सर्व समाजघटकांना सामावून घेणारा पक्ष, ही काँग्रेसची प्रतिमा कायम राहिली.

यशवंतराव यांच्या या चतुर भूमिकेमुळे दोन महत्त्वाच्या गोष्टी घडल्या. १९५६ पर्यंत महाराष्ट्र काँग्रेसचे ब्राह्मणांकडे असलेले नेतृत्व मराठा समाजाकडे गेले. बहुजनसमाजाच्या नावाखाली राजकीय धुरीणत्व मराठा समाजाकडे आणि इतर सर्व समाजघटकांना स्थानिक पातळीवरील पदे व सत्ता, अशी राजकीय रचना अस्तित्वात आली. यशवंतराव स्वत: रॉयवादी असल्यामुळे कम्युनिस्ट, शेकापसह डाव्या पक्षांना महत्त्वाचे वाटणारे विषय त्यांनी काँग्रेसच्या अजेंड्यावरच आणले. परिणामी कम्युनिस्ट व शेकाप राज्यात स्वतंत्रपणे वाढण्याची शक्यता कमी झाली. वसंतराव नाईक यांनी अत्यंत हुशारीने शिवसेनेचा वापर करून मुंबईतील कम्युनिस्टांचे वर्चस्व मोडून काढले. शेकापसमोर शिवसेना उभी राहायला मात्र मध्ये २० वर्षे जावी लागली. शेकापचे बहुसंख्य मतदारसंघ शिवसेनेनेच आपल्या ताब्यात नंतर घेतले. हे सर्व घडेपर्यंत शिवसेना ही घोषित हिंदुत्ववादी शक्ती नव्हती; पण तिचा वापर मात्र काँग्रेसने डाव्यांना संपविण्यासाठी केला.

मराठा धुरीणत्वाखाली तयार झालेल्या राजकीय चौकटीला पहिला धक्का दिला, तो इंदिरा गांधी यांनी. राज्यपातळीवर मजबूत असणारे कोणत्याच राज्यातले नेतृत्व त्यांना सोयीचे वाटत नव्हते. 'गरिबांच्या तारणहार' आणि 'दलितांच्या कैवारी' अशी स्वत:चीच प्रतिमा त्यांना निर्माण करायची असल्याने त्यांनी महाराष्ट्रातील मराठा नेतृत्वाला धक्का दिला. वसंतराव नाईक यांना वगळून शंकरराव चव्हाण मुख्यमंत्री झाले आणि राज्यावरची यशवंतराव यांची पकड सुटली. या घडामोडींची प्रतिक्रिया म्हणून इंदिरा गांधी आणि यशवंतराव यांचे नेतृत्व झुगारून देत पवार यांनी बंड केले. या प्रयत्नातून मराठा नेतृत्व, इंदिरानिष्ठ, वसंतदादानिष्ठ आणि पवारनिष्ठ अशा तीन गटांत विभागले गेले. मराठा नेतृत्वाची एकसंधता संपल्याबरोबर काँग्रेसच्या बांधीव रचनेला तडे गेले आणि नवे राजकारण आकाराला येऊ लागले.

काँग्रेसची बहुजनवादी चौकट ढासळू लागताच शरद पवार यांनी प्रथम काँग्रेस (एस)च्या माध्यमातून आणि आता राष्ट्रवादीच्या माध्यमातून मराठा नेतृत्व एकत्रित करण्याचा प्रयत्न केला. याला पहिला धक्का शरद जोशी यांच्या शेतकरी संघटनेने दिला. तिच्या माध्यमातून नवे तरुण मराठा कार्यकर्ते शरद जोशी यांच्याभोवती जमा झाले. त्यातच शरद पवार मध्येच काँग्रेसमध्ये परतल्यावर निराधार झालेले तरुण मराठा कार्यकर्ते शिवसेनेकडे वळले. यामुळे मराठा समाज काँग्रेसच्याच मागे राहणार,

हे गणित मागे पडले. राष्ट्रवादी काँग्रेसच्या गटात ३५ मराठा आमदार असताना शिवसेनेचे तब्बल ३१ मराठा आमदार निवडून येणे, हे त्याचे गमक होते. याशिवाय काँग्रेस आणि भाजपमध्येही मराठा आमदारांची संख्या मोठी होती, हे लक्षात घेतले पाहिजे.

ओबीसी गटांना न्याय देण्यासाठी मंडल आयोग नेमण्याचा आग्रह खरे तर समाजवाद्यांचा. व्ही. पी. सिंग सत्तेवर असतानाही मंडळाची अंमलबजावणी झाली, ती समाजवाद्यांच्याच आग्रहामुळे. या मंडल प्रकरणातून उत्तर भारतात मुलायमसिंग यादव, लालूप्रसाद यादव यांचे ओबीसी राजकारण आकाराला आले आणि त्यांनी सत्ताही मिळविली. महाराष्ट्रात मात्र मंडल त्याच वेळी स्वीकारले जाऊनही ओबीसींचे स्वतंत्र सत्ताकांक्षी नेतृत्व उभे राहिले नाही. महाराष्ट्रात ओबीसींमध्ये समाविष्ट झालेला कुणबी समाज नेहमी मराठा समाजाबरोबरच राहिला आणि काँग्रेसने त्याला योग्य पदे देत आपल्याबरोबर कायम राखले. मराठा व कुणबी समाजाखेरीज इतर ब्राह्मणेतर जाती संख्येने छोट्या आहेत आणि राज्यातील विशिष्ट भागातच त्यांचे अस्तित्व आहे. त्यामुळे कोणत्याही एका समाजातून सर्व ओबीसींना एकत्र घेऊन जाणारे नेतृत्व उभे राहू शकले नाही.

भाजप आणि शिवसेनेतून मात्र पक्षाच्या मंडलीकरणाचे काम वेगाने झाले आणि त्यातून छगन भुजबळ, गोपीनाथ मुंडे, एकनाथ खडसे असे नेते पुढे आले. भुजबळ यांचे ओबीसी राजकारण खऱ्या अर्थाने सुरू झाले, ते मात्र ते 'राष्ट्रवादी'त आल्यानंतर. महात्मा फुले परिषदेच्या निमित्ताने राज्यातील माळी समाजाला त्यांनी एकत्र आणले; पण देशभरातील ओबीसींना एकत्र आणण्याचे प्रयत्नही केले. भाजपचे मधु चव्हाण यांना मुंबईचे अध्यक्ष करण्यावरून मुंडे यांचे राजीनामानाट्य रंगले, त्यावेळी मुंडे व भुजबळ एकमेकांना मिठी मारतानाच छायाचित्रही प्रसिद्ध झाले. प्रसारमाध्यमांनी हे दोघे मिळून महाराष्ट्रातील ओबीसींना संयुक्त नेतृत्व देणार अशी प्रतिमाही निर्माण केली; पण दोघांनाही या संदर्भातील आपल्या मर्यादा माहीत होत्या. मुंडे यांना राजीनामा परत घेण्यासाठी भाजपच्या सर्व स्तरांवरून जो आग्रह झाला, त्यामुळे आपले नेतृव केवळ ओबीसींचे नाही, हे मुंडे याच्या लक्षात आले. शिवाय दोघांचीही ओबीसी संदर्भातील प्रभावक्षेत्रे मर्यादित आहेत. भुजबळ यांचा प्रभाव मुंबई, नाशिक परिसरात आहे, तर मुंडे यांचा मराठवाड्यात. यामुळे महाराष्ट्रात ओसीबींचे स्वतंत्र राजकारण उभे राहण्याची शक्यताही संपली.

बहुजन समाजाचे नेतृत्व पुन्हा मराठा समाजाकडेच राहावे, या दृष्टीने 'मराठी समाजालाच ओबीसीमध्ये घाला' अशा मागण्या सुरू झाल्या. त्याला उग्र आंदोलनाचे स्वरूपही आले. 'राष्ट्रवादी'तल्याच मराठा नेत्यांनी या मुद्द्यांवर लोकसभा व विधानसभा

निवडणुकांत भुजबळ यांचीच कोंडी करण्याचे प्रयत्न केले. यामधून ओबीसी विरुद्ध मराठा असा नवा संघर्ष मात्र तयार झाला; पण धुरीणत्वाचा मुद्दा सुटला नाही. याचा दुसरा परिणाम मराठेतर समाजातून पवार यांच्या विरोधात प्रतिक्रिया उमटण्यात झाला. त्याचा फटका 'राष्ट्रवादी'ला २००९च्या लोकसभा व विधानसभा निवडणुकीत बसलेला पाहायला मिळाला. त्यामुळे 'मराठा कार्ड' या पुढे किती आग्रहाने वापरायचे याचा विचार 'राष्ट्रवादी'ला करावा लागणार आहे.

राजकारणाच्या या बदलत्या स्वरूपाबरोबरच एकूणच पक्षपद्धतीचा झालेला ऱ्हास ठळकपणे लक्षात येणारा आहे. काँग्रेस पक्ष इंदिरा गांधी सत्तेवर येईपर्यंत कमी– अधिक प्रमाणात पक्षांतर्गत लोकशाही मानीत होता. नेहरू यांच्या काळात पंतप्रधान मोठा की पक्षाध्यक्ष असे दोन संघर्ष झाले. दोन्ही वेळा पंतप्रधान नेहरू यांनी विजय मिळविला आणि पक्षाध्यक्षपदाची सूत्रेही त्यांनीच हातात घेतली. त्यानंतर नेहरू म्हणतील ती पूर्व दिशा असे चित्र असले, तरी राज्यांच्या व स्थानिक पातळीवर पक्षयंत्रणेला महत्त्वाचे स्थान होते. इंदिरा गांधी आणि संघटना नेत्यांचा संघर्ष झाल्यानंतर काँग्रेस पक्ष फुटला. इंडिकेटच्या माध्यमातून पुन्हा सर्व सूत्रे इंदिरा गांधी यांच्या हाती एकवटली. आणीबाणीनंतर १९८० मध्ये इंदिरा काँग्रेस पक्ष स्थापन झाला, तो सर्वस्वी इंदिरा गांधी यांना मानवणाऱ्यांचाच पक्ष होता. गांधी घराण्याचाच वारसदारच पक्षाचे नेतृत्व करू शकतो हे सर्वांनीच मान्य केले. त्यामुळे नरसिंहराव यांचे सामूहिक नेतृत्वाचे प्रयत्न फसले आणि सोनिया अनिच्छेने का होईना, पक्षाध्यक्ष झाल्या. त्यांना विरोध करणाऱ्या शरद पवार यांच्यासह इतरांना पक्षाबाहेर जावे लागेल. याचा अर्थ काँग्रेसमध्ये फक्त सोनिया यांचा किंवा उद्या राहुलचा शब्द चालणार आहे. निवडणूक आयोगाला आवश्यक आहे, म्हणून पक्षात तांत्रिक लोकशाही कायम राहिली, तरी काँग्रेसचे हे खरे स्वरूप असेच कायम राहणार आहे. या सर्व घटनाक्रमात काँग्रेससारखा सर्वाधिक काळ सत्ताधारी राहिलेला पक्ष अंतर्गत लोकशाहीला मुकला आहेत; पण त्या परिणामी लोकांच्या प्रश्नांच्या संदर्भात संवेदनाहीनही झाला आहे. या बाबतीत 'राष्ट्रवादी' ही काँग्रेसच्या पावलावर पाऊल टाकून वाटचाल करीत आहे.

भाजप किंवा जुना जनसंघ हा मुळातच संघपरिवाराची राजकीय शाखा म्हणून अस्तित्वात आलेला पक्ष आहे. त्यामुळे परिवारातील नेते व कार्यकर्त्यांचे वर्चस्व पक्षावर राहणार, हे स्पष्ट आहे. संघपरिवारात अनेक घराणी वर्षानुवर्षे काम करीत असली, तरी पक्षात मात्र एखाद्या घराण्याकडे सत्ता, असे केंद्र वा राज्य पातळीवर घडले नाही. त्यामुळे या पक्षात अंतर्गत लोकशाही अजून तरी सर्वार्थाने टिकून आहे आणि त्यातून निर्माण होणाऱ्या नव्या शक्यताही कायम आहेत. इतर पक्षातील

गटबाजीची लागण या पक्षालाही झाली असली, तरी त्यामुळे महाराष्ट्रात तरी पक्षात उभी फूट पडण्याचा प्रसंग अद्याप आला नाही. राजकीय पिढ्यांमध्ये बदल होत असताना अनेक महत्त्वाचे नेते पक्षाबाहेर गेले, हे खरे असले, तरी त्यांना 'माझाच पक्ष खरा' असे म्हणण्याएवढी ताकद जमविता आली नाही. परिणामी ते प्रथम इतर पक्षांत आणि नंतर विजनवासात गेले.

शिवसेनेचे संघटन मुळातच मराठी अस्मितेभोवती आणि बाळासाहेब ठाकरे यांच्या प्रतिमेभोवती संघटित झाले होते व आजही आहे. शिवसेनेने पक्षाला बांधीव संघटनेचे स्वरूप देण्याचे दोन प्रयत्न केले. पहिल्या प्रयत्नात संघाचे एक प्रमुख कार्यकर्ते पक्षाची बांधणी करीत होते; पण तो विषय ठाकरे यांना फारसा न आवडल्याने मध्येच सोडून देण्यात आला. त्यानंतर 'प्रमुख नेते' अशी वर्गवारी करीत १० प्रमुख शिलेदारांकडे संघटनेचे काम सोपविले गेले; पण बाळासाहेबांचा वारस कोण असा प्रश्न उपस्थित झाला, तेव्हा हे नेते मंडळही त्या स्पर्धेत उतरू नये, म्हणून विसर्जित करण्यात आले. उद्धव ठाकरे यांच्याकडे अधिकृतपणे कार्याध्यक्षपद जाताच नारायण राणे, राज ठाकरे आणि आता स्मिता ठाकरे पक्षातून बाहेर पडले. बाळासाहेब ठाकरे यांचाच शब्द अंतिम मानणारे सर्वजण अद्याप पक्षात कायम आहेत. तांत्रिक लोकशाही इथेही आहेच; पण शिवसेनेत तिला कधीच महत्त्व नव्हते. ठाकरे म्हणतील तो विभागप्रमुख, जिल्हाप्रमुख वा संपर्कप्रमुख होणार आणि त्यांची मर्जी जाताच त्याला पद सोडावे लागणार, इतके स्पष्ट सामंजस्य नेते व कार्यकर्ते यांच्यात आहे. म्हणूनच मनोहर जोशी एका मिनिटात मुख्यमंत्रीपद सोडतात. ज्यांना हे जमत नाही, त्यांना सरळ पक्षाबाहेर जावे लागते.

राजकीय पक्षांची अंतर्गत बांधणी अशा पद्धतीने लोकशाहीकडून एकचालकानुवर्तीत्व चालू असतानाच सर्वच राजकीय पक्षांत नव्या 'करिअरिस्टां'ची संख्या मोठ्या प्रमाणात वाढली आहे. वेगवेगळ्या तत्त्वज्ञानांवर आधारलेले पक्ष आणि त्या तत्त्वज्ञानाला प्रमाण मानणारे कार्यकर्ते, हे पक्षांचे स्वरूप कधीच संपले आहे. 'पार्टी विथ अ डिफरन्स' अशी आपली ओळख सांगणाऱ्या भाजपने सत्ता मिळविण्यासाठी आपले वेगळेपण दाखविणारे मुद्देच बाजूला ठेवले. त्यामुळे कोणत्याही पक्षात काही विशेष फरक राहिला नाही. परिणामी राजकारणाकडेही 'करिअर' म्हणून पाहणाऱ्या नवा सुशिक्षित तरुणांना, आपल्याला संधी देणारा कोणताही पक्ष चालतो. पक्षनिष्ठा आणि विचारनिष्ठा हा भागच आता संपला आहे. त्यामुळे सर्व आयुष्य एका पक्षात निष्ठेने घालविणारे नारायण राणे, अण्णा जोशी, अण्णा डांगे सहज दुसऱ्या पक्षात जातात कारण तिथे नवी संधी आहे, असे त्यांना वाटते. ती मिळाली नाही, तर

नवा पक्ष किंवा आपला स्वतंत्र पक्ष काढण्यासही ते तयार असतात. गेल्या १० वर्षांत काँग्रेससह सर्वच पक्षात निवडणुकींमध्ये जी मोठी बंडखोरी झाली, त्यामागे हेच तत्त्वज्ञान आहे. त्यामुळे सुरेशदादा जैन आज कोणत्या पक्षात आहेत, असा प्रश्न विचारावा लागतो. हेच इतर अनेक नेत्यांबाबत खरे आहे.

या सर्व घडामोडींचा परिणाम पक्षांच्या कार्यपद्धतीवर आणि वाढीवर झाला आहे. आपल्याला सत्तेत संधी मिळेल या कल्पनेतून शेकाप, रिपब्लिकन, समाजवादी आणि इतर अनेक पक्षांचे नेते व कार्यकर्ते काँग्रेसमध्ये जात राहिले होते. पूर्वी पक्षांतर मोठ्या गटाने होत असे व त्याला निदान सांगण्यापुरता काही मुद्दा असे. आता पक्ष बदलण्यासाठी तसे कारणही देण्याची गरज उरलेली नाही. सर्वच पक्षांमध्ये विधिमंडळ पक्ष आणि पक्षयंत्रणा असा जो फरक पडत गेला आहे, त्याचे हे फळ आहे. पूर्वी जनतेचे प्रश्न हिरिरीने लढवून त्या माध्यमातून नेतृत्व उभे राहत होते आणि विधिमंडळात प्रवेश मिळत होता. आपल्याला निवडून दिलेल्या जनतेचे प्रतिनिधी म्हणून विधिमंडळात आपण त्यांचे प्रश्न मांडतो आहोत, अशी भावना होती. आता चित्र उलटे दिसते आहे. 'किती आमदार निवडून येणार' याचा साधारण अंदाज पक्षांना असतोच. आमदार स्थानिक जनतेचे प्रश्नही काही प्रमाणात सोडवितात; पण विधिमंडळात आक्रमक असणारे पक्ष बाहेर जनतेचे प्रश्न लावून धरताना मात्र दिसत नाहीत. ते प्रामुख्याने भावनिक प्रश्नांवर किंवा स्थानिक प्रश्नांवर सभागृहात चर्चा करताना दिसतात. पण समाजाचे सर्वसाधारण पण महत्त्वाचे प्रश्न मात्र मागे पडत आहेत.

महाराष्ट्रात आज काँग्रेस, राष्ट्रवादी, शिवसेना, भाजप हे चार प्रमुख पक्ष आहेत व त्यांच्या दोन आघाड्या उभ्या आहेत. आघाडीतील आपसातले जागावाटप सर्वसाधारणपणे ठरलेले असले, तरी कोणताही पक्ष आपल्या संघटनेची वाढ व्हावी या दृष्टीने प्रयत्न करताना दिसत नाही. आपल्या वाट्याला आलेल्या जागा वर्षानुवर्षे त्याच असतानाही निवडून येणाऱ्या उमेदवारांच्या संख्येत मोठी वाढ व्हावी या दृष्टीने पक्षकार्याचा विस्तार, त्यासाठी स्थानिक आंदोलने, नव्या समाजगटांची फेरजुळणी असे काही कोणी करताना दिसत नाही. त्यामुळे एकूणच राजकारणात एक प्रकारचे साचलेपण आणि शैथिल्य आले आहे. आता महाराष्ट्र नवनिर्माण सेनेने दिलेल्या मोठ्या धक्क्यामुळे सर्वच पक्षांना या स्थितीचा पुनर्विचार करणे भाग पडले आहे. तो कोण किती करतो आणि अमलात आणतो, त्यावर पुढील राजकीय चित्र ठरणार आहे.

तमिळनाडू वगळता महाराष्ट्रात सर्वात प्रथम शिवसेनेच्या रूपात प्रादेशिक पक्ष स्थापन झाला. देशाच्या इतर भागात अनेक राज्यात प्रादेशिक पक्ष एकट्याच्या बळावर सत्तेवरही आले; पण महाराष्ट्रात मात्र शिवसेनेला प्रादेशिकतेच्या मुद्द्यावर आपली

सत्ता मिळविता आली नाही. भाजपबरोबर शिवसेना सत्तेत आली; पण ती हिंदुत्वाच्या मुद्द्यावर. कारण शिवसेना मुंबईत मराठी माणसाच्या प्रश्नावर उभी राहिली असली, तरी संपूर्ण महाराष्ट्राची अस्मिता जागी करता येईल, असा मुद्दा शिवसेनेला कधीच हाती घेता आला नाही. वास्तविक १९८०मध्ये अशी एक संधी आली होती. इंदिरा गांधी यांनी पुन्हा सत्तेवर येताच महाराष्ट्रातील पुलोदचे सरकार बरखास्त केले आणि प्रथमच महाराष्ट्रात राष्ट्रपती राजवट लागू केली. त्यामुळे इंदिरा गांधी यांच्या विरोधात उभे राहण्याचा विचारही शिवसेनाप्रमुखांच्या मनात आला नाही. पुलोदचे नेते असलेले शरद पवार या बरखास्तीचे थेट बळी होते आणि इंदिरा गांधी यांच्या विरोधातही ते उभे होते; पण त्यांनीही 'महाराष्ट्राची अस्मिता' जागविण्याचा विचार केला नाही. नाही तर तेव्हाच पवार यांचा प्रादेशिक पक्ष जन्माला आला असता आणि कदाचित सत्तेवरही आला असता.

गेल्या ५० वर्षांत राबविण्यात आलेल्या आर्थिक धोरणांमुळे एक मोठा असमतोल राज्यात निर्माण झाला आहे. स्वतंत्र राज्य होण्यापूर्वी ५०-६०च्या दशकात उद्योग व शेती क्षेत्रांत यशवंतराव चव्हाण यांनी समतोल साधण्याचा प्रयत्न केला. मराठा, कुणबी, शेतकरी समूहाचे संख्याबळ हाच चव्हाणप्रणीत राजकारणाचा मुख्य आधार होता. पंचवार्षिक योजना, सिंचन प्रकल्प यामधून नवा श्रीमंत शेतकरीवर्ग निर्माण झाला आणि तो काँग्रेसच्या राजकारणाचा आर्थिक आधार ठरला. त्यातून कोरडवाहू शेतीकडे दुर्लक्ष झाले. राज्यात औद्योगिकीकरण जसे झपाट्याने होत गेले, तसा उद्योग व शेतीमधील समतोल सतत बिघडू लागला.

काँग्रेसचे आर्थिक संबंध उद्योग व श्रीमंत शेतकरी वर्गात अडकले होते आणि जनाधार मात्र सर्वसामान्य ग्रामीण माणूस होता. यामुळे एक मोठी विसंगती तयार झाली. याचा परिणाम विविध प्रकारच्या लोकचळवळी उभ्या राहण्यात झाला.

काँग्रेसच्या शेतीविषयक धोरणातूनच शेतकरी संघटनेची स्वतंत्र चळवळ उभी राहिली आणि तिने सरकारला शेतीविषयक महत्त्वाचे निर्णय घेण्यास भाग पाडले; पण शेतकरी संघटनेचा दबाव संपताच सरकारचे पुन्हा शेतीकडे दुर्लक्ष झाले. शरद जोशी यांनी राजकारणावर अंकुश ठेवणारा एक मोठा गट उभा केला होता व शेतीच्या भल्यासाठी तो तसाच कायम राहणे आवश्यकही होते; पण त्यांना व त्यांच्या सहकाऱ्यांना सत्ताकारणाचे वेध लागले आणि अ-राजकीय दबावगट हे शेतकरी संघटनेचे स्वरूप संपले, त्याबरोबरच संघटनाही संपली. राज्यात काँग्रेसने सिंचनासह अनेक प्रकल्प उभे केले. त्यासाठी जमिनी संपादित केल्या; पण धरणग्रस्त व प्रकल्पग्रस्तांचे पुनर्वसन वर्षानुवर्षे झाले नाही. हा उद्ध्वस्त मराठी माणूसच पुण्या-

मुंबईसह प्रमुख शहरातील झोपडपट्ट्यांत पोचला. त्यामुळे ग्रामीण भागातील दारिद्र्य शहरांमध्येही केंद्रित झाले. नायकवडी, भरत पाटणकर इत्यादी नेत्यांनी धरणग्रस्तांचे हे प्रश्न दीर्घकाळ लावून धरले ; पण सरकारने त्यांच्याकडेही सतत दुर्लक्षच केले. युती सरकारच्या काळात कृष्णा खोरे प्रकल्प राबविताना सरकारला प्रथम कोयना धरणापासूनच्या सर्व प्रकल्पग्रस्तांचे पुनर्वसन करावे लागले आणि मगच नव्या प्रकल्पांसाठी हिरवा कंदील मिळाला.

राज्यातील आदिवासी समाज हा काँग्रेसचा परंपरागत मतदार ; पण काही योजना मांडण्यापलीकडे त्यांच्या विकासाला चालनाच मिळाली नाही. जनसंघाच्या लखन भतवाल यांनी आदिवासींचे गंभीर प्रश्न वेशीवर टांगले. त्यासाठी मोठी आंदोलनेही केली ; पण जनसंघ वा भाजपनेही नंतर त्यासाठी संघटित प्रयत्न केले नाहीत. आदिवासींचे शोषण करणारे सावकार, पोलिस, व्यापारी व प्रशासकीय अधिकारी यांच्यावर सरकारला कोणतेही नियंत्रण ठेवता आले नाही. त्यामुळेच गडचिरोलीसारख्या आदिवासी भागात नक्षलवाद फोफावला. या जंगल भागात प्रशासकीय यंत्रणा व पोलिसांना अधिक वेगाने व परिणामकारकरीत्या काम करता यावे, यासाठी उत्तम रस्ते आवश्यक होते ; पण काँग्रेस सरकारने तेही बांधले नाहीत. युती सरकारच्या काळात सार्वजनिक बांधकाममंत्री नितीन गडकरी यांनी प्रथम नक्षलवाद्यांच्या आव्हानाला तोंड देत हे काम केले. पण इतर जिल्ह्यात त्याची पूर्तता अद्याप झालेली नाही. राज्यात विविध क्षेत्रांत होत असलेला विकास या आदिवासी वाड्यांपर्यंत पोहोचू शकला नाही. वास्तविक नाशिक पट्टा आणि विदर्भातील आदिवासी क्षेत्रांतून आंतरराज्य महामार्ग व रेल्वेमार्गही जातात ; पण रस्ता आणि रेल्वे आली की विकास होतो, हे सोपे गणितही सरकारने इथे कठीण करून ठेवले.

आदिवासींकडे झालेल्या दुर्लक्षातूनच नक्षलवादी चळवळ जन्माला आली आणि फोफावली. त्याकडे अद्यापही आपण केवळ कायदा व सुव्यवस्थेचा प्रश्न म्हणूनच पाहतो ; पण विकासाची धडक मोहीम मात्र या भागात राबविली जात नाही. उलट नक्षलवाद्यांच्या अत्याचाराला पोलिसी आणि सरकारी अत्याचाराने उत्तर मिळते. नक्षलवाद्यांच्या अत्याचाराने ग्रस्त आदिवासींना जी सहानुभूती, सहकार्य आणि नवे आधुनिक जीवन जगण्याची प्रेरणा मिळायला हवी, ती सरकारी खात्यातून मिळत नाहीच, उलट नक्षलवाद्यांप्रमाणेच सरकारचीही दहशत तयार झाली आहे. आपण स्वीकारलेल्या आर्थिक धोरणाचाच हा अपरिहार्य परिणाम आहे आणि त्याची प्रतिक्रिया हिंसक उमटणे स्वाभाविक आहे.

शरद पवार पुन्हा काँग्रेसमध्ये गेल्यानंतर मुख्यमंत्री झाले, तेव्हापासून त्यांनी नवभांडवली अर्थव्यवस्थेचे जोरदार समर्थन केले. त्यावेळच्या नरसिंह राव सरकारने देशातच आर्थिक उदारीकरण आणि जागतिकीकरण यांची सुरुवात केली. तेव्हापासून देशात आणि विशेषत: महाराष्ट्रात राज्यभर पसरलेल्या उद्योगसंधी शोधून सर्वत्र शेती व ग्रामीण साधनांवर आधारित औद्योगिकीकरण पुढे रेटण्याऐवजी सर्वच सरकारे परदेशी भांडवल आपल्याकडे आपणण्याच्या मागे लागली. त्यातूनच उभे राहिलेले उद्योग शहरी भागात व विशिष्ट परिसरातच केंद्रित झाले. हे उद्योग प्रामुख्याने यंत्राधारित आणि ग्राहकोपयोगी वस्तूच निर्माण करणारे असल्याने नवश्रीमंतांना नव्या वस्तू मिळाल्या तर औद्योगिकीकरणाला किंवा पायाभूत सुविधा निर्मितीला नवी गती मिळाली नाही. केंद्रातील वाजपेयी सरकारने सुवर्णमहामार्ग चौकोन, पंतप्रधान ग्राम सडक योजना, नदीजोड प्रकल्प या उपक्रमांच्या माध्यमातून पायाभूत सुविधांच्या सार्वत्रिक विस्ताराला प्राधान्य दिले; पण नंतर या बहुतेक योजना रेंगाळल्या. महाराष्ट्रातही युती सरकारने कृष्णा खोरे प्रकल्प, मुंबई-पुणे जलदगती महामार्ग, उड्डाणपूल यांसारख्या प्रकल्पांतून पायाभूत सुविधा निर्मितीतला गती देण्याचा प्रयत्न केला; पण गेल्या १० वर्षांत या क्षेत्रातील नवे काम अत्यल्पच झाले आहे. त्यामुळे पायाभूत सुविधांचा प्रश्न अद्याप शिल्लक आहे.

युती सरकारने पुढाकार घेऊन कृष्णा खोऱ्यातील ९० टक्के प्रकल्प पूर्ण केले. विदर्भ-मराठवाड्यातील महत्त्वाचे प्रकल्पही मार्गी लावले; पण उरलेले प्रकल्प गेल्या १० वर्षांत पूर्ण झाले नाहीत. त्यामुळे सिंचनाचा अनुशेष विदर्भ-मराठवाड्यात तर शिल्लक आहेच; पण पश्चिम महाराष्ट्रातील दुष्काळी भागातही पाणी पोचले नाही. उपलब्ध पाण्यापैकी निम्मे पाणी ३ टक्के क्षेत्रातील उसावर खर्च होते आहे आणि उर्वरित शेती पाण्याविना कुंठित झाली आहे. युती सरकारने कोयना धरणात 'लेक टॅपिंग' करून दोन हजार मेगावॅट वीज उत्पादन सुरू केले. एन्रॉनचा प्रकल्पही पुन्हा सुरू केला. पण तो देशमुख सरकारने बंद केला. त्यानंतर वीज उत्पादनासाठी नवे प्रकल्प उभे राहावेत म्हणून देशमुख यांनी दोन्ही कारकिर्दीत प्रयत्नच केले नाहीत. सुशीलकुमार शिंदे यांनी आपल्या मुख्यमंत्रीपदाच्या अल्पकाळात एन्रॉन पुन्हा सुरू व्हावे या दृष्टीने महत्त्वाची पावले टाकली होती. ते केंद्रीय ऊर्जामंत्री झाल्यावर हा एन्रॉन प्रकल्प पुन्हा सुरूही झाला; पण सत्तेच्या साठमारीत बळी गेलेल्या या प्रकल्पामुळे महाराष्ट्राची महत्त्वाची १५ वर्षे वाया तर गेलीच; पण सुमारे १५ हजार कोटींचा भुर्दंडही सरकारला आणि पर्यायाने जनतेला सोसावा लागत आहे. हे सर्व घडूनही आपल्याला शहाणपण आले आहे, असे मात्र दिसत नाही. एकीकडे भारनियमनामुळे ग्रामीण

अर्थव्यवस्था ठप्प झाली, मुंबई वगळता इतर शहरांनाही त्याचे चटके बसत आहेत; पण सुमारे १० हजार मेगावॅटचे वीज प्रकल्प स्थानिक लोकांच्या विरोधामुळे सुरूच होऊ शकले नाही. मूठभर लोकांचे स्वार्थ त्यांच्या आड येत आहेत, हे माहीत असूनही सरकार स्थानिक जनतेला विश्वासात घेऊन हे प्रकल्प मार्गी लावत आहे, असे चित्र दिसत नाही.

भारत शेतीप्रधान देश असतानाही शेतीकडे झालेले दुर्लक्ष अक्षम्य आहे. आता तर शेती सतत तोट्याची ठरली तर शेतकरी कंटाळून जमिनी विकतील आणि तेथे नवे उद्योग उभारता येतील, अशीच भावना राजकीय नेत्यांमध्ये प्रबळ झालेली दिसते. यामधूनच निर्यातक्षम उत्पादनांसाठी असणारी सेझ (स्पेशल इकॉनॉमिक्स झोन) प्रकल्पांची संकल्पना सर्व उद्योगांना खिरापतीसारखी वाटली जात आहे. त्यामध्ये गावेच्या गावे आणि उभी असलेली शेतीही विकासकांच्या घशात जात आहे. मूळ उद्देश बाजूला ठेवून 'जमीन बळकाव'चाच हा उद्योग सुरू झाल्याने त्याला बाधित होणाऱ्या स्थानिक जनतेचा मोठ्या प्रमाणावर विरोध होत आहे. गेल्या ५० वर्षांत शेती व उद्योगातील निर्माण झालेल्या असमतोलाची ही परिसीमाच आहे.

राज्याने स्वीकारलेल्या आर्थिक धोरणामुळे विदर्भ, मराठवाडा, कोकणचा अनुशेष भरून निघाला नाहीच. यात सरकार दोषी आहेच; पण त्याबरोबरच राजकीय-औद्योगिक नेतृत्वही जबाबदार आहे. पश्चिम महाराष्ट्रात सहकाराच्या माध्यमातून विखे-पाटील, वसंतदादा पाटील आदी नेत्यांनी जी भौतिक प्रगती साध्य केली, तसे उद्यमशील नेतृत्व इतर प्रदेशांना मिळाले नाही. या भागांत राजकीय नेत्यांना खूष करण्यासाठी सहकारी साखर कारखाने, सूतगिरण्या मिळाल्या; पण सहकारातून समृद्धी निर्माण करण्याचे कौशल्य मात्र या नेत्यांना दाखविता आले नाही. विदर्भ-मराठवाड्याला प्रदीर्घ काळ महाराष्ट्राचे मुख्यमंत्रिपद आणि इतर अनेक सत्तास्थाने मिळूनही त्याचा उपयोग आपल्या विभागाच्या विकासासाठी करण्यात या नेत्यांना अपयशच आले. त्यामुळे हा अनुशेष केवळ आर्थिक नाही, राजकीय नेतृत्वाचाही आहे. तो दुसरे कोणी भरून काढू शकत नाही.

गेल्या ५० वर्षांकडे वळून पाहताना दोन महत्त्वाच्या गोष्टी लक्षात येतात. पहिली, सक्षम आणि विकासशील नेत्यांना पुरेसा कालावधी न मिळणे. यशवंतराव चव्हाण यांना मुख्यमंत्री म्हणून एकूण ६ वर्षे मिळाली असली, तरी महाराष्ट्र राज्य निमितीनंतर अवघी दोनच वर्षं मिळाली. त्यांनी महाराष्ट्राच्या सर्वांगीण विकासाचे स्वप्न रंगविले, त्याची पायाभरणीच केली; पण त्याला योग्य आकार देण्यापूर्वीच त्यांना केंद्र सरकारमध्ये जावे लागले. यशवंतराव यांना आणखी ५-७ वर्षे महाराष्ट्रात

मिळाली असती, तर काँग्रेसच्या आर्थिक धोरणात आणि सामाजिक आधारात ज्या मोठ्या विसंगती सुरुवातीपासून तयार झाल्या, त्या कदाचित झाल्या नसत्या आणि महाराष्ट्राचे चित्र काही वेगळेच झाले असते. यशवंतराव यांच्यासारखीच सर्वांगीण दृष्टी शरद पवार यांनाही लाभली आहे. पुलोदच्या काळापासून त्यांनी प्रत्येकवेळी मुख्यमंत्रीपदाच्या काळात घेतलेले धडाडीचे निर्णय पाहिले, तर हे लक्षात येईल. महाराष्ट्राच्या राजकारणाला व अर्थकारणाला नवे वळण देण्याचे सामर्थ्य त्यांच्यात होते; पण त्यांच्या राजकीय धरसोडीच्या वृत्तीमुळे ही संधी ते कधीच नीटपणे घेऊ शकले नाहीत. त्यामुळेच त्यांचे महत्त्वाचे निर्णयही पूर्ततेपर्यंत न पोचल्याने वादग्रस्तच ठरले. युती सरकारच्या काळात अशीच दृष्टी असणारे मनोहर जोशी मुख्यमंत्री होते. म्हणूनच अनेकविध उपक्रम ते धडाडीने राबवू शकले. त्यांना मुख्यमंत्रीपदाची आणखी ५ वर्षे मिळाली असती, तर शिवसेनाप्रमुखांच्या स्वप्नातल्या सर्व योजना प्रत्यक्षात येऊ शकल्या असत्या; पण पक्षांतर्गत राजकारणामुळे वर्षभर आधीच त्यांना पायउतार व्हावे लागले. परिणामी पूर्ततेच्या टप्प्यावर असणारे महाराष्ट्राचे प्रकल्पही ठप्प झाले वा रेंगाळले.

केंद्र सरकारवर सतत दबाव ठेवून महाराष्ट्रासाठी आवश्यक असणारे प्रकल्प आणि पुरेसा निधी मिळविण्यात आपले नेतृत्व नेहमीच कमी पडले. बहुतेक खासदार व्यक्तिगत पातळीवर असे प्रश्न संसदेत लावून धरत असले, तरी त्यामागे महाराष्ट्रातील सर्व खासदारांची एकत्रित शक्ती कधीही लागली नाही. प्रत्येक संसद अधिवेशनाच्या तोंडावर मुख्यमंत्री सर्वपक्षीय खासदारांची बैठक बोलवितात आणि केंद्राकडे प्रलंबित असणारे राज्याचे प्रश्नही त्यांच्यासमोर ठेवतात. पण पक्षभेद बाजूला ठेवून महाराष्ट्रातील प्रकल्पांसाठी सर्वपक्षीय खासदार एकत्र येऊन केंद्रीय मंत्र्यांवर दबाव आणीत आहेत, असे फारसे कधी दिसत नाही. त्या त्या विभागातील सर्वपक्षीय खासदारांना बरोबर घेऊन मुख्यमंत्री एखादे शिष्टमंडळ विविध खात्यांच्या मंत्र्याकडे नेऊन, प्रश्न तडीला नेत आहेत असेही घडताना दिसत नाही. महाराष्ट्राच्या खासदारांची पक्षविरहित भक्कम लॉबी असणे आवश्यक असताना, तसे सर्वमान्य नेतृत्वच आजवर पुढे आले नाही. त्यामुळे केंद्रातून मिळणारे प्रकल्प व निधी 'आम्हीच मिळवला' या फुशारकीत आणि वादातच राजकारण अडकले आहे. त्याचा मोठा तोटा सर्वसामान्य जनतेलाच सोसावा लागत आहे.

महाराष्ट्र राज्य आज पन्नाशीच्या उंबरठ्यावर असताना पुढील राजकारणाचे स्वरूप कसे असेल याचा विचारही इथे करणे अप्रस्तुत होणार नाही. ५० वर्षांच्या प्रवासात काँग्रेस, राष्ट्रवादी काँग्रेस, शिवसेना आणि भाजप अशा चार खांबावर राजकारण

येऊन थांबले आहे. गेली १० वर्षे हा राजकीय चौकोन कायम आहे आणि बाकीचे सर्व पक्ष नगण्य झाले आहेत. या चौकोनातील शिवसेना आणि राष्ट्रवादी या प्रादेशिक पक्षांचे भवितव्य नजीकच्या काळात ठरणार आहे. शिवसेनेत अनेक वेळा फूट पडूनही तिची ताकद कायम राहिली, ती केवळ बाळासाहेब ठाकरे यांच्या व्यक्तिमत्त्वामुळे व प्रतिमेमुळे. शिवसैनिकांची नेत्यांवर नव्हे, तर बाळासाहेब यांच्यावरच सर्व निष्ठा आहे. म्हणून नेते गेले, तरी शिवसैनिक सेनेतच राहिले; पण बाळासाहेब यांची ढासळती प्रकृती आणि वयोमान पाहता त्यांच्यानंतर शिवसेनेचे काय होणार, हा महत्त्वाचा प्रश्न आहे. आजवर सेनेतून बाहेर पडलेले बहुतेकजण दोन्ही काँग्रेसमध्ये गेले. शिवसेना– भाजप युती असल्याने सेनेतून बाहेर पडणाऱ्यांना भाजपमध्ये प्रवेश नव्हता, तसा भाजपमधून बाहेर पडणाऱ्यांनाही शिवसेनेत प्रवेश नव्हता. बाळासाहेब यांच्यानंतर हे तत्त्व असेच पाळले जाईल, असे मात्र म्हणता येत नाही. त्यामुळे शिवसेनेतील संभाव्य फुटीत दोन्ही काँग्रेसबरोबरच प्रथमच भाजपचाही लाभ होण्याची शक्यता आहे.

शिवसेनेच्या भवितव्याचा विचार करताना सर्वांत महत्त्वाचा घटक आहे तो राज ठाकरे यांच्या महाराष्ट्र नवनिर्माण सेनेचा. शिवसैनिकांची बाळासाहेब यांच्यातील निष्ठा राज यांनीही जपली आहे आणि वेळ येताच, बाळासाहेब यांचा अवमान करणाऱ्यांना, त्यांनी आपला इंगाही दाखविला आहे. 'मनसे'चा प्रवास शिवसेनेच्या प्रारंभिक पावलांवर पाऊल टाकत आणि त्याच तंत्राने सुरू आहे. पूर्वीची 'राडा संस्कृती' आता शिवसेनेत दिसत नसली, तरी तिची पुनर्स्थापना 'मनसे'ने केली आहे. यामुळे बाळासाहेब यांच्यानंतर खरी शिवसेना कोणाची किंवा बाळासाहेब यांचा खरा वारस कोण, असा प्रश्न उपस्थित होईल, तेव्हा सेनेतील एक मोठा गट 'मनसे'मध्ये जाऊ शकतो. त्याबरोबरच महाराष्ट्रात प्रदीर्घ काळ टिकलेली सेना भाजप युती संपुष्टात येऊन भाजप 'मनसे'बरोबर नवा घरोबा करू शकतो.

राष्ट्रवादी पक्ष 'विदेशी'च्या मुद्द्यावरून जन्माला आला असला, तरी तो प्रश्न केव्हाच संपला आहे. राष्ट्रवादी पक्ष गेली १० वर्षे महाराष्ट्रात काँग्रेसबरोबर सत्तेत सहभागी आहे आणि गेली ५ वर्षे केंद्रातही सत्तेत सहभागी आहे. या दोन्ही पक्षांत तत्त्वज्ञान अथवा धोरणात्मक फरक काहीही नसला, तरी राष्ट्रवादी म्हणजे पूर्वाधार चालत आलेला शरद पवार गट आहे. या गटाला काँग्रेसमध्येच सतत विरोध होत राहिला, म्हणूनच शरद पवार वारंवार काँग्रेसबाहेर जात राहिले आणि पुन्हा परतत राहिले; पण ते काँग्रेसमध्ये असतात तेव्हा त्यांच्या गटाला न्याय मात्र मिळत नाही. पवार यांची प्रकृतीही त्यांना फारशी साथ देत नसल्याने आपला वारस ठरविण्याच्या प्रयत्नांत तेही आहेत. प्रथम त्यांनी अजित पवार यांचे नाव पुढे केले तेव्हा त्याला

पक्षातून मोठा विरोध झाला. आता आपली कन्या सुप्रिया सुळे हिलाच त्यांनी बारामतीतून खासदार म्हणून निवडून आणून 'वारस कोण?' हे स्पष्ट केले आहे. त्याला आत्ताच मोठा विरोध होत नसला, तरी सुप्रिया जेव्हा पक्षाध्यक्ष होतील किंवा पवार यांच्यानंतर पक्षाची सूत्रे हातात घेतील, तेव्हा पक्षात मोठी फूट पडणे शक्य आहे. पक्षाचे केंद्रीय पातळीवरील नेते आतापासूनच थेट सोनिया यांच्याशी संधान बांधून आहेत. वेळ येताच ते सरळ काँग्रेसचाच आसरा घेतील. महाराष्ट्रातही स्थानिक पातळीवर ज्या नेत्यांना स्थानिक काँग्रेसचा उघड विरोध नाही, ते सहज काँग्रेसमध्ये जातील. ज्यांना काँग्रेसमध्ये कोणत्याही पातळीवर स्थान मिळण्याची शक्यता नाही, त्यांना पर्यायी पक्ष शोधावा लागेल. काही नेत्यांनी आपली पुढील पिढी आधीच भाजप व मनसेमध्ये पाठवून तीही व्यवस्था करून ठेवली आहे.

शिवसेना आणि राष्ट्रवादी या दोन्हीपैकी कोणता पक्ष आधी कोसळणार यावर तात्पुरत्या प्रतिक्रिया अवलंबून राहिल्या, तरी दोन्ही पक्षांचे कोसळणे अटळ असल्याने महाराष्ट्राच्या राजकारणात काँग्रेस व भाजप हे प्रमुख राजकीय पक्ष म्हणून राहतील. मनसे किती वाढेल, त्यावर तिचे स्थान ठरेल. या सर्व राजकीय पडझडीत तात्पुरते नवे फुटकळ पक्षही उभे राहतील; पण तेही सोयीप्रमाणे या दोन्ही पक्षांच्या आधाराने उभे राहील अशीच शक्यता आहे. या सर्व संभाव्य घडामोडींची कल्पना काँगेस आणि भाजपमधील नेत्यांनाही आहेच; पण त्याचा उपयोग ते किती चतुराईने करून घेतात, यावरच पुढील राजकारण ठरणार आहे.

❒❒❒

परिशिष्ट १
लोकसभा निवडणुकीतील प्रमुख पक्षांची कामगिरी

काँग्रेस

	१९८९	१९९१	१९९६	१९९८	१९९९	२००४	२००९
लढवलेल्या जागा	४८	४६	४८	४१	४२	२६	२७
जिंकलेल्या जागा	२८	३८	१५	२३	१०	१३	१७
मते %	४५.४	४८.४	३४.८	४३.६	२९.७	२३.८	

राष्ट्रवादी काँग्रेस

	१९९९	२००४	२००९
लढवलेल्या जागा	३८	१७	२१
जिंकलेल्या जागा	६	९	८
मते %	२१.६	१८.३	

भारतीय जनता पक्ष

	१९८९	१९९१	१९९६	१९९८	१९९९	२००४	२००९
लढवलेल्या जागा	३३	३१	२५	२५	२६	२६	२५
जिंकलेल्या जागा	१०	५	१८	४	१३	१३	९
मते %	२३.७	२०.२	२१.८	२२.५	२१.२	२२.६	

शिवसेना

	१९८९	१९९१	१९९६	१९९८	१९९९	२००४	२००९
लढवलेल्या जागा	६	१६	२०	२२	२२	२२	२२
जिंकलेल्या जागा	४	४	१५	०६	१५	१२	११
मते %	१०.२	९.५	१६.८	१९.७	१६.९	२०.१	

❑❑❑

काँग्रेस

जिंकलेल्या जागा (मतांची टक्केवारी)							
१९९०		१९९५		१९९९		२००४	
-३२	३३	०१-३४	२८.५६	१२-२८	२९-७९	१५-२७	३७.३७
-३१	३६.७१	०३-३१	२७.८६	०१-२८	२०.८४	०२-१३	१३.१०
-३५	३९-२४	१०-३६	३१-४७	०८-३०	२६.००	०९-१५	१८.४७
-६२	३०.६५	१७-६४	२६.०५	२६-५२	२९.०१	१९-५०	२५.५०
-४३	३४.८५	१२-४५	२६.०२	१०-३८	२५.५१	०७-२५	२०.२१
-७३	४८.७०	३७-७५	४१.८	१८-७२	२७-३४	१७-२६	१५-८६
१*	३८.२०	८०	३१.००	७५	२७.२०	६९	२१.१०

राष्ट्रवादी काँग्रेस

विभाग	१९९९		२००४	
जागा	विजयी*	टक्के	विजयी*	टक्के
मुंबई	१–१८	NA	४–७	७.९
कोकण	४–१७	३०.७	७–१५	२२.१
उ. महाराष्ट्र	७–३०	३२.४	१०–२०	२३.७
विदर्भ	५–५२	१८.८	११–१५	८.५
मराठवाडा	६–३४	२६.७	११–२१	१६.२
प. महाराष्ट्र	३५–६६	३९.३	२६–४६	२९.०
एकूण	५८–२१७	२२.०	७१–१२४	१८.७

✲ विजयी : जिंकलेल्या जागा / लढवलेल्या जागा

भारतीय जनता पक्ष

१९९०		१९९५		१९९९		२०
विजयी*	टक्के	विजयी*	टक्के	विजयी*	टक्के	विजयी*
०९-१४	१६.५	१२-१३	१८.६	०८-१३	१७.०	०५-१३
०५-०९	११.५	०६-०९	१२.२	०५-०९	०३.७	०४-०९
०८-१६	१४.६	१०-१७	१६.०	०७-१७	१५.८	०६-१६
१३-२८	११.९	२२-४०	१०.८	२१-३८	२१.२	२०-३६
०५-१४	०९.०	०९-१४	०९.८	१०-१६	१३.२	११-१८
०२-२३	०६.१	०६-२३	०६.४६	०५-२४	०८.८	०८.१८
४२-१०४	१०.७१	६५-११६	१२.८०	५६-११७	१४.५४	५४-१११

ल्या जागा / लढवलेल्या जागा

शिवसेना

ग	१९९०		१९९५		१९९९	
	विजयी*	टक्के	विजयी*	टक्के	विजयी*	टक्के
	१५-२०	२५.६	१८-२१	२९.९	११-२१	२३.१
ा	१५-२२	२५.१	१५-२२	३१.३	१५-२२	२७.९
राष्ट्र	१०-२८	१२.३	०५-१९	१२.५	१०-१८	१४.९
	०८-२७	१२.५	११-२६	८.९१	८-२७	११.९
ाडा	१६-२९	१८.२	१५-३२	१७.९	१६.२९	२०.२
राष्ट्र	०९-४४	१०.७	०९-४९	१२.०	९-४४	१३.८
	६९.१७१	१५.९	७३-१६९	१६.३	६९-१६१	१३.३

जयी : जिंकलेल्या जागा / लढवलेल्या जागा

परिशिष्ट ३
आमदारांची जातिगटांनुसार वर्गवारी

काँग्रेस

जातीगट	वर्ष			
	१९९०	१९९५	१९९९	२००४
मराठा	६८	४१	१७	२०
कुणबी	११	०५	१३	०६
इतर ओबीसी (कुणबी वगळून)	१८	१२	०९	०८
दलित	०८	०३	०५	०७
आदिवासी	११	०७	०५	०६
मुस्लिम	०४	०२	०८	०७
इतर	२१	१०	१८	१५
एकूण	१४१	८०	७५	६९

राष्ट्रवादी काँग्रेस

जातीगट	निवडणूक वर्ष	
	१९९९	२००४
मराठा	३४	३७
कुणबी	०२	०४
इतर ओबीसी (कुणबी वगळून)	०३	१०
दलित	०३	०४
आदिवासी	०४	०७
मुस्लिम	०२	०४
इतर	१०	०५
एकूण	५८	७१

भारतीय जनता पक्ष

जातीगट	निवडणूक वर्ष			
	१९९०	१९९५	१९९९	२००४
मराठा	०७	११	११	१२
कुणबी	०५	०७	१०	०३
इतर ओबीसी (कुणबी वगळून)	०८	०९	०९	१२
दलित	०३	०८	०६	०६
आदिवासी	०५	०६	०४	०४
मुस्लिम	--	--	--	--
इतर	१४	२४	१८	१७
एकूण	४२	६५	५८	५४

शिवसेना

जातीगट	निवडणूक वर्ष			
	१९९०	१९९५	१९९९	२००४
मराठा	२२	३३	३१	३३
कुणबी	०४	०७	०७	०६
इतर ओबीसी (कुणबी वगळून)	११	११	०९	०७
दलित	०२	०५	०५	०५
आदिवासी	०२	०३	०३	०२
मुस्लिम	०१	०१	०१	--
इतर	१०	१३	१३	०९
एकूण	५२	७३	६९	६२

❏❏❏

परिशिष्ट ४
मतदारांची जातिगटानुसार वर्गवारी

काँग्रेस

जातीगट	निवडणूक वर्ष		
	१९९६	१९९९	२००४
मराठा	२०	२०	१५
कुणबी	११	०७	०३
ओबीसी (कुणबी वगळून)	२८	२१	१७
दलित	०७	१५	१७
आदिवासी	०७	०८	१६
इतर	२७	२९	३२

राष्ट्रवादी काँग्रेस

जातीगट	निवडणूक वर्ष	
	१९९९	२००४
मराठा	३२	३९
कुणबी	१६	०५
ओबीसी (कुणबी वगळून)	२०	१७
दलित	०८	०८
आदिवासी	०४	१७
इतर	२०	२४

भाजप

जातीगट	निवडणूक वर्ष		
	१९९६	१९९९	२००४
मराठा	०६	१९	१६
कुणबी	१५	१४	१५
ओबीसी	३२	३३	३५
दलित	०५	०२	०९
आदिवासी	०९	०५	०३
इतर	३२	२८	२२

शिवसेना

जातीगट	निवडणूक वर्ष		
	१९९६	१९९९	२००४
मराठा	३०	३०	३७
कुणबी	२२	२०	०७
ओबीसी	३०	३४	२३
दलित	०३	०३	११
आदिवासी	०१	०२	०७
इतर	१३	११	१६

□□□

परिशिष्ट ५

विविध सामाजिक गटांचा पक्षांना मिळणारा पाठिंबा

(सर्व आकडे टक्केवारीत)

काँग्रेस

जातीगट	निवडणूक वर्ष		
	१९९६	१९९९	२००४
स्त्री	३८	३०	१९
पुरुष	३२	२४	२४
वयोगट			
१८ ते २५	३१	२५	२२
२६ ते ३५	३५	२७	२४
३६ ते ४५	४०	४०	२१
४६ ते ५५	३३	३३	२०
५६ पेक्षा अधिक	३७	३७	१७
शिक्षण			
अशिक्षित	३८	२९	२४
प्राथमिक	३६	३१	२०
शालांत	३४	२३	१७
पदवी शिक्षण	२२	१९	२३

ग्रामीण	३९	२६	१७
शहरी	२७	२९	२९
जातिगट			
मराठा	३८	२३	१२
कुणबी	२६	१५	०९
इतर ओबीसी (कुणबी वगळून)	३७	२१	१८
दलित	२८	५०	२८
आदिवासी	३७	३१	३१
मुस्लिम	५६	४६	४६
इतर	३८	३१	२०

राष्ट्रवादी काँग्रेस

जातीगट	निवडणूक वर्ष	
	१९९९	२००४
स्त्री	२२	१९
पुरुष	२१	१८
वयोगट		
१८ ते २५	१९	१८
२६ ते ३५	१७	१७
३६ ते ४५	२१	२०
४६ ते ५५	१९	१९
५६ पेक्षा अधिक	३२	२०
शिक्षण		
अशिक्षित	२८	२३
प्राथमिक	२१	१९
शालांत	१४	१८
पदवी शिक्षण	१५	१३
ग्रामीण	२४	२२
शहरी	१५	१३

जातिगट		
मराठा	२८	२८
कुणबी	२७	१३
इतर ओबीसी (कुणबी वगळून)	१६	१६
दलित	२१	१२
आदिवासी	१३	२९
मुस्लिम	३१	१७
इतर	१३	०८

भारतीय जनता पक्ष

जातीगट	निवडणूक वर्ष		
	१९९६	१९९९	२००४
स्त्री	११	१०	१४
पुरुष	१९	१६	१४
वयोगट			
१८ ते २५	१६	१७	१५
२६ ते ३५	१२	१८	११
३६ ते ४५	१५	१३	१३
४६ ते ५५	०९	१४	१५
५६ पेक्षा अधिक	१२	१२	१६
शिक्षण			
अशिक्षित	११	०८	१३
प्राथमिक	०९	१५	१५
शालांत	१८	३३	१३
पदवी शिक्षण	२५	२४	१६
ग्रामीण	१३	१२	१३
शहरी	१४	२१	१६

जातिगट			
मराठा	०४	१२	०८
कुणबी	१४	१६	३०
इतर ओबीसी (कुणबी वगळून)	१६	१८	२४
दलित	०८	०४	१०
आदिवासी	१९	१२	०३
मुस्लिम	०२	--	०४
इतर	१६	३१	२१

शिवसेना

जातीगट	निवडणूक वर्ष		
	१९९६	१९९९	२००४
स्त्री	२३	१९	१७
पुरुष	२३	२०	२३
वयोगट			
१८ ते २५	२२	२२	२१
२६ ते ३५	२६	१८	२२
३६ ते ४५	१९	१८	१९
४६ ते ५५	२६	२४	१६
५६ पेक्षा अधिक	२२	१७	२१
शिक्षण			
अशिक्षित	२७	१८	१६
प्राथमिक	२४	१८	२१
शालांत	२६	२१	२२
पदवी शिक्षण	१४	२४	२४
ग्रामीण	२४	२०	२०
शहरी	१५	१९	१९

जातिगट			
मराठा	३६	२५	२७
कुणबी	३४	३०	२०
इतर ओबीसी (कुणबी वगळून)	२६	२४	२३
दलित	०८	०७	१६
आदिवासी	०४	०६	१२
मुस्लिम	०२	०१	०५
इतर	१२	१५	२१

□□□

परिशिष्ट ६

महाराष्ट्राचे मुख्यमंत्री

१.	यशवंतराव चव्हाण	१ मे १९६० ते १९ नोव्हें. १९६२
२.	मारोतराव कन्नमवार	२० नोव्हें. १९६२ ते १४ नोव्हें. १९६३
३.	पी. के. सावंत (हंगामी)	२४ नोव्हें. १९६३ ते ५ डिसें. १९६३
४.	वसंतराव नाईक	५ डिसें. १९६३ ते २० फेब्रु. १९७५
५.	शंकरराव चव्हाण	२१ फेब्र. १९७५ ते १७ मार्च १९७७
६.	वसंतदादा पाटील	१७ मे १९७७ ते ५ मे १९७८
७.	वसंतदादा पाटील	५ मार्च १९७८ ते १८ जुलै १९७८
८.	शरद पवार	१८ जुलै १९७८ ते १७ फेब्रु. १९८०
८ (अ)	राष्ट्रपती राजवट	
	राज्यपाल सादीक अली	१७ फेब्रु. १९८० ते ९ जून १९८०
९.	ए. आर. अंतुले	९ जून १९८० ते १२ जाने. १९८२
१०.	बाबासाहेब भोसले	२१ जाने. १९८२ ते १ फेब्रु. १९८३
११.	वसंतदादा पाटील	२ फेब्रु. १९८३ ते ९ मार्च १९८५
१२.	वसंतदादा पाटील	१० मार्च १९८५ ते १ जून १९८५
१३.	शिवाजीराव निलंगेकर	३ जून १९८५ ते ६ मार्च १९८६
१४.	शंकरराव चव्हाण	१२ मार्च १९८६ ते २६ जून १९८८
१५.	शरद पवार	२६ जून १९८८ ते ४ मार्च १९९०
१६.	शरद पवार	४ मार्च १९९० ते २५ जून १९९१
१७.	सुधाकरराव नाईक	२५ जून १९९१ ते २२ फेब्रु. १९९३
१८.	शरद पवार	६ मार्च १९९३ ते १४ मार्च १९९५
१९.	मनोहर जोशी	१४ मार्च १९९५ ते ३१ जाने. १९९९
२०.	नारायण राणे	१ फेब्रु. १९९९ ते १७ ऑक्टो. १९९९
२१.	विलासराव देशमुख	१८ ऑक्टो. १९९९ ते १७ जाने. २००३
२२.	सुशीलकुमार शिंदे	१८ जाने. २००३ ते ३१ ऑक्टो. २००४
२३.	विलासराव देशमुख	१ नोव्हें २००४ ते डिसेंबर २००८
२४.	अशोक चव्हाण	डिसेंबर २००८ ते पुढे

❑❑❑

महापालिका निवडणूक निकाल : २००२

काँग्रेस	रा.काँ.	शिवसेना	भाजप	अपक्ष/इतर	एकूण
६१	१२	९८	३५	२१	२२७
१३	२५	४९	१४	१५	११६
०९	४१	११	०८	०७	७६
३१	३६	१२	१३	१३	१०५
६१	२२	२०	३३	१०	१४६
४२	१२	११	२९	०४	९८
१७	२३	३७	२२	०९	१०८
०९	०३	१३	१९	२७	७१
२९	०४	१७	२०	११	८१
५०	१२	०२	५२	२०	१३६
३२२	१९०	२७०	२४५	१३७	११६४

महापालिका निवडणूक निकाल : २००७

	काँग्रेस	रा.काँ.	शिवसेना	भाजप	अपक्ष/इतर
	७१	१४	८३	२८	३०
	१६	२५	४८	०५	२२
सनगर	०५	१५	१६	११	२८
-चिंचवड	२०	६०	०४	०९	१२
	३६	४१	२०	२५	२२
पूर	४०	१४	०९	१५	२०
क	२१	१७	२६	१४	३०
ला	१९	११	०७	११	२३
वती	२१	१८	११	१५	१६
र्	३४	०८	०८	५६	३०
डी	१४	०३	१४	०४	४९
ाव	१५	०२	०७	--	४८
	३१२	२२८	२५३	१९३	३३०

नगरपालिका निवडणूक – २००१–२००२

पक्ष	अध्यक्षपदी विजयी	नगरसेवक पदे (%)
काँग्रेस	४१	२१
रा. काँग्रेस	३१	१५
शिवसेना	२८	१४
भाजप	२४	१२
शे.का.पक्ष	०४	०१
इतर	०३	०२
अपक्ष	१८	१०
स्था. आघाड्या	४३	२४
एकूण	१९२	४३५५

नगरपालिका निवडणूक – २००६–२००७

काँग्रेस	रा.काँ.	भाजप	शिवसेना	आघाड्या	अपक्ष	इतर
८३	९१	२४	५९	५१	२९	४०
६८	९२	२३	६६	१९४	३९	०८
३६८	२८६	१६४	११२	२१६	१३९	४४
३७५	३१५	९३	१४१	४०	१०७	२२
२३८	२९२	२८	२१	३४२	७१	३५
११३२	१०७६	३३२	३९९	८४३	३८५	१४९

नगर परिषद व नगर पंचायत निवडणुकीचा विभाग व पक्षानुसार निकाल
(१९९५ ते १९९८)

काँग्रेस	भाजप	शिवसेना	आघाडी	अपक्ष	इतर	
११४	४९	१३६	१४९	१५१	२५	
२७	८६	११९	८०	३८७	३०	
१३०	७२	६४	३७४	४४६	१६	
१६९	१००	१५७	१२१	४२९	७१	
९७	२२९	१३६	१८३	७७३	३२	
५३७	५३६	६१२	९०७	२१८६	१७४	

(१९९९ ते २००३)

काँग्रेस	रा.काँ.	भाजप	शिवसेना	आघाड्या	अपक्ष	इतर
१४५	६४	६२	७९	५९७	१८५	०३
११४	११८	१०९	११९	१२८	११४	२२
७९	१२१	३९	१३७	१७८	२८	५३
३४५	२४१	१५५	२०३	६२	७८	५६
३८०	२३२	२२४	१९५	२३२	२२९	६१
१०६३	७७६	५८९	७३३	११९७	६३४	१९५

पंचायत समितीतील पक्षनिहाय जागा व टक्केवारी (२००७)

पक्ष	निवडून आलेल्या जागा	टक्केवारी
काँग्रेस	९२१	२८.३
राष्ट्रवादी काँग्रेस	९३६	२८.७
शिवसेना	५३०	१६.३
भाजप	४०७	१२.०
शेकाप	५२	१.५९
सीपीएम	२२	०.६
बसप	०९	०.३
मनसे	०७	०.२
जनता दल	०७	०.२
अपक्ष	३६५	११.२
एकूण	३२५६	

जिल्हा परिषद निवडणूक : २००२

काँग्रेस	रा. काँ.	शिवसेना	भाजप	अपक्ष	इतर
०७	०५	३०	०८	--	--
--	१०	३५	१०	०२	--
०५	१६	१२	--	--	२८
०५	१७	१४	०७	०३	२०
०९	३४	१२	०४	०४	१२
२२	२९	०३	--	--	१३
२०	३१	--	--	०२	०८
२९	२५	--	०१	०२	०७
१५	३६	०५	०५	०१	०६

१९	३०	०८	०८	०२	०८	
१३	२३	२१	१०	--	०६	
१३	१६	११	२७	०१	--	
३३	११	०३	०३	०४	--	
३८	०६	०१	०४	०३	०१	
१५	११	२०	१२	०२	--	
०५	१७	१५	१६	०२	--	
०६	२५	०४	२४	--	०१	
२८	०७	०३	१५	०१	०४	
१०	१८	०९	०३	०२	१२	
०५	१६	२१	०४	०३	०३	
२३	१२	१५	०९	०३	०१	
१४	१०	२१	०५	--	--	
२४	२१	०३	०४	०५	०५	

१९	०८	१४	०८	०२	०८
२३	१३	१३	०५	०२	०३
२१	१६	०६	११	०१	०४
२२	०९	०४	०५	०६	०५
१६	०९	०८	०२	१६	--
२१	०२	०५	१९	०२	०९
२०	०७	०२	१६	०२	०५
२७	०७	०२	१५	--	०१
०८	०७	११	०५	०१	२०
१६	१४	०८	०५	०४	०३
५५१	५१८	३३९	२७०	७८	१९३

जिल्हा परिषद निवडणुकीतील मते २००२–२००३

जिल्हे/पक्ष	काँग्रेस	रा. काँग्रेस	शिवसेना	भाजप
सिंधुदुर्ग	२५.५	२०.९	३९.६	८.७
रत्नागिरी	१०.१	२४.१	४२.६	११.९
रायगड	८.१	२०.०	१६.३	१.१
ठाणे	१५.४	२४.८	२०.३	९.५
नाशिक	२०.५	३०.७	१८.४	११.१
धुळे	४०.०	२३.६	६.८	९.१
नंदुरबार	४३.६	३१.४	२.५	८.३
जळगाव	२२.५	३०.९	१३.८	२२.५
बुलढाणा	२८.४	२१.१	१६.५	१३.६
अकोला	१८.४	१३.६	१३.६	१२.८
वाशिम	२७.७	२४.५	१२.२	११.४
अमरावती	१९.८	१७.८	१६.८	१२.८
नागपूर	२४.०	२०.३	११.५	२१.५
गोंदिया	--	--	--	--
भंडारा	--	--	--	--
चंद्रपूर	३०.२	१०.६	६.०	२०.०
गडचिरोली	२४.७	२१.१	१५.१	७.३
वर्धा	२६.९	२६.२	१०.३	९.९
यवतमाळ	२७.९	२०.३	११.५	१२.३
नांदेड	२८.३	२३.५	१९.१	११.६
परभणी	२१.४	३०.४	१८.६	१६.४

हिंगोली	२५.६	२६.०	२५.९	६.१
जालना	२३.४	२६.५	१८.६	१६.४
औरंगाबाद	२७.९	२४.५	२०.४	१४.७
बीड	१८.३	३१.०	८.९	२९.८
लातूर	३७.९	२४.६	६.३	१८.२
उस्मानाबाद	३१.२	२६.२	१५.३	७.०
सोलापूर	२८.५	४२.४	८.२	९.४
अ. नगर	३०.९	३३.१	१०.४	९.२
पुणे	३२.८	४१.६	१३.६	५.९
सातारा	३७.५	४३.७	४.८	०.३
सांगली	२८.५	४२.३	२.३	०.४
कोल्हापूर	३७.२	३६.९	२.७	१.५
एकूण	२६.५९	२६.९	१४.५	१०.९८

(आधार : पळशीकर–कुलकर्णी, २००७, पृ. ३८, ५८, ८२, ११४)

जिल्हा परिषद निवडणूक २००७ पक्षनिहाय जागा

काँग्रेस	रा. काँग्रेस	शिवसेना	भाजप	अपक्ष/इतर	ए
४१	०६	०१	०२	००	
०३	०७	३६	०८	०३	
०७	२२	१६	०५	१८	
०५	१४	१६	००	२६	
१३	४५	०६	०२	०९	
२७	३६	००	००	०४	
३०	२८	००	००	०४	
२५	१८	०१	००	२५	
२२	३२	०१	०४	०९	
३३	२५	०६	०५	०६	
१७	२५	१८	०३	११	
०९	१६	१५	२६	०२	
१५	१२	२४	०८	०१	

ा	०४	१९	१६	१२	०४
	०५	१७	०३	२३	०९
	३१	०५	०४	१८	००
ाबाद	२८	१८	०४	०१	०३
ी	१२	२४	१२	०१	०३
	२४	१२	१४	०८	०६
ी	१३	१२	२१	०२	०२
ाळ	२८	१७	०७	०३	०८
वती	१६	०८	११	०७	१२
णा	२१	११	१६	०४	०७
	१९	११	०४	०७	१०
	१४	११	०४	२४	०६
रोली	०९	२३	०६	०५	०८
	२४	०४	१९	००	१०
	४९५	४७८	२८१	१७८	२०६
ी	३०.१	२९.१	१७.१	१०.८	१२.५

परिशिष्ट ८

विधानपरिषद रचना व मतदारसंघ

विधानपरिषदेची रचना

प्रत्येक राज्याच्या कायदेमंडळात एक किंवा दोन सभागृहे असतील. एकच सभागृह असल्यास त्याला विधानसभा असे म्हणतात.

परंतु जेथे दोन सभागृहे असतील तेथे विधानपरिषद व विधानसभा ही दोन सभागृहे असतात.

विधानपरिषद निर्माण करणे किंवा नाहीशी करणे हे संसदेला कायद्याद्वारे करता येते; परंतु त्याकरिता संबंधित राज्यांच्या विधानसभेने तशा आशयाचा ठराव एकूण सदस्य संख्येच्या बहुमताने आणि सभागृहात उपस्थित असलेल्या व मतदान करणाऱ्या २/३ सदस्यांनी मंजूर करावयास हवा. विधानपरिषदेच्या सदस्यांचा कालावधी ६ वर्षे असतो. विधानसभेच्या सदस्यांचा कालावधी ५ वर्षे असतो. विधानपरिषद सदस्य होण्याकरिता सदस्यांचे वय ३० वर्षे पूर्ण आणि विधानसभा सदस्य होण्याकरिता २५ वर्षे पूर्ण होणे आवश्यक आहे.

विधानपरिषदेचे सदस्य अप्रत्यक्ष मतदान पद्धतीने तर विधानसभा सदस्य प्रत्यक्ष मतदान पद्धतीने निवडून येतात.

दोन्ही वेळा गुप्त मतदान पद्धतीचा अवलंब केला जातो.

विधान परिषद महाराष्ट्र, बिहार, कर्नाटक, उत्तर प्रदेश आणि मध्यप्रदेशामध्ये आहे. कोणत्याही राज्यातील विधानपरिषद सदस्यांची सभागृहातील एकूण संख्या कमीत कमी ४० व जास्तीत जास्त विधानसभा सदस्यसंख्येच्या १/३ हून अधिक असणार नाही. राज्यांच्या विधानपरिषदेच्या सदस्यांची निवड पुढीलप्रमाणे होते.

(१) ढोबळ मानाने १/३ सदस्य हे नगरपालिका, जिल्हा परिषद अशा स्थानिक प्राधिकरणाच्या सदस्यांच्या मिळून बनलेल्या मतदारांकडून निवडले जातात.

(२) १/१२ सदस्य हे मान्यताप्राप्त विद्यापीठाच्या मतदार संघामार्फत निवडले जातील; परंतु पदवीधर मतदारास पदवीधर होऊन तीन वर्षांचा कालावधी पूर्ण व्हावा लागतो.

(३) १/१२ सदस्य हे माध्यमिक शाळेच्या शिक्षकांनी बनलेल्या मतदार गणांकडून निवडले जातील; परंतु ह्या मतदारांनी अध्यापनात कमीत कमी ३ वर्षांचा कालावधी पूर्ण केला पाहिजे.

(४) १/३ सदस्य हे राज्याच्या विधानसभा सदस्यांकडून निवडले जातील.

(५) १/६ सदस्य हे राज्यपालांकडून नामनिर्देशित केले जातील.

राज्यपालांनी नामनिर्देशित करावयाचे सदस्य म्हणजे पुढे दिलेल्या बाबींसंबंधी विशेष ज्ञानी किंवा अनुभवी व्यक्ती असतील. त्या बाबी पुढीलप्रमाणे – वाङ्मय, शास्त्र, कला, सहकारी चळवळ व समाजसेवा.

विधानपरिषद (महाराष्ट्र)
एकूण जागा ७८

(१)	म.न.पा., नगरपालिका व जि.प. सदस्यांमार्फत स्थानिक स्वराज्य संस्था मतदार संघ	२२ जागा
(२)	पदवीधर मतदारसंघ	७ जागा
(३)	शिक्षक मतदारसंघ	७ जागा
(४)	विधान सभा सदस्यांमार्फत गुप्त मतदान पद्धतीने निवडायच्या	३० जागा
(५)	राज्यपाल नियुक्त	१२ जागा

स्थानिक स्वराज्य संस्था मतदार संघ

(१)	मुंबई स्थानिक प्राधिकरण (जागा-२)	मुंबई शहर आणि मुंबई उपनगरे जिल्हा
(२)	धुळे स्थानिक प्राधिकरण संस्था (जागा-१)	धुळे, नंदुरबार जिल्हे
(३)	जळगाव स्थानिक प्राधिकरण संस्था (जागा-१)	जळगाव जिल्हा
(४)	नाशिक स्थानिक प्राधिकरण संस्था (जागा-१)	नाशिक जिल्हा
(५)	अहमदनगर स्थानिक प्राधिकरण संस्था (जागा-१)	अहमदनगर जिल्हा
(६)	ठाणे स्थानिक प्राधिकरण संस्था (जागा-१)	ठाणे जिल्हा

(७)	रायगड, रत्नागिरी, सिंधुदुर्ग स्थानिक प्राधिकरण संस्था (जागा-१)	रायगड, रत्नागिरी सिंधुदुर्ग जिल्हे
(८)	पुणे स्थानिक प्राधिकरण संस्था (जागा-१)	पुणे जिल्हा
(९)	कोल्हापूर स्थानिक प्राधिकरण संस्था (जागा-१)	कोल्हापूर जिल्हा
(१०)	सांगली - सातारा स्थानिक प्राधिकरण संस्था (जागा-१)	सांगली व सातारा जिल्हे
(११)	सोलापूर स्थानिक प्राधिकरण संस्था (जागा-१)	सोलापूर जिल्हा
(१२)	उस्मानाबाद, लातूर, बीड स्थानिक प्राधिकरण संस्था (जागा-१)	उस्मानाबाद, लातूर बीड जिल्हे
(१३)	औरंगाबाद - जालना स्थानिक प्राधिकरण संस्था (जागा-१)	औरंगाबाद जालना जिल्हे
(१४)	परभणी स्थानिक प्राधिकरण संस्था (जागा-१)	परभणी व हिंगोली जिल्हे
(१५)	नांदेड स्थानिक प्राधिकरण संस्था (जागा-१)	नांदेड जिल्हा
(१६)	अकोला - बुलढाणा स्थानिक प्राधिकरण संस्था (जागा-१)	अकोला, वाशिम, बुलाढाणा जिल्हे
(१७)	अमरावती स्थानिक प्राधिकरण संस्था (जागा-१)	अमरावती जिल्हा
(१८)	यवतमाळ स्थानिक प्राधिकरण संस्था (जागा-१)	यवतमाळ जिल्हा
(१९)	नागपूर स्थानिक प्राधिकरण संस्था (जागा-१)	नागपूर जिल्हा
(२०)	भंडारा स्थानिक प्राधिकरण संस्था (जागा-१)	भंडारा, गोंदिया जिल्हे
(२१)	वर्धा-चंद्रपूर-गडचिरोली स्थानिक प्राधिकरण संस्था (जागा-१)	वर्धा-चंद्रपूर गडचिरोली जिल्हे

शिक्षक मतदार संघ

प्रत्येक मतदार संघात प्रत्येकी १ जागा

(१) मुंबई शिक्षक	मुंबई शहर आणि मुंबई उपनगर जिल्हे
(२) कोकण विभाग शिक्षक	ठाणे, रायगड, रत्नागिरी, सिंधुदुर्ग जिल्हे
(३) पुणे विभाग शिक्षक	पुणे, सोलापूर, सातारा, सांगली, कोल्हापूर जिल्हे
(४) नाशिक विभाग शिक्षक	नाशिक, अहमदनगर, धुळे, नंदुरबार, जळगाव जिल्हे
(५) औरंगाबाद विभाग शिक्षक	औरंगाबाद, जालना, बीड, परभणी, नांदेड, उस्मानाबाद, लातूर, हिंगोली जिल्हे
(६) अमरावती विभाग शिक्षक	अमरावती, अकोला, वाशिम , बुलढाणा, यवतमाळ जिल्हे
(७) नागपूर विभाग शिक्षक	नागपूर, भंडारा, गोंदिया, वर्धा, चंद्रपूर, गडचिरोली जिल्हे

पदवीधर मतदार संघ

प्रत्येकी १ जागा : विधानपरिषद

(१) मुंबई पदवीधर	मुंबई शहर आणि मुंबई उपनगरीय जिल्हे
(२) कोकण विभाग पदवीधर	ठाणे, रायगड, रत्नागिरी, सिंधुदुर्ग जिल्हे
(३) पुणे विभाग पदवीधर	पुणे, सोलापूर, सातारा, सांगली, कोल्हापूर जिल्हे
(४) नाशिक विभाग पदवीधर	नाशिक, अहमदनगर, धुळे, नंदुरबार, जळगाव जिल्हे
(५) औरंगाबाद विभाग पदवीधर	औरंगाबाद, जालना, बीड, परभणी, नांदेड, उस्मानाबाद, लातूर, हिंगोली जिल्हे.
(६) अमरावती विभाग पदवीधर	अमरावती, अकोला, वाशिम, बुलढाणा, यवतमाळ जिल्हे
(७) नागपूर विभाग पदवीधर	नागपूर, भंडारा, गोंदिया, वर्धा, चंद्रपूर, गडचिरोली जिल्हे

आजमितीस महाराष्ट्रामध्ये राज्यसभेच्या १९ जागा, लोकसभेच्या ४८ जागा, विधानसपरिषदेच्या ७८ जागा आणि विधानसभेच्या २८८ जागा आहेत. राज्यसभा आणि विधानपरिषदेचे १/३ सदस्य हे दर दोन वर्षांनी निवृत्त होतात.

☐☐☐

परिशिष्ट ९

केंद्र शासन

राज्यसभेची रचना

राज्यसभा ही राष्ट्रपतींनी नामनिर्देशित केलेले १२ सदस्य व २३८ पेक्षा जास्त नसलेले राज्यांचे व संघ प्रदेशाचे प्रतिनिधी होय. राज्यांमधून राज्यसभेवर गुप्त मतदानाद्वारे विधानसभा सदस्य मतदानामार्फत प्रतिनिधी निवडून देतात. राष्ट्रपतींनी नामनिर्देशित करावयाचे प्रतिनिधी पुढील बाबींविषयी ज्ञान किंवा अनुभव असलेल्या व्यक्ती असतील.

त्या बाबी म्हणजे वाङ्मय, शास्त्र, कला व समाजसेवा होय. प्रत्येक राज्याचे राज्यसभेतील प्रतिनिधी त्या राज्यांच्या विधांनसभेच्या निवडून आलेल्या सदस्यांकडून प्रमाणशीर प्रतिनिधीत्व पद्धतीनुसार एकल संक्रमणीय मतांद्वारे निवडून दिले जातील.

संघराज्य क्षेत्रांचे राज्यसभेतील प्रतिनिधी हे संसद ठरवेल त्या कायद्यानुसार निवडले जातील. राज्यसभेकरिता वयाची अट ३० वर्षे व लोकसभेकरिता वयाची अट २५ वर्षे आहे.

राज्यसभेच्या सभासदांची मुदत ६ वर्षे आहे. लोकसभेच्या सभासदांची मुदत ५ वर्षे आहे. राज्यभेचे १/३ सदस्य प्रत्येक २ वर्षांनी निवृत्त होत असतात. राज्यसभा हे स्थायी (बरखास्त न होणारे) सभागृह आहे.

कोणतीही व्यक्ती संसदेच्या दोन्ही सभागृहांचा सदस्य होऊ शकत नाही. त्यापैकी कोणतीही एका सभागृहातील जागा त्यास १४ दिवसांच्या आत रिक्त करावी लागते.

कोणतीही व्यक्ती संसदेच्या किंवा राज्य विधानमंडळाच्या सभागृहाचा एकाच वेळी सदस्य होऊ शकत नाही.

राष्ट्रपतींची निवडणूक

राष्ट्रपतींची निवडणूक पुढील निवडणूक मंडळाच्या (निर्वाचकगणांच्या) सभासदांकडून होईल. म्हणजेच राष्ट्रपतींची निवडणूक अप्रत्यक्ष पद्धतीने होते. प्रत्यक्ष जनतेकडून होत नाही.

(१) संसदेच्या (पार्लमेंटच्या) दोन्ही सभागृहांचे निवडून आलेले सदस्य व

(२) राज्याच्या विधानसभेतील निवडून आलेले सभासद. म्हणजेच लोकसभा, राज्यसभा व विधानसभेवर निवडून आलेले सदस्य राष्ट्रपतींच्या

निवडणुकीकरिता मतदान करतील.

(३) राज्याराज्यात तसेच सर्व राज्ये व संघराज्ये यांच्यात समानता साधण्यासाठी संसदेच्या व प्रत्येक राज्याच्या विधानसभेच्या प्रत्येक निवडून आलेल्या सदस्यांच्या मतांचे मूल्य (संख्या) पुढीलप्रमाणे निर्धारित केले जाते -

१) राज्याच्या विधानसभेच्या प्रत्येक निवडून आलेल्या सदस्यास, त्या राज्याच्या लोकसंख्येला त्या विधानसभेच्या निवडून आलेल्या सदस्यांच्या एकूण संख्येने भागले असता येणाऱ्या भागाकारास १000च्या जितक्या पटी असतात तितकी मते असतील. म्हणजे उदा. महाराष्ट्रातील निवडून आलेल्या विधानसभा सदस्यांची मतांची संख्या (मूल्य) सूत्रानुसार पुढीलप्रमाणे ठरेल-

$$\frac{\text{महाराष्ट्राची लोकसंख्या (अलीकडील जनगणेनुसार)}}{\text{महाराष्ट्र राज्य विधानसभेत निवडून आलेल्या सदस्यांची संख्या}} \times \frac{१}{१०००} = \text{विधासभा सदस्यांच्या मतांची संख्या}$$

२) संसदेच्या कोणत्याही सभागृहातील प्रत्येक निवडून आलेल्या सदस्यांच्या मतांची संख्या पुढीलप्रमाणे ठरविली जाते -

सर्व राज्यांच्या विधानसभांच्या सदस्यांना नेमून दिलेल्या मतांच्या एकूण संख्येस संसदेच्या दोन्ही सभागृहांतील निवडून आलेल्या सदस्यांच्या एकूण संख्येने भागले असता जी संख्या येईल ती संसदेच्या प्रत्येक सदस्यांच्या मतांची संख्या होय.

$$\frac{\text{घटक राज्य विधानसभेतील निवडून आलेल्या सदस्यांच्या मतांची संख्या}}{\text{संसदेच्या दोन्ही सभागृहात निवडून आलेल्या सदस्यांची संख्या}}$$

म्हणजेच संसद सदस्य मतांची संख्या होय.

राष्ट्रपतींची निवडणूक गुप्त पद्धतीने घेतली जाते. त्यासाठी प्रमाणशीर प्रतिनिधित्व एकल संक्रमणीय पद्धतीचा उपयोग केला जातो.

राष्ट्रपती पदाची मुदत ५ वर्षे असते. निवडणुकीकरिता त्या व्यक्तींच्या वयास ३५ वर्षे पूर्ण झाली पाहिजेत. फक्त राष्ट्रपतींना पदावरून दूर करण्याच्या प्रक्रियेस 'महाभियोग' म्हणतात. उपराष्ट्रपती व इतर कोणत्याही पदावरील व्यक्तीस पदांवरून

दूर करण्याच्या प्रक्रियेस महाभियोग म्हणत नाहीत, तर फक्त 'काढून टाकणे' हाच योग्य शब्दप्रयोग वापरतात.

घटनेच्या अनुच्छेद ६१ नुसार केवळ राष्ट्रपतींना पदावरून दूर करण्याच्या प्रक्रियेविषयी म्हणजेच महाभियोगाविषयी सविस्तर सांगितले आहे.

देशाचे आतापर्यंतचे राष्ट्रपती

राष्ट्रपती	कार्यकाळ
डॉ. राजेंद्र प्रसाद	१३.०५.१९५२ ते १२.०५.१९५७
	१३.०५.१९५७ ते १२.०५.१९६२
डॉ. सर्वपल्ली राधाकृष्णन	१३.०५.१९६२ ते १२.०५.१९६७
डॉ. झाकीर हुसेन	१३.०५.१९६७ ते ०३.०५.१९६९
व्ही. व्ही. गिरी	०३.०५.१९६९ ते २०.०७.१९६९
	२४.०८.१९६९ ते २३.०८.१९७४
फक्रुद्दीन अली अहमद	२४.०८.१९७४ ते ११.०२.१९७७
बी. डी. जत्ती (हंगामी)	११.०२.१९७७ ते २५.०७.१९७७
नीलम संजीव रेड्डी	२५.०७.१९७७ ते २४.०७.१९८२
ग्यानी झैलसिंग	२५.०७.१९८२ ते २४.०७.१९८७
डॉ. आर. वेंकटरमण	२५.०७.१९८७ ते २४.०७.१९९२
डॉ. शंकरदयाळ शर्मा	२५.०७.१९९२ ते २४.०७.१९९७
डॉ. के. आर. नारायणन्	२५.०७.१९९७ ते २४.०७.२००२
डॉ. ए.पी.जे. अब्दुल कलाम	२५.०७.२००२ ते २४.०७.२००७
श्रीमती प्रतिभा पाटील	२५.०७.२००७ पासून पुढे

भारताच्या पंतप्रधानांचा कालावधी

अ.क्र.	नाव	कालावधी
१.	जवाहरलाल नेहरू (१८८९-१९६४)	१५ ऑगस्ट १९४७-२७ मे १९६४
२.	गुलजारीलाल नंदा (१८९८-१९९७)	२७ मे १९६४-९ जून १९६४ (हंगामी)
३.	लाल बहादूर शास्त्री (१९०४-१९६६)	९ जून १९६४-११ जानेवारी १९६६
४.	गुलजारीलाल नंदा (१८९८-१९९७)	११ जानेवारी १९६६ – २४ जानेवारी १९६६ (हंगामी)
५.	इंदिरा गांधी (१९१७-१९८४)	२४ जानेवारी १९६६-२ मार्च १९७७
६.	मोरारजी देसाई (१८९६-१९९५)	२४ मार्च १९७७-२८ जुलै १९७९
७.	चरणसिंग (१९०२-१९८७)	२८ जुलै १९७९-१४ जानेवारी १९८०
८.	इंदिरा गांधी (१९१७-१९८४)	१४ जानेवारी १९८०-३१ ऑक्टोबर १९८४
९.	राजीव गांधी (१९४४-१९९१)	३१ ऑक्टोबर १९८४-१ डिसेंबर १९८९
१०.	विश्वनाथ प्रताप सिंग (१९३१-२००८)	२ डिसेंबर १९८९-१० नोव्हेंबर १९९०
११.	चंद्रशेखर (जन्म १९२७)	१० नोव्हेंबर १९९०-२१ जून १९९१
१२.	पी. व्ही. नरसिंहराव (१९९१-२००४)	२१ जून १९९१-१६ मे १९९६
१३.	अटलबिहारी वाजपेयी (जन्म १९२६)	१६ मे १९९६-१ जून १९९६
१४.	एच. डी. देवेगौडा (जन्म १९३३)	१ जून १९९६-२१ एप्रिल १९९७

१५.	आय. के. गुजराल (जन्म १९३३)	२१ एप्रिल ११९७-१८ मार्च १९९८
१६.	अटलबिहारी वाजपेयी (जन्म १९२६)	१९ मार्च १९९८-१३ ऑक्टोबर १९९९
१७.	अटलबिहारी वाजपेयी (जन्म १९२६)	१३ ऑक्टोबर १९९९-२२ मे २००४
१८.	डॉ. मनमोहन सिंग	२२ मे २००४ पासून पुढे

लोकसभेचा कालावधी

	लोकसभा	स्थापना	विसर्जित	कार्यकाल वर्ष/महिने /दिवस
१.	पहिली	१७.०४.१९५२	०४.०४.१९५७	पूर्ण
२.	दुसरी	०५.०४.१९५७	३१.०३.१९६२	पूर्ण
३.	तिसरी	०२.०४.१९६२	०३.०३.१९६७	पूर्ण
४.	चौथी	०४.०३.१९६७	२७.१२.१९७०	३/९/२४
५.	पाचवी	१५.०३.१९७१	१८.०१.१९७७ ४२व्या घटनादुरुस्तीनुसार कार्यकाल ६ वर्षांचा होता.	५/१०/४
६.	सहावी	२३.०३.१९७७	२२.०८.१९७९	२/५/०
७.	सातवी	१०.०१.१९८०	३१.१२.१९८४	पूर्ण
८.	आठवी	३१.१२.१९८४	२७.११.१९८९	पूर्ण
९.	नववी	०२.१२.१९८९	१३.०३.१९९१	२/३/१२
१०.	दहावी	२०.०६.१९९१	१०.०५.१९९६	पूर्ण
११.	अकरावी	१५.०५.१९९६	०४.१२.१९९७	१/६/२०
१२.	बारावी	१०.०३.१९९८	२६.०४.१९९९	१/१/९७
१३.	तेरावी	१३.१०.१९९९	०६.०२.२००४	४/३/२५
१४.	चौदावी	०६.०२.२००४	१६.०५.२००९	पूर्ण
१५.	पंधरावी	१६.०५.२००९	पासून	

परिशिष्ट १०
निवडणूक प्रक्रिया

राजकीय पक्षाची नोंदणी

कोणत्याही राजकीय पक्षाची स्थापना झाल्यापासून ३० दिवसांच्या आत निवडणूक आयोगाकडे नोंदणीकरिता अर्ज करणे आवश्यक आहे. या अर्जासोबत संघटनेचे नाव, राज्य, संघटना कार्यालयाचा पत्ता, अध्यक्ष, सचिव आणि इतर पदाधिकाऱ्यांची नावे, सदस्य संख्या, त्यांच्या स्थानिक शाखा असल्यास आणि लोकसभा-राज्यसभा सदस्यांची नावे इ. कळविणे आवश्यक आहे. तसेच भारतीय राज्यघटनेतील समाजवाद, धर्मनिरपेक्ष लोकशाही, गणराज्य, सार्वभौमत्व आणि एकता इ. तत्त्वावर विश्वास असल्याचे अशा संघटनेच्या नियमावलीमध्ये नमूद केलेले असले पाहिजे.

अशा संघटनेस मान्यता देण्याचा अंतिम अधिकार निवडणूक आयोगाकडे आहे.

राजकीय पक्षांचे वर्गीकरण

राजकीय पक्ष हा मान्यताप्राप्त असू शकतो किंवा अमान्यताप्राप्त असू शकतो. राजकीय पक्षांना मान्यता देण्याचे काम निवडणूक आयोग करतो.

खालील दोन्हींपैकी एक अट पूर्ण केल्यास त्या पक्षाला त्या राज्यातील मान्यताप्राप्त पक्ष समजण्यात येतो.

(अ) १. असा पक्ष जो राजकीय क्षेत्रामध्ये सलग ५ वर्षे राजकीय घडामोडींमध्ये कार्य करत आहे आणि

२. सार्वजनिक निवडणुकांमध्ये एकतर त्या राज्यांमध्ये असलेल्या लोकसभेच्या प्रत्येक २५ जागेमागे १ जागा लोकसभेसाठी मिळायला हवी अथवा विधानसभेच्या प्रत्येकी ३० जागेमागे १ जागा विधानसभेला मिळायला पाहिजे. उदा. महाराष्ट्र लोकसभेच्या एकूण जागा ४८ आहेत. तेथे मान्यता मिळविण्यासाठी कमीत कमी २ लोकसभेचे उमेदवार निवडून येणे आवश्यक आहे किंवा महाराष्ट्रामध्ये विधानसभेच्या २८८ जागा आहेत, तर मान्यताप्राप्तीसाठी कमीत कमी १० विधानसभा सदस्य निवडून येणे आवश्यक आहे.

किंवा

(ब) त्या राज्यामध्ये झालेल्या लोकसभा किंवा विधानसभेच्या सार्वत्रिक निवडणुकांमध्ये निवडणूक लढवणाऱ्या सर्व उमेदवारांच्या मतांची टक्केवारी ही त्या राज्यामध्ये एकूण वैध ठरलेल्या मतांच्या ४ टक्के किंवा त्याहून जास्त असली पाहिजे; परंतु या वैध मतांच्या संख्येमध्ये त्या पक्षाच्या अशा उमेदवारांच्या मतांची गणना केली जाणार नाही की ज्यांना त्या मतदार संघातील एकूण वैध मतांच्या १/१२ पेक्षा कमी मते मिळाली आहेत.

तसेच वरीलपैकी कोणत्याही अटींचे पालन करताना निवडणुकीनंतर निवडून आलेले इतर उमेदवार किंवा त्यांची मते यांची गणना त्या उमेदवाराने या पक्षामध्ये प्रवेश केला तर गृहीत धरली जाणार नाही.

जर एखादा राजकीय पक्ष ४ किंवा त्यापेक्षा जास्त राज्यांमध्ये 'मान्यताप्राप्त राजकीय पक्ष' असेल तर तो राष्ट्रीय पातळीवरचा मान्यताप्राप्त पक्ष म्हणून संबोधण्यात येतो; जर ४ पेक्षा कमी राज्यांमध्ये मान्यता भेटली तर तो पक्ष त्या त्या राज्यांमध्ये मान्यताप्राप्त पक्ष समजण्यात येतो.

'राज्य' अथवा राष्ट्रीय पातळीवरील मान्यताप्राप्त पक्षाने पुढील सार्वत्रिक निवडणुकीमध्ये वरील अटींची पूर्तता केली नाही तर त्यांची मान्यता संपुष्टात येते.

परिसीमन (हद्द निश्चित करणे)

परिसीमन आयोग लोकसभा, विधानसभा मतदार संघाची हद्द निश्चित करतो. त्याचे कार्य म्हणजे जनगणनेनुसार प्रत्येक राज्यातील विधानसभा आणि लोकसभा मतदार संघाची संख्या आणि राज्यातील लोकसभा आणि विधानसभा मतदार संघाची भौगोलिक हद्द ठरविणे, हे होय. या आयोगामध्ये ३ सदस्य असतात. त्यापैकी (१) दोन सदस्य हे उच्च किंवा सर्वोच्च न्यायालयाचा न्यायाधीश म्हणून कार्य केलेले असतात आणि त्यांची नियुक्ती केंद्र शासनाकडून होते आणि (२) मुख्य निवडणूक आयुक्त हे पदसिद्ध सदस्य म्हणून असतात. क्रमांक (१) मधील एका व्यक्तीची नेमणूक ह्या आयोगाचा अध्यक्ष म्हणून केंद्र शासन करते.

प्रत्येक राज्यांमध्ये या आयोगाला मदत करण्यासाठी दहा सह-सदस्य असतात. त्यापैकी पाच हे विधानसभा सदस्य तर उर्वरित पाच हे लोकसभा सदस्य असतात. त्यांचे कार्य म्हणजे प्रत्येक राज्याच्या विधानसभा, लोकसभा सदस्यांची संख्येची वाटणी

ठरविणे, तसेच अनुसूचित जाती, अनुसूचित जमातीकरिता राखीव मतदार संघाची निश्चिती करणे, हे होय.

शक्यतो सर्व मतदार संघ भौगोलिकदृष्ट्या सलग असावेत; इतर भौगोलिक, स्वाभाविक वैशिष्ट्यांचा तसेच लोकांच्या सोयीचा विचार मतदार संघ ठरविताना करण्यात येतो. प्रत्येक विधानसभा मतदार संघ हा पूर्णपणे एकाच लोकसभेच्या मतदार संघाच्या हद्दीत यावा, जेणेकरून प्रत्येक लोकसभा मतदार संघाच्या अंतर्गत येणाऱ्या विधानसभा मतदार संघाची संख्या आणि सलगता कायम राहील. उदा. महाराष्ट्रामध्ये एका लोकसभा मतदारसंघांतर्गत सहा विधानसभा मतदार संघ येतात.

Quota (हिस्सा/वाटा) निश्चित करणे

कुठल्याही निवडणुकीमध्ये जिथे एकापेक्षा जास्त जागा भरावयाची आहे तेथे प्रत्येक वैध मतपत्रिकेची किंमत १०० धरली जाते. उमेदवाराला निवडून येण्यासाठी आवश्यक असणारा Quota (हिस्सा/वाटा) खालीलप्रमाणे ठरविला जातो–

(अ) नियम ७४ च्या (C) या पोटकलमाप्रमाणे उमेदवारांना मिळालेल्या किमतीची बेरीज करणे.

(आ) बेरीज करून येणाऱ्या किमतीला भरावयाच्या जागांच्या आकड्यांमध्ये १ अधिक करून येणाऱ्या संख्येने भागाकार करणे.

(इ) येणाऱ्या भागाकारामध्ये १ची बेरीज करून, बाकी राहिलेली संख्या दुर्लक्षित करावी. असे करून येणारी संख्या ही Quota (हिस्सा/वाटा) असेल.

$$\text{कोटा} = \frac{(\text{एकूण मतदार}) + १}{\text{एकूण जागा} + १}$$

संदर्भ ग्रंथ

१.   आफळे गिरीश डॉ.   – बखर अयोध्येची

२.   करडेकर अनिल डॉ. – महाराष्ट्राची वाटचाल

३.   कापसे राम संपा.– जनसंघ ते भाजपा

४.   किडवाई रशिद, अनु. ठाकूर अजित – सोनिया गांधी

५.   कुलकर्णी सुहास, पळशीकर सुहास संपा. – सत्ता संघर्ष

६.   गारे गोविंद डॉ. – नक्षलवादी आणि आदिवासी

७.   चिटणीस अशोक – महाराष्ट्र कोहिनूर मनोहर जोशी

८.   जयकर पुपुल, अनु. जैन अशोक – इंदिरा गांधी

९.   टेणी नंदकुमार – नांदवी ते वर्षा

१०. दर्यापूरकर राजेश – सेनापती

११. धर पी. एन., अनु. जैन अशोक – इंदिरा गांधी, आणीबाणी व भारतीय
     लोकशाही

१२. नेने वि. वा. संपा. – पं. दीनदयाळ उपाध्याय विचार दर्शन – खंड २

१३. पटवर्धन वसंत संपा. – संघटनेचे शिल्पकार

१४. पळशीकर सुहास – समकालीन भारतीय राजकारण
     (काँग्रेस वर्चस्व ते हिंदू जमातवाद)

१५. फडके य. दि. – पक्षांतराचे राजकारण

१६. फडके य. दि. – विसाव्या शतकातील महाराष्ट्र – खंड ६

१७. बिरमल नितीन, पळशीकर सुहास संपा.– महाराष्ट्राचे राजकारण
     (राजकीय प्रक्रियेचे स्थानिक संदर्भ)

१८. भावे मधुकर – यशवंतराव ते विलासराव

१९. मलकानी के. आर., हर्डीकर आनंद अनु. – दि आर एस एस स्टोरी

२०. मेहेंदळे विश्वास डॉ. – यशवंतराव ते विलासराव

२१. मोरे चंद्रकांत डॉ., मोरे टी. एस.प्रा., मस्के डी. डी.प्रा., संपा.
     विकास–वाटचाल आणि समस्या

२२. लिंबाळे शरणकुमार डॉ. – रिपब्लिकन पक्ष : वास्तव आणि वाटचाल

२३. लिंबाळे शरणकुमार डॉ. – दलित पँथर
२४. वाघ रामनाथ ॲड.संपा. – युगप्रवर्तक यशवंतराव
२५. शहा घनश्याम, अनु. चिकटे प्राची – भारतातील सामाजिक चळवळी
२६. सहस्रबुद्धे विनय, साठे रवींद्र संपा.– प्रमोद महाजन–दूरदर्शी नेतृत्व
२७. साने नीलिमा – कर्तृत्वशालिनी
२८. साने रविकिरण –दूरदृष्टीचा जाणता राजा – शरद पवार
२९. साने रविकिरण – सुशीलकुमार – एक प्रवास